AF743263

ഗ്രീൻ ബുക്സ്

ഓ.കെ. ടെയ്ക്

റാഫി തോട്ടാൻ

തൃശ്ശൂർ ജില്ലയിലെ ഒല്ലൂരിൽ ജനനം.
മൂന്നര പതിറ്റാണ്ടിലേറെയായി ഫിലിം ടെക്നിക്സ്,
ഫോട്ടോഗ്രാഫി, സംഗീതം തുടങ്ങിയ
വിഷയങ്ങളിൽ ഗവേഷണം നടത്തിവരുന്നു.
ടെലിവിഷൻ സീരിയൽ രംഗത്ത് അസോസിയേറ്റ്
ഡയറക്ടറായി പ്രവർത്തിച്ചിട്ടുണ്ട്. ഭവൻസ് കോളേജ്
ഓഫ് കമ്മ്യൂണിക്കേഷൻസ് ആൻഡ് മാനേജ്മെന്റിൽ
(തൃശൂർ) വിഷ്വൽ കമ്മ്യൂണിക്കേഷൻസ്
ഡിപ്പാർട്ട്മെന്റിൽ ദീർഘകാലം ഫാക്കൽറ്റിയായി പ്രവർത്തിച്ചു.
'റോസ് മരിയ ഫിലിം അക്കാദമി' എന്ന പേരിൽ
തൃശ്ശൂരിൽ ചലച്ചിത്രപഠനകേന്ദ്രം നടത്തിയിരുന്നു.
'ബെറ്റർ ഫോട്ടോഗ്രാഫി' മാഗസിൻ അഖിലേന്ത്യാതലത്തിൽ
നടത്തിയ ഫോട്ടോഗ്രാഫി മത്സരത്തിൽ
മൂന്നാംസ്ഥാനം കരസ്ഥമാക്കി. ആനുകാലികങ്ങളിൽ
കഥകളും ഫീച്ചറുകളും പ്രസിദ്ധീകരിച്ചിട്ടുണ്ട്.
ഇപ്പോൾ ഇരിങ്ങാലക്കുട ഭാരതീയ വിദ്യാഭവൻ സ്കൂളിൽ
സംഗീതോപകരണ അദ്ധ്യാപകനായി ജോലി ചെയ്യുന്നു.
ഒല്ലൂരിനടുത്ത് തലോരിൽ സ്ഥിരതാമസം.
ഇ-മെയിൽ: raphythottan@gmail.com

സിനിമാപഠനം

ഓ.കെ. ടെയ്ക്

റാഫി തോട്ടാൻ

ഗ്രീൻ ബുക്സ്

green books private limited
gb building, civil lane road, ayyanthole,
thrissur- 680 003, kerala, ph: +91 487-2381066, 2381039
website: www.greenbooksindia.com
e-mail: info@greenbooksindia.com

malayalam
o.k. take
(cinema study)
by
rafi thottan

first published october 2019

cover design : mansoor cheruppa
photos & english poems: author

branches:
thrissur 0487-2422515
palakkad 0491-2546162
thiruvananthapuram 0471-2335301
calicut 0495 4854662
ernakulam 8589095007

isbn : 978-93-88830-94-2

GBPL/1120/2019

സമർപ്പണം

സിനിമയെക്കുറിച്ച് ഉദാത്തമായ
നിരവധി സങ്കല്പങ്ങൾ നെഞ്ചേറ്റിയിരുന്ന
വ്യക്തിയും കേരളത്തിൽനിന്നുള്ള
ആദ്യത്തെ ഡോക്യുമെന്ററി ഫിലിംമേക്കറും
എന്റെ ഇളയച്ഛനുമായ അന്തരിച്ച
ശ്രീ. ഒ.ജെ. തോട്ടാന്റെ പാവന സ്മരണയ്ക്കു
മുൻപിൽ ഈ ഗ്രന്ഥം സമർപ്പിക്കട്ടെ...

ആമുഖം

സിനിമയോടുള്ള അഭിനിവേശം എന്നാണെന്നിൽ ഉടലെടുത്തത്? എന്റെ ബാല്യകാലത്തിൽ ഞാൻ കണ്ടിട്ടുള്ള സിനിമകൾ എന്തു വികാരമാണ് എന്നിലുണർത്തിയിട്ടുള്ളത്? ഒന്നെനിക്കുറപ്പുണ്ട്. വിനോദചിത്രങ്ങളേക്കാൾ ഞാൻ കൂടുതലായും കണ്ടിരുന്നത് ഗൗരവമേറിയ പ്രമേയങ്ങൾ കൈകാര്യം ചെയ്യുന്ന ചിത്രങ്ങളാണ്. വിനോദചിത്രങ്ങളെ അല്പം പോലും തള്ളിപ്പറയുന്നുവെന്ന് ഇതിനർത്ഥമില്ല. കൗമാരപ്രായത്തിൽ പത്മരാജനായിരുന്നു എന്റെ ആരാധനാമൂർത്തി. കെ.ജി.ജോർജും ഭരതനും മോഹനുമെല്ലാം ഇഷ്ടസംവിധായകരായിരുന്നു. അടൂരിന്റെയും അരവിന്ദന്റെയും ചിത്രങ്ങളെയെല്ലാം 'ഭയം കലർന്ന ബഹുമാന'ത്തോടെയാണ് ഞാൻ കണ്ടിരുന്നത്. പ്രഗത്ഭരായ അവരുടെ ചിത്രങ്ങളെ വിലയിരുത്തുവാനല്ല, പഠിക്കുവാനാണ് ഞാൻ അക്കാലത്ത് ശ്രമിച്ചിരുന്നത്. കോളേജ് വിദ്യാഭ്യാസകാലത്തുതന്നെ ഫിലിം സൊസൈറ്റിയിൽ ചേർന്ന് ലോകക്ലാസിക്കുകൾ കാണുന്നതും അപഗ്രഥിക്കുന്നതും ശീലമാക്കുവാൻ കഴിഞ്ഞു. ഐസൻസ്റ്റീനും കുറോസവയും ബർഗ്മാനും സത്യജിത് റേയുമെല്ലാം അങ്ങനെ എന്റെ നെഞ്ചിൽ ചേക്കേറി. പുസ്തകങ്ങളുമായി ചെറുപ്പം മുതലേ ഉണ്ടായിരുന്ന ചങ്ങാത്തം ചലച്ചിത്രത്തിന്റെ സാങ്കേതികകാര്യങ്ങളെക്കുറിച്ചുള്ള ഗ്രന്ഥങ്ങൾ പാരായണം ചെയ്യുന്നതിലേക്ക് എന്നെ നയിച്ചു. ഇതു പിന്നീട് ഇത്തരം വിഷയങ്ങളെക്കുറിച്ചുള്ള ഗൗരവമേറിയ പഠനത്തിനും റിസർച്ചിനും വഴിതെളിയിക്കുകയാണുണ്ടായത്. ചലച്ചിത്രരംഗത്ത് ഒരു ടെക്നീഷ്യനായ് പ്രവർത്തിക്കണം എന്ന ആഗ്രഹം പല കാരണങ്ങളാൽ പൂവണിഞ്ഞില്ലെങ്കിലും ടെലിവിഷനുമായി ബന്ധപ്പെട്ട് സീരിയൽ, ആഡ് ഫിലിം, ഡോക്യുമെന്ററി രംഗങ്ങളിൽ കുറച്ചുകാലം സജീവമാകാൻ കഴിഞ്ഞതു നേട്ടമായി. ചലച്ചിത്ര സംവിധായകരായ ശ്രീ ശ്യാമപ്രസാദ്,

ശ്രീ ശ്രീക്കുട്ടൻ, ഛായാഗ്രാഹകൻ ശ്രീ അഴകപ്പൻ, ദൂരദർശൻ ഡയറക്ടർ ശ്രീ.സി.കെ. തോമസ് എന്നിവരോടൊപ്പം പ്രവർത്തിക്കുവാൻ കഴിഞ്ഞത് സിനിമ-ടെലിവിഷൻ മാധ്യമ ങ്ങളുടെ സാങ്കേതികതയോട് എന്നെ അടുപ്പിച്ചു.

തൃശൂരിലെ പ്രശസ്ത വിദ്യാഭ്യാസ സ്ഥാപനമായ ഭവൻസ് കോളേജ് ഓഫ് കമ്മ്യൂണിക്കേഷൻ ആൻഡ് മാനേജ്മെന്റിലെ ഡയറക്ടറും വിദ്യാഭ്യാസ വിചക്ഷണനുമായിരുന്ന അന്തരിച്ച ശ്രീ. പി.ടി. കേശവൻനായർ തന്റെ സ്ഥാപനത്തിൽ വിഷ്വൽ കമ്മ്യൂണിക്കേഷൻസ് കോഴ്സ് ആരംഭിക്കാൻ എന്നെ നിയോ ഗിച്ചത് ഏറ്റവും വലിയ അംഗീകാരമായി ഞാൻ കണക്കാ ക്കുന്നു. ഈ സ്ഥാപനത്തിൽവെച്ച് പ്രൊഫഷണൽ ബിരുദ ധാരികളെ വരെ ഫിലിം ടെക്നിക്സും ഫോട്ടോഗ്രാഫിയും പഠിപ്പിക്കാനായത് ഏറെ ചാരിതാർത്ഥ്യം എനിക്കേകി. സ്വന്ത മായി ഞാൻ നിർവ്വഹിച്ചിരുന്ന, വർഷങ്ങളോളം നീണ്ടുനിന്ന മാധ്യമപഠനത്തിനും റിസർച്ചിനുമുള്ള ഏറ്റവും വലിയ അംഗീകാരമായിരുന്നു അത് എന്നു വിനയത്തോടെ ഇവിടെ കുറിക്കട്ടെ!

ഈ ഗ്രന്ഥത്തിന്റെ സാക്ഷാത്കാരവേളയിൽ മലയാള സിനിമ യിലെ കുലപതിയായിരുന്ന അന്തരിച്ച പി. രാമദാസ് സാറി നോടുള്ള കടപ്പാട് രേഖപ്പെടുത്താതിരിക്കാൻ എനിക്കാകില്ല. മലയാളത്തിലെ ആദ്യത്തെ റിയലിസ്റ്റിക് സിനിമയായ ന്യൂസ്പേപ്പർ ബോയിയുടെ സംവിധായകനായ അദ്ദേഹ ത്തിന്റെ ഭവനത്തിൽ ചെന്ന് അദ്ദേഹത്തെ കണ്ട് ദീർഘമായി സിനിമയെക്കുറിച്ച് സംസാരിച്ചിരിക്കുന്നതിൽ നിന്നും ലഭിച്ചി രുന്ന ക്രിയാത്മകമായ ഊർജ്ജത്തിനുപകരം വെയ്ക്കുവാൻ മറ്റൊന്നിനും കഴിയുകയില്ല. അദ്ദേഹത്തെ പ്രാർത്ഥനാപൂർവം സ്മരിച്ചുകൊണ്ടേ ഇനിയുള്ള വരികളിലേക്ക് പ്രവേശിക്കുവാൻ എനിക്കു കഴിയൂ. ഈ ഗ്രന്ഥത്തിലെ സംഗീതം, ശബ്ദം എന്നീ അദ്ധ്യായങ്ങളെ പാകപ്പെടുത്താൻ വിലപ്പെട്ട നിർദ്ദേശങ്ങൾ നൽകിയ ഗുരുതുല്യനായ ശ്രീ. ജെറി അമൽദേവ് (സംഗീത സംവിധായകൻ), ശ്രീ. അമ്പിളി (ചലച്ചിത്ര സംവിധായകൻ), ശ്രീ. പ്രദീപ് അഷ്ടമിച്ചിറ (കവിയും ഗാനരചയിതാവും), ശ്രീ. ടി.കെ. വാസുദേവൻ (ചലച്ചിത്ര സംവിധായകൻ), ശ്രീ. ആദർശ് എം.എ. എന്നിവർ ഗ്രന്ഥരചനയ്ക്ക് നൽകിയിട്ടുള്ള സഹായസഹകരണങ്ങൾക്ക് അവരോടെനിക്കുള്ള കടപ്പാട് സീമാതീതമാണ്.

സഹായിച്ച സുഹൃത്തുക്കളെയെല്ലാം ഈ സന്ദർഭത്തിൽ ഞാൻ നന്ദിയോടെ സ്മരിക്കുന്നു.

സിനിമയെക്കുറിച്ചറിയാനാഗ്രഹിക്കുന്ന സാധാരണക്കാർ, വിഷ്വൽ കമ്മ്യൂണിക്കേഷൻസ് - ചലച്ചിത്ര വിദ്യാർത്ഥികൾ, സിനിമാരംഗത്ത് പ്രവർത്തിക്കുന്നവർ തുടങ്ങിയവർക്കെല്ലാം പ്രയോജനപ്പെടുന്ന വിധത്തിലാണീ ഗ്രന്ഥം തയ്യാറാക്കുവാൻ ശ്രമിച്ചിട്ടുള്ളത്. ചോദ്യോത്തരങ്ങളിലൂടെയുള്ള അവതരണ രീതിയാണ് അവലംബിച്ചിട്ടുള്ളത്.

ഒരു കാര്യമെനിക്ക് തീർച്ചയായും പറയുവാൻ കഴിയും - ന്യൂ ജനറേഷനും ഓൾഡ് ജനറേഷനും ഒരുപോലെ സ്വീകാര്യമാകും ഇതിന്റെ ഉള്ളടക്കം.

നിങ്ങളുടെ സിനിമാ സങ്കല്പങ്ങൾ സാക്ഷാത്കരിക്കുവാൻ എന്റെയീ ഗ്രന്ഥം സഹായകമാകട്ടെ.

റാഫി തോട്ടാൻ

ഉള്ളടക്കം

ചോദ്യങ്ങൾ നിങ്ങളുടെ ആത്മാവിൽ
കനലുകൾ തീർക്കട്ടെ
ഉത്തരങ്ങളുടെ തേൻമഴ
അവയിൽ പതിക്കുംവരെ!

ഡിജിറ്റൽ സിനിമ

Myriads of movies
That moved us, mesmerized us
Were shot on film.
Film? Now it's gone to oblivion
The 'digital' has started to reign
To satiate your visual dreams,
it does rain!

ദ റവനന്റ് എന്ന പ്രസിദ്ധമായ ചിത്രം. അഭിനയത്തിനുള്ള ഓസ്കാർ അവാർഡ് ലഭിച്ച ലിയണാഡോ ഡി കാപ്രിയോയുടെ ഹ്യൂഗ് ഗ്ലാസ് എന്ന കഥാപാത്രം തോക്കുമായി കാട്ടിൽ ചുറ്റിയടിക്കുകയാണ്. പെട്ടെന്നൊരു കൂറ്റൻ കരടി അതാ ഹ്യൂഗ് ഗ്ലാസിനു മുൻപിൽ പ്രത്യക്ഷപ്പെടുന്നു! അത് ഹ്യൂഗിനെ നിർദ്ദാക്ഷിണ്യം ആക്രമിക്കുന്നു. പിന്നീടങ്ങോട്ട് കരടിയും മനുഷ്യനും തമ്മിലുള്ള അത്യുഗ്രൻ ഫൈറ്റ് ആണ്. കാണികൾ ശ്വാസമടക്കിപ്പിടിച്ചാണ് അതു കണ്ടത്. മനുഷ്യനും മൃഗവും തമ്മിൽ ഇത്രയും ഒറിജിനാലിറ്റി തോന്നിപ്പിക്കുന്ന ഫൈറ്റ് തിരശ്ശീലയിൽ ഇതുവരേയും കണ്ടിട്ടില്ലെന്നാണ് ചിത്രം കണ്ടവർ പറഞ്ഞത്.

ഇനി ഫ്ളാഷ് ബാക്ക്. ദ റവനന്റിന്റെ സംവിധായകൻ അലഹാന്ദ്രോ ഗൊൺസാൽവസ് ഇനാരിറ്റു അമേരിക്കയിലെ 'ഇൻഡസ്ട്രിയൽ ലൈറ്റ് ആൻഡ് മാജിക്ക്' എന്ന സ്പെഷ്യൽ ഇഫക്റ്റ് കമ്പനിക്ക് ചില നിർദ്ദേശങ്ങൾ നൽകുന്നു. താൻ പുതിയതായി എടുക്കുന്ന ചിത്രത്തിൽ മനുഷ്യനും കരടിയും തമ്മിലുള്ള ഒരു ഫൈറ്റ് ഉണ്ട്. അത് അങ്ങേയറ്റം സ്വാഭാവികതയോടെ വേണംതാനും! സ്പെഷ്യൽ ഇഫക്റ്റ്സ് കമ്പനിയിലെ റിച്ചാർഡ് മക്ബ്രൈഡ് ഈ ദൗത്യം ഏറ്റെടുക്കുന്നു. അദ്ദേഹത്തിന്റെ നേതൃത്വത്തിലുള്ള സംഘം കരടിയാക്രമണങ്ങളെക്കുറിച്ച് പുസ്തകമെഴുതി പ്രശസ്തനായ സ്കോട്ട് മക്മില്ല്യണിൽനിന്നും വേണ്ട വിവരങ്ങൾ ശേഖരിക്കുന്നു. അതിനുശേഷം സ്വിറ്റ്സർലണ്ടിലെ ബേണിൽ കരടിപ്പാർക്കിലേക്ക് അതിക്രമിച്ചു കയറിയ ആളെ കരടി ആക്രമിക്കുന്നതിന്റെ ഒറിജിനൽ വീഡിയോ തലനാരിഴ കീറി പരിശോധിക്കുന്നു! ഇനിയാണ് ചിത്രീകരണത്തിന്റെ ഘട്ടം. ഗ്ലെൻ എന്നിസ് എന്ന സ്റ്റണ്ട് ആക്ടർ നീല നിറത്തിലുള്ള കൂറ്റൻ കരടിക്കുപ്പായമിട്ട് കൊടുംകാട്ടിൽ അതിശൈത്യത്തിൽ

കരടിയായഭിനയിക്കുന്നു. നിരവധി റിഹേഴ്സലുകളും ടേക്കുകളും. ഒടുവിൽ ചിത്രത്തിന്റെ സംവിധായകൻ ഇനാരിറ്റു ഗ്ലെന്നിന് ഷെയ്ക്ക് ഹാൻഡ് കൊടുക്കുന്നു. "താങ്കൾ കരടിയായി ജീവിച്ചിരിക്കുന്നു...!" എന്നൊരു കമന്റും! ഗ്ലെന്നിന്റെ നീലക്കുപ്പായമിട്ട കരടിയെ കമ്പ്യൂട്ടർ ജനറേറ്റഡ് ഇമേജറി (C.G.I) യനുസരിച്ച് തയ്യാറാക്കിയ കരടിയാക്കി മാറ്റുകയാണ് അടുത്ത പടി. അവതാർ, ഹാരി പോട്ടർ, സ്പൈഡർമാൻ, സ്റ്റാർ വാഴ്സ് എന്നീ വിഖ്യാത ചിത്രങ്ങൾക്ക് V.F.X. (Visual effects) ഒരുക്കിയ കമ്പനി ദ റവനന്റിലും തങ്ങളുടെ വെന്നിക്കൊടി പാറിച്ചു! ഫലം ഏറ്റവും നല്ല വിഷ്വൽ ഇഫെക്ട്സിനുള്ള ഓസ്കാർ അവാർഡ് നോമിനേഷൻ ദ റവനന്റിന്!

അതേ, ഡിജിറ്റൽ സിനിമ എന്ന മായികലോകം നിങ്ങളുടെ മുന്നിൽ ഇതളുകൾ വിടർത്തുകയാണ്!

ഡിജിറ്റൽ മൂവി ക്യാമറ

● എന്താണ് ഡിജിറ്റൽ സിനിമ?

പരമ്പരാഗതമായുള്ള ഫിലിം, ഫിലിം ക്യാമറ ഉപയോഗിച്ചുള്ള ചിത്രീകരണം, ഫിലിമിന്റെ പ്രോസസിങ്ങ്, ഫിലിമിനെ മുറിക്കുകയും കൂട്ടിയൊട്ടിക്കുകയും ചെയ്തുകൊണ്ടുള്ള എഡിറ്റിങ്ങ് എന്നിവയെയെല്ലാം ഒഴിവാക്കി ഡിജിറ്റൽ ടെക്നോളജിയനുസരിച്ച് പ്രവർത്തിക്കുന്ന മൂവി ക്യാമറയിൽ ചിത്രീകരിക്കുന്ന സിനിമയാണ് ഡിജിറ്റൽ സിനിമ. എഡിറ്റിങ്, പ്രദർശനം എന്നിവയെല്ലാം ഡിജിറ്റൽ ആയി നിർവ്വഹിക്കപ്പെടുന്നു.

● ഡിജിറ്റൽ സിനിമയുടെ സവിശേഷതകൾ എന്തെല്ലാമാണ്?

ഹൈ ഡെഫനിഷൻ (HD) ഡിജിറ്റൽ മൂവി ക്യാമറയിൽ ചിത്രീകരണം നടത്തി ഡിജിറ്റൽ സമ്പ്രദായമനുസരിച്ചുള്ള എഡിറ്റിങ് നിർവഹിക്കുകയാണിത്തരം സിനിമാ നിർമ്മാണത്തിൽ ചെയ്യുന്നത്. ഇത്തരത്തിൽ പൂർത്തിയായ സിനിമയെ അപ്‌ലിങ്കിങ് സ്റ്റേഷനിൽ നിന്ന് (Uplinking station) സാറ്റലൈറ്റ് വഴി തിയ്യറ്ററിൽ എത്തിക്കുന്നു. തിയ്യറ്ററിലെ കമ്പ്യൂട്ടറിലേക്ക് സാറ്റലൈറ്റിൽ നിന്നും നേരിട്ട് സിനിമ ഡൗൺലോഡ് ചെയ്യുവാൻ സാധിക്കും! ഡിജിറ്റൽ സിനിമ പ്രദർശിപ്പിക്കുവാൻ തിയ്യറ്ററിൽ ആവശ്യമുള്ള സാമഗ്രികൾ സർവ്വറും ഉയർന്ന നിലവാരം പുലർത്തുന്ന പ്രൊജക്റ്ററും അനുബന്ധ സാമഗ്രികളുമാണ്. ഒരു ദിവസം വെവ്വേറെ പ്രദർശനങ്ങൾക്ക് വെവ്വേറെ ചിത്രങ്ങൾ പ്രദർശിപ്പിക്കുവാൻ ഡിജിറ്റൽ സമ്പ്രദായമനുസരിച്ച് പ്രയാസമില്ല. ഒരു സർവ്വറിൽ സാധാരണയായി പത്തു ചിത്രങ്ങൾ സംഭരിച്ചുവെയ്ക്കുന്നതിനാലാണിത്. ഫിലിം പ്രിന്റുകൾ കാലമേറെച്ചെല്ലുമ്പോൾ കേടുവരാറുണ്ട്. എന്നാൽ ഡിജിറ്റലായി സംഭരിക്കപ്പെടുന്ന ചിത്രങ്ങൾ ഇത്തരം വെല്ലുവിളിയെ നേരിടുന്നതേയില്ല!

ഫിലിമിൽ ചിത്രങ്ങൾ പതിഞ്ഞിരുന്ന സമ്പ്രദായത്തെ 'അനലോഗ്' എന്നാണ് പറയുന്നത്. ഡിജിറ്റൽ എന്ന പദത്തിന്റെ വിപരീതമായാണ് ഇക്കാലത്ത് അനലോഗ് എന്ന പദം ഉപയോഗിച്ചുവരുന്നത്. ഡിജിറ്റൽ സമ്പ്രദായമനുസരിച്ച് വിവരങ്ങളെ (Data) രേഖപ്പെടുത്തുന്നത് പൂജ്യങ്ങളും ഒന്നുകളുമായാണ് (0,1,0,1,1). ദൃശ്യത്തിന്റെയോ ശബ്ദത്തിന്റെയോ വ്യതിയാനങ്ങൾ (Variations) പൂജ്യത്തിന്റേയും ഒന്നിന്റേയും വ്യതിയാനങ്ങളായി (Variations of zeroes and ones) രേഖപ്പെടുത്തപ്പെടുന്നു.

- ഡി സിനിമ(D cinema)യും ഇ സിനിമ(E cinema)യും തമ്മിൽ എന്താണ് വ്യത്യാസം?

ലോകത്തിലെ പ്രമുഖരായ ഏതാനും സ്റ്റുഡിയോകൾ ചേർന്നു രൂപം കൊടുത്ത ഡിജിറ്റൽ സിനിമ ഇനിഷ്യേറ്റീവ്സ് (DCI) എന്ന 'സിസ്റ്റം സ്പെസിഫിക്കേഷൻ' അനുസരിച്ച് ചിത്രീകരിക്കപ്പെടുകയും പ്രദർശിപ്പിക്കപ്പെടുകയും ചെയ്യുന്ന സിനിമയാണ് ഡി സിനിമ. മറ്റൊരുതരത്തിൽ പറഞ്ഞാൽ ഡിജിറ്റൽ സിനിമകളിൽ DCI സ്റ്റാൻഡാർഡ് പാലിക്കുന്നവയെയാണ് സിനിമാ വ്യവസായങ്ങൾ ഡി-സിനിമ എന്ന് പരാമർശിക്കുന്നത്. മറ്റുള്ളവയെല്ലാം ഇ സിനിമ എന്ന വിഭാഗത്തിലാണ് സാധാരണയായി പെടുത്തുന്നത്.

DCI സിസ്റ്റം സ്പെസിഫിക്കേഷൻ രൂപപ്പെടുത്തുന്നതിൽ പ്രധാന പങ്ക് വഹിച്ച സ്റ്റുഡിയോകൾ ഇനിപ്പറയുന്നവയാണ്. വാർണർ ബ്രദേഴ്സ്, ട്വന്റീത്ത് സെഞ്ചുറി ഫോക്സ്, പാരമൗണ്ട് പിക്ച്ചേഴ്സ്, സോണി പിക്ച്ചേഴ്സ് എന്റർടെയ്ൻമെന്റ്, ദ വാൾട്ട് ഡിസ്നി കമ്പനി, യൂണിവേഴ്സൽ സ്റ്റുഡിയോസ്.

- ആധുനിക ഡിജിറ്റൽ മൂവി ക്യാമറകൾ പ്രവർത്തിക്കുന്നതിന്റെ അടിസ്ഥാന തത്ത്വമെന്താണ്?

ഉയർന്ന നിലവാരം പുലർത്തുന്ന ലെൻസുകൾ, റെക്കോർഡിങ്ങ് ഡിവൈസുകൾ, പ്രോസസറുകൾ എന്നിവയാൽ അനുഗൃഹീതമാണ് ആധുനിക ഡിജിറ്റൽ മൂവി ക്യാമറകൾ എങ്കിലും ഛായാഗ്രഹണത്തിന്റെ മൂലക്കല്ലായിട്ടുള്ള കാര്യം ഇതൊന്നുമല്ല! മനുഷ്യൻ അവന്റെ കണ്ണുകൾകൊണ്ട് ഒരു നിശ്ചലദൃശ്യത്തെ അല്പനേരം നോക്കിയിട്ട് കണ്ണുകൾ അടച്ചെന്ന് കരുതുക. കണ്ണുകൾ അടച്ചാലും മനുഷ്യന്റെ മസ്തിഷ്കത്തിൽ ഈ ദർശനം അല്പസമയത്തേക്ക് തങ്ങിനിൽക്കുമെന്നാണ് ശാസ്ത്രം പറയുന്നത്! ഇതിനെയാണ് 'ശേഷബിംബ പ്രതിഭാസം' എന്നു പറയുന്നത്. ഒറ്റയ്ക്കൊറ്റയ്ക്കുള്ള ഫ്രെയിമുകളെ ഒന്നിനു പുറകെ ഒന്നായി പ്രേക്ഷകൻ കാണുന്നു. ഒരു ഫ്രെയിമിനും അടുത്ത ഫ്രെയിമിനും ഇടയ്ക്കുള്ള ദൃശ്യം ശേഷബിംബ പ്രതിഭാസമനുസരിച്ച് പ്രേക്ഷകന്റെ മസ്തിഷ്കത്തിൽ പൂരിപ്പിക്കപ്പെടുന്നു. അങ്ങനെ നിശ്ചലദൃശ്യങ്ങൾ 'മൂവി' (Movie)

ആയി പ്രേക്ഷകനനുഭവപ്പെടുന്നു! സിനിമ ഡിജിറ്റൽ ടെക്നോളജിയാൽ സമ്പന്നമായാലും തുടക്കം ഈശ്വരൻ തന്നെ ശേഷബിംബ പ്രതിഭാസത്തിൽ നിന്നുമാണ്!

ഇനി ആധുനിക ഡിജിറ്റൽ മൂവി ക്യാമറയുടെ പ്രവർത്തനത്തിലേക്ക് കടക്കാം. ലെൻസിലൂടെ കടന്നുവരുന്ന പ്രകാശരശ്മികൾ C.C.D.യിൽ ക്രമീകരിച്ചിരിക്കുന്ന അതിസൂക്ഷ്മമായ പിക്സലുകളിൽ (Pixels) വന്നു പതിക്കുന്നു. പിക്സലുകൾ പ്രകാശത്തിനോട് പ്രതികരിക്കുന്നവയായതിനാൽ അവയിൽ പതിക്കുന്ന പ്രകാശത്തിന്റെ അളവിനനുസരിച്ച് അവ ഫോട്ടോ ഇലക്ട്രോണുകളെ (Photo electrones) ഉൽപ്പാദിപ്പിക്കുന്നു. ഫോട്ടോ ഇലക്ട്രോണുകളുടെ പ്രവാഹം വൈദ്യുതിയുടെ ഉല്പാദനത്തിന് കാരണമാവുകയും ഇങ്ങനെ ഉല്പാദിപ്പിക്കപ്പെട്ട വൈദ്യുതി പിക്സലുകളിൽ സ്ഥിതിചെയ്യുന്ന സംഭരണികളിൽ (Storage layers) സംഭരിക്കപ്പെടുന്നു. പിക്സലുകളിൽ വെവ്വേറെ സംഭരിക്കപ്പെട്ട ഈ വൈദ്യുതിയെ ഒരു ഹൈസ്പീഡ് ഇലക്ട്രോണിക്സ് ക്ലോക്ക് (High speed electronic clock) അല്ലെങ്കിൽ ഇലക്ട്രിക് ഷട്ടർ (Electric Shutter) അളക്കുകയാണ് ചെയ്യുന്നത്. പിക്സലുകളിന്മേൽ പതിക്കുന്ന പ്രകാശത്തിന് ആനുപാതികമായി സംഭരണികളിൽ ശേഖരിക്കപ്പെടുന്ന വൈദ്യുത ചാർജ്ജ് യഥാർത്ഥ ദൃശ്യത്തിന്റെ ഒരു മൊസെയ്ക് പാറ്റേൺ (Mosaic Pattern) രൂപപ്പെടുത്തുകയാണ് ചെയ്യുന്നത്. CCD യിൽ രൂപപ്പെടുന്ന ഇലക്ട്രോണിക് സിഗ്നലുകൾ അനലോഗ് ആണ്. അവയെ അനലോഗ് ടു ഡിജിറ്റൽ കൺവർട്ടർ (ADC) ഉപയോഗിച്ച് ഡിജിറ്റൽ സിഗ്നലുകൾ ആക്കി മാറ്റുകയും നിരവധിതരം പാകപ്പെടുത്തലുകൾക്ക് വിധേയമാക്കുകയും ചെയ്യുന്നു. ഡിജിറ്റൽ സിഗ്നൽ പ്രോസസിങ് (DSP) എന്നാണിതിന് പറയുന്നത്. ഇത്തരം പാകപ്പെടുത്തലുകൾക്ക് വിധേയമാകുമ്പോൾ മാത്രമേ സിഗ്നലുകൾക്ക് വേണ്ടത്ര നിറവും കോൺടാസ്റ്റും ലഭിക്കുകയുള്ളൂ. സിഗ്നലുകൾക്ക് കരുത്ത് നല്കുവാൻ അവയെ 'ആംപ്ലിഫൈ' ചെയ്യുകയും ചെയ്യുന്നു.

ചില ഡിജിറ്റൽ പ്രോസസറുകൾ അഭിനേതാക്കളുടെ മുഖത്തുള്ള നേരിയ പാടുകളെ ഇല്ലായ്മ ചെയ്യുകവരെ ചെയ്യും!

- ഡിജിറ്റൽ മൂവി ക്യാമറകളിൽ റെക്കോഡിങ്ങ് നടക്കുന്ന ഭാഗത്തിന് പറയുന്ന പേര്?

CCD അല്ലെങ്കിൽ CMOS

- ഇവയുടെ പൂർണരൂപമെന്താണ്?

CCD എന്നാൽ ചാർജ്ജ് കപ്പിൾഡ് ഡിവൈസ് (Charge coupled device) എന്നും CMOS എന്നാൽ കോംപ്ലിമെന്ററി മെറ്റൽ ഓക്സൈഡ് സെമി കണ്ടക്ടർ (Complementary metal oxide semi conductor) എന്നുമാണ്.

- 'ഫ്രെയിം നിരക്ക്' എന്ന ആശയം എന്തിനെ സൂചിപ്പിക്കുന്നു?

ഒരു ക്യാമറ ഒരു സെക്കന്റിൽ തുടർച്ചയായി ഉല്പാദിപ്പിക്കുന്ന ദൃശ്യങ്ങളുടെ എണ്ണത്തെയാണ് ഫ്രെയിം നിരക്ക് (Frame rate) അഥവാ ഫ്രെയിം ഫ്രീക്വൻസി (Frame Freqency) എന്നു പറയുന്നത്. ഈ ആശയം ആധുനിക ഡിജിറ്റൽ മൂവി ക്യാമറകൾക്കും പഴയ ഫിലിം ക്യാമറകൾക്കും ബാധകമായ ഒന്നാണ്. 35 mm ഫിലിം ക്യാമറകളിൽ ഫ്രെയിം നിരക്ക് ഒരു സെക്കന്റിൽ ഇരുപത്തിനാല് ഫ്രെയിമുകൾ അഥവാ 24 Fps (Frames per second) ആയിരുന്നു.

- ഡിജിറ്റൽ മൂവിക്യാമറകൾ സാധാരണയായി ദൃശ്യങ്ങളെ റെക്കോർഡ് ചെയ്യുന്നത് ഏതു ഫ്രെയിം നിരക്കിലാണ്?

ഭൂരിഭാഗം ക്യാമറകളും 24 Fps ൽ

- ഫ്രെയിം നിരക്കിൽ പുതിയ പരീക്ഷണങ്ങൾ നടക്കുന്നുണ്ടോ?

The hobbit: An unexpected journey എന്ന ചിത്രം 48 Fpsൽ ചിത്രീകരിക്കപ്പെട്ടതാണ്. ഇത്തരത്തിൽ ചിത്രീകരിക്കപ്പെട്ട ആദ്യചിത്രവുമിതാണ്. പീറ്റർ ജാക്സൺ ആണിതിന്റെ സംവിധായകൻ.

- വർദ്ധിച്ച ഫ്രെയിം നിരക്കിൽ ഈ ചിത്രം ഷൂട്ട് ചെയ്യുവാൻ കാരണമെന്താണ്?

24 Fps ൽ ഷൂട്ട് ചെയ്യപ്പെടുന്ന ദൃശ്യങ്ങൾക്ക് പരിമിതികളുണ്ടെന്നാണ് ചിത്രത്തിന്റെ സംവിധായകൻ പീറ്റർ ജാക്സൺ വിശ്വസിക്കുന്നത്. ഈ ഫ്രെയിം നിരക്കിൽ ക്യാമറ വേഗത്തിൽ ചലിപ്പിച്ചെടുക്കുന്ന ദൃശ്യങ്ങൾക്ക് വ്യക്തത പോരെന്നാണ് അദ്ദേഹത്തിന്റെ അഭിപ്രായം. ഇതിനെ മറികടക്കുന്നതിനാണത്രെ അദ്ദേഹം 48 Fpsൽ തന്റെ ചിത്രം ഷൂട്ട് ചെയ്തത്.

- ഈ ചിത്രത്തെക്കുറിച്ച് നിരൂപകന്മാരുടെയും ആസ്വാദകരുടെയും വിലയിരുത്തൽ എപ്രകാരമായിരുന്നു?

രണ്ട് വ്യത്യസ്തതരം അഭിപ്രായങ്ങൾ പൊന്തിവന്നു. ഒരുകൂട്ടർ ഇതിനെ കൂടുതൽ നല്ലൊരു ദൃശ്യാനുഭവമായി വ്യാഖ്യാനിച്ചപ്പോൾ മറ്റു ചിലർ വിയോജനക്കുറിപ്പുമായി രംഗത്തുവന്നു. വിമർശനമുന്നയിച്ച നിരൂപകന്മാരിൽ ചിലർ പറഞ്ഞതിപ്രകാരമാണ്. "ക്യാമറയിൽ ചിത്രീകരിച്ച് ദൃശ്യങ്ങൾ സ്ക്രീനിൽ കാണുന്നതുപോലെയല്ലിത്, സെറ്റിൽ ചെന്ന് ആക്ഷൻ നേരിൽ കാണുന്നതുപോലെയേയുള്ളൂ!" 48 Fps നിലനിൽക്കുമോയെന്ന് കാലം തെളിയിക്കും, കാത്തിരുന്നു കാണാം!

- ഡിജിറ്റൽ മൂവി ക്യാമറകളുടെ റസല്യൂഷനുമായി ബന്ധപ്പെട്ട 2K, 4K തുടങ്ങിയ വാക്കുകൾ എന്തിനെ സൂചിപ്പിക്കുന്നു?

ഡിജിറ്റൽ മൂവി ക്യാമറകളുടെ റസല്യൂഷൻ പറയുന്നതിന് സാർവ്വ ലൗകികമായി ഉപയോഗിച്ചുവരുന്ന ഫോർമുലയാണ് nk. ഇതിൽ n എന്നത് 1,2,3,4 തുടങ്ങിയ അക്കങ്ങളാണ്. k എന്നത് ആയിരത്തി ഇരുപ ത്തിനാല് പിക്സലുകളാണ്. തിരശ്ചീനമായി (horizontal) ക്രമീകരിക്ക പ്പെട്ട പിക്സലുകളെ അടിസ്ഥാനമാക്കിയാണ് സാധാരണയായി ഡിജി റ്റൽ ക്യാമറകളുടെ റസല്യൂഷൻ പറയുന്നത്. 2k റസല്യൂഷൻ എന്നാൽ 2048x1080 എന്ന റസല്യൂഷനെയാണ് ഉദ്ദേശിക്കുന്നത്. (ഇതിൽ 2048 എന്ന താണ് ഹൊറിസോണ്ടൽ പിക്സലുകളുടെ എണ്ണം) ഈ സംഖ്യകളെ ഗുണിക്കുമ്പോൾ 2211840 എന്ന സംഖ്യ ലഭിക്കുന്നു. ഇത് ഏകദേശം 2.2 മെഗാപിക്സൽ (MP) ആകുന്നു. 4k എന്നത് 4096x2160 എന്ന റസല്യൂ ഷൻ ആണ്. ഗുണിക്കുമ്പോൾ 8847360 എന്ന സംഖ്യ ലഭിക്കുന്നതിനാൽ ഇത് ഏകദേശം 8.8 MP ആകുന്നു.

- ഡിജിറ്റൽ മൂവി ക്യാമറകളിൽ റെക്കോർഡ് ചെയ്യപ്പെടുന്ന ദൃശ്യങ്ങളെ ശേഖരിച്ച് വെയ്ക്കുന്നതെന്തിലാണ്?

ഹാർഡ് ഡിസ്ക്, ടേപ്പ് അല്ലെങ്കിൽ ഫ്ളാഷ് മെമ്മറി.

- DI എന്ന പ്രയോഗം എന്തിനെ സൂചിപ്പിക്കുന്നു?

Digital Intermediate എന്നാണ് ഇതിന്റെ പൂർണ്ണരൂപം. സിനിമയെ ചിത്രീ കരണത്തിനു സജ്ജമാക്കുന്നതിനു തൊട്ടുമുമ്പുള്ള ഒരു പ്രക്രിയയാണിത്. ഫിലിമിൽ ചിത്രീകരണം നടത്തിയിരുന്ന കാലത്ത് കളറിനെയും കോൺട്രാസ്റ്റിനെയും 'കറക്ട്' ചെയ്യുവാനുപയോഗിച്ചിരുന്ന 'ഗ്രേഡിങ്' എന്ന പ്രക്രിയയുടെ ഡിജിറ്റൽ രൂപമാണിതെന്ന് പറയാം. സിനിമയുടെ നിർമ്മാണപ്രക്രിയയ്ക്കും പ്രദർശനത്തിനും 'ഇടയിലുള്ള' എന്ന അർത്ഥ ത്തിലാണ് Intermediate എന്ന വാക്ക് ഉപയോഗിക്കുന്നത്.

- ഡിജിറ്റൽ മൂവി ക്യാമറകൾ നിർമ്മിക്കുന്ന പ്രധാന കമ്പനികൾ ഏതൊക്കെയാണ്?

സിനിമാസംബന്ധിയായ ഉപകരണങ്ങൾ നിർമ്മിക്കുന്നതിൽ പേരെടുത്ത കമ്പനികളായ ആരിയും (Arri) പാനാവിഷനും (Panavision) ഗ്രാസ് വാലിയും (Grass valley) ഡിജിറ്റൽ മൂവി ക്യാമറകൾ നിർമ്മിക്കുന്നുണ്ട്. പ്രസിദ്ധ ക്യാമറാ നിർമ്മാതാക്കളായ സോണി (Sony), പാനാസോണിക് (Panasonic), ജെവിസി (JVC) എന്നിവരും പുതിയ കമ്പനികളായ റെഡ് (Red), സിലിക്കൺ ഇമേജിങ് (Silicon Imaging), വിഷൻ റിസർച്ച്

(Vision Research), ഗോപ്രോ (Go Pro) എന്നിവരും ഡിജിറ്റൽ സിനിമാ ക്യാമറകളുടെ നിർമ്മാണരംഗത്തുണ്ട്.

- ഉന്നത നിലവാരം പുലർത്തുന്ന ഏതാനും ഡിജിറ്റൽ മൂവി ക്യാമറ കളുടെ പേരുകൾ?

റെഡ് എന്ന കമ്പനിയുടെ (ജിം ജാനാർഡ് എന്ന വ്യക്തി സ്ഥാപിച്ച ഓക്‌ലി സൺഗ്ലാസസ് എന്ന കമ്പനിയുടേതാണ് റെഡ് ക്യാമറകൾ) എപിക്-M, എപിക് -X എന്നീ ക്യാമറകൾ വളരെ ഉയർന്ന നിലവാരം പുലർത്തുന്നവയാണ്. ദ ഹോബിറ്റ് ട്രിലജി (The hobbit trilogy) എന്ന ചിത്രം ഷൂട്ട് ചെയ്യുവാൻ ഈ ക്യാമറകളാണ് ഉപയോഗിച്ചിട്ടുള്ളത്. സോണിയുടെ സിനി ഓൾട്ട F5, F55, F65 എന്നിവ 4k ഡിജിറ്റൽ സിനിമാ ചിത്രീകരണത്തിനനുയോജ്യമായ ക്യാമറകളാണ്. ഈ ക്യാമറാ മോഡ ലുകളിലെ 'ഉന്നത സ്ഥാനീയനായ' F65ന്റെ ഏകദേശ വില അമ്പതു ലക്ഷം രൂപയാണ്! കാനൺ കമ്പനി ആദ്യമായി ഇറക്കിയ 4K ഡിജിറ്റൽ മൂവി ക്യാമറയാണ് EOS C500 ആഫ്റ്റർ എർത്ത് (After Earth) എന്ന ചിത്രത്തിൽ സോണിയുടെ F-65ക്യാമറയോടൊപ്പം കാനൺ EOS C500ഉം ഉപയോഗിക്കുകയുണ്ടായി. ഫിലിം ഉപയോഗിച്ചുള്ള മൂവി ക്യാമറകളുടെ നിർമ്മാണത്തിൽ അഗ്രഗണ്യരായിരുന്ന ആരിഫ്ളെക്സ് നിർമ്മിക്കുന്ന ആരി അലക്സാ ഉയർന്ന നിലവാരം പുലർത്തുന്ന ഒരു ക്യാമറാ മോഡ ലാണ്. (ഡിജിറ്റൽ മൂവി ക്യാമറ നിർമ്മാണത്തിലേക്ക് കടന്നപ്പോൾ ആരി ഫ്ളെക്സ് എന്ന പേര് കമ്പനി 'ആരി' എന്നാക്കി.)

- ഏതു വർഷത്തിലാണ് ഡിജിറ്റൽ മൂവി ക്യാമറകൾ ഉപയോഗിച്ചുള്ള ഛായാഗ്രഹണവും ഡിജിറ്റലായുള്ള പ്രദർശനവും ലോകമെമ്പാടും വ്യാപകമായത്?

2010 മദ്ധ്യത്തോടെ ലോകമെമ്പാടും ഡിജിറ്റൽ വിപ്ലവം ആഞ്ഞടിച്ചു വെന്നു പറയാം. ഈ കാലഘട്ടത്തിൽ ഫിലിമിനോട് 'ഗുഡ്ബൈ' പറഞ്ഞു ലോകം ഡിജിറ്റൽ സിനിമയെ നെഞ്ചേറ്റി. ചിത്രീകരണവും എഡി റ്റിങ്ങും പ്രദർശനവുമെല്ലാം ഡിജിറ്റൽ ആയി മാറുന്ന 'സമൂല മാതൃകാ മാറ്റ' (Paradign shift) മാണ് ഈ കാലഘട്ടത്തിൽ ലോകമെമ്പാടും സംഭ വിച്ചത്, മലയാളത്തിലും ഈ മാറ്റത്തിന്റെ അലയടികൾ ഒന്നോ രണ്ടോ വർഷത്തിനുള്ളിൽ സംഭവിക്കുകയുണ്ടായി.

- തിയ്യറ്ററുകളിൽ ഡിജിറ്റൽ സിനിമാപ്രദർശനത്തെ നിയന്ത്രിക്കുന്ന സോഫ്റ്റ്‌വെയർ ഏതാണ്?

Theatre Management System (TMS)

- ജനപ്രിയ സിനിമകളിലെ ഡിജിറ്റൽ സ്പെഷ്യൽ ഇഫെക്ട്സുകളെ ക്കുറിച്ച് വിശദീകരിക്കാമോ?

ഓസ്കാർ അവാർഡ് ലഭിച്ചിട്ടുള്ള ലൈഫ് ഓഫ് പൈ എന്ന ചിത്രം. കടലിനു നടുവിൽ കടുവയ്ക്കും മറ്റു മൃഗങ്ങൾക്കുമൊപ്പം അകപ്പെട്ടു പോയ ചെറുപ്പക്കാരന്റെ കഥയാണതിൽ അനാവൃതമാകുന്നത്. തായ്‌വാനിലെ ഒരു നീന്തൽക്കുളത്തിലായിരുന്നു ചിത്രം ഷൂട്ട് ചെയ്യ പ്പെട്ടത്. നായകനായ ദേവ് പട്ടേൽ മാത്രമാണ് നീന്തൽക്കുളത്തിൽ അഭി നയിക്കുവാനുണ്ടായിരുന്നത്. കടുവയും മറ്റു മൃഗങ്ങളുമെല്ലാം Computer Generated Imageryയിലൂടെ ഉണ്ടാക്കപ്പെട്ടവയായിരുന്നു!

ആളുകളെ വിസ്മയിപ്പിച്ച അവതാർ എന്ന ചിത്രം. ഇതിലെ അറു പത് ശതമാനം ദൃശ്യങ്ങളും 'മോഷൻ ക്യാപ്ച്ചർ ടെക്നോളജി'യുപയോ ഗിച്ച് ചിത്രീകരിച്ചവയായിരുന്നു. മനുഷ്യനെ വേഷം കെട്ടിച്ചഭിനയിപ്പിച്ചിട്ട് ഗ്രാഫിക്സിലൂടെ കഥാപാത്രങ്ങളാക്കി മാറ്റുന്ന സാങ്കേതികത്തമാ ണിത്.

സ്പൈഡർമാനും സൂപ്പർമാനുമെല്ലാം ആകാശത്തിലൂടെ പറന്നു വന്ന് വില്ലന്മാരെ ഇടിക്കുന്നു. കണ്ടിരിക്കുന്ന കുട്ടികൾ ആവേശഭരിത രായി കൈയടിക്കുന്നു. യഥാർത്ഥത്തിൽ സ്പൈഡർമാനും സൂപ്പർമാനു മെല്ലാം സ്റ്റുഡിയോയിലാണ് പറക്കുന്നത്. പച്ചയോ നീലയോ നിറമുള്ള പശ്ചാത്തലത്തിൽ ക്രെയിൻ ഉപയോഗിച്ചും കയറുകൊണ്ട് കെട്ടിയുമെ ല്ലാമാണ് സ്പൈഡർമാനും സൂപ്പർമാനും പറക്കുന്നത്! 'ക്രോമാ കീയിങ്ങ്' എന്ന സാങ്കേതികവിദ്യ ഉപയോഗിച്ച് പച്ചനിറത്തെയോ നീല നിറത്തെയോ മാറ്റി മറ്റു ദൃശ്യങ്ങളെ യോജിപ്പിക്കുന്നു. ഡിജിറ്റലായി ഇല്ലായ്മ ചെയ്യുവാൻ എളുപ്പമുള്ള നിറങ്ങളായതിനാലാണ് പച്ചയേയും നീലയേയുമൊക്കെ പശ്ചാത്തലമായി ഉപയോഗിക്കുന്നത്.

കിങ്ങ്കോങ്ങ് എന്ന സിനിമയിലെ ഭീമൻ ആൾക്കുരങ്ങിന്റെ കൈയി ലിരിക്കുന്ന നായിക യഥാർത്ഥത്തിൽ സ്റ്റുഡിയോയിൽ പച്ചനിറത്തിലുള്ള പശ്ചാത്തലത്തിലിരിക്കുകയാണ്!

ഔഷധഗുണമുള്ള ഓർക്കിഡ് പുഷ്പങ്ങളെ തേടി ആമസോണിലേക്ക് പോകുന്ന ഒരു സംഘം. അവരെ പിന്തുടർന്നു കൊല്ലുന്ന കൂറ്റൻ പാമ്പ്! അനക്കോണ്ട ഇനത്തിൽപ്പെട്ട ഈ പാമ്പിന്റെ മോഡൽ ഉണ്ടാക്കിയായി രുന്നു ഷൂട്ടിങ്! അനിമട്രോണിക്സ് എന്ന സാങ്കേതികവിദ്യ ഉപയോഗി ച്ചാണ് പാമ്പിന്റെ മോഡൽ ഉണ്ടാക്കിയത്. യഥാർത്ഥ പാമ്പുകളുടെ ഭാവ ങ്ങളും ചലനങ്ങളും കണ്ടുപഠിച്ചിട്ടാണ് സിനിമയുടെ എൻജിനീയറിങ് സംഘം ഒരു ടണ്ണിലേറെ ഭാരവും നാല്പതടിയോളം നീളവുമുള്ള കൃത്രിമ പാമ്പിനെ ഉണ്ടാക്കിയത്. ഇതിന്റെ ഒറിജിനാലിറ്റി കണ്ടിട്ട് പലപ്പോഴും ചിത്രത്തിലെ നായിക ജെന്നിഫർ ലോപ്പസ് പേടിച്ച് നിലവിളിച്ചിരുന്നു വത്രേ!

ജുറാസിക് പാർക്ക് എന്ന സിനിമയിലെ പേടിപ്പിക്കുന്ന ദിനോസറു കളിൽ പലതും മനുഷ്യർ വേഷം കെട്ടിയഭിനയിച്ചതായിരുന്നു! ചില

ദിനോസറുകളാവട്ടെ റോബോട്ടുകളുമായിരുന്നു! ഇവയെ 'ഗോ-മോഷൻ' എന്ന രീതിയുപയോഗിച്ച് ചലിപ്പിച്ചാണ് ചിത്രീകരിച്ചിരുന്നത്.

ചലിക്കുന്ന പന്തിനു പുറകെ ഒരു ചൂലിലിരുന്നു പായുന്ന ഹാരി പോട്ടർ. 'ക്വിഡ്ഡിച്ച്' എന്ന മത്സരമാണത്. ഇനി നിങ്ങൾ ലണ്ടനിലെ ഹാരി പോട്ടർ സ്റ്റുഡിയോ സന്ദർശിക്കൂ... അവിടെ ക്രമീകരിച്ചിരിക്കുന്ന ചൂലിന്മേൽ നിങ്ങൾക്ക് കയറിയിരിക്കാം. ഒരു ക്രെയിൻ നിങ്ങളെ അങ്ങോട്ടുമിങ്ങോട്ടും ചലിപ്പിക്കും. നിങ്ങളുടെയരികിലുള്ള സ്ക്രീനിലേക്ക് നോക്കിയാൽ നിങ്ങൾ ആകാശത്തുകൂടെയും വെള്ളത്തിന്റെ മുകളിലൂടെയുമൊക്കെ സഞ്ചരിക്കുന്നതായാണ് കാണുക! ഹാരിപോട്ടർ സിനിമയിലുപയോഗിച്ചിരിക്കുന്ന ചിത്രീകരണരീതിയും ഇതുതന്നെയാണ്!

തിരക്കഥ

They say that the script is the foundation
If it is feeble
The structure will be collapsed

Every sentence should advance the story
Develop character or invoke humour.

Imaginative must be every scene
By the viewer with enthusiasm to be seen!

മനോഹരമായ ഒരു സിനിമ നിർമ്മിക്കുവാൻ മൂന്നു കാര്യങ്ങളാണു വേണ്ടത്. ഒരു മികച്ച തിരക്കഥ, ഒരു മികച്ച തിരക്കഥ, ഒരു മികച്ച തിരക്കഥ!

(ആൽഫ്രഡ് ഹിച്ച്കോക്ക്)

ഫിലിം ഇൻസ്റ്റിറ്റ്യൂട്ടിൽ തിരക്കഥയെക്കുറിച്ചുള്ള പാഠങ്ങൾ പഠിപ്പിച്ചതിന് ശേഷം തിരക്കഥാകൃത്തും സംവിധായകനുമായ സീനിയർ അദ്ധ്യാപകൻ വിദ്യാർത്ഥികളോട് ചോദ്യങ്ങൾ ചോദിക്കുകയാണ്.

അദ്ധ്യാപകൻ: "ശ്രീ എം.ടി. വാസുദേവൻനായർ എഴുതിയ തിരക്കഥകൾക്കുദാഹരണങ്ങൾ പറയൂ..."

വിദ്യാർത്ഥി : "മുറപ്പെണ്ണ്, പഞ്ചാഗ്നി, ആൾക്കൂട്ടത്തിൽ തനിയെ, പെരുന്തച്ചൻ, വൈശാലി..."

(അദ്ധ്യാപകന് മതിപ്പു തോന്നുന്നു. പുതിയ തലമുറയിലെ പിള്ളേർക്ക് എം.ടിയുടെ വിലപ്പെട്ട സംഭാവനകളെക്കുറിച്ചൊക്കെ അറിയാമല്ലോ എന്നോർത്ത്)

വിദ്യാർത്ഥി തന്റെ ഉത്തരം തുടരുകയാണ്..

"സാർ... ഒരെണ്ണം വിട്ടുപോയി- ഒരു വടക്കൻ സെൽഫി."

ഞെട്ടുന്ന അദ്ധ്യാപകൻ (സ്വയം നിയന്ത്രിച്ചുകൊണ്ട്)

"മോനേ, ഒരു വടക്കൻ വീരഗാഥ എന്നു പറയൂ..."

(അദ്ധ്യാപകന്റെ വാചകം കൂട്ടച്ചിരിയിൽ മുങ്ങിപ്പോകുന്നു.

(എം.ടി. സാർ ആ വിദ്യാർത്ഥിക്ക് മാപ്പ് കൊടുക്കട്ടെ!)

- സിനിമയുടെ കഥകൾ ചില പാറ്റേണുകൾക്ക് വിധേയമായിട്ടാണോ ഉണ്ടാക്കപ്പെടുന്നത്?

സിനിമകൾക്കാധാരമായ കഥകൾ എല്ലാംതന്നെ ചില പാറ്റേണുകൾക്കനുസരിച്ച് ഉണ്ടാക്കിയതാകണമെന്നില്ല. എങ്കിലും ചലച്ചിത്ര കഥകളെ അവയുടെ പ്രമേയത്തെ ആസ്പദമാക്കി ഒമ്പതായി തരം തിരിച്ച് വരാറുണ്ട്. അവ താഴെപ്പറയുന്നവയാണ്.

1. പ്രേമകഥാ പാറ്റേൺ (Love Pattern) 2. ത്രികോണ പ്രേമകഥാ പാറ്റേൺ (Triangle love Pattern) 3, കുടുംബ കഥാ പാറ്റേൺ (Family Pattern) 4. വിജയ കഥാ പാറ്റേൺ (Success Pattern) 5. പ്രതികാര കഥാ പാറ്റേൺ (Vengeance Pattern) 6. പരിവർത്തന കഥാ പാറ്റേൺ (Conversion Pattern) 7. സിൻഡ്രില്ലാ കഥാ പാറ്റേൺ (Cinderella Pattern)

8. തിരച്ചുവരവ് കഥാ പാറ്റേൺ (Return Pattern) 9. ത്യാഗകഥാ കഥാ പാറ്റേൺ (Sacrifice Pattern)

ചില സിനിമകൾ ഇതിലെ ഒരു പാറ്റേണിനെ മാത്രം അനുസരിക്കുമ്പോൾ മറ്റു ചിലത് പല പാറ്റേണുകൾകൂടി ചേർന്നു രൂപപ്പെട്ടതാകാം. രണ്ടായാലും പാറ്റേണുകൾക്കനുസരിച്ച് കഥയെ നിർവ്വചിക്കുന്നതിനേക്കാൾ പ്രധാനം സിനിമയുടെ കഥ കെട്ടുറപ്പുള്ളതാണോ എന്ന് അപഗ്രഥിക്കുന്നതാണ്.

പ്രേമകഥ

നായകൻ നായികയെ കണ്ടുമുട്ടുന്നു. അവർ പ്രേമബദ്ധരാകുന്നു. അവരുടെ പ്രണയം വിഘ്നംകൂടാതെ ഒഴുകുന്നു. ഇനിയാണ് സാക്ഷാൽ വില്ലന്റെ രംഗപ്രവേശം. വില്ലന്റെ കളിവിളയാട്ടങ്ങൾ അവരുടെ പ്രണയനദിയുടെ സുഗമമായ ഒഴുക്കിന് വിലങ്ങുതടിയാകുന്നു. (വില്ലന് പകരം സ്വാഭാവികമായ മറ്റു പ്രതിബന്ധങ്ങൾ ആകാം) ഒടുവിൽ പ്രശ്നങ്ങളുടെ കാർമേഘങ്ങൾ പെയ്തൊഴിയുന്നു, നായകൻ നായികയെ വിവാഹം ചെയ്യുന്നു - ഏതൊരു ഭാഷയിലിറങ്ങുന്ന ചിത്രങ്ങളിലും ഈ കഥാഘടനയുള്ളവ ധാരാളമുണ്ടാകും.

ത്രികോണ പ്രേമകഥ

ശരത്തിനിഷ്ടം ശാലിനിയെയാണ്. എന്നാൽ ശാലിനിക്കിഷ്ടം വിനോദിനെയാണ്. 'തിരികെ ലഭിക്കാത്ത സ്നേഹം മനസ്സിന്റെ വിങ്ങലാണെന്ന' പത്മരാജൻ ഡയലോഗ് പോലെയായി പാവം ശരത്തിന്റെ കഥ! A സ്നേഹിക്കുന്നത് Bയെയാണ്. എന്നാൽ B സ്നേഹിക്കുന്നത് Cയെയാണ് എന്ന അവസ്ഥയാണ് ത്രികോണ പ്രേമകഥാഘടനയെ നിർണയിക്കുന്നത്.

കുടുംബകഥ

- എന്താണ് കുടുംബകഥ? വ്യക്തമായ ഒരു നിർവ്വചനമുണ്ടോ? കുടുംബത്തെ സംബന്ധിക്കുന്ന കഥയാണോ അത്? അതോ കുടുംബസമേതം തിയറ്ററിൽ പോയിരുന്ന് കാണുവാൻ പറ്റിയ കഥയോ?

പൊതുസ്വഭാവത്താൽ ബന്ധിക്കപ്പെട്ട ഒരുകൂട്ടം ആളുകളുടെ കഥ എന്ന പാറ്റേൺ ആണ് കുടുംബകഥാഘടന. ഒരു ക്ലാസ്മുറിയിൽ ഒരുമിച്ചിരുന്ന് പഠിക്കുന്നവർ, ഒരു ഹോസ്റ്റലിലെ അന്തേവാസികൾ, ഒരു കപ്പലിൽ യാത്ര ചെയ്യുന്നവർ, ഒരനാഥാലയത്തിൽ കഴിയുന്നവർ - ഇത്തരത്തിൽ പൊതുസ്വഭാവമുള്ള ഒരുകൂട്ടം ആളുകളുടെ കഥയാണ് കുടുംബകഥ. ലോകമെമ്പാടുമുള്ള പ്രേക്ഷകരുടെ മനംകവർന്ന 'ടൈറ്റാനിക്' എന്ന വിഖ്യാതമായ ചിത്രം ഈ കഥാഘടനയെ അനുസരിക്കുന്നുണ്ട്. (ത്രികോണ പ്രേമകഥാഘടന ഇതിൽ കലരുന്നുമുണ്ട്.) കപ്പലിൽ യാത്ര

ചെയ്യുന്ന ഒരുകൂട്ടം ആളുകളുടെ കഥ എന്ന അർത്ഥത്തിലാണിത് ഫാമിലി പാറ്റേണിൽ ഉൾപ്പെടുന്നത്. ഒരുകൂട്ടം എന്നതിന് കുടുംബം എന്ന അർത്ഥമാണിവിടെ കൈവരുന്ത്. (കപ്പലിലുള്ളവർ വ്യത്യസ്ത കുടുംബാംഗങ്ങളാണെന്ന യാഥാർത്ഥ്യത്തിന് ഇവിടെ പ്രസക്തിയില്ല.)

മലയാളത്തിൽ ഏറെ വർഷങ്ങൾക്കുമുമ്പിറങ്ങിയ 'അമ്മക്കിളിക്കൂട്' എന്ന ചിത്രത്തെ ഈ വിഭാഗത്തിൽപ്പെടുത്താവുന്നതാണ്. ഒരുകൂട്ടം അമ്മമാരുടെ സുഖദുഃഖങ്ങളും മാനസിക സംഘർഷങ്ങളുമാണ് ഈ ചിത്രത്തിൽ അനാവരണം ചെയ്യപ്പെടുന്നത്.

സുഹാസിനി അഭിനയിച്ച ഭരതൻ ചിത്രമായ 'ഒരു സായാഹ്നത്തിന്റെ സ്വപ്നം' ഈ വിഭാഗത്തിൽപ്പെടുന്നു.

വിജയകഥ

നായകൻ അല്ലെങ്കിൽ നായിക ഒരു ലക്ഷ്യത്തെ ഉന്നംവെയ്ക്കുന്നു. അവിടന്നങ്ങോട്ട് ആ ലക്ഷ്യം കൈവരിക്കുവാനുള്ള അക്ഷീണ പ്രയത്നമാണ്. അവസാനം കഥാപാത്രം ആ ലക്ഷ്യം കൈവരിക്കുകയും ചെയ്യുന്നു. ഇതാണ് വിജയകഥാഘടന. ഇനി അല്പം കടന്നു ചിന്തിക്കാം. കഥാപാത്രം തന്റെ ലക്ഷ്യത്തിലെത്തുന്നതിൽ പരാജയപ്പെട്ടാലോ? അല്ലെങ്കിൽ പകുതി വിജയവും പകുതി പരാജയവുമാണ് നേരിടുന്നതെങ്കിലോ? പരാജയപ്പെട്ടാൽ 'പരാജയകഥാഘടന' എന്ന് പേരിട്ട് വിളിക്കണമെന്നില്ല. വിജയവും പരാജയവും സമ്മിശ്രമായി വന്നാൽ പ്രശസ്തമായ ബിസ്കറ്റ് കമ്പനിയുടെ ഒരുൽപന്നത്തിന്റെ പേരുപോലെ 50-50 എന്ന് പേരിടണമോ? കഥാപാത്രം പരാജയത്തെ നേരിട്ടാലും ആ കഥയെ വിജയകഥാഘടനയിൽത്തന്നെ പെടുത്താവുന്നതാണ്. പരാജയത്തേയും വിജയത്തേയും ഒരു നാണയത്തിന്റെ രണ്ടു വശങ്ങളായിട്ടെടുത്താൽ മതി.

പാവപ്പെട്ട കുടുംബത്തിൽ ജനിച്ചവൻ നിരവധി കടമ്പകൾ കടന്ന് ഐ.എ.എസ് പാസായി കളക്ടറാകുന്നതും മറ്റും വിജയകഥാഘടനയിൽ വരുന്നു.

പ്രതികാരകഥ

തന്റെ മനസ്സിൽ കുടികൊള്ളുന്ന പക തീർക്കുവാൻ വേണ്ടി തക്കം പാർത്തിരിക്കുന്ന കഥാപാത്രം. കഥയുടെ അന്ത്യത്തിൽ അയാൾ പ്രതികാരം ചെയ്യുന്നു. ഇതാണ് പ്രതികാര കഥാപാറ്റേൺ. ജനപ്രിയ സിനിമയായ 'മഞ്ഞിൽ വിരിഞ്ഞ പൂക്കൾ' ഈ വിഭാഗത്തിൽപെടുന്നു. വില്ലനെ (മോഹൻലാൽ) നായകൻ (ശങ്കർ) കഥയുടെ അവസാനത്തിൽ ജീപ്പിടിച്ചുകൊല്ലുകയാണ് ചെയ്യുന്നത്. ശേഷം, നായകൻ നായിക (പൂർണിമ ജയറാം)യെക്കുറിച്ചോർക്കുന്നു. കൊല്ലപ്പെട്ട നായികയെക്കുറിച്ചുള്ള ചിന്ത അയാളിൽ ശക്തമായ വിരഹബോധം സൃഷ്ടിക്കുന്നു.

അയാൾ കുത്തനെയുള്ള കൊക്കയിലേക്ക് ജീപ്പോടിച്ച് ആത്മഹത്യയെ പുൽകുന്നു.

(നമുക്കതിനെ 'ആത്മഹത്യാ പാറ്റേൺ' എന്ന് പേരിട്ട് വിളിക്കണോ?)

പരിവർത്തനകഥ

ഒരു ദുഷ്ടകഥാപാത്രം. കഥയുടെ അന്ത്യത്തിൽ അയാൾ മാനസാന്തരപ്പെട്ട് നല്ലവനായിത്തീരുന്നു. ഇത്തരത്തിൽ പരിവർത്തനത്തിന് വിധേയമാകുന്ന മനസ്സിന്റെ കഥയാണ് പരിവർത്തന കഥാഘടന.

സിൻഡറില കഥ

ഒരു പാവപ്പെട്ട പെൺകുട്ടിക്കുമില്ലേ മോഹങ്ങൾ? സിൻഡറിലയെന്ന കഥയിലെ നായികയെ ഓർമ്മയില്ലേ? ദരിദ്രയായ അവളെ അവസാനം രാജകുമാരനാണ് വിവാഹം ചെയ്യുന്നത്. പാർശ്വവൽക്കരിക്കപ്പെട്ടവരുടെ മോഹങ്ങൾ പൂവണിയുന്നുവെങ്കിൽ അതിനെയാണ് സിൻഡറില കഥാഘടനയെന്നു വിളിക്കുന്നത്.

തിരിച്ചുവരവ് കഥ

ബൈബിളിലൊരു കഥയുണ്ട്. തന്റെ പിതാവിനോട് സ്വത്തിന്റെ ഭാഗം ചോദിച്ച് കലഹിച്ച് വീട് വിട്ടിറങ്ങിപ്പോയ മുടിയനായ പുത്രന്റെ കഥ. നിരവധി കഷ്ടതകൾക്കൊടുവിൽ അയാൾ മാനസാന്തരപ്പെട്ട് തിരിച്ച് തന്റെ പിതാവിന്റെ ഭവനത്തിലെത്തുന്നു. പിതാവോ, സദ്യയൊരുക്കി അയാളെ സ്വീകരിക്കുന്നു. പിണങ്ങിപ്പോയവന്റെ തിരിച്ചുവരവാണ് ഈ കഥാഘടനയുടെ കാമ്പ്.

ത്യാഗകഥ

മറ്റുള്ളവർക്കുവേണ്ടി സ്വയം എരിഞ്ഞടങ്ങുകയെന്നൊരു പറച്ചിലുണ്ടല്ലോ - അതു തന്നെയാണിത്. കുടുംബത്തിനുവേണ്ടി ചോര നീരാക്കി, അവസാനം ആട്ടും തുപ്പും സഹിക്കേണ്ടി വരുന്നൊരു വല്യേട്ടന്റെ കഥ ഓർമ്മയില്ലേ? (വാത്സല്യം എന്ന സിനിമ) ത്യാഗമൂർത്തികളായ കഥാപാത്രങ്ങളെ മഹത്വവൽക്കരിച്ചുകൊണ്ട് ചമച്ചുണ്ടാക്കപ്പെടുന്ന കഥകളെല്ലാം ഈ ഘടനയെ അനുസരിക്കുന്നുണ്ട്.

- നല്ല കഥയ്ക്ക് വ്യക്തമായ മാനദണ്ഡങ്ങളുണ്ടോ?

ഒരു കഥാചിത്രത്തിന്റെ ഏറ്റവും അവിഭാജ്യമായ ഘടകമാണല്ലോ നല്ലൊരു കഥ എന്നത്. നല്ലൊരു കഥാബീജത്തെ തിരഞ്ഞെടുത്ത് കെട്ടുറപ്പുള്ള തിരക്കഥ രചിച്ച് ശ്രദ്ധാപൂർവ്വം സംവിധാനകർമ്മം നിർവ്വഹിക്കുമ്പോഴാണല്ലോ നല്ലൊരു ചലച്ചിത്രം രൂപംകൊള്ളുന്നത്. ഇവിടെ ഒരു

ചോദ്യമുയരുന്നു. നല്ല കഥ എങ്ങനെയുള്ളതായിരിക്കണം? കഥയെക്കുറിച്ച് ഓരോരുത്തർക്കും വ്യക്തിപരമായ കാഴ്ചപ്പാടുകളാണല്ലോ ഉള്ളത്. എങ്കിലും നല്ല കഥയ്ക്ക് വ്യക്തമായ മാനദണ്ഡങ്ങളുണ്ടെന്നതാണ് വാസ്തവം. ഈ ഉദാഹരണം ശ്രദ്ധിക്കുക. ഒരു പണക്കാരനായ ബിസിനസ്സുകാരൻ, അയാളുടെ സ്ഥാപനത്തിൽ ജോലിയന്വേഷിച്ച് വരുന്ന ദരിദ്രനായ ചെറുപ്പക്കാരൻ. ബിസിനസ്സുകാരൻ മനസ്സലിഞ്ഞ് ചെറുപ്പക്കാരന് തന്റെ സ്ഥാപനത്തിൽ ഒരു ജോലി നൽകുന്നു. ജോലിയുടെ ഭാഗമായി ഇടയ്ക്കിടെ മുതലാളിയുടെ വീട്ടിൽ പോകേണ്ടിവരുന്ന ചെറുപ്പക്കാരൻ അയാളുടെ മകളുമായി പ്രേമത്തിലാകുന്നു. പ്രേമം തഴച്ചു വളരുന്നു. മുതലാളി അറിയുന്നു. 'നന്ദികേട്' കാണിച്ച ചെറുപ്പക്കാരനുമായി ഇടയുന്നു. അയാളെ തല്ലുന്നു. ഇക്കഥ പറഞ്ഞുവന്നതുതന്നെ എന്തിനാണെന്ന് ഇതിനോടകം വ്യക്തമായിക്കാണുമല്ലോ. കണ്ടുമടുത്ത, പഴകിയ ഒരു 'ഫോർമുലക്കഥ' മാത്രമാണിത്.

ഇനി മറ്റു ചില ഉദാഹരണങ്ങൾ നോക്കുക. ശ്രീ പത്മരാജൻ സംവിധാനം ചെയ്ത അപരൻ എന്ന ചിത്രത്തിന്റെ കഥാഗതിയിലേക്ക് കടക്കാം. വിശ്വനാഥൻ എന്ന യുവാവ് തന്റെ അതേ മുഖച്ഛായയുള്ള മറ്റൊരു യുവാവായി (അപരനുമായി) തെറ്റിദ്ധരിക്കപ്പെടുന്നു. ഉത്തമൻ എന്ന ഈ അപര കഥാപാത്രം ഒരു തല്ലുകൊള്ളിയും തെമ്മാടിയുമായിരുന്നതിനാൽ അയാളുമായി തെറ്റിദ്ധരിക്കപ്പെടുന്ന വിശ്വനാഥന് നിരവധി കഷ്ടനഷ്ടങ്ങൾ ഉണ്ടാകുന്നു. അവസാനം ഉത്തമൻ മരിക്കുന്നു. പക്ഷേ ആളുകൾ വിശ്വനാഥനാണ് മരിച്ചതെന്ന് കരുതി ശേഷക്രിയയ്ക്കൊരുങ്ങുന്നു. ഈ സമയത്ത് അവിടെ വിശ്വനാഥൻ കടന്നുവരുന്നു. താൻ മരിച്ചെന്നു കരുതി വീട്ടുകാരും നാട്ടുകാരും ചെയ്യുന്ന ക്രിയകൾ കണ്ട് അന്തംവിടുന്ന വിശ്വനാഥൻ. ഇനി വിശ്വനാഥനായി തനിക്കിവിടെ ജീവിക്കാനാകില്ലെന്ന യാഥാർത്ഥ്യം മനസ്സിലാക്കുന്ന അയാൾ. ഉത്തമനായി മാത്രമേ തനിക്കിനി ജീവിക്കാനാകൂ എന്നു പറഞ്ഞുകൊണ്ട് കഥാനായകൻ അകലുമ്പോൾ അയാൾക്ക് തന്റെ സ്വത്വം (Identity) നഷ്ടപ്പെട്ടുകഴിഞ്ഞിരുന്നു.

ഇനി മറ്റൊരു കഥയെ പരിശോധിക്കാം. അന്തരിച്ച ലോകപ്രശസ്ത ചലച്ചിത്രകാരനായിരുന്നല്ലോ സത്യജിത്ത് റേ. അദ്ദേഹം സംവിധാനം ചെയ്ത ഓരോ ചിത്രങ്ങളും ഒന്നിനൊന്ന് ഉയർന്ന നിലവാരം പുലർത്തിയവയായിരുന്നല്ലോ. അദ്ദേഹത്തിന്റെ 'ജൽസാഘർ' എന്ന ചിത്രത്തിന്റെ കഥ: കഥാനായകനായ വിശ്വംഭർ റോയ് സാമ്പത്തികമായി തകർന്ന ഒരു ജന്മിയാണ്. സമ്പത്ത് ക്ഷയിച്ചുവെങ്കിലും ദുരഭിമാനം റായിയെ കീഴടക്കിയിരുന്നു. ഒരിക്കൽ തന്റെ ആശ്രിതനായിരുന്ന ഗാംഗുലി ഇപ്പോൾ പുതുപ്പണക്കാരനാണ്. അയാൾ ജൽസ (ജന്മിമാരുടെ വീട്ടിൽ നടത്തപ്പെടാറുള്ള നൃത്തസംഗീത പരിപാടി) നടത്തുമ്പോൾ റായിയുടെ ഹൃദയം

തകരുകയായിരുന്നു. താൻ സാമ്പത്തികമായി തകർന്നെങ്കിലും തനിക്കും ഒരു ജൽസ നടത്തണം. അയാൾ തീരുമാനിച്ചു. അയാൾ തന്റെ എല്ലാം നഷ്ടപ്പെടുത്തി ഗാംഗുലിയോട് മത്സരിക്കുന്നു. തന്റെ പ്രിയ പത്നിയും കുഞ്ഞും തനിക്ക് നഷ്ടപ്പെട്ടത് ദുരഭിമാനം ഒന്നുകൊണ്ട് മാത്രമാണെന്ന് വിശ്വംഭർ റോയ് തിരിച്ചറിഞ്ഞപ്പോഴേക്കും ഏറെ വൈകിയിരുന്നു. തന്റെ കൈയിൽ ആകെ അവശേഷിച്ചിരുന്ന സ്വത്തായുണ്ടായിരുന്ന ആഭരണങ്ങളും പണവും നർത്തകിക്ക് കിഴികെട്ടി കൊടുക്കുകയാണ് അയാൾ. കഥാന്ത്യത്തിൽ തന്റെ പ്രിയപ്പെട്ട വെള്ളക്കുതിരയുടെ പുറത്തേറി യാത്രയാകുന്ന റായ് മനസ്സിന്റെ സമനില തെറ്റി മരണത്തെ പുൽകുന്നു.

ഇനി ലോകപ്രശസ്ത ചലച്ചിത്രകാരനായ കുറോസവയുടെ റാഷമോൺ എന്ന ചിത്രത്തിന്റെ കഥാസാരം പരിശോധിക്കാം. കൊടുങ്കാറ്റിൽനിന്നും പേമാരിയിൽനിന്നും രക്ഷ നേടാനായി ഒരു ഇടിഞ്ഞുപൊളിഞ്ഞ കോട്ടയിൽ അഭയം തേടുന്ന മൂന്നുപേർ. അവരുടെ സംഭാഷണത്തിൽനിന്നും ആ പ്രദേശത്തെ നടുക്കിയ ഒരു കൊലപാതകത്തിന്റെ ചുരുളഴിഞ്ഞ് വരുന്നു. ഒരു യുവതിയുടെ ഭർത്താവായ സമുറായ് (യോദ്ധാവ്) ആണ് കൊല ചെയ്യപ്പെട്ടത്. അയാളുടെ ആത്മാവും യുവതിയും ദൃക്സാക്ഷിയായ വിറകുവെട്ടിയുമെല്ലാം നല്കുന്ന വിവരണത്തിൽനിന്നും വാസ്തവത്തിൽ ആരാണ് കൊല നടത്തിയതെന്ന യാഥാർത്ഥ്യം ഉരുത്തിരിഞ്ഞ് വരുന്നില്ല. ഓരോരുത്തരും ആ സംഭവത്തെ അവനവന്റേതായ കാഴ്ചപ്പാടിൽ വ്യാഖ്യാനിക്കുന്നു. പക്ഷേ സത്യം എവിടെയോ പോയി ഒളിച്ചിരിക്കുന്നു.

നാലു കഥകളാണല്ലോ നാം പരിശോധിച്ചത്. ആദ്യത്തെ കഥ നമ്മിൽ വെറുപ്പുളവാക്കുന്ന മടുത്ത ഒന്നാണ്. ഇതിൽ ജീവിതയാഥാർത്ഥ്യങ്ങൾ സവിശേഷമായി അനാവരണം ചെയ്യപ്പെടുന്നില്ല. പിന്നീട് പ്രതിപാദിക്കപ്പെടുന്ന മൂന്നു കഥകളിലും മനുഷ്യന് ജീവിതവുമായുള്ള ബന്ധത്തെയാണ് അനാവരണം ചെയ്യുന്നത്. സവിശേഷമായ ആഖ്യാനഘടനയിലൂടെ ഉപരിപ്ലവമായ സംഭവങ്ങളെ കോർത്തിണക്കി ഉണ്ടാകുന്ന കഥകൾ പ്രേക്ഷകനെ ഉപരിപ്ലവമായ ആനന്ദത്തിലേക്ക് തള്ളിയിടുന്നു. ജീവിതാവസ്ഥകളെ വിശകലനം ചെയ്യുന്ന കഥകൾ പ്രേക്ഷകന്റെ ഹൃദയങ്ങളിൽ നല്ല കഥകളായി എക്കാലവും ജീവിക്കുന്നു.

- തിരക്കഥാകൃത്തിനുവേണ്ട അടിസ്ഥാന ഗുണങ്ങൾ ഏവ?

ധാരാളം ജീവിതാനുഭവങ്ങളുള്ളയാളായിരിക്കണം തിരക്കഥാകൃത്ത്. ജീവിതമെന്ന മൂശയിൽ ഉരുക്കി പാകപ്പെടുത്തിയെടുത്ത അനുഭവങ്ങൾ വേണം. ഇല്ലെങ്കിൽ തിരക്കഥാകൃത്തിന്റെ രചനകൾ ജീവിതഗന്ധിയായിരിക്കുകയില്ല. മാത്രമല്ല അവയിൽനിന്നും ഉടലെടുക്കുന്ന സിനിമകൾ കേവലം ഉപരിപ്ലവങ്ങളായ അനുഭവങ്ങൾ മാത്രമേ പ്രേക്ഷകന് പ്രദാനം

ചെയ്യുകയുള്ളൂ. ഒരു നല്ല തിരക്കഥാകൃത്തിന് ഈ ലോകത്തേയും അതിലെ മനുഷ്യരേയും കുറിച്ച് വ്യക്തമായ കാഴ്ചപ്പാടുണ്ടായിരിക്കണം. സൂക്ഷ്മമായ സാമൂഹിക വീക്ഷണവുമുണ്ടായിരിക്കണം. പരന്ന വായന, യാത്രകൾ, ഏതൊരു വിഷയത്തെക്കുറിച്ചും പഠിക്കുവാനുള്ള കഴിവ്, വസ്തുതകളെ അപഗ്രഥിക്കുവാനുള്ള കഴിവ്, ഒരേ സംഭവത്തെത്തന്നെ പല കാഴ്ചപ്പാടുകളിൽനിന്നും നോക്കിക്കാണുവാനുള്ള കഴിവ്, ഒരു മനഃശാസ്ത്രജ്ഞന്റെ പാടവത്തോടെ സംഭവങ്ങളിലേക്കും കഥാപാത്രങ്ങളിലേക്കും ഇറങ്ങിച്ചെല്ലുവാനുള്ള കഴിവ്.

സിനിമയുടെ സാങ്കേതികവശങ്ങളെക്കുറിച്ച് പഠിച്ചയാളായിരിക്കണം. തിരക്കഥാരചന എന്നത് കേവലം 'എഴുത്ത്' മാത്രമാണെന്ന് ധരിക്കാതെ അത് സിനിമയെന്ന മഹത്തായ കലയുടെ സാക്ഷാത്കാരത്തിന്റെ അടിത്തറയാണെന്ന് ബോദ്ധ്യമുണ്ടായിരിക്കണം. ഛായാഗ്രഹണം, എഡിറ്റിങ്, അഭിനയം, സംഗീതം, സൗണ്ട് റെക്കോർഡിങ്ങ് തുടങ്ങിയ കാര്യങ്ങളെക്കുറിച്ചുള്ള സാമാന്യത്തിൽക്കവിഞ്ഞ അറിവെങ്കിലും വേണം.

ജീവിതാനുഭവങ്ങളിൽനിന്നും താനാർജ്ജിച്ച സത്തയെ സിനിമയുടെ സാങ്കേതികയെന്ന അച്ചിലിട്ട്, തിരക്കഥ ആവശ്യപ്പെടുന്ന രചനാപാടവത്തിലൂടെ എഴുതുകയാണ് തിരക്കഥാകൃത്ത് ചെയ്യേണ്ടത്. സാഹിത്യരചനയിൽനിന്നും തിരക്കഥാ രചന എങ്ങനെ വ്യത്യാസപ്പെട്ടിരിക്കുന്നു എന്ന കാര്യത്തിൽനിന്ന് തുടങ്ങി തിരക്കഥാരചനയുടെ മറ്റു തലങ്ങളെക്കുറിച്ചും വ്യക്തമായ അവബോധം നേടിയതിനുശേഷമേ അതിലേക്ക് പ്രവേശിക്കാവൂ.

- സെനേറിയോ (Scenario) എന്നാലെന്താണ്?

തിരക്കഥയ്ക്ക് പറയുന്ന മറ്റൊരു പേരാണിത്.

- തിരക്കഥാരചനയുമായി ബന്ധപ്പെട്ട അഞ്ചു Wകളും ഒരു Hഉം എന്താണ്?

തിരശ്ശീലയ്ക്ക് വേണ്ടി എഴുതപ്പെട്ട കഥയാണ് തിരക്കഥ. സംഭവങ്ങളുടെ പരമ്പരയാണ്, കഥയുടെ വികാസമാണ് എന്നെല്ലാം പറയാം. ഏതു രീതിയിൽ നാം തിരക്കഥയെ നിർവചിച്ചാലും അത് യുക്തിഭദ്രമായിരിക്കണം. ഒരു കഥാപാത്രം ഒരു നിശ്ചിത ക്രിയ എന്തുകൊണ്ടു ചെയ്തു, എങ്ങനെ ചെയ്തു, എപ്പോൾ ചെയ്തു, എവിടെവെച്ച് ചെയ്തു തുടങ്ങിയ ആശയങ്ങളെല്ലാം കാര്യകാരണസഹിതം സ്ഥാപിക്കപ്പെടണമല്ലോ. ഏതു കഥാപാത്രമാണ് ഒരു നിശ്ചിതക്രിയ ചെയ്തത് എന്നതിനെ who എന്നും എന്തു ചെയ്തു എന്നതിനെ what എന്നും എന്തു കൊണ്ടു ചെയ്തു എന്നതിനെ why എന്നും എവിടെ വെച്ചു ചെയ്തു എന്നതിനെ where എന്നും എപ്പോൾ ചെയ്തു എന്നതിനെ when എന്നും എങ്ങനെ

ചെയ്തു എന്നതിനെ how എന്നും നമുക്ക് വിളിക്കാം. ഈ അഞ്ച് W കളേയും ഒരു H നേയും നിങ്ങൾക്ക് യുക്തിപൂർവം സ്വാഭാവികമായ വികാസ പരിണാമങ്ങളോടുകൂടിയും ഭാവനാപൂർണവും ദൃശ്യശ്രാവ്യ ഘടകങ്ങളുടെ സാധ്യതകൾക്കനുസരിച്ചും സസ്പെൻസ് നിലനിർത്തിക്കൊണ്ട് സമന്വയിപ്പിക്കാൻ കഴിയുമെങ്കിൽ നിങ്ങൾ മികച്ചൊരു തിരക്കഥാകൃത്താകും.

- തിരക്കഥാരചനയുടെ വിവിധ ഘട്ടങ്ങളേവ?

തിരക്കഥാ രചനയുടെ പ്രധാന ഘട്ടങ്ങൾ താഴെപ്പറയുന്നവയാണ്.

1. ഇതിവൃത്തം (Theme) അല്ലെങ്കിൽ കഥാസംഗ്രഹം (Synopsis) 2. പ്രതിപാദനം (Treatment) 3. തിരക്കഥ (Script) 4. ഷൂട്ടിങ്ങ് സ്ക്രിപ്റ്റ് (Shooting Script) 5. സ്റ്റോറി ബോർഡ് (Story Board). ഇതിൽ 1, 2, 3 എന്നീ ഘട്ടങ്ങൾ തിരക്കഥാരചനയുമായി നേരിട്ടു ബന്ധപ്പെട്ടു കിടക്കുന്നതും 4, 5 എന്നീ ഘട്ടങ്ങൾ അതിന്റെ വികാസപരിണാമങ്ങളുമായി ബന്ധപ്പെട്ടതുമാണ്.

ഇതിവൃത്തം അല്ലെങ്കിൽ കഥാസംഗ്രഹം

തിരക്കഥാരൂപം പ്രാപിക്കേണ്ട കഥയുടെ ഏറ്റവും അടിസ്ഥാനരൂപം. ഇതിൽ വിശദമായ സീനുകളോ കഥാസന്ദർഭങ്ങളോ സംഭാഷണങ്ങളോ ഇല്ല. കഥയുടെ ഇതിവൃത്തത്തെ സാമാന്യമായി പറഞ്ഞുവെയ്ക്കുന്ന പ്രാരംഭഘട്ടം. ഓരോ സീനിലും എന്തു സംഭവിക്കുന്നു എന്നുള്ളതിനെ രണ്ടോ മൂന്നോ വാചകങ്ങളിൽ രേഖപ്പെടുത്തുകയാണ് ചെയ്യുന്നത്.

പ്രതിപാദനം

കഥാസംഗ്രഹത്തിൽ നിന്നും തിരക്കഥ വികാസം പ്രാപിക്കുകയാണ്. ഈ ഘട്ടത്തിലാണ് കഥ ഏതുതരത്തിൽ അവതരിപ്പിക്കണമെന്ന് ഉരുത്തിരിഞ്ഞുവരുന്നത്. അതായത് ഒരു ആശയത്തെ പല രീതിയിലുള്ള പ്രതിപാദനരീതികളിലൂടെ വരച്ചുകാട്ടുവാൻ തിരക്കഥാകൃത്തിനു കഴിയുന്നതാണ്. അവതരിപ്പിക്കുന്ന കഥ ഹാസ്യാത്മകമാവണോ, റിയലിസ്റ്റിക് ആകണമോ ഫാന്റസി രൂപത്തിലുള്ളതാകണമോ, ഹൊറർ രീതിയിലുള്ളതാകണമോ ആക്ഷേപഹാസ്യരൂപത്തിലുള്ളതാകണമോ എന്നെല്ലാം തീരുമാനിക്കപ്പെടുന്നത് ഈ ഘട്ടത്തിലാണ്. കഥാസംഗ്രഹം ഈ ഘട്ടത്തിൽ പാരഗ്രാഫുകളിലൂടെ പ്രതിപാദനമായി വികാസം പ്രാപിക്കുന്നു,

തിരക്കഥ

ഏതുതരം പ്രതിപാദനരീതി അവലംബിക്കണമെന്ന് തീരുമാനിച്ചു കഴിഞ്ഞാൽ പൂർണമായ തിരക്കഥ രചിക്കാവുന്നതാണ്. പൂർണമായ തിരക്കഥയിൽ സംഭാഷണങ്ങളും കഥാപാത്രങ്ങളുടെ ഭാവഹാവാദികളും

പശ്ചാത്തല വിവരണവുമെല്ലാമാണ് പ്രധാനമായും ഉൾപ്പെടുന്നത്. സംഭവങ്ങളെ വ്യക്തമായ സീനുകളാക്കിത്തിരിക്കുന്നു. കഥാപാത്രങ്ങളുടെ ചലനങ്ങൾ, മുഖഭാവങ്ങൾ, സംഭാഷണങ്ങൾ തുടങ്ങിയവയെല്ലാം വിശദമായി ത്തന്നെ പ്രതിപാദിക്കപ്പെടുന്നു. കഥ നടക്കുന്നത് ഇന്റീരിയറി(Interior)ലോ എക്സ്റ്റീരിയ (Exterior) റിലോ എന്നത് ഓരോ സീനിലും രേഖപ്പെടുത്തുന്നു. സീനിന്റെ അവസാനത്തിൽ 'cut' എന്നോ 'cut to' എന്നോ സാധാരണയായി എഴുതുന്നു. (ഇങ്ങനെ എഴുതേണ്ടതില്ല എന്ന അഭിപ്രായവുമുണ്ട്. പുതിയൊരു സീൻ നമ്പർ കണ്ടാൽ അതിനുമുമ്പുള്ള സീൻ അവസാനിച്ചുവെന്നാണല്ലോ അർത്ഥം. തിരക്കഥയെക്കുറിച്ചുള്ള പ്രശസ്തമായ ഒരു ഗ്രന്ഥത്തിൽ ഗ്രന്ഥകർത്താവ് അഭിപ്രായപ്പെടുന്നതിനെയാണ് "ഒരു തിരക്കഥയിലെ cut എന്ന വാക്കുകൾ മാത്രം ഒഴിവാക്കിയാൽ പത്തു പേജുകൾ ലാഭിക്കാം!")

ഷൂട്ടിങ് സ്ക്രിപ്റ്റ്

- "ഷൂട്ടിങ് സ്ക്രിപ്റ്റ്" എന്നാലെന്താണ്?

സ്റ്റോറി ബോർഡ്

ഓരോ ഷോട്ടുകളേയും കടലാസിൽ വരയ്ക്കുക (Sketch)യാണ് ഈ ഘട്ടത്തിൽ ചെയ്യുന്നത്. ഇതിലൂടെ സ്ക്രിപ്റ്റിനെ താൽക്കാലികമായി ദൃശ്യവൽക്കരിക്കുകയാണ് സംവിധായകൻ ചെയ്യുന്നതെന്ന് പറയാം. ആശയങ്ങളെ സ്റ്റോറി ബോർഡിൽ വരച്ചുകഴിയുമ്പോൾ ചിത്രീകരിക്കേണ്ട ഷോട്ടുകളുടെ വ്യക്തമായ പ്ലാൻ സംവിധായകന് ലഭിക്കുന്നു. ഇത് ചിത്രീകരണത്തിന്റെ ക്ലേശങ്ങളെ ഏറെ ലഘൂകരിക്കുന്നു. ഇവിടെ സ്വാഭാവികമായും ഒരു ചോദ്യമുയരുന്നു. എല്ലാ സംവിധായകരും തങ്ങൾ ചിത്രീകരിക്കുന്ന എല്ലാ ഷോട്ടുകളേയും ഇതുപോലെ 'സ്റ്റോറി ബോർഡിങ്ങ്' ചെയ്യുന്നുണ്ടോ? ഉണ്ടായിരിക്കണമെന്നില്ല. ചിലർക്കൊക്കെ തങ്ങളുടെ 'മനസ്സാകുന്ന സ്റ്റോറി ബോർഡിൽ' നിന്നും നേരിട്ട് ചിത്രീകരിക്കുന്നതിലാകാം താത്പര്യം. പക്ഷേ ചില 'പെർഫെക്ഷനറിസ്റ്റുകളെങ്കിലും വ്യക്തമായ സ്റ്റോറി ബോർഡിങ്ങ് നടത്തിയതിനു ശേഷമേ ചിത്രീകരണം നടത്തുകയുള്ളൂ എന്ന് ശഠിക്കുന്നവരാണ്. പ്രശസ്ത സംവിധായകനായിരുന്ന ശ്രീ ഭരതൻ ഈ വിഭാഗത്തിൽപ്പെട്ടയാളായിരുന്നു. സ്റ്റോറി ബോർഡിൽനിന്നും ഷൂട്ടിങ് സ്ക്രിപ്റ്റ് തയ്യാറാക്കുന്ന സംവിധായകരും ഉണ്ട്.

- വൺ-ലൈൻ (One line) എന്ന പ്രയോഗം എന്തിനെ സൂചിപ്പിക്കുന്നു?

ആധികാരിക ഗ്രന്ഥങ്ങളിൽ ഈ പ്രയോഗം അധികം കാണാൻ കഴിയില്ലെങ്കിലും നമ്മുടെ ചലച്ചിത്രകാരന്മാർ അവരുടെ ചർച്ചകളിൽ ധാരാളമായി ഉപയോഗിക്കുന്ന ഒരു പ്രയോഗമാണിത്. മൊത്തം കഥയെ

സീനുകളാക്കി തിരിച്ച് ഓരോ സീനും ഏതാനും വാചകങ്ങളിൽ ചുരുക്കിയെഴുതുന്നു. ഇതിവൃത്തം അല്ലെങ്കിൽ കഥാസംഗ്രഹം എന്ന് നേരത്തേ വിശദീകരിച്ച ആശയത്തോട് സമാനമാണിത്.

- ഷൂട്ടിങ് സ്ക്രിപ്റ്റ് എന്നാലെന്താണ്?

തിരക്കഥയെ ഷൂട്ടിങ്ങിനനുയോജ്യമായി വിഭജിക്കുന്നതാണ് ഷൂട്ടിങ് സ്ക്രിപ്റ്റ്. ലോങ്ങ് ഷോട്ടോ ക്ലോസപ്പോ ആണുചിതം, ഏതു ക്യാമറാ ചലനമാണ് വേണ്ടത്, ചലനം തന്നെ വേണമെന്നുണ്ടോ, സംഗീതം, സംഭാഷണം തുടങ്ങിയവ എങ്ങനെ വേണം - തുടങ്ങി നിരവധി ചോദ്യങ്ങൾക്കുത്തരം ലഭിച്ചാലേ ഷോട്ടുകളെ സുഗമമായി ചിത്രീകരിക്കുവാൻ കഴിയുകയുള്ളൂ. ചിത്രീകരണത്തെ സഹായിക്കുന്ന എല്ലാ സാങ്കേതിക കാര്യങ്ങളെയും ഉൾപ്പെടുത്തി സംവിധായകൻ തയ്യാറാക്കുന്ന ഒരു പ്ലാൻ ആണ് ഷൂട്ടിങ് സ്ക്രിപ്റ്റ്. ആവശ്യമെങ്കിൽ സംവിധായകന് ഇക്കാര്യത്തിൽ ക്യാമറാമാന്റെയും എഡിറ്ററുടെയുമൊക്കെ സഹായം തേടാവുന്നതാണ്.

ഷൂട്ടിങ് സ്ക്രിപ്റ്റിൽ രേഖപ്പെടുത്തേണ്ട പ്രധാന കാര്യങ്ങളിനിപ്പറയുന്നവയാണ്. സീൻ നമ്പർ, ഷോട്ട് നമ്പർ, പകൽ, രാത്രി, ഇന്റീരിയർ, എക്സ്റ്റീരിയർ മുതലായവ, ലോങ്ങ്, മീഡിയം, ക്ലോസപ്പ് - ഇവയിലേതെന്ന്, ലോ ആംഗിൾ, ഹൈ ആംഗിൾ, ഐ ലെവൽ - ഇവയിലേതാണെന്ന്, ക്യാമറാ ചലനം, ഉപയോഗിക്കേണ്ട ലെൻസ്, ഫിൽട്ടർ മുതലായവ, ഷോട്ടിൽ ഉപയോഗിക്കേണ്ട സെറ്റ് പ്രോപ്പർട്ടികൾ, കഥാപാത്രങ്ങൾ ആരൊക്കെ, അവരുടെ സംഭാഷണങ്ങൾ ഏതൊക്കെ സംഗീതം, പ്രത്യേക ഇഫെക്റ്റുകൾ, ഒരു ഷോട്ടിൽനിന്നും അടുത്ത ഷോട്ടിലേക്കുള്ള മാറ്റം (കട്ട്, ഫെയ്ഡ്, ഡിസ്സോൾവ് മുതലായവ)

ഏറെ ക്ലേശകരമായ ഒരു സാങ്കേതിക പ്രക്രിയയാണ് ഷൂട്ടിങ് സ്ക്രിപ്റ്റ് തയ്യാറാക്കൽ.

- തിരക്കഥയെ ചിത്രീകരണത്തിനുമുമ്പ് വിഷലൈസ് ചെയ്യുവാൻ സഹായിക്കുന്ന സ്റ്റീരിയോടോപ്പ് (Stereotop) സമ്പ്രദായത്തെക്കുറിച്ച് വിശദീകരിക്കാമോ?

ഒരു സിനിമയിലൂടെ അവതരിപ്പിക്കുവാനുദ്ദേശിക്കുന്ന ഷോട്ടുകളെ ആദ്യമായി വരയ്ക്കുന്നു. അതിനുശേഷം ഒരു വീഡിയോ ക്യാമറയുടെ സഹായത്താൽ അതിനെ ക്രമമനുസരിച്ചു ചിത്രീകരിക്കുന്നു. ഇതിലൂടെ താൻ ചിത്രീകരിക്കുവാൻ പോകുന്ന സിനിമയുടെ ഷോട്ടുകളിലൂടെയുള്ള ക്രമാനുഗത വളർച്ചയെ സംവിധായകന് നേരത്തെ പരിശോധിക്കാൻ കഴിയുന്നു. ഏതെല്ലാം ഷോട്ടുകളെ ഒഴിവാക്കണം, ഏതെല്ലാം സീനുകളിൽ ഷോട്ടുകൾ കൂട്ടിച്ചേർക്കണം തുടങ്ങിയ കാര്യങ്ങൾ തീരുമാനിക്കാൻ സംവിധായകനെ സഹായിക്കുന്നു. പ്രസിദ്ധ ചലച്ചിത്രകാരനായ

ഫ്രാൻസിസ് ഫോർഡ് കപ്പോളയാണ് ഈ രീതി ആദ്യമായി വികസിപ്പിച്ചെടുത്തത്. 'സ്റ്റോറി ബോർഡു'കളുടെ ഉപയോഗത്തിൽ വിപ്ലവകരമായ മാറ്റമാണ് വാസ്തവത്തിൽ അദ്ദേഹം അവതരിപ്പിച്ചത്. ഇതിനുചില മറുവശങ്ങളുമുണ്ട്. വെളിച്ചവും നിഴലും ശബ്ദവുമെല്ലാം കൂടിച്ചേർന്നു സൃഷ്ടിക്കുന്ന ഭാവപ്രപഞ്ചത്തെ വരച്ച ചിത്രങ്ങളുടെ തുടർച്ചയായ പരമ്പരയ്ക്ക് സൃഷ്ടിക്കാനാകില്ല. എല്ലാ ചലച്ചിത്രകാരന്മാരും ഈ രീതി പിന്തുടർന്നുകൊള്ളണമെന്നുമില്ല. ചലച്ചിത്രകാരന്മാർ തങ്ങളുടെ ചിത്രങ്ങൾ സാക്ഷാത്കരിക്കുവാനവലംബിക്കുന്ന മാർഗ്ഗങ്ങൾ വിശദമായി പരിശോധിച്ചാൽ "അവരവർക്ക് അവരവരുടേതായ രീതി" എന്നാണ് തോന്നുക. എങ്കിലും സ്റ്റീരിയോടോപ്പ് എന്ന ഈ രീതി എടുക്കാൻ പോകുന്ന സിനിമയെ നേരത്തെ വിഭാവനം ചെയ്യുവാൻ സംവിധായകരെ ഏറെ സഹായിക്കുന്നുണ്ട്.

- തിരക്കഥ ഒരു സാഹിത്യരൂപമാണോ? ചെറുകഥയിൽനിന്നും നോവലിൽനിന്നും അതെങ്ങനെ വ്യത്യാസപ്പെട്ടിരിക്കുന്നു?

തിരക്കഥ ഒരു സാഹിത്യരൂപമായി പൊതുവിൽ കണക്കാക്കപ്പെടുന്നില്ല. മറിച്ച് സിനിമ ചിത്രീകരിക്കുവാൻ സംവിധായകനെ സഹായിക്കുന്ന ശക്തമായ അടിത്തറയാണ്. തിരക്കഥ സിനിമയുടെ 'ബ്ലൂ പ്രിന്റ്' ആണെന്നൊരു പറച്ചിൽ തന്നെയുണ്ട്. തിരക്കഥയെന്ന ഫൗണ്ടേഷനിന്മേലാണ് ചലച്ചിത്ര സംവിധായകർ സിനിമയെന്ന വീട് കെട്ടിപ്പടുക്കുന്നതെന്നും പറയാം. തിരക്കഥയിൽ സാഹിത്യവർണ്ണനകൾക്ക് സ്ഥാനമില്ല. ചെറുകഥയിലും നോവലിലും വർണ്ണനകൾ ധാരാളമുണ്ടാകും. കഥാപാത്രങ്ങളുടെ മാനസിക വ്യാപാരങ്ങൾ വെളിപ്പെടുത്തുവാൻ സാഹിത്യത്തിൽ സിനിമയിലേതുപോലെ 'ഷോട്ടുകൾ' ഇല്ലല്ലോ. ദൃശ്യങ്ങളുടെ സഹായമില്ലാതെ ആശയങ്ങളെ അവയുടെ പൂർണതയിലെത്തിക്കുവാൻ സാഹിത്യകാരന് വാക്കുകൾ മാത്രമേയുള്ളൂ. അഥവാ വായനക്കാരന്റെ മനസ്സിൽ ദൃശ്യങ്ങളെ രൂപപ്പെടുത്തുവാൻ വാക്കുകൾക്കും വർണ്ണനകൾക്കും കഴിയണം. എന്നാൽ ചലച്ചിത്ര സംവിധായകന് തന്റെ ആശയസാക്ഷാത്കാരത്തിന് പ്രധാനമായും ഷോട്ടുകളെ ആശ്രയിക്കാമെന്നതിനാൽ തിരക്കഥയിൽ സാഹിത്യവർണ്ണനകൾക്ക് സ്ഥാനമില്ല. പ്രഗത്ഭ തിരക്കഥാകൃത്ത് അന്തരിച്ച ശ്രീ. ലോഹിതദാസ് പറഞ്ഞതുപോലെ അമിതമായ സാഹിത്യവർണ്ണനകളുള്ള ഒരു തിരക്കഥ മേദസ്സിനാൽ നിറഞ്ഞതായിരിക്കും. അത് സംവിധായകനെ ഫലപ്രദവും ആശയ സംവേദനക്ഷമവുമായ ഷോട്ടുകൾ ചിത്രീകരിക്കുവാൻ സഹായിക്കുന്നില്ലെന്ന് മാത്രമല്ല തന്റെ ലക്ഷ്യത്തിലെത്തിച്ചേരുന്നതിൽ ചില ആശയക്കുഴപ്പങ്ങൾ സൃഷ്ടിക്കുകയും ചെയ്യുന്നു.

ഒരുദാഹരണം നോക്കൂ... നല്ലൊരു നർത്തകിയാകണമെന്നായിരുന്നു പ്രത്യൂഷയുടെ ആഗ്രഹം. പക്ഷേ, ദരിദ്ര്യസാഗരത്തിൽ നീന്തിത്തുടിക്കുന്ന

ഒരു കുടുംബത്തിലെ അംഗമായിരുന്നതിനാൽ നൃത്തത്തിൽ ഉപരിപഠനം നടത്തുവാനുള്ള സാമ്പത്തികശേഷി അവൾക്കില്ലായിരുന്നു. സ്വപ്നങ്ങൾകൊണ്ടവൾ ചിലങ്ക കെട്ടി. മോഹങ്ങൾകൊണ്ട് ചുവടുകൾ വെച്ചു. ഒരുനാൾ താൻ കലയുടെ ശ്രീകോവിലിൽ പ്രതിഷ്ഠിക്കപ്പെടും എന്നവൾ ദിവാസ്വപ്നം കണ്ടു. പക്ഷേ വിധി അവളുടെ ആഗ്രഹങ്ങളെ കശക്കിയെറിഞ്ഞു. അവളുടെ മോഹങ്ങളെല്ലാം വ്യർത്ഥങ്ങളായി!

ഇതിന്റെ വിശകലനത്തിലേക്ക് കടക്കാം. 'ദാരിദ്ര്യസാഗരത്തിൽ നീന്തിത്തുടിക്കുന്ന' എന്ന് ആലങ്കാരിക ഭാഷയിൽ പറഞ്ഞുപോയാൽ ക്യാമറ കൊണ്ട് ചിത്രീകരണം നടത്തുവാൻ കഴിയുകയില്ല. പ്രത്യൂഷയുടെ വീട്ടിലെ ദാരിദ്ര്യത്തെ 'വിഷ്വൽസ്' കൊണ്ടും സംഭവങ്ങളെക്കൊണ്ടും ഡയലോഗുകൾകൊണ്ടും പ്രകടിപ്പിക്കുകയാണ് തിരക്കഥാകാരൻ ചെയ്യേണ്ടത്. ഒരുനാൾ താൻ കലയുടെ ശ്രീകോവിലിൽ പ്രതിഷ്ഠിക്കപ്പെടും എന്നവൾ ദിവാസ്വപ്നം കണ്ടു." - ഈ ആശയത്തെ പ്രത്യൂഷയുടെ ഡയലോഗ് ആയോ (മറ്റേതെങ്കിലും കഥാപാത്രത്തിനോട് - കൂട്ടുകാരിയോടോ മറ്റോ-) ആത്മഗതമായോ അതുമല്ലെങ്കിൽ പ്രത്യൂഷയേയും നർത്തകിയുടെ വേഷമണിഞ്ഞാടുന്ന പ്രത്യൂഷയേയും മാറിമാറിക്കാണിക്കുന്ന സീൻ എഴുതുന്നതിലൂടെയോ ഒക്കെയാണ് ചിത്രീകരണത്തിനനുയോജ്യമാക്കേണ്ടത്. "സ്വപ്നങ്ങൾ കൊണ്ടവൾ ചിലങ്ക കെട്ടി, മോഹങ്ങൾകൊണ്ട് ചുവടുകൾ വെച്ചു." - ഈ വാചകങ്ങളെ ദൃശ്യവൽക്കരിക്കേണ്ട ഘട്ടമെത്തുമ്പോൾ സംവിധായകൻ പറയുന്നതിപ്രകാരമായിരിക്കും. "കൈകൊണ്ടവൾ ചിലങ്ക കെട്ടി, കാലുകൾകൊണ്ട് ചുവടുകൾ വെച്ചു." എന്നായിരുന്നെങ്കിൽ അനുയോജ്യമായ ആക്ഷൻ ചിട്ടപ്പെടുത്തി ചിത്രീകരണം നടത്താമായിരുന്നു. ഇതിപ്പോൾ സ്വപ്നങ്ങൾകൊണ്ടുള്ള ചിലങ്കകെട്ടലും മോഹങ്ങൾകൊണ്ടുള്ള ചുവടുവെക്കലും ആകെ ഒരു കൺഫ്യൂഷൻ! എങ്ങനെ ചിത്രീകരിക്കും? 'ആഗ്രഹങ്ങളെ കശക്കിയെറിഞ്ഞു', 'മോഹങ്ങളെല്ലാം വ്യർത്ഥങ്ങളായി' തുടങ്ങിയ പ്രയോഗങ്ങളും മേദസ്സ് തന്നെ!

- ക്യാമറയ്ക്ക് വഴങ്ങാത്ത വാചകങ്ങൾ തിരക്കഥയിലെഴുതരുതെന്ന് കേട്ടിട്ടുണ്ട്. ഇതുകൊണ്ടർത്ഥമാക്കുന്നതെന്താണ്?

തിരക്കഥ എന്ന അടിത്തറയിന്മേലാണല്ലോ സിനിമയെ കെട്ടിപ്പടുക്കുന്നത്. തിരക്കഥയിലെഴുതപ്പെട്ടിട്ടുള്ള ആശയങ്ങളെ അല്ലെങ്കിൽ ക്രിയകളെ സംവിധായകന്റെ നിർദ്ദേശപ്രകാരം ഛായാഗ്രാഹകൻ പകർത്തുകയാണ് ചെയ്യുന്നത്. അതിനാൽ തിരക്കഥയിലെഴുതപ്പെട്ടിട്ടുള്ള വാചകങ്ങൾ സുഗമവും ക്രിയാത്മകവുമായ ഛായാഗ്രഹണത്തെ സഹായിക്കുന്നവയല്ലെങ്കിൽ ചിത്രീകരണം ദുഷ്കരമായിത്തീരുന്നതാണ്. ഈ യാഥാർത്ഥ്യമറിയുന്ന സംവിധായകൻ തിരക്കഥാകൃത്തിനോട് വേണ്ടവിധത്തിൽ

ചർച്ചകൾ നടത്തി തിരക്കഥാവാചകങ്ങളെ ക്യാമറയ്ക്ക് വഴങ്ങുന്നവിധത്തിൽ പാകപ്പെടുത്തിയിട്ടുണ്ടായിരിക്കാം. പരിചയസമ്പന്നനായ ഒരു തിരക്കഥാകൃത്ത് എഴുതുന്ന വാചകങ്ങളൊക്കെയും തന്നെ ക്യാമറയ്ക്ക് വഴങ്ങുന്നവയായിരിക്കും.

'ക്യാമറയ്ക്ക് വഴങ്ങാത്ത വാചകങ്ങൾ' എന്നുവച്ചാലെന്താണ്? ചില ഉദാഹരണങ്ങൾ നോക്കാം. 'പരീക്ഷയിലെ തന്റെ ഉന്നതമായ വിജയത്തെക്കുറിച്ചറിഞ്ഞപ്പോൾ അവളുടെ മനസ്സ് തുടികൊട്ടി.' ഈ വാചകത്തിലെ മനസ്സ് തുടികൊട്ടി എന്ന ആശയം ശ്രദ്ധിക്കുമല്ലോ. 'വർദ്ധിച്ച സന്തോഷം അവളുടെ മനസ്സിനെ നിറച്ചു' എന്നാണല്ലോ ഇവിടുത്തെ വിവക്ഷ. പക്ഷേ, ഒരു പ്രശ്നം ഉദ്ഭവിക്കുന്നു. മനസ്സ് തുടികൊട്ടി എന്ന ആശയത്തെ ഛായാഗ്രാഹകൻ എങ്ങനെ ചിത്രീകരിക്കും? മനസ്സിലേക്ക് ക്യാമറ ചൂണ്ടുവാൻ കഴിയുമോ? ഇല്ലേ, ഇല്ല. തുടികൊട്ടുന്ന വിധത്തിലുള്ള ആഹ്ലാദം കഥാപാത്രത്തിന്റെ മുഖത്ത് ഉണർത്തുന്ന ഭാവങ്ങളും കഥാപാത്രത്തിന്റെ ക്രിയകളും മറ്റും എഴുതിവെയ്ക്കുകയാണ് തിരക്കഥാകൃത്ത് ചെയ്യേണ്ടത്. ഇനി മറ്റൊരു വാചകം പരിശോധിക്കാം. 'നിരവധി തവണ അയാളവളെ സന്ദർശിച്ചു.' ഇതും ഛായാഗ്രാഹകന് ആശയക്കുഴപ്പമുണ്ടാക്കുന്ന വാചകം തന്നെ. ഈ വാചകത്തിലെ 'നിരവധി തവണ' എന്ന ആശയത്തെ ഒറ്റയടിക്ക് ക്യാമറകൊണ്ട് ചിത്രീകരിക്കുവാൻ കഴിയില്ല. മൂന്നുതരത്തിൽ ഈ ആശയത്തെ സിനിമയിൽ അവതരിപ്പിക്കുവാൻ കഴിയും. ഒന്ന്- ഓരോ തവണയും അയാൾ അവളെ സന്ദർശിക്കുന്നതിന്റെ വിശദവിവരങ്ങൾ തിരക്കഥയിലെഴുതുന്നു. ഇതിനനുസരിച്ച് ചിത്രീകരണം നടത്തുന്നു. രണ്ട്- ഒന്നോ രണ്ടോ തവണത്തെ സന്ദർശനങ്ങളുടെ വിശദവിവരങ്ങൾ തിരക്കഥയിലെഴുതുന്നു. ഇനി പ്രസക്തമായ കഥാപാത്രത്തിന്റെ ഡയലോഗ് ആണ്. "....പിന്നെ അയാളുടെ സന്ദർശനം ഒരു പതിവായ് മാറി." മൂന്ന്- അയാളുടെ സന്ദർശനത്തിന്റെ സീനുകൾ ഒന്നുംതന്നെ കാണിക്കാതെ അതിനെക്കുറിച്ചുള്ള ഡയലോഗ് മാത്രം.

- ദിക്കുകളെ സൂചിപ്പിക്കുന്ന വാക്കുകൾ (കിഴക്ക്, പടിഞ്ഞാറ് മുതലായവ) തിരക്കഥയിൽ സാധാരണയായി ഒഴിവാക്കപ്പെടാറുണ്ട്. കാരണമെന്ത്?

സൂര്യൻ കിഴക്കുദിച്ച് തെങ്ങിൻതലപ്പുകൾക്കിടയിലൂടെ ഒളിഞ്ഞ് നോക്കി - എന്ന് തിരക്കഥയിലെന്തിനെഴുതണം? തെങ്ങിൻതലപ്പുകൾക്കിടയിലൂടെ ഒളിഞ്ഞുനോക്കുന്നതുപോലെയുള്ള ഉദയസൂര്യന്റെ ദൃശ്യം - എന്നെഴുതിയാൽപ്പോരേ? സൂര്യൻ കിഴക്കാണുദിക്കുന്നതെന്ന് എല്ലാവർക്കുമറിയാല്ലോ. (എന്നാൽ സാഹിത്യത്തിൽ സൂര്യൻ കിഴക്കുദിച്ച്... തുടങ്ങിയ പ്രയോഗങ്ങൾക്ക് അതിന്റേതായ ഒരു സുഖം പ്രദാനം ചെയ്യുവാൻ കഴിയും) ഒരു കഥാപാത്രം തന്റെ വീടിന്റെ പടിഞ്ഞാറ് ഭാഗത്തേക്ക് പോയി എന്ന് തിരക്കഥയിലെഴുതുന്നത് പ്രേക്ഷകനിൽ സ്ഥാപിക്കപ്പെടണമെങ്കിൽ

പ്രസ്തുത ചിത്രത്തിൽ വീടിന്റെ പശ്ചാത്തലത്തിൽ ഉദയാസ്തമയങ്ങൾ കാണിച്ചിട്ടുണ്ടാകണം. അതുമല്ലെങ്കിൽ ദിക്കിനെ ചൂണ്ടിക്കാണിച്ച് കഥാപാത്രം പറയുന്ന ഒരു ഡയലോഗ് എങ്കിലും വേണം. കേശവൻകുട്ടി തന്റെ വീടിന്റെ പിൻഭാഗത്ത് പോയി എന്നോ രൂപേഷ് വീടിന്റെ മുമ്പിലുള്ള തോട്ടത്തിലേക്ക് പോയി എന്നൊക്കെ എഴുതുന്നതാണ് തിരക്കഥയ്ക്ക് അനുയോജ്യം.

- തിരക്കഥയെ ഖണ്ഡങ്ങളാക്കിത്തിരിച്ച് സീൻ നമ്പറുകൾ കൊടുക്കുന്നതെന്തിനാണ്?

കുറെയധികം പേജുകളിൽ നീണ്ടുപരന്നുകിടക്കുന്ന ഒന്നാണല്ലോ തിരക്കഥ. സിനിമാ ചിത്രീകരണമോ, വ്യക്തമായ പ്ലാനും പദ്ധതിയുമനുസരിച്ച് കുറ്റമറ്റ വിധത്തിൽ ചെയ്യേണ്ട ഒരു കാര്യവും. ചിത്രീകരണസമയത്ത് തിരക്കഥയുടെ ഏതു ഭാഗമാണ് ചിത്രീകരിക്കേണ്ടതെന്ന് പെട്ടെന്ന് മനസ്സിലാക്കുവാൻ സീൻ നമ്പറുകൾ സഹായിക്കും. തിരക്കഥാകൃത്തും സംവിധായകനുമായുള്ള ചർച്ചകളിൽ 'നമ്മുടെ തിരക്കഥയുടെ ആ ഭാഗത്ത്, ഈ ഭാഗത്ത്' എന്നു തുടങ്ങിയ വ്യക്തതയില്ലാത്ത ആശയപ്രകടനങ്ങളെ ഒഴിവാക്കുവാൻ സീൻ നമ്പറുകൾ സഹായിക്കുന്നു. 'സീൻ നമ്പർ 17ൽ മായാഞ്ജലി എന്ന കഥാപാത്രത്തിന്റെ മുഖഭാവങ്ങളെ കൂടുതൽ വിശദമാക്കേണ്ടതുണ്ട്' എന്ന് സംവിധായകന് തിരക്കഥാകൃത്തിനോട് പറയുവാനും 'സീൻ നമ്പർ 38ൽ അനന്തുവിന്റെയും അനഘയുടെയും പ്രണയരംഗം പ്രേക്ഷകനിൽ സ്ഥാപിച്ചെടുക്കുവാൻ കുറച്ചുകൂടെ സംഭവങ്ങളൊരുക്കണമോ എന്ന് തിരക്കഥാകൃത്തിന് സംവിധായകനോട് ചോദിക്കുവാനും സീൻ നമ്പറുകൾ സഹായിക്കുന്നു. ഓരോ 'ടെയ്ക്കും' എടുക്കുന്നതിന് മുൻപ് ക്ലാപ് ബോർഡിൽ സീൻ നമ്പറും ഷോട്ട് നമ്പറും ടെയ്ക്ക് നമ്പറും എഴുതാറുണ്ടല്ലോ. തിരക്കഥയിലെ സീനുകൾക്ക് നമ്പറുകൾ കൊടുക്കുന്നത് ഇതിന് സഹായകമാകുന്നു. തിരക്കഥയെ സീനുകളാക്കുന്നത് നിരവധി ആശയക്കുഴപ്പങ്ങളെ ഇല്ലാതാക്കുവാൻ സഹായിക്കുന്നുവെന്ന് പറയാം.

- സീൻ നമ്പറുകൾ നൽകുവാൻ അവലംബിക്കുന്ന മാനദണ്ഡങ്ങളെന്താണ്? 1, 1A, 1B, 2, 2A എന്നിങ്ങനെ നമ്പറുകൾ നൽകുന്നതെന്തിനാണ്?

1, 2, 3, 4 എന്നിങ്ങനെയുള്ള സംഖ്യകൾക്ക് പുറമെ IA, IB, 2A, 2B തുടങ്ങിയ നമ്പറുകളും സീനുകൾക്ക് നൽകാറുണ്ട്. ഒരു പ്രത്യേക സ്ഥലത്ത് നടക്കുന്ന സംഭവങ്ങളടങ്ങുന്ന സീനിന് 1 എന്ന നമ്പർ നൽകിയെന്നിരിക്കട്ടെ. ഇതിനോട് ചേർന്നുനിൽക്കുന്ന ഉപസംഭവങ്ങൾക്കാണ് സാധാരണയായി 1A, 1B എന്നിങ്ങനെ നമ്പറുകൾ നൽകുന്നത്. ഒരുദാഹരണത്തിലൂടെ ഇത് വ്യക്തമാക്കാം. കോളേജ്. ക്ലാസ്റൂം. അദ്ധ്യാപകൻ ക്ലാസെടുക്കുന്നു. കേട്ടിരിക്കുന്ന വിദ്യാർത്ഥികൾ. അവരുടെ സംശയങ്ങൾ,

അദ്ധ്യാപകന്റെ മറുപടികൾ. ബെല്ലടിക്കുന്നു. വിദ്യാർത്ഥികളുടെ ശബ്ദ കോലാഹലങ്ങൾ. അവർ പിരിയുന്നു. ഇത് സീൻ നമ്പർ 17 ആണെന്നിരിക്കട്ടെ. ഋഷികേശ് എന്ന വിദ്യാർത്ഥി കാന്റീനിലേക്കാണ് പോകുന്നത്. അവിടെ അവൻ ചായ കഴിക്കുന്നതോടൊപ്പം സഹവിദ്യാർത്ഥികളുമായി കാര്യമായ ചർച്ചയിലാണ്. ഈ കാന്റീൻ രംഗത്തെ 17A എന്ന സീനാക്കി തിരിക്കാം. അവൻ വീണ്ടും ക്ലാസ്റൂമിലേക്ക്. ക്ലാസ് തുടങ്ങുന്നു. ക്ലാസിനുള്ളിലെ സംഭവങ്ങൾ. ഇതിനെ 17B എന്ന സീനായി വേർതിരിക്കാവുന്നതാണ്. ഒരു പ്രധാന 'സ്പേസി'ൽ നടക്കുന്ന സംഭവങ്ങളോട് ചേർന്നു നിൽക്കുന്ന ഉപസംഭവങ്ങളെയാണ് സാധാരണയായി A,B മുതലായ അക്ഷരങ്ങൾ കൂടെ ചേർത്തുകൊണ്ടുള്ള നമ്പറുകളായി തരംതിരിക്കാറുള്ളത്. ഋഷികേശ് തന്റെ വീട്ടിൽ തിരിച്ചെത്തി അച്ഛനമ്മമാരോട് സംവദിക്കുന്ന സീനിന് 18 എന്ന് നമ്പറിടാവുന്നതാണ്.

പഞ്ചാഗ്നി എന്ന സിനിമയ്ക്കുവേണ്ടി ശ്രീ എം.ടി. വാസുദേവൻനായർ രചിച്ച തിരക്കഥയിൽനിന്ന്

സീൻ 65 പൊലീസ് സ്റ്റേഷൻ Exterior.

ദുഃഖിതനാണ് റഷീദ്. അയാളും ഇന്ദിരയും സ്റ്റേഷൻ കോലായിൽ കയറുന്നു. ഇന്ദിര അയാളെ നോക്കി അകത്തുകയറുന്നു. റഷീദ് പുറത്തു നിൽക്കുകയാണ്.

സീൻ 65A പൊലീസ് സ്റ്റേഷൻ Interior.

ഇന്ദിര ഇൻസ്പെക്ടറുടെ മുമ്പിൽനിന്ന് ഒപ്പിട്ട് കഴിഞ്ഞ് എഴുന്നേറ്റപ്പോൾ.

ഇൻസ്പെക്ടർ: സിറ്റ് ഡൗൺ... അവളിരിക്കുന്നു.

ഇവിടെ പൊലീസ് സ്റ്റേഷൻ എന്ന സ്ഥലത്തിന്റെ എക്സ്റ്റീരിയറിൽ നടക്കുന്ന കാര്യങ്ങളേയും ഇന്റീരിയറിൽ നടക്കുന്ന കാര്യങ്ങളേയും വേർതിരിച്ച് കാണിക്കുവാനാണ് സീൻ നമ്പറുകളെ 65, 65A എന്നിങ്ങനെ ക്രമീകരിച്ചിട്ടുള്ളത്.

ഇതേ തിരക്കഥയുടെ മറ്റൊരു ഭാഗത്ത് സീൻ നമ്പറുകൾ കൊടുത്തിരിക്കുന്നതിപ്രകാരമാണ്.

സീൻ 68 ശാരദയുടെ വീട് Ext.

സീൻ 68A ശാരദയുടെ വീട്. സ്വീകരണമുറി.

സീൻ 68B അവറാച്ചന്റെ വീട്. മുറ്റം

സീൻ 68C ശാരദയുടെ വീട്. കോവണി Int.

സീൻ 68D അവറാച്ചന്റെ വീട്.

സീൻ 68E ശാരദയുടെ വീട്. മുകളിലെ റൂം.

സീൻ 68F അവറാച്ചന്റെ വീട്. Ext.

സീൻ 68G ശാരദയുടെ വീട്. മുകളിലെ മുറി.

സീൻ 68H ശാരദയുടെ വീട്. മുകളിലെ മുറി.

സീൻ 68I അവറാച്ചന്റെ വീട്.

സീൻ 68J ശാരദയുടെ വീട്. മുകളിലെ റൂം.

സീൻ 68K അവറാച്ചന്റെ വീട്.

സീൻ 68L ശാരദയുടെ വീട്. ഹാൾ.

സീൻ 68M ശാരദയുടെ വീട്. Ext.

സീൻ 68N ശാരദയുടെ വീട്. ഹാൾ.

സീൻ 69 പൊലീസ് സ്റ്റേഷൻ പരിസരം

സീൻ 68, 68A എന്നിവയിലും സീൻ 68L, 68M, 68 N എന്നിവയിലും ശാരദയുടെ വീടിന്റെ ഇന്റീരിയർ-എക്സ്റ്റീരിയർ വ്യത്യാസങ്ങളെ കാണിക്കുവാനാണ് ഇത്തരം നമ്പറിങ്ങ് രീതി ഉപയോഗിച്ചിട്ടുള്ളത്. സീൻ 68G, 68H എന്നിവയിൽ സ്ഥലം ശാരദയുടെ വീടിന്റെ മുകളിലെ മുറിതന്നെയാണ്. ഇവിടെ ആക്ഷനുകൾ വ്യത്യസ്തമാണ്. മറ്റു സീൻ നമ്പറുകൾ പരിശോധിച്ചാൽ ശാരദയുടെ വീടും അവറാച്ചന്റെ വീടും തമ്മിൽ വേർതിരിച്ചു കാണിക്കുവാനാണീ നമ്പറിങ്ങ് രീതി ഉപയോഗിച്ചിരിക്കുന്നതെന്നു കാണാം. സീൻ നമ്പർ 69ലെത്തുമ്പോൾ ശാരദയുടെ വീടും അവറാച്ചന്റെ വീടും വിട്ട് പൊലീസ് സ്റ്റേഷൻ പരിസരം എന്ന തികച്ചും വ്യത്യസ്തമായ സ്ഥലത്തെ സംഭവങ്ങളിലേക്കെത്തിച്ചേരുന്നു.

നമ്പറിങ്ങ് രീതിക്ക് വ്യക്തമായ നിയമങ്ങളില്ല. ഏതു രീതിയിൽ നമ്പറിങ്ങ് നിർവ്വഹിച്ചാലും അത് ചിത്രീകരണത്തെ എളുപ്പമാക്കിത്തീർക്കുക എന്ന ഉദ്ദേശ്യത്തോടെയായിരിക്കണം.

- തിരക്കഥയ്ക്ക് വേണ്ടി എഴുതപ്പെടുന്ന വാചകങ്ങളുടെ ഘടനാപരമായ പ്രത്യേകതകളെന്തെല്ലാം?

തിരക്കഥയ്ക്ക് വേണ്ടിയെഴുതപ്പെടുന്ന വാചകങ്ങൾക്ക് ചില പ്രത്യേക ഘടനകളും ശൈലികളുമൊക്കെയുണ്ട്. ഉദാഹരണങ്ങൾ നോക്കുക.

ചുമർ ചാരി അവശസ്ഥിതിയിലിരിക്കുന്ന ഇന്ദിര.

സെല്ലുകളുടെ മുറ്റത്ത് ജോലി ചെയ്യുന്ന സ്ത്രീകൾ.

നഗരമാവാൻ വെമ്പുന്ന ഒരു നാട്ടിൻപുറം.

(ശ്രീ. എം.ടി. വാസുദേവൻനായരുടെ പഞ്ചാഗ്നിയിൽനിന്ന്)

ഒന്നുരണ്ടു പെൺകുട്ടികളേയുംകൂട്ടി തിരക്കിലൂടെ നടന്നുവരുന്ന ആലീസ്.

(ശ്രീ പത്മരാജന്റെ കൂടെവിടെയിൽനിന്ന്)

വളവ് തിരിഞ്ഞുവരുന്ന വാൻ (ശ്രീ. ജോൺ എബ്രഹാം കുട്ടികളുടെ സിനിമയ്ക്കുവേണ്ടി രചിച്ച തിരക്കഥ)

ഈ വാചകങ്ങളിലെല്ലാം കർത്താവ് (Subject) അവസാനത്തിലാണ്. കർത്താവിനെ വാചകത്തിന്റെ അവസാനത്തിൽ ഘടിപ്പിക്കുവാൻ കാരണമെന്ത്? രസകരമായ ചില വസ്തുതകൾ പരിശോധിക്കാം. ചിത്രകാരന്മാർ തങ്ങളുടെ പെയിന്റിങ്ങുകൾക്ക് നൽകാറുള്ള പേരുകൾ ശ്രദ്ധിക്കൂ... "വീണ മീട്ടുന്ന തരുണി", "ജാലകത്തിലൂടെ പുറത്തേക്ക് നോക്കുന്ന പെൺകുട്ടി". തരുണി വീണ മീട്ടുകയാണ് എന്നോ പെൺകുട്ടി ജാലകത്തിലൂടെ പുറത്തേക്ക് നോക്കുകയാണ് എന്നോ എഴുതുന്നത് കഥകളിൽ കണ്ടുവരുന്ന ആഖ്യാനഘടനയാണ്. ദൃശ്യം എന്താണ് എന്ന ചോദ്യത്തിന്റെ ഉത്തരമായാണ് തലക്കെട്ടുകൾ രൂപപ്പെടുന്നത്. ഇനി സിനിമയിലേക്ക് വരാം. സ്ക്രീനിൽ കാണപ്പെടേണ്ട ഷോട്ട് എന്താണെന്ന ചോദ്യത്തിന്റെ ഉത്തരമാണ് തിരക്കഥാകൃത്ത് എഴുതിവയ്ക്കുന്നത്. "ചുമർ ചാരി അവശസ്ഥിതിയിലിരിക്കുന്ന ഇന്ദിര", "സെല്ലുകളുടെ മുറ്റത്ത് ജോലി ചെയ്യുന്ന സ്ത്രീകൾ", "വളവ് തിരിഞ്ഞുവരുന്ന വാൻ" തുടങ്ങി കർത്താവിനെ അവസാനം പ്രയോഗിക്കുന്ന വാചകങ്ങളുടെ പൊരുളിതാണ്. "ഇന്ദിര ചുമർ ചാരി അവശസ്ഥിതിയിലിരിക്കുന്നു", "സ്ത്രീകൾ സെല്ലുകളുടെ മുറ്റത്ത് ജോലി ചെയ്യുന്നു", "വാൻ ഒരു വളവ് തിരിഞ്ഞുവരുന്നു" എന്നിങ്ങനെ തിരക്കഥയിൽ എഴുതുന്നതിന് വിരോധമൊന്നുമില്ല. എങ്കിലും കർത്താവിനെ അവസാനം പ്രയോഗിക്കുന്ന തരത്തിലുള്ള വാചകങ്ങൾ തിരക്കഥയിൽ മേൽക്കോയ്മ നേടുന്നതായി കാണാൻ കഴിയും.

ദൈർഘ്യമേറിയ വാചകങ്ങൾ തിരക്കഥയിൽ കഴിയുന്നതും ഒഴിവാക്കുന്നതാണ് നല്ലത്. ഷോട്ടുകളുടെ ഒന്നിനു പുറകെയുള്ള പ്രയാണത്തിലൂടെ ഇതൾ വിടർത്തുന്ന അനുഭവമാണല്ലോ സിനിമ. ദൈർഘ്യമേറിയ വാചകങ്ങൾ ഷോട്ടുകളുടെ ഈ ഒഴുക്കിന് വിഘാതമാകുവാനാണ് സാധ്യത.

ഉദാഹരണം നോക്കുക. ആലീസ് അവിടേക്ക് നോക്കി. ആളെ തിരിച്ചറിഞ്ഞതുപോലെ അവിടേക്ക്. അവിടെ ഗെയ്റ്റിനടുത്തായി ഹെഡ്മിസ്ട്രസ് സൂസനും മറ്റും (കൂടെവിടെ, പത്മരാജൻ)

ആളെ തിരിച്ചറിഞ്ഞതുപോലെ അവൾ അവിടേക്ക് നടന്നു. അവിടെ ഗെയ്റ്റിനടുത്തായി ഹെഡ്മിസ്ട്രസ് സൂസനും മറ്റും നിൽക്കുന്നുണ്ട്. ഇങ്ങനെ താരതമ്യേന ദൈർഘ്യമുള്ള വാചകങ്ങൾ തിരക്കഥയിലെഴുതണമെന്നില്ല.

മറ്റൊരുദാഹരണം. (പത്മരാജന്റെതന്നെ നവംബറിന്റെ നഷ്ടം എന്ന തിരക്കഥയിൽനിന്നും)

പുഷ്പങ്ങളുടെ ഒരു മേള. ഫ്രെയിം നിറയെ പൂക്കൾ. ഒരു നെടുനീളൻ പാത. അതു നിറയെ വിവിധ വർണത്തിലുള്ള പൂക്കൾ...

വാചകങ്ങളുടെ നീളത്തെ ഇതുപോലെ കാച്ചിക്കുറുക്കുന്ന പത്മരാജൻ ശൈലി എല്ലാവരും സ്വീകരിച്ചുകൊള്ളണമെന്നില്ല. ദൈർഘ്യമുള്ള വാചകങ്ങളിലൂടെ തിരക്കഥ രചിക്കുന്ന ശ്രീ. എം.ടി. ഇക്കാര്യത്തിൽ 'പത്മ

രാജൻ സ്കൂളിന്റെ' വിപരീത പാതയിലൂടെയാണ് സഞ്ചരിക്കുന്നതെന്ന് കാണാൻ കഴിയും.

ഉദാഹരണം നോക്കുക. പ്രഭാതത്തിന്റെ ആദ്യകിരണങ്ങൾ പതിയുമ്പോൾ, രാത്രി ചേക്കേറിയ പക്ഷികൾ ഗ്രാമത്തിലെ ആൽമരത്തിൽനിന്ന് പല വഴിക്കായ് പാഞ്ഞുപോകുന്നു.

(ആൾക്കൂട്ടത്തിൽ തനിയെ, ആരംഭ വാചകം)

മറ്റൊരുദാഹരണം. പെട്രോമാക്സിന്റെ വെളിച്ചമുള്ള മുറ്റത്ത് ഇറങ്ങിയ രാജൻ ഒരു കസേരയിലിരുന്നു വലിച്ചു നീക്കിയ മറ്റൊരു കസേരയിൽ കാൽ വെച്ച് ഇരിക്കുന്നു.

(ആൾക്കൂട്ടത്തിൽ തനിയെ, സീൻ ഇരുപത്തിനാല്)

വിദഗ്ധനായ ഒരു സംവിധായകന് ദൈർഘ്യം കുറഞ്ഞതോ കൂടിയതോ ആയ തിരക്കഥാവാചകങ്ങളെ ഫലപ്രദമായ ഷോട്ടുകളാക്കി മാറ്റുവാൻ കഴിയും.

- ഒരു സീൻ എഴുതുമ്പോൾ ആ സീനിലുള്ള എല്ലാ വസ്തുക്കളെയും കുറിച്ചെഴുതണോ? ഉദാഹരണത്തിന് ഒരു ഓഫീസിനെ സംബന്ധിക്കുന്ന സീനാണെങ്കിൽ മേശമേലുള്ള ഫയലുകളുടെ എണ്ണം, ക്ലിപ്പുകളുടെ എണ്ണം എന്നിങ്ങനെ?

ഒരു സീൻ എഴുതുമ്പോൾ പശ്ചാത്തലത്തിലുള്ള എല്ലാ വസ്തുക്കളേയും കുറിച്ച് എപ്പോഴും വിശദമായി എഴുതണമെന്നില്ല. എന്നാൽ കഥാസന്ദർഭം ആവശ്യപ്പെടുന്നുണ്ടെങ്കിൽ, അതിനനുസരിച്ച് കാര്യങ്ങൾ വ്യക്തമാക്കുകയും വേണം.

ഒരു ഓഫീസ്:

പ്യൂൺ രണ്ട് ഫയലുകൾ മേശപ്പുറത്ത് കൊണ്ടുവന്നുവയ്ക്കുന്നു.

പ്യൂൺ (ഓഫീസറോട്): സാർ ആവശ്യപ്പെട്ട രണ്ട് ഫയലുകളും ഇതാ...

ഓഫീസർ അതിൽനിന്നും ഒരെണ്ണം എടുത്ത് മറിച്ചുനോക്കുന്നു.

ഇവിടെ ഓഫീസ് മേശയിന്മേൽ രണ്ട് ഫയലുകൾ പ്യൂണിനാൽ കൊണ്ടുവയ്ക്കപ്പെടുകയാണ്. ഓഫീസർ ആവശ്യപ്പെട്ടത് ചില പ്രത്യേക കാര്യങ്ങളെ പരാമർശിക്കുന്ന രണ്ട് ഫയലുകളാവാം. രണ്ട് ഫയലുകൾ എന്ന ആശയത്തിന് ഇവിടെ പ്രസക്തി കൈവരുന്നു. എന്നാൽ ഒരു ഓഫീസിനെ സാമാന്യമായി തിരക്കഥാകൃത്ത് അവതരിപ്പിക്കുകയാണെങ്കിൽ 'ഏഴു ഫയലുകൾ', 'മുപ്പത്തിരണ്ട് ക്ലിപ്പുകൾ', 'നാലു പേനകൾ...' എന്നിവ മേശപ്പുറത്തിരിക്കുന്നു എന്ന് വിശദമായി എഴുതുന്നതിന് പ്രസക്തിയില്ല.

ഒരു ഓഫീസിനെക്കുറിച്ച് തിരക്കഥയിലെഴുതപ്പെടുന്ന 'ശരാശരി വിവരണം' ഇങ്ങനെയാകാം.

സീൻ: 10

ഗവണ്മെന്റ് ഓഫീസ്

Interior കാലത്ത്

സീറ്റുകളിലിരുന്ന് തങ്ങളുടെ ജോലികൾ ചെയ്യുന്ന ഗുമസ്തന്മാർ. ഭിത്തിയിന്മേൽ കലണ്ടർ, ക്ലോക്ക് മുതലായവ. ഗുമസ്തന്മാരിൽനിന്ന് അല്പം മാറിയിരിക്കുന്ന ഓഫീസർ. അദ്ദേഹത്തിന്റെ മേശമേൽ ഏതാനും ഫയലുകൾ, ക്ലിപ്പുകൾ, പിന്നുകൾ, പെൻ സ്റ്റാന്റിൽ നാലഞ്ചു പേനകൾ മുതലായവ...

സാഹചര്യം പ്രത്യേകം ആവശ്യപ്പെടുന്നില്ലെങ്കിൽ പശ്ചാത്തല വിവരണം ഇത്തരത്തിൽ സാമാന്യ രൂപേണ ആയാൽ മതിയാകുന്നതാണ്.

- ഒരു കഥാപാത്രത്തെ തിരക്കഥയിൽ ആദ്യമായവതരിപ്പിക്കുമ്പോൾ പ്രായം, വേഷം തുടങ്ങിയ കാര്യങ്ങളെ വിശദമാക്കേണ്ടതുണ്ടോ?

തിരക്കഥയിൽ ഒരു കഥാപാത്രത്തെ ആദ്യമായി അവതരിപ്പിക്കുമ്പോൾ ആ കഥാപാത്രത്തിന്റെ പ്രായം, വേഷം എന്നിവ എഴുതിവെയ്ക്കുകയെന്നത് പതിവാണ്. ചില തിരക്കഥാകൃത്തുക്കൾ കഥാപാത്രത്തിന്റെ അടിസ്ഥാന സ്വഭാവത്തെയും വെളിപ്പെടുത്തിയെന്നു വരാം. കഥാപാത്രത്തിന്റെ പ്രവൃത്തികളും ഭാവഹാവാദികളും ക്രമേണ ഇതൾവിരിയുമെങ്കിലും തുടക്കത്തിൽത്തന്നെയുള്ള ഇത്തരം വെളിപ്പെടുത്തലുകൾ കഥാപാത്രത്തെ മനസ്സിലാക്കുവാൻ വളരെയധികം സഹായിക്കുന്നുണ്ട്. ചില ഉദാഹരണങ്ങൾ നോക്കുക.

ഒന്നുരണ്ട് പെൺകുട്ടികളേയുംകൂട്ടി തിരക്കിലൂടെ നടന്നുവരുന്ന ആലീസ്. അവർ ആ സ്കൂളിലെ ടീച്ചറാണ്. 21–22 വയസ്സുള്ള ചുറുചുറുക്കുള്ള പെൺകുട്ടി. ചുണ്ടിലെപ്പോഴും വാടാത്ത ഒരു മന്ദഹാസം. (ചിത്രം കൂടെവിടെ? തിരക്കഥ, സംഭാഷണം: പത്മരാജൻ)

'പഞ്ചാഗ്നി' എന്ന പ്രശസ്തമായ ചിത്രത്തിന് വേണ്ടി എം.ടി. എഴുതിയ തിരക്കഥയിൽ നിന്നുമൊരുദാഹരണം. നോക്കൂ. നായികയായ ഇന്ദിരയെ (ഗീത അവതരിപ്പിച്ച കഥാപാത്രം) എം.ടി. അവതരിപ്പിച്ചിരിക്കുന്നതിങ്ങനെയാണ്.

....ചുമർ ചാരി, അവശസ്ഥിതിയിലിരിക്കുന്ന ഇന്ദിര. പ്രായം 27–28.

(ജയിലിൽ നിരാഹാരമനുഷ്ഠിച്ച ഇന്ദിരയെക്കുറിച്ച്)

ഇനിയും ചില ഉദാഹരണങ്ങൾ നോക്കൂ..

ജയിൽ കെട്ടിടത്തിന്റെ ഓഫീസ് ബ്ലോക്കിൽ മുകളിൽ സൂപ്രണ്ടിന്റെ മുറി.

അമ്പതു കഴിഞ്ഞ സൂപ്രണ്ട്. അദ്ദേഹം ഏതോ ഒരു കടലാസിൽ ഒപ്പിട്ട് നിവർന്നപ്പോൾ മുമ്പിലെത്തിയ സ്ത്രീകളുടെ മേട്രൻ (നാല്പത്തഞ്ചുകാരി) സല്യൂട്ട് ചെയ്യുന്നു.

ശേഖരേട്ടനെന്ന കഥാപാത്രത്തെ അവതരിപ്പിക്കുന്നതിങ്ങനെയാണ്.

.... അപ്പോൾ അകത്തുനിന്നും വന്ന ശേഖരേട്ടൻ. പ്രായം 60നടുത്ത്. കീറിയ ഷർട്ട്, ഖദർ മുണ്ട്.

കഥാപാത്രങ്ങളെ ആദ്യമായി ഒരു തിരക്കഥയിലവതരിപ്പിക്കുമ്പോൾ പ്രായം, വേഷം എന്നിവയൊക്കെ വെളിപ്പെടുത്തുന്നത് കഥാപാത്രത്തിലേക്ക് പെട്ടെന്നിറങ്ങിച്ചെല്ലുവാൻ സംവിധായകനെ പര്യാപ്തമാക്കുന്നു. ഇത് തിരക്കഥാകൃത്തുക്കൾ സ്ഥിരമായി അവലംബിച്ച് വരാറുള്ള ഒരു രീതിയാണ്.

- തിരക്കഥയില്ലാതെ സിനിമ ചിത്രീകരിക്കുവാൻ കഴിയുമോ?

യുക്തിപൂർവ്വമായ ഒരുത്തരം ആണാവശ്യമെങ്കിൽ, കഴിയും. എഴുതി പൂർത്തീകരിച്ച തിരക്കഥയില്ലാതെ, ചിത്രീകരിക്കേണ്ട രംഗങ്ങളെക്കുറിച്ചുള്ള രൂപരേഖ മാത്രം വച്ചുകൊണ്ട് സിനിമയെടുക്കുവാൻ കഴിയും. ഈ രീതി ഏറെ ക്ലേശകരമാണെങ്കിലും ലോകസിനിമയിൽ ഇതിനുദാഹരണങ്ങൾ കണ്ടെത്താൻ കഴിയുന്നതാണ്. വിശ്വചലച്ചിത്രകാരന്മാരിൽ ഫെല്ലിനി, ഗ്രിഫിത്ത്, ബർഗ്മാൻ തുടങ്ങിയവർ വിശദമായ തിരക്കഥയില്ലാതെ ചിത്രങ്ങളെടുത്തിട്ടുള്ളവരാണ്. ലൂമിയർ സഹോദരന്മാരുടെ ആദ്യ സിനിമയ്ക്ക് തിരക്കഥയുണ്ടായിരുന്നില്ലെന്നത് ശ്രദ്ധേയമാണ്. എടുക്കാനുള്ള ഷോട്ടുകളുടെ വിവരണങ്ങളടങ്ങിയ ഒരു തുണ്ട് കടലാസ് പോക്കറ്റിലിട്ടാണ് ജോൺ അബ്രഹാം ഷൂട്ടിങ്ങ് ആരംഭിച്ചിരുന്നത്. റെന്വാർ എന്ന ചലച്ചിത്രകാരനാകട്ടെ രണ്ടു രീതിയിലും ചിത്രങ്ങളെടുത്തിട്ടുണ്ട്. അതായത് ചിട്ടപ്പെടുത്തിയ തിരക്കഥ ഉപയോഗിച്ചും അതിനെ ഒഴിവാക്കിയും. വിശദമായ തിരക്കഥയെ വളരെയധികം ആശ്രയിച്ചിട്ടുള്ളവരാണ് ഐസൻസ്റ്റീൻ, ഹിച്ച്കോക്ക്, സത്യജിത്ത് റേ, അടൂർ ഗോപാലകൃഷ്ണൻ എന്നിവർ. പക്ഷേ റേയുടെ ആദ്യചിത്രമായ പഥേർ പാഞ്ചാലിക്ക് തിരക്കഥ ഉണ്ടായിരുന്നില്ലെന്നതാണ് വാസ്തവം. ഇവിടെ ചില കാര്യങ്ങൾ ചിന്തനീയമാണ്. ചില ചലച്ചിത്രകാരന്മാർക്ക് തിരക്കഥയില്ലാതെ സിനിമയെ സാക്ഷാത്കരിക്കുവാൻ കഴിഞ്ഞു എന്നുവച്ച് എല്ലാവർക്കും ഇത് സാധ്യമാകണമെന്നുണ്ടോ? ചിത്രീകരണം തുടങ്ങുമ്പോൾ മനസ്സിൽ സ്വരൂപിച്ച ആശയങ്ങളെ രൂപാന്തരങ്ങൾക്ക് വിധേയമാക്കിയാണ് പലപ്പോഴും ചലച്ചിത്രകാരന്മാർ തിരക്കഥയില്ലാത്ത സിനിമയെടുക്കലിനെ പ്രാവർത്തികമാക്കിയിട്ടുള്ളത്. ചിത്രീകരണവും അതിന്റെ വികാസപരിണാമങ്ങളും പലപ്പോഴും പരീക്ഷണാത്മക തലങ്ങളിലൂടെയാണ് കടന്നുപോയിരുന്നത്. തുടക്കത്തിൽ വിഭാവനം ചെയ്ത സിനിമയിൽനിന്നും പൂർത്തീകരിക്കപ്പെട്ട സിനിമ ഒരുപക്ഷേ ഏറെ വ്യത്യസ്തമായെന്നും വരാം. തിരക്കഥയില്ലാതെ സിനിമയെടുക്കുന്നത് ഈ കാലഘട്ടത്തിൽ അത്രയൊന്നും പ്രായോഗികമല്ലെന്ന് മനസ്സിലാക്കുവാൻ വിഷമമില്ല. ഷൂട്ടിങ്ങിന്റെ ഓരോ മണിക്കൂറിനും പതിനായിരങ്ങളുടെയോ ലക്ഷങ്ങളുടെയോ

വിലയുള്ളപ്പോൾ തിരക്കഥയെന്ന 'പ്ലാൻ' ഇല്ലാതെ ഷൂട്ടിങ്ങിനെ സമീപിച്ചാൽ എന്താകും ഫലം? ബുദ്ധിമുട്ടുകളും സാമ്പത്തിക നഷ്ടവും പല തരത്തിലുള്ള കൺഫ്യൂഷനുകളുമാണുണ്ടാവുക. പ്രഗത്ഭമതികളായ ചിലർ തിരക്കഥയില്ലാതെയും സിനിമയെടുത്തിട്ടുണ്ടെന്നുവച്ച് ഈ കാല ഘട്ടത്തിൽ തിരക്കഥയില്ലാതെ സിനിമ ചിത്രീകരിക്കുവാൻ തുനിയുന്നത് ബുദ്ധിപൂർവ്വമായിരിക്കുകയില്ല.

- വിശദമായ തിരക്കഥ തയ്യാറാക്കിയതിനുശേഷം ചിത്രീകരണം തുട ങ്ങുന്നതിന്റെ നേട്ടങ്ങളെന്തെല്ലാമാണ്?

വിശദമായ തിരക്കഥയില്ലാതെ ഷൂട്ടിങ്ങിനെ സമീപിച്ചാൽ അതു പ്രൊഡ്യൂസർക്ക് വൻബാധ്യത വരുത്തിത്തീർക്കുവാൻ സാധ്യതയുണ്ട്. ഷൂട്ടിങ്ങിന്റെ മൊത്തം പ്ലാനിങ്ങ് നടക്കുന്നത് തിരക്കഥയെ അടിസ്ഥാനമാക്കിയാണെന്ന് പറയാവുന്നതാണ്. അതിനാൽത്തന്നെ പ്രായോഗികമായി പറയുകയാണെങ്കിൽ വിശദമായ തിരക്കഥ തയ്യാറാക്കിയിട്ടേ ഷൂട്ടിങ്ങ് തുടങ്ങാവൂ.

ഒരു സൂപ്പർ സ്റ്റാർ. അദ്ദേഹത്തിന്റെ സീനുകൾ ചിത്രീകരിച്ചുകഴിഞ്ഞുവെന്നു കരുതി ഡയറക്ടർ അദ്ദേഹത്തെ പറഞ്ഞയയ്ക്കുന്നു. വിശദമായ തിരക്കഥ തയ്യാറാക്കാതെയായിരുന്നു ഷൂട്ടിങ്ങ് ആരംഭിച്ചിരുന്നത്. അദ്ദേഹത്തിന്റെ സീനുകൾ മുഴുവനും എടുത്തു കഴിഞ്ഞിട്ടില്ലെന്ന് പിന്നീട് മനസ്സിലാക്കുന്നു. സംവിധായകൻ ആ നടനെ തിരിച്ചുവിളിക്കുന്നു. വിട്ടുപോയ സീനുകൾ ഷൂട്ട് ചെയ്യുന്നു. ഇതിന്റെ ബുദ്ധിമുട്ടിനെപ്പറ്റിയും സാമ്പത്തിക വശത്തെപ്പറ്റിയും ചിന്തിച്ചുനോക്കൂ...

ഒരു പള്ളിയുടെയോ അമ്പലത്തിന്റെയോ സെറ്റിട്ടിട്ടുണ്ടെന്ന് കരുതുക. കുറെ സീനുകൾ ഇവിടെ ചിത്രീകരിച്ചിട്ട് സെറ്റ് പൊളിച്ചുമാറ്റേണ്ടിവരുന്നു. പിന്നീടാണബദ്ധം മനസ്സിലാകുന്നത്. ഇവിടെ ചിത്രീകരിക്കേണ്ടിയിരുന്ന മുഴുവൻ സീനുകളും ചിത്രീകരിച്ചിട്ടില്ലെന്ന്. അപൂർണമായ തിരക്കഥയെ ആശ്രയിച്ചതിനാലാണ് ഇങ്ങനെ സംഭവിച്ചതെങ്കിൽ?

വിമാനത്താവളം, റെയിൽവേ സ്റ്റേഷൻ തുടങ്ങിയവയെ സിനിമയിൽ ചിത്രീകരിക്കുന്നത് അവയെ വാടകയ്ക്കെടുത്തിട്ടാണല്ലോ. ഇതിനു നല്ല ചെലവ് വരുമെന്ന് ഏവർക്കുമറിയാവുന്നതാണ്. കുറെ ഭാഗങ്ങൾ ഷൂട്ട് ചെയ്തതിനുശേഷം വിമാനത്താവളമോ റെയിൽവേ സ്റ്റേഷനോ വിട്ടുകൊടുത്തു എന്നു കരുതുക. ഇത് വിശദമായ സ്ക്രിപ്റ്റിന്റെ അഭാവത്താൽ സംഭവിച്ചതാണെന്ന് സങ്കല്പിക്കൂ. വിമാനത്താവളവും റെയിൽവേ സ്റ്റേഷനും വീണ്ടും വാടകയ്ക്കെടുത്തു ചിത്രീകരിക്കേണ്ടിവരുമ്പോഴുള്ള ബുദ്ധിമുട്ടും പണച്ചെലവും ഭീമമായിരിക്കും.

മുകളിൽപ്പറഞ്ഞ ഉദാഹരണങ്ങളെല്ലാം വിരൽചൂണ്ടുന്നത് വിശദവും പൂർണവുമായ തിരക്കഥ ചമച്ചുണ്ടാക്കിയിട്ടേ ഷൂട്ടിങ്ങിനെ സമീപിക്കാവൂ എന്നതിലേക്കാണ്.

- സംഘർഷഭരിതമായ രംഗങ്ങൾക്കുശേഷം പ്രേക്ഷകന്റെ പിരിമുറുക്കം കുറയ്ക്കുവാൻ തിരക്കഥാകൃത്തുക്കൾ അവലംബിക്കാറുള്ള 'ടെക്നിക്' എന്താണ്?

ഒരു ചാരൻ ശത്രുപാളയത്തിൽ തന്ത്രപൂർവ്വം കടന്നുചെന്ന് ചില സുപ്രധാന രേഖകൾ കൈയടക്കുവാൻ ശ്രമിക്കുകയാണ്. 'സൂചി നിലത്തുവീണാൽ കേൾക്കാവുന്ന' നിശ്ശബ്ദത. പെട്ടെന്നൊരു 'പരപരാ' ശബ്ദം! ശത്രു സമീപത്തെത്തിയെന്ന് പേടിക്കുന്ന ചാരൻ. പക്ഷേ ആരെയും കാണാനില്ലതാനും. ഉൽക്കണ്ഠ മുറ്റിനിൽക്കുന്ന നിമിഷങ്ങൾ. പെട്ടെന്നതാ തറയിലൂടെ ഒരെലിയോടുന്നു! തിയേറ്ററിൽ ചിരി പടരുന്നു! ഒരു കാലഘട്ടത്തിൽ ഇറങ്ങിയിരുന്ന ഇംഗ്ലീഷ് ചിത്രങ്ങളിൽ ഇത്തരം രംഗങ്ങൾ ധാരാളം കാണാൻ കഴിഞ്ഞിരുന്നു. പിരിമുറുക്കമുളവാക്കുന്ന രംഗങ്ങൾക്ക് ശേഷം പ്രേക്ഷകന്റെ വലിഞ്ഞുമുറുകിയ സിരകളെ ലാഘവത്തിലാക്കാൻ വേണ്ടി തിരക്കഥാകൃത്ത്/സംവിധായകൻ അവലംബിക്കുന്ന ഒരു ടെക്നിക് ആണ് വാസ്തവത്തിൽ ഇത്.

ഏറെ ജനപ്രീതി നേടിയ ഒരു ഫാസിൽ ചിത്രം - എന്റെ മാമാട്ടിക്കുട്ടിയമ്മയ്ക്ക്. ഇതിൽനിന്നുമൊരു രംഗം - ഗോപിയും സംഗീതയും അവതരിപ്പിക്കുന്ന ദമ്പതികളായ കഥാപാത്രങ്ങൾ ദത്തെടുത്ത കുട്ടിയെ വിട്ടുതരണമെന്ന് ഗോപിയുടെ കഥാപാത്രത്തോടാവശ്യപ്പെടുന്ന മോഹൻലാലിന്റെ കഥാപാത്രം. ഗോപിയുടെ കഥാപാത്രം വിട്ടുകൊടുക്കുന്നുമില്ല!

തർക്കം മുറുകുന്നു. പ്രേക്ഷകർ പിരിമുറുക്കത്തിലാവുന്നു. കുട്ടിയെ വിട്ടുകിട്ടുമോ ഇല്ലയോ?

പ്രേക്ഷകരുടെ പിരിമുറുക്കം കൂടിവരുമ്പോൾ പെട്ടെന്നതാ ഒരു ഫോൺകാൾ - ഗോപിയുടെ കഥാപാത്രം ഫോൺ അറ്റന്റു ചെയ്യുന്നു. പ്രേക്ഷകന്റെ പിരിമുറുക്കം അഴയുന്നു.

'എന്നും എപ്പോഴും' എന്ന സത്യൻ അന്തിക്കാട് ചിത്രത്തിൽ കൺസ്ട്രക്ഷൻ കമ്പനിക്കെതിരെ കേസ് വാദിക്കുന്ന മഞ്ജുവാര്യരുടെ വക്കീൽ കഥാപാത്രം കമ്പനി സി.ഇ.ഒയിൽ നിന്നും ഭീഷണി നേരിടുന്നു. മഞ്ജുവിന്റെ കഥാപാത്രത്തെ ഭീഷണിപ്പെടുത്തിയതിനുശേഷം പെട്ടെന്നു തന്റെ കാറിൽ അദ്ദേഹം കയറി യാത്രയാകുന്നു. അദ്ദേഹത്തിന്റെ ശിങ്കിടിക്ക് പെട്ടെന്ന് കാറിൽ കയറാനാകുന്നില്ല. 'ബോസ്, ഞാൻ കയറിയില്ല' എന്നു പറഞ്ഞ് കാറിന്റെ പിന്നാലെ കൈകാലുകൾ തല്ലിയലച്ച് ഓടുന്ന അയാൾ.

പ്രേക്ഷകന്റെ പിരിമുറുക്കത്തെ കുറയ്ക്കാൻ തിരക്കഥാകൃത്തുക്കൾ/സംവിധായകർ ഇത്തരത്തിലുള്ള രംഗങ്ങളൊരുക്കാറുള്ളത് സാധാരണമാണ്.

- ‘ടൈംലോക്ക്’ (Time Lock) എന്ന രചനാസങ്കേതത്തെക്കുറിച്ച് പറയാമോ?

ഒരു കാര്യം നിശ്ചിത സമയത്തിനുള്ളിൽ നടക്കുമോ ഇല്ലയോ എന്ന രീതിയിൽ ഉദ്വേഗം സൃഷ്ടിക്കലാണിത്. സമയം എന്ന ഘടകംകൊണ്ട് കാഴ്ചക്കാരനെ ‘പൂട്ടിയിട്ട്’ സസ്പെൻസ് സൃഷ്ടിക്കപ്പെടുന്നു.

‘ദ ബ്രിഡ്ജ് ഓൺ ദ റിവർ ക്വായ്’ എന്ന ചിത്രത്തിന്റെ സസ്പെൻസ് സ്ഥിതി ചെയ്യുന്നത് ഒരു നിശ്ചിത തീയതിക്കുള്ളിൽ ഒരു പാലത്തിന്റെ പണി കഴിയുമോ, പണി കഴിയുന്ന മുറയ്ക്ക് അത് ശത്രുക്കളാൽ തകർക്കപ്പെടുമോ എന്നതിലെ ‘സംഘർഷം’ (Conflict) അഥവാ നാടകീയതയിലാണ്. ഇതു ടൈം ലോക്കിന് നല്ലൊരുദാഹരണമാണ്.

- കഥാപാത്രങ്ങളുടെ സ്വഭാവത്തിൽ സാമ്യങ്ങളും (Similarity) വൈരുദ്ധ്യങ്ങളും (contrasts) വേണമന്നു പറയുന്നതിന്റെ പൊരുൾ എന്താണ്?

സിബി മലയിലിന്റെ ‘ആകാശദൂത്’ എന്ന ചിത്രം. മുരളിയുടെയും മാധവിയുടെയും കഥാപാത്രങ്ങൾ അനാഥരായിരുന്നു. അവർ വിവാഹം കഴിക്കുന്നു. അവർക്കു കുഞ്ഞുങ്ങൾ ജനിക്കുന്നു. അവർക്കു ജനിക്കുന്ന കുഞ്ഞുങ്ങൾ തീർച്ചയായും അനാഥരല്ലല്ലൊ? എന്നാൽ അച്ഛൻ മരിക്കുകയും അമ്മ മാരകരോഗത്താൽ മരണാസന്നയാകുകയും ചെയ്തപ്പോൾ കുട്ടികൾ അനാഥരെപ്പോലെയാകുന്നു. ചിത്രത്തിന്റെ അന്ത്യത്തിൽ അവരെ ദത്തെടുക്കാൻ ചിലർ തയ്യാറാകുന്നതോടെ അനാഥത്വം സനാഥത്വത്തിന് വഴിമാറുന്നു.

മുരളിയുടെയും മാധവിയുടെയും കഥാപാത്രങ്ങൾ അനാഥരായിരുന്നുവെന്ന അവസ്ഥയുടെ വിരുദ്ധാവസ്ഥയാണല്ലോ അവർക്കു ജനിക്കുന്ന കുഞ്ഞുങ്ങൾ സനാഥരാണെന്നത്. ഈ രണ്ടാംഘട്ടത്തിന്റെ നേർവിപരീതമാണ് അവർക്കുണ്ടാകുന്ന അനാഥത്വത്തിന് തുല്യമായ അവസ്ഥ. ഈ മൂന്നാംഘട്ടത്തിന്റെ വിപരീതമാണ് ദത്തെടുക്കലിലൂടെ അവർക്കുണ്ടാകുന്ന സനാഥത്വം. മറ്റൊരു തരത്തിൽ പറഞ്ഞാൽ ഒന്നാംഘട്ടവും മൂന്നാംഘട്ടവും സദൃശമാണ്. (അനാഥത്വം) രണ്ടാംഘട്ടവും നാലാംഘട്ടവും സദൃശമാണ് (സനാഥത്വം). ഒന്നാംഘട്ടത്തിന്റെ വിപരീതമാണ് രണ്ടാംഘട്ടം. രണ്ടാംഘട്ടത്തിന്റെ വിപരീതമാണ് മൂന്നാംഘട്ടം. മൂന്നാംഘട്ടത്തിന്റെ വിപരീതമാണ് നാലാംഘട്ടം. ഏതൊരു സിനിമയിലും ഇത്തരത്തിലുള്ള സാദൃശ്യങ്ങളും വൈരുദ്ധ്യങ്ങളും സ്വാഭാവികമായും ഉണ്ടാകും. അവ വേണ്ടവിധത്തിൽ കണ്ണിചേർക്കപ്പെടുമ്പോഴേ നല്ല സിനിമ ജനിക്കുന്നുള്ളൂവെന്നു മാത്രം.

- മാക്രോ ഘടന (Macro Structure), മൈക്രോ ഘടന (Micro Structure) എന്നിവ എന്താണ്?

മാക്രോ എന്നാൽ വലുത്, മൈക്രോ എന്നാൽ സൂക്ഷ്മമായത്. സീനുകൾ തമ്മിലുള്ള കണ്ണിയിണക്കമാണ് ഒരു സിനിമയുടെ മാക്രോ ഘടന എങ്കിൽ, ഓരോ ഷോട്ടുകളെയും എങ്ങനെ അണിയിച്ചൊരുക്കുന്നു എന്നതാണ് മൈക്രോ ഘടന. ഗൗരവമേറിയ കാര്യങ്ങൾ പ്രതിപാദിക്കുന്ന ഒരു സീനിന് ശേഷം കോമഡി നിറഞ്ഞ ഒരു സീൻ. വേഗതയേറിയ എഡിറ്റിങ്ങ് ശൈലികൾ നിറഞ്ഞ ഒരു സീനിനുശേഷം വേഗത കുറഞ്ഞ എഡിറ്റിങ്ങ് ശൈലികളുള്ള ഒരു സീൻ. ചടുലമായ ക്യാമറാചലനങ്ങൾ നിറഞ്ഞ ഒരു സീനിനുശേഷം മന്ദമായ ക്യാമറാചലനങ്ങളോടുകൂടിയ ഒരു സീൻ - ഇവയെല്ലാം സീനുകൾ തമ്മിലുള്ള കണ്ണിയിണക്കവുമായി ബന്ധപ്പെട്ട കാര്യങ്ങളാണ്. ഒരു സിനിമയുടെ മാക്രോ ഘടനയുമായി ബന്ധപ്പെട്ടു കിടക്കുന്ന കാര്യങ്ങളാണവ. എന്നാൽ ഓരോ ഷോട്ടിനെയും അണിയിച്ചൊരുക്കുന്നവിധം - കോമ്പോസിഷൻ, ആംഗിൾ, ലൈറ്റിങ്ങ്, ക്യാമറാചലനം മുതലായവ - സിനിമയുടെ മൈക്രോഘടനയുമായി ബന്ധപ്പെട്ട് കിടക്കുന്നു.

- ക്ലൈമാക്സും (climax) ആന്റി ക്ലൈമാക്സും (Anti climax) എങ്ങനെ വ്യത്യാസപ്പെട്ടിരിക്കുന്നു?

സാധാരണയായി ഒരു സിനിമയുടെ അവസാന ഭാഗമാണ് ക്ലൈമാക്സ് ആയിത്തീരുന്നത്. ഈ അവസാനഭാഗത്ത് സസ്പെൻസ് വലിഞ്ഞുമുറുകുന്നു. നായികയെ വിവാഹം ചെയ്യുവാൻ നായകനുണ്ടായിരുന്ന തടസ്സം നീങ്ങുന്നു. അവർ തമ്മിൽ വിവാഹിതരാകുന്നു. അതുമല്ലെങ്കിൽ തന്റെ ഉറ്റവരെ കൊന്ന വില്ലനെ നായകൻ കൊന്നു പ്രതികാരം ചെയ്യുന്നു. ഇത്തരത്തിൽ 'പ്രശ്നങ്ങൾക്കൊക്കെ പരിഹാരം കാണുന്ന' അവസാനഭാഗമാണ് ക്ലൈമാക്സ്. എന്നാൽ എല്ലാ ചിത്രങ്ങളും ഇങ്ങനെ ക്ലൈമാക്സോടുകൂടി അവസാനിച്ചുകൊള്ളണമെന്നില്ല. ക്ലൈമാക്സിനു ശേഷമുള്ള സംഭവങ്ങളിലേക്ക് ചില ചിത്രങ്ങൾ വെളിച്ചം വീശാറുണ്ട്. 'കൊടുങ്കാറ്റിനുശേഷമുള്ള ശാന്തത' പോലെ അനുഭവപ്പെടുന്ന ഈ ഭാഗമാണ് ആന്റി ക്ലൈമാക്സ്.

ത്രൂഫോയുടെ 400 ബ്ലോസ് (400 blows) എന്ന ചിത്രത്തിന്റെ അവസാനത്തിൽ ആന്റോയ്ൻ ഡോയ്നെൽ എന്ന ആൺകുട്ടി ദുർഗുണ പരിഹാരശാലയിൽ നിന്നും രക്ഷപ്പെട്ട് കടൽത്തീരത്തുകൂടെ ഓടുകയാണ്. ക്യാമറ അവന്റെ മുഖത്തെ സൂം-ഇൻ ചെയ്തു കാണിച്ച് ഫ്രീസ് (freeze) ചെയ്യുന്നു. സിനിമയുടെ അവസാനഷോട്ട് ഇതാണ്. അവൻ പിടിക്കപ്പെട്ട് ദുർഗുണ പരിഹാരശാലയിൽ തിരിച്ചെത്തുമോ ഇല്ലയോ എന്നു വ്യക്തമാക്കപ്പെടുന്നില്ല. അതെല്ലാം പ്രേക്ഷകരുടെ ചിന്തയ്ക്ക് വിട്ടുകൊടുത്തിരിക്കുകയാണ്.

മൈക്കലാഞ്ചലോ അന്റോണിയോയുടെ ദ എക്ലിപ്സ് (the Eclipse) എന്ന ചിത്രത്തിലെ കമിതാക്കൾ അനുരഞ്ജനത്തിനായി അവസാനം

കണ്ടുമുട്ടാമെന്ന് പ്രതിജ്ഞയെടുക്കുന്നുണ്ടെങ്കിലും അങ്ങനെ സംഭവിക്കുന്നതേയില്ല. ചില മലയാള ചിത്രങ്ങളും ക്ലൈമാക്സിനുശേഷമുള്ള ആന്റി ക്ലൈമാക്സിൽ അവസാനിക്കുന്നുണ്ട്.

- ഒരു സിനിമയുടെ തിരക്കഥയിൽ ആകെ എത്ര സീനുകൾ ഉണ്ടാകും?

വ്യക്തമായ നിയമം ഇതിനില്ല. കൊച്ചു കൊച്ചു സീനുകളാണ് തിരക്കഥാകൃത്ത് ഒരുക്കുന്നതെങ്കിൽ മൊത്തം സീനുകളുടെ എണ്ണം കൂടും. ദൈർഘ്യമേറിയ സീനുകളാണ് രചിക്കപ്പെടുന്നതെങ്കിൽ ആകെ സീനുകളുടെ എണ്ണം കുറയും. ദൈർഘ്യമേറിയ സീനുകൾ രചിക്കണമോ ദൈർഘ്യം കുറഞ്ഞ സീനുകൾ രചിക്കണമോ എന്നത് കഥാസന്ദർഭത്തിനനുസരിച്ചും തിരക്കഥാകൃത്തിന്റെ വിവേചനബുദ്ധിക്കനുസരിച്ചും തീരുമാനിക്കപ്പെടുന്ന കാര്യമാണ്. സാധാരണയായി ഒരു ഫീച്ചർ ഫിലിമിൽ നൂറു മുതൽ ഇരുന്നൂറ് വരെ സീനുകളാണ് ഉണ്ടാകാറുള്ളത്.

- ഒരു പേജ് തിരക്കഥ സിനിമയാക്കപ്പെട്ടാൽ എത്ര ദൈർഘ്യമുണ്ടാകും?

കൃത്യമായ ഒരു സമയദൈർഘ്യം പറയാനാവില്ലെന്നതാണ് ശരി. മാത്രവുമല്ല, ഈ ചോദ്യം ഒരർത്ഥത്തിൽ അസംബന്ധവുമാണെന്നു പറയാം. എന്തുകൊണ്ടെന്നല്ലേ? ഒരുദാഹരണത്തിലൂടെ ഇതു വ്യക്തമാക്കാം. 'അയാൾ ഗേറ്റ് തുറന്നു വഴിയിലേക്കിറങ്ങി അല്പദൂരം നടന്ന്, കടയിലെത്തി' എന്ന് തിരക്കഥയിലെഴുതി വച്ചിട്ടുണ്ടെന്നു കരുതുക. അയാളുടെ നടത്തം ചിലപ്പോൾ പതിനഞ്ചു സെക്കന്റ് ആകാം സ്ക്രീനിൽ കാണിക്കുന്നത്. ചിലപ്പോഴിത് ഒരു മിനിറ്റോ രണ്ടു മിനിറ്റോ ആകാം. 'ചിന്തിച്ചിരിക്കുന്ന ശ്രീരഞ്ജിനി' എന്ന തിരക്കഥാവാചകത്തെ പരിശോധിക്കാം. ശ്രീരഞ്ജിനിയുടെ ചിന്തയെ സ്ക്രീനിൽ കാണിക്കുന്നത് ഇരുപത് സെക്കന്റോ, ഒരു മിനിറ്റോ, അതിൽ കൂടുതലോ ആകാം. തിരക്കഥയിലെ ഒരു വാചകം തന്നെ സിനിമയിൽ ദൈർഘ്യം കുറച്ചും കൂട്ടിയും കാണിക്കാമെന്നർത്ഥം.

- സ്ക്രിപ്റ്റ് ടൈമും (Script Time) സ്ക്രീൻ ടൈമും (Screen Time) തമ്മിലുള്ള റേഷ്യോ (Ratio) എന്നാലെന്ത്?

സ്ക്രിപ്റ്റിന്റെ ഒരു നിശ്ചിത ദൈർഘ്യവും സ്ക്രീനിൽ അത് ഫലപ്രദമായി സ്ഥാപിക്കുവാനെടുക്കുന്ന സമയവും തമ്മിലുള്ള അനുപാതമാണിത്. ഇത് താഴെപ്പറയുന്ന ഘടകങ്ങളെ ആശ്രയിച്ചിരിക്കുന്നു.

1. ലൊക്കേഷനുകളുടെ എണ്ണം

ഒരു സിനിമയിൽ കൂടുതൽ ലൊക്കേഷനുകൾ മാറി മാറി വരുന്നുണ്ടെങ്കിൽ പ്രേക്ഷകനിൽ അത് സ്ഥാപിച്ചെടുക്കുവാൻ കൂടുതൽ സമയമെടുക്കാം. പുതിയൊരു സ്ഥലം സ്ക്രീനിൽ കാണിക്കുമ്പോൾ അതിന്റെ

ഓരോ ഭാഗവും മനസ്സിൽ പതിയുന്നതിന് കൂടുതൽ സമയമെടുക്കുകയെന്നത് സ്വാഭാവികമാണല്ലോ. ഇത്തരം സാഹചര്യങ്ങളിൽ കുറഞ്ഞ സ്ക്രിപ്റ്റ് ടൈം കൂടിയ സ്ക്രീൻ ടൈമിന് വഴി തെളിക്കുമെന്നർത്ഥം.

2. അവതരിപ്പിക്കപ്പെടുന്ന വിഷയത്തിന്റെ പ്രത്യേകതകൾ

ലളിതമായ വിഷയങ്ങളാണവതരിപ്പിക്കപ്പെടുന്നതെങ്കിൽ സ്ക്രീൻ ടൈം കുറഞ്ഞിരിക്കും. സങ്കീർണമായ വിഷയങ്ങളാണവതരിപ്പിക്കപ്പെടുന്നതെങ്കിൽ അതിന്റെ എല്ലാ തലങ്ങളിലേക്കും പ്രേക്ഷകശ്രദ്ധ ചെന്നെത്തുവാൻ ഏറെ സമയമെടുക്കും. ലളിതമായ ഒരു കുടുംബകഥയുടെ സ്ക്രിപ്റ്റിന്റെ നിശ്ചിതഭാഗം സ്ക്രീനിൽ അവതരിപ്പിക്കപ്പെടുമ്പോൾ അധികം സമയം അപഹരിക്കണമെന്നില്ല. എന്നാൽ സങ്കീർണമായ ഒരു ശാസ്ത്രകഥയാണവതരിപ്പിക്കപ്പെടുന്നതെങ്കിൽ സ്ക്രിപ്റ്റിന്റെ ഒരു നിശ്ചിതഭാഗം സ്ക്രീനിൽ കൂടുതൽ സമയം കാണിക്കേണ്ടിവരുന്നതാണ്. ശാസ്ത്രകഥയുടെ സങ്കീർണതകളെ പ്രേക്ഷകൻ ഉൾക്കൊള്ളുവാൻ കൂടുതൽ സമയമെടുക്കുന്നതുകൊണ്ടാണിത്.

3. ആക്ഷൻ (Action)

ലളിതമായ ആക്ഷനുകൾ പ്രേക്ഷകമനസ്സിൽ പതിയുന്നതിന് കുറഞ്ഞ സമയം മതിയാകും. എന്നാൽ സങ്കീർണമായ ആക്ഷനുകൾ പ്രേക്ഷകനിൽ പതിയുവാൻ കൂടുതൽ സമയമെടുക്കുന്നതാണ്.

4. ഒബ്ജക്റ്റും ക്യാമറയും തമ്മിലുള്ള ദൂരം (Distance from object to camera)

ഒരു 'ലോങ് ഷോട്ട്' പ്രേക്ഷകനിൽ പതിയുന്നതിന് ഏറെ സമയമെടുക്കും. മനോഹരമായ ഒരു പ്രകൃതി ദൃശ്യം. അതിൽ ആകാശം, വെള്ളം, മലനിരകൾ എല്ലാമുണ്ട്. ഓരോന്നിനേയും ഏറെ സമയമെടുത്തു നന്നായി നിരീക്ഷിച്ചു വരുമ്പോഴാണ് 'അതാ വഞ്ചി തുഴഞ്ഞൊരാൾ സ്ക്രീനിന്റെ മൂലയിൽ പ്രത്യക്ഷപ്പെട്ടല്ലോ' എന്നു കണ്ടെത്തുന്നത്. എന്നാൽ മോഹൻലാൽ എന്ന നടന്റെ ചിന്താമഗ്നമായ ഒരു ക്ലോസപ്പോ, ഇന്നസെന്റിന്റെ ഹാസ്യാത്മകമായ ഒരു ക്ലോസപ്പോ പ്രേക്ഷകനിൽ സ്ഥാപിച്ചെടുക്കുവാൻ ഏറെ സമയം വേണ്ടിവരില്ല.

5. കോമ്പോസിഷൻ

ലളിതമായ കോമ്പോസിഷനിലൂടെ അവതരിപ്പിക്കപ്പെടുന്ന ഷോട്ടുകൾ പ്രേക്ഷകൻ വേഗം ഉൾക്കൊള്ളും. എന്നാൽ സങ്കീർണമായ 'ഗ്രാഫിക് പാറ്റേണുകളും' മറ്റുമുള്ള ഷോട്ടുകൾ പ്രേക്ഷകൻ ഉൾക്കൊള്ളണമെങ്കിൽ ഏറെ സമയമെടുക്കും.

6. കളർ (Colour)

കളറിലുള്ള ഷോട്ടുകൾ അവയുടെ വർണവൈവിധ്യം കൊണ്ടുതന്നെ പ്രേക്ഷനിൽ പതിയുവാൻ കൂടുതൽ സമയമെടുക്കും. എന്നാൽ ബ്ലാക്ക് ആന്റ് വൈറ്റിലുള്ള ഷോട്ടുകൾ വേഗത്തിൽ പ്രേക്ഷകനിൽ പതിയുന്നതാണ്.

7. സ്ക്രീനിന്റെ വലുപ്പം (Size of Screen)

ചെറിയ സ്ക്രീനിൽ അവതരിപ്പിക്കാനുള്ള ഒരു സിനിമയിലെ ഷോട്ടുകളെ താരതമ്യേന വേഗത്തിൽ കട്ട് (cut) ചെയ്യാം. എന്നാൽ വൈഡ് സ്ക്രീനിൽ അവതരിപ്പിക്കുവാനുള്ള സിനിമയിലെ ഷോട്ടുകളെ പെട്ടെന്ന് കട്ട് ചെയ്യുവാൻ കഴിയുന്നതല്ല. വലിയ സ്ക്രീനിന്റെ എല്ലാ ഭാഗത്തേക്കും ശ്രദ്ധ ചെന്നെത്തുവാൻ പ്രേക്ഷകന് കൂടുതൽ സമയം വേണമെന്നതിനാലാണിത്.

8. ഡെപ്ത് (Depth)

ഡെപ്ത് കൂടുതലുള്ള ഒരു ഷോട്ടാണ് സ്ക്രീനിൽ കാണിക്കേണ്ടതെങ്കിൽ 'ഒബ്ജക്റ്റുകൾ' ദൃശ്യപരമായി പ്രേക്ഷകനിൽ പതിയുവാൻ കൂടുതൽ സമയമെടുക്കുന്നതാണ്. ക്യാമറയ്ക്ക് അടുത്തും അകലെയുമായി വസ്തുക്കളെ ക്രമീകരിക്കുന്ന ഷോട്ട് ആണ് ഡെപ്ത് കൂടുതലുള്ള ഷോട്ട്.

9. ക്യാമറാ ചലനങ്ങൾ

നായകൻ ഞെട്ടിപ്പിക്കുന്ന ഒരു കാര്യം വെളിപ്പെടുത്തുന്നു. നായികയുടെ മുഖത്തെ ഞെട്ടൽ. ക്യാമറ നായകനിൽനിന്നും നായികയിലേക്ക് 'പാൻ' ചെയ്യപ്പെടുകയാണ്. എന്നാൽ നായികയുടെ മുഖഭാവത്തിലേക്ക് 'കട്ട്' ചെയ്യുകയാണെങ്കിലോ? കുറഞ്ഞ സ്ക്രീൻ ടൈം മതി. (ക്യാമറാ ചലനങ്ങൾ എല്ലാം ഒഴിവാക്കപ്പെടേണ്ടവയാണെന്ന് ഇതിനർത്ഥമില്ല.)

10. സന്ദർഭം

ഒരു ചിത്രത്തിൽ ആദ്യമാദ്യം 'സ്ഥാപിക്കപ്പെട്ട' ലൊക്കേഷനുകളിലൂടെയും കഥാപാത്രങ്ങളിലൂടെയും പിന്നീടുള്ള കഥാസന്ദർഭങ്ങൾ വികസിക്കുകയാണെങ്കിൽ പ്രേക്ഷകൻ അത് പെട്ടെന്ന് ഗ്രഹിക്കും. അതായത് ഷോട്ടുകൾ താരതമ്യേന വേഗത്തിൽ കട്ട് ചെയ്യാനാകും എന്നർത്ഥം. ഫലം, കുറഞ്ഞ സ്ക്രീൻടൈമിലൂടെ സിനിമ വികസിക്കുകയെന്നതാണ്. (പുതിയ ലൊക്കേഷനുകളെയും കഥാപാത്രങ്ങളെയും ഒഴിവാക്കണമെന്ന് ഇതിന്നർത്ഥമില്ല. ലൊക്കേഷനുകളും കഥാപാത്രങ്ങളും തീരെ ചുരുങ്ങുന്നത് ചിലപ്പോൾ വിരസതയ്ക്ക് കാരണമാകാം.)

- **കഥ, തിരക്കഥ, സംഭാഷണം എന്ന് വെവ്വേറെ പറയേണ്ടതുണ്ടോ? തിരക്കഥയിൽ എല്ലാം ഉൾപ്പെട്ടിട്ടില്ലേ?**

തിരക്കഥയിൽ കഥയും സംഭാഷണവുമെല്ലാം ഉൾപ്പെട്ടിട്ടുണ്ടെന്ന് സാമാന്യമായി പറയാവുന്നതാണ്. എന്നാൽ ഒരു കഥാകൃത്തിന്റെ കഥയ്ക്ക് മറ്റൊരാൾ തിരക്കഥ രചിച്ചുവെന്ന് വരാം. കഥ ചമച്ചുണ്ടാക്കുന്ന സാഹിത്യകാരനോ, വ്യക്തിയോ സിനിമയ്ക്കുവേണ്ടി തിരക്കഥയെഴുതുന്നതിൽ വിദഗ്ധനല്ലെങ്കിൽ ഇങ്ങനെ വേണ്ടിവരുമല്ലോ. അതായത് കഥ ഒരാൾ, തിരക്കഥയും സംഭാഷണവും മറ്റൊരാൾ എന്ന അവസ്ഥ വരുന്നു. ഇനിയും മറ്റ് സാധ്യതകൾ ഇക്കാര്യത്തിൽ ഉണ്ടോ? തിരക്കഥയെഴുതുന്നയാൾ സംഭാഷണങ്ങൾ കൈകാര്യം ചെയ്യുന്നതിൽ വിദഗ്ധനല്ലെങ്കിലോ? സംഭാഷണങ്ങളെഴുതാൻ വേണ്ടി മാത്രം മറ്റൊരാളെ ഏർപ്പാടു ചെയ്യേണ്ടിവരുന്നു. കഥ ഒരാൾ, തിരക്കഥ മറ്റൊരാൾ, സംഭാഷണം മൂന്നാമതൊരാൾ – ഇങ്ങനെയൊരു സാധ്യതയിലേക്കാണതെത്തിച്ചേരുന്നത്. ഇവിടെ സ്വാഭാവികമായും ഒരു സംശയമുണരുന്നു. കഥയേയും സംഭാഷണത്തേയും മാറ്റിനിർത്തിയാൽ തിരക്കഥയിൽ പിന്നെ കാര്യമായെന്തെങ്കിലുമുണ്ടോ? കഥാപാത്രങ്ങളുടെ ഭാവഹാവാദികളും ചലനങ്ങളും പശ്ചാത്തല വിവരണവുമൊക്കെയാണ് ശേഷിക്കുന്ന തിരക്കഥയിലുള്ളത്. ഇതാകട്ടെ, സാങ്കേതികയിലൂന്നിക്കൊണ്ടുള്ള ഒരു 'ഫ്രെയിം വർക്ക്' ആണുതാനും.

ശ്രീ.ജിഎസ്. പണിക്കർ സംവിധാനം ചെയ്ത 'ഏകാകിനി' എന്ന ചിത്രത്തിന്റെ കഥ ശ്രീ. എം.ടി. വാസുദേവൻനായരുടേതാണ്. എന്നാൽ ഇതിന്റെ തിരക്കഥയും സംഭാഷണവും രചിച്ചിരിക്കുന്നത് ശ്രീ. പി. രാമൻനായരാണ്. ശ്രീ. മോഹൻ സംവിധാനം ചെയ്ത 'ഇളക്കങ്ങൾ', ഹരികുമാറിന്റെ 'അയനം' പ്രഗത്ഭനായ ബാലുമഹേന്ദ്ര സംവിധാനം ചെയ്ത 'യാത്ര' എന്നീ ചിത്രങ്ങളുടെ തിരക്കഥ അതതു സംവിധായകർ രചിച്ചപ്പോൾ സംഭാഷണങ്ങളെല്ലാം ശ്രീ ജോൺ പോളിന്റേതാണ്. ശ്രീ. രാമു കാര്യാട്ട് സംവിധാനം ചെയ്ത നെല്ല്, ശ്രീ. കെ.ജി. ജോർജ്ജ് സംവിധാനം ചെയ്ത യവനിക, ശ്രീ. കെ.എസ്. സേതുമാധവന്റെ ഇൻക്വിലാബ് സിന്ദാബാദ് എന്നീ ചിത്രങ്ങൾക്ക് ശ്രീ. എസ്.എൽ.പുരം സദാനന്ദൻ സംഭാഷണമെഴുതിയപ്പോൾ തിരക്കഥ സംവിധായകർ തന്നെ എഴുതുകയാണുണ്ടായത്. (നെല്ലിന്റെ തിരക്കഥയിൽ ശ്രീ. കെ.ജി. ജോർജ്ജ് പങ്കാളിയായിരുന്നു.)

കഥ, തിരക്കഥ, സംഭാഷണം എന്നിവ വ്യത്യസ്ത വ്യക്തികൾ ചമച്ചുണ്ടാക്കുന്നതിന് ഇങ്ങനെ നിരവധി ഉദാഹരണങ്ങൾ കണ്ടെത്തുവാൻ കഴിയും.

- **സിനിമയ്ക്കുവേണ്ടി എഴുതപ്പെടുന്ന തിരക്കഥയും പ്രസിദ്ധീകരിക്കപ്പെടുന്ന തിരക്കഥയും ഒന്നാണോ?**

ഒന്നാകണമെന്നില്ല. സാധാരണയായി തിരക്കഥ എന്നത് സംവിധായകന് ചലച്ചിത്രത്തെ അണിയിച്ചൊരുക്കുന്നതിനുള്ള മാർഗരേഖയാണ്. ഇത് അതേപടി പ്രസിദ്ധീകരിച്ചാൽ വായനക്കാരന് വായനാസുഖം പകർന്നു കിട്ടണമെന്നില്ല. മാത്രവുമല്ല, തിരക്കഥയെ നിരവധി തിരുത്തലുകൾക്ക് വിധേയമാക്കിയിട്ടാണ് സാധാരണയായി സിനിമ ഷൂട്ട് ചെയ്യുന്നതുതന്നെ. തിരക്കഥയിൽ ആദ്യം എഴുതപ്പെട്ട പല സംഭവങ്ങളും സിനിമയിൽ ഉണ്ടാകണമെന്നില്ല. എഴുതപ്പെടാത്ത പല സംഭവങ്ങളും കൂട്ടിച്ചേർക്കപ്പെട്ടുവെന്നും വരും. മലയാളത്തിൽ പ്രസിദ്ധീകരിക്കപ്പെടുന്ന തിരക്കഥകൾ ഭൂരിഭാഗവും സിനിമയെടുത്തതിന് ശേഷം ആ സിനിമയെ അധികരിച്ച് രചിക്കപ്പെട്ടവയാണ്. ഇവിടെ ഒരു പ്രക്രിയ എതിർദിശയിൽ നടക്കുകയാണ്. ഷോട്ടുകൾ വായനക്കാരനുവേണ്ടിയുള്ള വാചകങ്ങളായി മാറുന്നു.

- ഷൂട്ടിങ്ങ് സ്ക്രിപ്റ്റ് (Shooting Script), ഡബ്ബിങ്ങ് സ്ക്രിപ്റ്റ് (Dubbing Script), സെൻസർ സ്ക്രിപ്റ്റ് (Censor Script) ഇവ തമ്മിലുള്ള വ്യത്യാസമെന്താണ്?

തിരക്കഥയെ സീനുകളും ഷോട്ടുകളുമാക്കി തിരിച്ച് ക്യാമറാചലനങ്ങൾ, ആംഗിളുകൾ, ഷോട്ടിന്റെ വലുപ്പം മുതലായ വിശദാംശങ്ങളിലൂടെ തയ്യാറാക്കുന്ന സ്ക്രിപ്റ്റ് ആണ് ഷൂട്ടിങ്ങ് സ്ക്രിപ്റ്റ്. (മറ്റൊരിടത്ത് ഇതിനെക്കുറിച്ച് വിശദമായി പ്രതിപാദിച്ചിട്ടുണ്ട്.) ഡബ്ബിങ്ങ് ആർട്ടിസ്റ്റുകൾക്ക് ഡബ്ബു ചെയ്യുവാൻ വേണ്ടി പ്രത്യേകം തയ്യാറാക്കുന്ന സ്ക്രിപ്റ്റ് ആണ് ഡബ്ബിങ്ങ് സ്ക്രിപ്റ്റ്. ഇതിൽ സംഭാഷണങ്ങളാണ് പ്രധാനമായും ഉണ്ടാവുക. സെൻസർ ബോർഡിനു മുമ്പിൽ സമർപ്പിക്കുവാൻ തയ്യാറാക്കുന്ന സ്ക്രിപ്റ്റ് ആണ് സെൻസർ സ്ക്രിപ്റ്റ്.

- പ്രശസ്തരായ തിരക്കഥാകൃത്തുക്കളുടെ പേരുകൾ പരിചയപ്പെടുത്താമോ?

മലയാളത്തിൽ തിരക്കഥാരചനയുടെ 'മാസ്റ്റേഴ്സ്' എന്നറിയപ്പെടുന്നവർ എം.ടി. വാസുദേവൻനായരും (മുറപ്പെണ്ണ്, പഞ്ചാഗ്നി, ആൾക്കൂട്ടത്തിൽ തനിയെ, വൈശാലി, അതിർത്തികൾ, ഒരു വടക്കൻ വീരഗാഥ മുതലായ ചിത്രങ്ങൾ) പത്മരാജനും (കൂടെവിടെ, നവംബറിന്റെ നഷ്ടം, നമുക്കു പാർക്കാൻ മുന്തിരിത്തോപ്പുകൾ, പെരുവഴിയമ്പലം, കള്ളൻ പവിത്രൻ, ഒരിടത്തൊരു ഫയൽവാൻ തുടങ്ങിയ ചിത്രങ്ങൾ) ആണ്.

അടൂർ ഗോപാലകൃഷ്ണൻ, ടി.വി. ചന്ദ്രൻ, ലെനിൻ രാജേന്ദ്രൻ, ശ്യാമപ്രസാദ് തുടങ്ങിയ പ്രഗത്ഭമതികളായ സംവിധായകർ മികച്ച തിരക്കഥാകൃത്തുക്കളായും അംഗീകരിക്കപ്പെട്ടുപോരുന്നു.

ലോഹിതദാസും രഞ്ജിത്തും കരുത്തുറ്റ തിരക്കഥകൾകൊണ്ട് മലയാള സിനിമയെ സമ്പുഷ്ടമാക്കിയിട്ടുള്ളവരാണ്. എസ്.എൽ.പുരം സദാനന്ദൻ, തോപ്പിൽ ഭാസി, ശ്രീകുമാരൻ തമ്പി, ജോൺ പോൾ, കലൂർ

ഡെന്നീസ് തുടങ്ങിയവർ തങ്ങളുടേതായ സാന്നിധ്യമറിയിച്ചിട്ടുള്ള പ്രഗ ത്ഭരാണ്.

ഇന്ത്യൻ സിനിമയിൽ സത്യജിത്ത് റേ, മൃണാൾസെൻ തുടങ്ങി യവർ പ്രശസ്തരായ സംവിധായകർ എന്നതിനു പുറമെ തങ്ങളുടെ പല ചിത്രങ്ങൾക്കും തിരക്കഥ രചിച്ചിട്ടുള്ളവരുമാണ്.

ഡിസീക്കയുടെ ചിത്രങ്ങളിൽ 'ഷൂ ഷൈൻ', 'ബൈസിക്കിൾ തീവ്സ്', 'ഉമ്പർട്ടോ ഡി' എന്നിവയുടെ തിരക്കഥാ രചയിതാവായ സിസാറെ സാവ ട്ടീനി, നിരവധി ബുനുവേൽ സിനിമകളുടെ തിരക്കഥാകൃത്ത് കാരിയർ, പോൾ ഷ്രോഡർ തുടങ്ങിയവർ ലോകസിനിമയിൽ തിരക്കഥയ്ക്ക് ആഴ മുള്ള മാനങ്ങൾ നൽകിയിട്ടുണ്ട്.

ലിയാം ഒ ഫ്ളാഹർട്ടിയുടെ വിഖ്യാതമായ 'ദ ഇൻഫോർമർ' എന്ന കൃതിയെ ജോൺ ഫോർഡ് ചലച്ചിത്രമാക്കിയപ്പോൾ തിരക്കഥ രചിച്ച ഡഡ്ലി നിക്കോൾസ് കഥാപാത്രങ്ങളെ തന്റേതായ രീതിയിൽ വികസി പ്പിച്ചപ്പോൾ ഭാവനയുടെ നിലാസ്പർശമാണനുഭവപ്പെട്ടത്.

ലോകസിനിമയിലെ 'മാസ്റ്റേഴ്സ്' എന്നറിയപ്പെടുന്നവരിൽ ഭൂരിഭാഗം പേരും തങ്ങളുടെ സിനിമകൾക്ക് കെട്ടുറപ്പുള്ള തിരക്കഥകൾ രചിച്ചിട്ടു ള്ളവരാണ്. ചാർളി ചാപ്ലിൻ, ഐസൻസ്റ്റീൻ, ബർഗ്മാൻ, കുറോസവ, ഫെല്ലിനി, ഗോദാർദ്, ഗ്രിഫിത്ത്, ത്രൂഫോ തുടങ്ങിയവരെല്ലാംതന്നെ ഈ വിഭാഗത്തിൽപ്പെടുന്നുണ്ട്.

അഭിനയം

Are the actors
Mere puppets
In the hands of
A director?
The directors
Squeeze their talents out
To make
The visuals visceral
But the actors
With great calibre
Are themselves goldmines!

- സിനിമാഭിനയവും നാടകാഭിനയവും തമ്മിലുള്ള വ്യത്യാസങ്ങളെന്തെല്ലാമാണ്?

നാടകാഭിനയം	സിനിമാഭിനയം
അഭിനേതാക്കൾ നാടകീയമായ അഭിനയശൈലി കാഴ്ചവയ്ക്കുന്നു	അഭിനേതാക്കൾ പെരുമാറുക (Behave) മാത്രം ചെയ്യുന്നു.
അഭിനയിക്കുമ്പോൾത്തന്നെ പ്രേക്ഷകരുടെ പ്രതികരണം ലഭിക്കുന്നു.	സിനിമ തിയേറ്ററിൽ പ്രദർശിപ്പിക്കപ്പെടുമ്പോൾ മാത്രമേ പ്രേക്ഷക പ്രതികരണം ലഭിക്കുന്നുള്ളൂ.
സ്റ്റേജിലെ പ്രകടനത്തെ പൂർണതയ്ക്കുവേണ്ടി ആവർത്തിക്കുവാൻ കഴിയുന്നില്ല.	റീടേക്കിലൂടെ (Retake) പ്രകടനത്തെ മെച്ചപ്പെടുത്തുവാൻ കഴിയുന്നു.
നടൻ സഹഅഭിനേതാക്കളുടെ പ്രകടനത്തെ കണ്ടുകൊണ്ടാണഭിനയിക്കുന്നത്.	ഒപ്പം അഭിനയിക്കുന്നവരുടെ പ്രകടനത്തെ നടീനടന്മാർ എപ്പോഴും കാണണമെന്നില്ല.
നാടകം തുടങ്ങിയാൽ സംവിധായകന് അഭിനേതാവിന്റെ മേൽ സ്വാധീനം ഇല്ല. അഭിനേതാവിന് സ്റ്റേജിൽ പൂർണ ആധിപത്യം ലഭിക്കുന്നു.	അഭിനേതാവിന്റെ നിലവാരം ഛായാഗ്രഹണം, എഡിറ്റിങ്ങ്, ശബ്ദലേഖനം, സംവിധാനം തുടങ്ങിയ ഘടകങ്ങളെക്കൂടി ആസ്പദമാക്കിയിരിക്കുന്നു. സംവിധായകൻ നടീനടന്മാരെ പൂർണമായും നിയന്ത്രിക്കുന്നു,
സ്റ്റേജിൽനിന്നും അകന്നിരിക്കുന്നവർക്ക് നടീനടന്മാരുടെ സൂക്ഷ്മഭാവങ്ങൾ അനുഭവപ്പെടുന്നില്ല.	സ്ക്രീനിൽനിന്നും അകന്നിരിക്കുന്നവർക്ക് ക്ലോസപ്പ് ഷോട്ടുകളിലൂടെ നടീനടന്മാരുടെ സൂക്ഷ്മ

	മായ മുഖഭാവങ്ങൾ കാണാൻ കഴിയുന്നു.
സ്റ്റേജ് എന്ന സ്പേസിൽ തുടർച്ച യായ സമയത്തിലൂടെ മുന്നേ റുന്നു.	വ്യത്യസ്ത ലൊക്കേഷനുകളിൽ വ്യത്യസ്ത ദിവസങ്ങളിൽ തുടർച്ച യില്ലാതെ ഷോട്ടുകൾ ചിത്രീകരി ക്കപ്പെടുന്നു. എഡിറ്റിങ്ങിനുശേഷം സ്ക്രീൻ എന്ന 'സ്ഥല'ത്ത് തുടർച്ചയായ സമയത്തിലൂടെ മുന്നേറുന്നു.
പ്രേക്ഷകൻ നേരിട്ടുള്ള വീക്ഷ ണകോണിലൂടെ കാണുന്നു.	സംവിധായകൻ നിർണയിച്ച വീക്ഷണ കോണുകളിലൂടെ കാണുന്നു.

- സിനിമയിൽ അഭിനയിക്കരുത്, ബിഹേവ് (Behave) ചെയ്താൽ മതി എന്നു പറയുന്നതുകൊണ്ട് എന്താണുദ്ദേശിക്കുന്നത്?

സിനിമയിൽ അഭിനയിക്കരുത്, ബിഹേവ് ചെയ്താൽ മതിയെന്നത് കൊണ്ടുദ്ദേശിക്കുന്നത് സിനിമയിൽ അമിതാഭിനയത്തിന് സ്ഥാനമില്ലെ ന്നാണ്. നടീനടന്മാർ അഭിനയിക്കാതെ സിനിമയെടുക്കുവാൻ കഴിയില്ലെന്ന് നമുക്കറിയാം. ബിഹേവ് ചെയ്യുക എന്നാൽ 'പെരുമാറുക' എന്നാണല്ലോ. നാം നിത്യജീവിതത്തിൽ ഓരോ കാര്യങ്ങൾ ചെയ്യുന്നതുപോലെ ക്യാമ റയ്ക്ക് മുമ്പിൽ അഭിനേതാക്കൾ ചെയ്താൽ മതിയെന്നർത്ഥം. പറയു വാൻ ഇത് എളുപ്പമാണെങ്കിലും പ്രാവർത്തികമാക്കാൻ ഏറെ ക്ലേശകരം തന്നെയാണ്. ക്യാമറയ്ക്ക് മുൻപിൽ നിൽക്കുകയാണെന്ന ചിന്തതന്നെ നടീനടന്മാരുടെയുള്ളിൽ ടെൻഷനുണ്ടാക്കിയേക്കാം. ടെക്നീഷ്യന്മാരും മറ്റാളുകളും തന്നെ നോക്കിനിൽക്കുകയാണെന്ന ചിന്ത ഈ ടെൻഷനെ വർദ്ധിപ്പിക്കുന്നു. ക്യാമറയെ നിരവധിതവണ അഭിമുഖീകരിച്ചുതന്നെ യാണ് ഈ ടെൻഷനെ മറികടക്കുവാൻ നടീനടന്മാർക്ക് കഴിയുന്നത്. നിരവധി ഓസ്കാർ അവാർഡുകൾ നേടിയിട്ടുള്ള പ്രസിദ്ധമായ ചലച്ചി ത്രമാണല്ലോ 'ദ സൗണ്ട് ഓഫ് മ്യൂസിക്'. ഇതിലെ മുതിർന്ന നടീനട ന്മാരും എന്തിനേറെ കുട്ടികൾപോലും അഭിനയിച്ചിരിക്കുന്നതിലെ സ്വാഭാ വികത അതിശയിപ്പിക്കുന്നതാണ്. ഒരു ചലച്ചിത്രത്തിലഭിനയിക്കുകയാ ണെന്ന ചിന്ത ലവലേശമില്ലാതെ നിത്യജീവിതത്തിലെന്നവണ്ണം അവർ 'പെരുമാറുമ്പോൾ' അവരറിയാതെ ഒളിപ്പിച്ചുവെച്ച ക്യാമറകൊണ്ട് ചിത്രീ കരണം നടത്തിയപോലെയാണ് നമുക്കനുഭവപ്പെടുന്നത്.

സിനിമയിൽ 'വല്ലാതെയങ്ങ്' അഭിനയിച്ച് കളയരുത്. എന്നാൽ നാട കീയത മുറ്റിനിൽക്കേണ്ട കലാരൂപമായ നാടകത്തിൽ അഭിനയത്തിന് കുറെയൊക്കെ പ്രകടനപരത ആകാവുന്നതാണ്.

- ഒരു ചലച്ചിത്രനടന് വേണ്ട അടിസ്ഥാനഗുണങ്ങൾ എന്തെല്ലാമാണ്?

അഭിനയകലയുടെ ആചാര്യനായ സ്റ്റനിസ്ലാവ്സ്കിയുടെ അഭിപ്രായ ത്തിൽ നിരീക്ഷണം, ഉൾക്കാഴ്ച, പരീക്ഷണം, ശിക്ഷണം, പരിചയം എന്നി വയാണ് ഒരു നല്ല നടനെ വാർത്തെടുക്കുന്നത്. ഒരു നടൻ തനിക്കു ചുറ്റു മുള്ള മനുഷ്യരുടെ പ്രവർത്തികളെ, അവരുടെ ഭാവഹാവാദികളെ സൂക്ഷ്മമായി നിരീക്ഷിച്ച് മനസ്സിൽ സൂക്ഷിച്ച് വയ്ക്കേണ്ടതാവശ്യമാണ്. ഒരു കർഷകൻ, ഉദ്യോഗസ്ഥൻ, ഡോക്ടർ, പ്രൊഫസർ, വിദ്യാർത്ഥി, അധ്യാപകൻ തുടങ്ങിയവരുടെയൊക്കെ ഭാവഹാവാദികളും പെരുമാറ്റ രീതികളും നിരീക്ഷിക്കുകയെന്നത് രസകരവും അതേസമയം സൂക്ഷ്മ മായി നിരീക്ഷിക്കുകയെന്നത് ക്ലേശകരവും ആണ്. ഇത്തരം നിരീക്ഷണം ഒരു അടിത്തറ മാത്രമേ ആകുന്നുള്ളൂ. അതിൽനിന്നും നല്ല ഫലം പുറ പ്പെടുവിക്കണമെങ്കിൽ നടന് താനഭിനയിച്ച് ഫലിപ്പിക്കേണ്ട റോളിനെ ക്കുറിച്ച് വ്യക്തമായ ഉൾക്കാഴ്ച വേണം. സ്ഥിരം ശൈലികളിൽനിന്നും വേറിട്ട പാതകളിലൂടെ നടൻ സഞ്ചരിക്കുവാനാഗ്രഹിക്കുന്നുവെങ്കിൽ അയാൾ തന്റെ അഭിനയശൈലികളിൽ പരീക്ഷണങ്ങൾക്ക് ശ്രമിക്കേണ്ട തുണ്ട്. ശിക്ഷണം അഥവാ പരിശീലനമാണ് അടുത്തപടി. ഇത് നിര ന്തരമായി പരിചയിക്കുകയും വേണം. അന്തരിച്ച പ്രഗത്ഭ നടൻ തില കൻ അഭിപ്രായപ്പെട്ടിട്ടുള്ളതിങ്ങനെയാണ്. "നിരീക്ഷണം, ഭാവന, കഥാ പാത്രവൽക്കരണം - ഇവയാണ് ഒരു നടന് വേണ്ട അടിസ്ഥാനഗുണ ങ്ങൾ." ഇവയാണ് ഒരു നടനെ നടനാക്കി മാറ്റുന്നത്.

സ്റ്റനിസ്ലാവ്സ്കിയും തിലകനും ഒരേ ആശയങ്ങളിലേക്ക് തന്നെ യാണ് വിരൽചൂണ്ടുന്നത്. സ്റ്റനിസ്ലാവ്സ്കി പറഞ്ഞതിന്റെ രത്നച്ചുരു ക്കമാണ് തിലകൻ പറഞ്ഞതെന്ന് കാണാൻ കഴിയും.

- സിനിമയിൽ അഭിനയിക്കുന്ന നടീനടന്മാർ അതിന്റെ സാങ്കേതിക കാര്യങ്ങൾ അറിഞ്ഞിരിക്കണമെന്നുണ്ടോ?

തീർച്ചയായും. ഫിലിം ടെക്നിക്കുകളിൽ അഗാധ പാണ്ഡിത്യം നേടിയ ഒരാളെപ്പോലെ അഭിനേതാവ് സാങ്കേതിക കാര്യങ്ങൾ അറിഞ്ഞിരിക്ക ണമെന്നല്ല ഇതുകൊണ്ട് വിവക്ഷിക്കുന്നത്. പ്രത്യുത, അടിസ്ഥാന സാങ്കേ തിക അവബോധമെങ്കിലും അയാൾക്കുണ്ടായിരിക്കണമെന്നർത്ഥം. ഒരി ക്കൽ ടി.വിയിൽ ഒരു പരിപാടിയിൽ ഒരു പ്രശസ്ത സംവിധായകൻ ക്യാമറയെ (പ്രേക്ഷകനെ) അഭിമുഖീകരിച്ച് സംസാരിക്കുകയാണ്. സംസാരിക്കുന്നതിനിടയിൽ അദ്ദേഹത്തിന്റെ ശരീരം ഇടത്തോട്ടും

വലത്തോട്ടും ക്രമാതീതമായി ആടുന്നുണ്ടായിരുന്നു. ഇത് കോമ്പോസിഷന്റെ സന്തുലിതാവസ്ഥയെ തകിടം മറിക്കുകയും കാഴ്ചയുടെ സുഖത്തെ തെല്ലൊരളവ് വരെ കുറയ്ക്കുകയും ചെയ്തു. ക്ലോസപ്പിലും 'ടൈറ്റ് ക്ലോസപ്പി'ലും മറ്റും ചലനം കഴിയുന്നതും കുറയ്ക്കണമെന്നാണ് ക്യാമറാമാൻമാരും സംവിധായകരും നിഷ്കർഷിക്കാറുള്ളത്. (പശ്ചാത്തലം തീരെയില്ലാത്ത ക്ലോസപ്പ് ആണ് ടൈറ്റ് ക്ലോസപ്പ്.) നിരവധി നടീനടന്മാർക്ക് സ്വാഭാവികമായും ഇത്തരം നിർദ്ദേശങ്ങൾ കൊടുത്തിട്ടുള്ള സംവിധായകൻ ക്യാമറയ്ക്ക് മുൻപിൽ വന്നപ്പോൾ ഈ നിയമം പാലിക്കുന്നതിൽ വീഴ്ച വരികയാണുണ്ടായത്. പ്രസിദ്ധനും ഏറെ ആദരണീയനുമായ സംവിധായകനോട് "താങ്കൾ സംസാരിക്കുമ്പോൾ വശങ്ങളിലേക്ക് ആടുന്നുണ്ട്" എന്നു പറഞ്ഞ് അദ്ദേഹത്തിന്റെ ചലനത്തെ നിയന്ത്രിക്കുവാൻ ആ ടെലിവിഷൻ പരിപാടിയുടെ 'ക്രൂ'വിന് കഴിഞ്ഞിരിക്കുകയില്ല എന്നത് സ്വാഭാവികം മാത്രം. ഈ ചലനം ഉണർത്തുന്ന അസ്വാഭാവികതയെ കുറയ്ക്കുവാനായി ക്ലോസപ്പ് ഫ്രെയിം ഒഴിവാക്കി വൈഡ് ഫ്രെയിം (Wide frame) ക്രമീകരിക്കുവാൻ സാങ്കേതികമായ കാരണങ്ങളാൽ ക്യാമറാമാനും കഴിഞ്ഞിരിക്കില്ല. ക്ലോസപ്പ് ഫ്രെയിമുകളിൽ ശരീരചലനം കുറയ്ക്കണമെന്നും ഇല്ലെങ്കിൽ കാഴ്ചയ്ക്ക് ഉണ്ടാകുന്ന അസ്വാഭാവികത എന്താണെന്നും നടീനടന്മാർ അറിഞ്ഞിരിക്കണം. (ഈ ഉദാഹരണത്തിൽ ക്യാമറയ്ക്ക് മുൻപിലുണ്ടായിരുന്നത് സംവിധായകനായിരുന്നുവെന്ന കാര്യം യാദൃച്ഛികമാണ്.)

ഇനി മറ്റൊരുദാഹരണം നോക്കാം. ഒരു നടൻ ഒരു രംഗത്തിൽ സിഗരറ്റ് വലിച്ചുകൊണ്ടാണഭിനയിക്കുന്നതെന്ന് കരുതുക. പല ഷോട്ടുകൾ ആയാണ് ഇത് ചിത്രീകരിക്കുന്നത്. ആദ്യത്തെ ഷോട്ടിൽ രണ്ടോ മൂന്നോ പുക എടുക്കുന്നു. കട്ട് ചെയ്യുന്നു. ഏറെ സമയത്തിനുശേഷം അടുത്ത ഷോട്ട് എടുക്കുന്നു. ഈ സമയത്തിനുള്ളിൽ നടൻ തന്റെ വിശ്രമസമയത്ത് അതേ സിഗരറ്റ് വലിച്ചിരുന്നുവെന്നും കരുതുക. ഇനി അടുത്ത ഷോട്ട് ചിത്രീകരിക്കുമ്പോൾ ആ സിഗരറ്റ് തന്നെയാണ് നടന്റെ കൈയിലുള്ളതെങ്കിലോ? ആദ്യത്തെ ഷോട്ടിൽ പ്രേക്ഷകൻ കാണുന്ന സിഗരറ്റിന്റെ ദൈർഘ്യം ഏതാണ്ട് മുഴുവനായുമുണ്ട്. പിന്നത്തെ ഷോട്ടിൽ ഒരു കുറ്റി സിഗരറ്റ് വലിക്കുന്നതായാണ് പ്രേക്ഷകൻ കാണുന്നത്. സിഗരറ്റിന്റെ ദൈർഘ്യത്തിൽ പെട്ടെന്ന് വന്ന കുറവ് പ്രേക്ഷകനിൽ ആശയക്കുഴപ്പമുണ്ടാക്കുന്നു. നൈരന്തര്യമെന്ന (continuity) സാങ്കേതികത്തമാണ് ഇവിടെ ലംഘിക്കപ്പെട്ടത്. നൈരന്തര്യത്തെ വീക്ഷിക്കുവാനും പരിശോധിക്കുവാനും അസിസ്റ്റന്റ് ഡയറക്ടറുണ്ടെങ്കിലും അഭിനേതാവും ഇതിനെപ്പറ്റി ബോധവാനായിരിക്കേണ്ടതാണ്.

സാധാരണയായി ഒരു ആക്ഷൻ പല സമയത്തെടുക്കുന്ന പല ഷോട്ടുകളിലൂടെയായിരിക്കുമല്ലോ പൂർണമായും ചിത്രീകരിക്കപ്പെടുക.

പ്രേക്ഷകൻ സ്ക്രീനിൽ തുടർച്ചയായി കാണുന്ന ആക്ഷനെ ചിത്രീകരണ സമയത്ത് പലതവണ മുറിക്കേണ്ടതായി വരുമെന്നർത്ഥം. ഇത്തരത്തിൽ ഒരു ഷോട്ട് ചിത്രീകരിച്ച് ഏറെ സമയത്തിനുശേഷം അടുത്ത ഷോട്ട് ചിത്രീകരിക്കുമ്പോൾ ചലനത്തിന്റെ വേഗത, വൈകാരികമായ ഭാവം തുടങ്ങിയവയെല്ലാം ആദ്യത്തെ ഷോട്ടുമായി ചേർന്നുപോകണം. ഇല്ലെങ്കിൽ എഡിറ്റിങ്ങ് വേളയിൽ ഷോട്ടുകൾ തമ്മിൽ പൊരുത്തപ്പെടുത്താനാകാതെ എഡിറ്റർ വല്ലാതെ കുഴങ്ങിപ്പോകുന്നതാണ്. ചുരുക്കത്തിൽ, അഭിനേതാക്കൾ സിനിമയുടെ സാങ്കേതികത്വത്തെ മനസ്സിലാക്കി അഭിനയിക്കേണ്ടതുണ്ടെന്നു പറയാം.

- സിനിമയുടെ സാങ്കേതികത അഭിനേതാവിന്റെ പ്രകടനത്തെ ബാധിക്കുന്നുണ്ടോ? ഉണ്ടെങ്കിൽ എങ്ങനെ?

തീർച്ചയായും ബാധിക്കുന്നുണ്ട്. ചില ഉദാഹരണങ്ങൾ നോക്കാം. ഒരു നടന്റെ മനോഹരമായ ഭാവാഭിനയം. ക്യാമറ ക്ലോസപ്പിൽ പ്രതിഷ്ഠിക്കുന്നതിന് പകരം നടന്റെ മുഖത്തുനിന്നും ഏറെ മാറിയാണ് സ്ഥാപിച്ചിരിക്കുന്നത് (ലോങ്ങ് ഷോട്ട്). നടന്റെ മുഖഭാവങ്ങളെ നന്നായി വെളിപ്പെടുത്തുന്ന വീക്ഷണ കോണിലല്ല ക്യാമറ വച്ചിരിക്കുന്നത്. മുഖഭാവങ്ങൾ വ്യക്തമായി കാണാവുന്ന ലൈറ്റിങ്ങും നിർവ്വഹിക്കപ്പെട്ടിട്ടില്ല. നടന്റെ മുഖം ഇരുണ്ടിരിക്കുന്നു. ഈ ഷോട്ട് തിരശ്ശീലയിൽ ഒട്ടുംതന്നെ സംവദിക്കുക (communicate)യില്ലെന്ന് പ്രത്യേകം പറയേണ്ടതില്ലല്ലോ.

- നടീനടന്മാരുടെ സംഭാഷണങ്ങൾ തുടങ്ങി കരച്ചിൽ, ചിരി, പിറുപിറുക്കലുകൾ, തേങ്ങലുകൾ, നെടുവീർപ്പുകൾ എന്നിവയുടെയൊക്കെ സൂക്ഷ്മമായ വ്യതിയാനങ്ങൾ വേണ്ടവിധത്തിൽ ശബ്ദലേഖനം ചെയ്യപ്പെട്ടിട്ടില്ലെങ്കിലോ? ഇതിന് നല്ല മൈക്രോഫോണുകൾ, റെക്കോർഡറുകൾ, ഭാവനാസമ്പന്നനായ ശബ്ദലേഖകൻ ഒക്കെ വേണ്ടേ?

നടീനടന്മാർ അഭിനയിച്ചിരിക്കുന്ന ഷോട്ടുകൾ പലപ്പോഴും ദൈർഘ്യം കൂടുതലുള്ളവയായിരിക്കും. അതിനെ ചെത്തിമിനുക്കി ഏറ്റവും നല്ല ഭാവചലനങ്ങളിലേക്ക് കേന്ദ്രീകരിക്കുന്നത് എഡിറ്റർ ആണ്. ഒരു നടന്റേയോ നടിയുടെയോ ഭാവങ്ങളെയും ചലനങ്ങളെയും മറ്റേത് ഷോട്ടുമായി ചേർക്കുന്നുവോ അതനുസരിച്ചാണ് ആ സന്ദർഭത്തിന് അർത്ഥം കൈവരുന്നത്. ഈ ആശയം എഡിറ്റിങ്ങിന്റെ പ്രാഥമിക പാഠങ്ങളിലൊന്നാണ്.

സിനിമയിൽ അഭിനേതാവിന്റെ അഭിനയം എന്നത് ഒരു പൂച്ചെടിയാണ്. അത് പുഷ്പിച്ച് സുഗന്ധം പരത്തണമെങ്കിൽ മറ്റു ഘടകങ്ങൾ സമഞ്ജസമായി സമ്മേളിക്കുക തന്നെ വേണം.

- ഫിലിം ഇൻസ്റ്റിറ്റ്യൂട്ടിൽ ചേർന്ന് അഭിനയം പഠിച്ചാൽ നല്ല അഭിനേതാവാകാൻ കഴിയുമോ?

ഏറെ ചർച്ച ചെയ്യപ്പെട്ടിട്ടുള്ളതും ഇപ്പോഴും ചർച്ച ചെയ്യപ്പെടുന്നതുമായ ഒരു കാര്യമാണിത്. സിനിമാ സംബന്ധിയായ ചർച്ചകളിൽ ഇൻസ്റ്റിറ്റ്യൂട്ടുകളിൽ നിന്നും പഠിച്ചിറങ്ങി വന്ന് അഭിനയരംഗത്തെത്തിയവരെക്കുറിച്ച് ആരെങ്കിലും പരാമർശിച്ചാൽ ചില ആശയപരമായ എതിർപ്പുകളെ ഉടൻ നേരിടേണ്ടിവരുമെന്നുറപ്പാണ്. "അഭിനയം ഒരു ഇൻസ്റ്റിറ്റ്യൂട്ടിൽനിന്നും പഠിച്ചെടുക്കാവുന്ന കലയാണോ? സത്യനും പ്രേംനസീറും മമ്മൂട്ടിയും മോഹൻലാലുമൊക്കെ ഇൻസ്റ്റിറ്റ്യൂട്ടിൽ പഠിച്ചിട്ടാണോ സിനിമാഭിനയത്തിൽ തിളങ്ങിയത്" എന്നാവും ഇക്കൂട്ടർ ചോദിക്കുക. ഈ ആശയം ശരിതന്നെ. ഇൻസ്റ്റിറ്റ്യൂട്ടിൽ അഭിനയം പഠിച്ചു എന്ന ഒറ്റക്കാരണത്താൽ ഒരു നടന്റെ അല്ലെങ്കിൽ നടിയുടെ അഭിനയം മഹത്തരമാകണമെന്നില്ല. എങ്കിലും ഇൻസ്റ്റിറ്റ്യൂട്ടിൽ ചലച്ചിത്രാഭിനയ കോഴ്സിൽ ചേരുന്ന ഒരു വ്യക്തിക്ക് പല നേട്ടങ്ങളുമുണ്ടാകുന്നുണ്ടെന്നതാണ് വാസ്തവം. പല വാതായനങ്ങളും അയാളുടെ മുൻപിൽ തുറക്കപ്പെടുന്നു. പ്രധാനമായും താഴെപ്പറയുന്ന നേട്ടങ്ങളാണ് ഒരഭിനയ വിദ്യാർത്ഥിക്കുണ്ടാകുന്നത്. 1. തന്റെ അഭിനയത്തിലെ തെറ്റുകൾ കണ്ടെത്തി തിരുത്തുവാനും കൂടുതൽ ആത്മവിശ്വാസത്തോടെ മുന്നേറുവാനും സാധിക്കുന്നു. 2. നിരവധി ക്ലാസിക് ചിത്രങ്ങൾ കണ്ട് വ്യത്യസ്ത അഭിനയ രീതികൾ മനസ്സിലാക്കുവാൻ കഴിയുന്നു. 3. സാങ്കേതിക കാര്യങ്ങളെ വേഗത്തിൽ ഗ്രഹിക്കുവാൻ കഴിയുന്നു. (ഇൻസ്റ്റിറ്റ്യൂട്ടിൽ പഠിക്കാത്ത നടീനടന്മാർ അഭിനയവുമായി ബന്ധമുള്ള കണ്ടിന്യുറ്റി പോലെയുള്ള സാങ്കേതിക കാര്യങ്ങളെ മനസ്സിലാക്കിയെടുക്കുവാൻ ഏറെ സമയമെടുക്കാറുണ്ടെന്നതാണ് വാസ്തവം) 4. ഇൻസ്റ്റിറ്റ്യൂട്ടിൽ പഠിക്കുമ്പോൾ സ്വാഭാവികമായും വിശാലമായ സുഹൃദ് ബന്ധങ്ങളാണുണ്ടാവുക ഇത് ചലച്ചിത്ര രംഗത്തേക്കുള്ള ഒരാളുടെ അരങ്ങേറ്റം സുഗമമാക്കിയേക്കാം.

ഡൽഹിയിലെ നാഷണൽ സ്കൂൾ ഓഫ് ഡ്രാമയിലെ അഭിനയ പരിശീലനം സിനിമാഭിനയത്തിന്റെ ചില ഘട്ടങ്ങളിൽ സഹായകമായിത്തീർന്നിട്ടുണ്ടെന്ന് പ്രഗത്ഭ നടൻ മധു വെളിപ്പെടുത്തിയിട്ടുണ്ട്. ഭാർഗ്ഗവിനിലയമെന്ന പ്രശസ്തമായ ചിത്രത്തിൽ ഭാർഗ്ഗവിക്കുട്ടിയെന്ന കഥാപാത്രത്തെ കാണാതെ സങ്കല്പിച്ചഭിനയിക്കുമ്പോൾ ഭാവനയും ഏകാഗ്രതയും ലഭിക്കുവാൻ ഇൻസ്റ്റിറ്റ്യൂട്ടിലെ അഭിനയപരിശീലനം ഏറെ സഹായകമായെന്നാണ് മധു പറഞ്ഞിട്ടുള്ളത്.

- അഭിനയം പരിശീലിക്കുവാൻ കഴിയുന്ന സ്ഥാപനങ്ങളേതൊക്കെയാണ്?

'ഫിലിം ഇൻസ്റ്റിറ്റ്യൂട്ടുകൾ' എന്ന അദ്ധ്യായം നോക്കുക.

- സിനിമയിൽ നടീനടന്മാർ എല്ലായ്പോഴും റിയലിസ്റ്റിക് ആയ അഭിനയമാണോ കാഴ്ചവെക്കേണ്ടത്?

വയറുവേദനയുമായി ഡോക്ടറുടെ അരികിലെത്തുന്ന രണ്ടു രോഗികൾ - അവരുടെ പേരുകൾ തൽക്കാലം ജോർജ്ജേട്ടൻ എന്നും ഗോപാലേട്ടൻ എന്നുമിരിക്കട്ടെ. രണ്ടുപേരുടേയും വേദനയുടെ അളവ് ഒരുപോലെയാണ് എന്നും കരുതുക. ഇതിൽ ജോർജ്ജേട്ടൻ വയറൊക്കെ അമർത്തിപ്പിടിച്ച് കരഞ്ഞും ഞരങ്ങിയും 'വേദന സഹിക്കാൻ പറ്റുന്നില്ല ഡോക്ടറേ' എന്ന് പ്രകടിപ്പിക്കുമ്പോൾ ഗോപാലേട്ടൻ വേദന കടിച്ചമർത്തുകയാണ്. ഇതിൽ ആർ ചെയ്യുന്നത് ശരിയെന്ന് ചോദിച്ചാൽ എന്തുത്തരം പറയും? ഒരേ സാഹചര്യത്തോട് പലരും പ്രതികരിക്കുന്നത് പല തരത്തിലായിരിക്കും അല്ലേ? 'റിയലിസ്റ്റിക് ആയ അഭിനയം' എന്നു പറയുന്നതും ഏതാണ്ടിതുപോലെയാണെന്ന് പറയാം. എന്റെ റിയലിസം ആകണമെന്നില്ല നിങ്ങളുടെ റിയലിസം. 'റിയലിസ്റ്റിക്' എന്ന ആശയംതന്നെ സ്ഥലകാലങ്ങൾക്കനുസരിച്ച് മാറുന്ന ഒന്നാണ്. സത്യന്റെ അഭിനയം ആ കാലഘട്ടത്തിൽ റിയലിസ്റ്റിക്കായാണ് അംഗീകരിക്കപ്പെട്ടിരുന്നത്. എന്നാൽ ഇന്നത്തെ തലമുറയിലെ ചലച്ചിത്രാസ്വാദകർക്ക് അങ്ങനെ തോന്നണമെന്നുണ്ടോ?

രണ്ട് കഥാപാത്രങ്ങൾ തമ്മിൽ സംസാരിക്കുകയാണ്. ഒരാൾ വളരെ ഗൗരവത്തിൽ അപരന്റെയടുത്ത് ചില കാര്യങ്ങൾ അവതരിപ്പിക്കുകയാണ്. കേട്ടിരിക്കുന്ന കഥാപാത്രം ഇടയ്ക്കിടെ കണ്ണടയ്ക്കുന്നുണ്ട്. പ്രേക്ഷകന് ഇതിൽനിന്നും എന്താണ് മനസ്സിലാക്കുന്നത്? കേട്ടിരിക്കുന്ന ആൾക്ക് കേൾക്കുന്ന കാര്യത്തിൽ വലിയ താത്പര്യമില്ല എന്നാകാം. എന്നാൽ യഥാർത്ഥ ജീവിതത്തിൽ ഒരു മിനിറ്റിൽ ശരാശരി പത്തുതവണ ഒരാൾ കണ്ണടയ്ക്കാറുണ്ടെന്നതാണ് വാസ്തവം. അതായത്, യാഥാർത്ഥ്യം അതേപടി സ്ക്രീനിൽ അവതരിപ്പിക്കുവാൻ എപ്പോഴും കഴിയണമെന്നില്ല.

നമ്മുടെ നാട്ടിൽ ആരെങ്കിലും മരിച്ച ഒരു വീട് എങ്ങനെയായിരിക്കും? ഈ അടുത്ത കാലം വരെയുള്ള പ്രവണത മൃതദേഹത്തിനരികിലിരുന്ന് ബന്ധുക്കൾ ഉറക്കെ കരയുക എന്നതായിരുന്നു. എന്നാൽ പാശ്ചാത്യർ ഇത്തരം സാഹചര്യങ്ങളിൽ ദുഃഖത്തെ ഒതുക്കി വെയ്ക്കുകയാണ് ചെയ്യുക. നമ്മുടെ ദുഃഖം മറ്റുള്ളവരെ അറിയിക്കുവാനുള്ളതല്ലെന്നാണ് അവർ കരുതുന്നത്. മരിച്ച വീട്ടിലെ നമ്മുടെ ദുഃഖപ്രകടനം സിനിമയിൽ കാണുന്ന പാശ്ചാത്യർക്ക് അത് റിയലിസ്റ്റിക് ആയി തോന്നുമോ?

സാമൂഹികവും കുടുംബപരവുമായ കാരണങ്ങളാൽ വിവാഹം കഴിക്കാൻ കഴിയാതെ വരുന്ന കമിതാക്കളില്ലേ നമ്മുടെ നാട്ടിൽ? ഇത്തരം കഥാപാത്രങ്ങളെ സിനിമയിൽ കാണുന്ന പാശ്ചാത്യർ അതിനെ അംഗീകരിക്കുമോ? മര്യാദയ്ക്കൊന്ന് പ്രണയിച്ച് വിവാഹം കഴിക്കാൻ പറ്റാത്തൊരു നാട് ഈ ലോകത്തുണ്ടോ എന്നല്ലേ അവർ ചിന്തിക്കുക?

ചെമ്മീൻ സിനിമ കണ്ടിട്ട് ഒരിക്കൽ ഒരു ചലച്ചിത്രമേളയിലെ വിദേശ വനിതയായ ജൂറി അംഗം ചോദിച്ചതിങ്ങനെയാണ്: "Since Pareekkutty and Karuthamma were in love, why couldn't they marry? If so the other guy Palani could have found another partner!" (പരീക്കുട്ടിയും കറുത്തമ്മയും പ്രണയബദ്ധരായിരുന്നതുകൊണ്ട് അവർക്ക് വിവാഹം കഴിക്കാമായിരുന്നില്ലേ? അങ്ങനെയെങ്കിൽ നമ്മുടെ മറ്റേ സുഹൃത്ത് പളനിക്ക് വേറെയൊരു വിവാഹം തരപ്പെടുത്തുകയും ആകാമായിരുന്നു.)

പോരേ പൂരം?

രണ്ട് വ്യക്തികൾ തമ്മിലുള്ള സംഭാഷണമെന്ന ആശയത്തിലേക്ക് വീണ്ടുമൊന്നെത്തി നോക്കാം. നിത്യജീവിതത്തിൽ നാം കണ്ണിൽ കണ്ണിൽ നോക്കിയിരുന്നല്ല ഭൂരിഭാഗം സമയവും സംസാരിക്കാറ്. എന്നാൽ സിനിമയിൽ രണ്ട് കഥാപാത്രങ്ങൾ കണ്ണിൽ കണ്ണിൽ നോക്കി സംസാരിച്ചില്ലെങ്കിൽ അത് സംസാരത്തിലുള്ള താത്പര്യക്കുറവായി മാറാം.

ഒരു സിനിമയിൽ ഇങ്ങനെ ഒരു കഥാപാത്രമുണ്ടെന്ന് കരുതുക - പ്രേതമാവേശിച്ച ഒരു സ്ത്രീ - അഭിനയം റിയലിസ്റ്റിക് ആണോ എന്ന് എങ്ങനെ വിലയിരുത്തും? യഥാർത്ഥ ജീവിതത്തിൽ നാം പ്രേതത്തെക്കാണുകയും അനുഭവിക്കുകയും ചെയ്തിട്ടുണ്ടെങ്കിൽ ഒരു താരതമ്യം ആകാമായിരുന്നു.

അന്യഗ്രഹ ജീവികൾ ഭൂമിയെ കയ്യടക്കുന്നു. ഭൂമിയിലെത്തുന്ന അന്യഗ്രഹജീവികളുടെ തകർപ്പൻ പ്രകടനം. അഭിനയം റിയലിസ്റ്റിക് ആണോ എന്ന് എങ്ങനെ വിലയിരുത്തും?

ശ്രീ പത്മരാജന്റെ ഞാൻ ഗന്ധർവ്വൻ എന്ന സിനിമ. സംവിധായകന്റെ ഭാവന ചിറക് വിരിച്ചപ്പോൾ അതാ ഗന്ധർവ്വൻ ജീൻസൊക്കെയിട്ട് നമ്മുടെ ഈ ഭൂമിയിലൂടെ വിലസുന്നു! 'റിയലിസ്റ്റിക്' അല്ലാത്ത ഈ കഥാപാത്രത്തിന്റെ റിയലിസ്റ്റിക് ആയ അഭിനയവും പത്മരാജന്റെ കഥാപാത്രവൽക്കരണവും എന്നും ഏറെ പ്രശംസിക്കപ്പെടുന്നു.

സുഹൃത്തേ, നമുക്കൊരു റിയലിസ്റ്റിക് സിനിമ പിടിക്കാം, എന്താ?

● മനോധർമ്മ അഭിനയത്തിന്റെ പ്രസക്തിയെന്താണ്?

"അനുഭവങ്ങൾ, പാളിച്ചകൾ" എന്ന പഴയകാല സത്യൻ ചിത്രം. കള്ളുഷാപ്പിലേക്ക് കടന്നുവരുന്ന സത്യന്റെ കഥാപാത്രം. ഷാപ്പിന് മുമ്പിൽ മോങ്ങിക്കൊണ്ട് നിൽക്കുന്ന ഒരു പട്ടി. സത്യന്റെ കഥാപാത്രം പട്ടിയെ തൊഴിക്കുന്നു. യാഥാർത്ഥ്യപ്രതീതി ജനിപ്പിച്ച ഒരു രംഗത്തെക്കുറിച്ചാണ് മുകളിൽ എഴുതിയത്. പട്ടിയെ തൊഴിക്കുന്ന രംഗം തിരക്കഥയിൽ എഴുതിവെച്ചിരുന്നില്ല. പക്ഷേ മോങ്ങുന്ന പട്ടിയെ കണ്ട ഉടനെ സത്യനിലെ മനോധർമ്മം ഉണർന്നു പ്രവർത്തിക്കുകയാണുണ്ടായത്.

അടൂർഭാസിയെന്ന വിഖ്യാതനായ നടൻ അഭിനയിക്കേണ്ട പല രംഗങ്ങളിലും തിരക്കഥാകൃത്തുക്കൾ സന്ദർഭം എഴുതിയതിനുശേഷം 'ഭാസിയുടെ മനോധർമ്മം' എന്ന് എഴുതിവെയ്ക്കുക പതിവായിരുന്നുവത്രേ! ഇവിടെ ഭാസി തന്റെ പ്രതിഭയിൽ നിന്നുമുരുത്തിരിഞ്ഞ് വരുന്ന ഹാസ്യ ഡയലോഗുകളും ആക്ഷനുകളും പ്രയോഗിക്കുകയായിരുന്നു പതിവ്. അത്തരം രംഗങ്ങളെല്ലാം ഏറെ ജനപ്രിയമാകുകയും ചെയ്തിരുന്നു.

തനിക്ക് മുന്നിൽ അപ്രതീക്ഷിതമായി സംഭവിക്കുന്ന കാര്യത്തിനനുസരിച്ച് പെട്ടെന്ന് തക്ക രീതിയിൽ പ്രതികരിക്കുന്നതാണ് മനോധർമ്മം. ഇത് ഒരു നടന് ഏറ്റവും അത്യാവശ്യമായ ഗുണങ്ങളിലൊന്നാണ്. വിശദമായി തയ്യാറാക്കപ്പെട്ട തിരക്കഥയനുസരിച്ച് കർക്കശക്കാരനായ ഒരു സംവിധായകൻ ഉത്തരവിടുന്നതനുസരിച്ച് മാത്രമേ ഒരു നടൻ അഭിനയിക്കാവൂ എന്നുണ്ടോ? എപ്പോഴും അങ്ങനെയാകണമെന്നില്ല. മനോധർമ്മത്തിനനുസരിച്ച് അഭിനയം പുറത്തെടുക്കാവുന്ന ചില സന്ദർഭങ്ങളെങ്കിലും ഒരു നടന് വീണുകിട്ടും, തീർച്ച.

മനോധർമ്മാഭിനയം സ്വയം പരിശീലിക്കാവുന്ന ഒന്നാണ്. ലഭ്യമായ ഏതെങ്കിലും തിരക്കഥയിലെ ഒരു സീൻ തിരഞ്ഞെടുക്കുക. ആലോചിക്കുവാൻ സമയമെടുക്കാതെ ഒരു കഥാപാത്രമായി അഭിനയിക്കുക. ചില പോരായ്മകളൊക്കെയുണ്ടാകാമെങ്കിലും അവയെ അപഗ്രഥനത്തിലൂടെ മനസ്സിലാക്കി തിരുത്താൻ കഴിയുന്നതാണ്. ഇതുപോലെ വ്യത്യസ്ത കഥാപാത്രങ്ങളായി സ്വയം മാറുക. പ്രത്യേകമായി ശ്രദ്ധിക്കേണ്ട കാര്യങ്ങളിവയാണ്. ചെയ്യുന്ന 'ആക്ഷന്' ഒരു വ്യക്തമായ തുടക്കവും വ്യക്തമായ ഒടുക്കവും ഉണ്ടായിരിക്കണം. ചലനങ്ങൾ, അംഗവിക്ഷേപങ്ങൾ, ഭാവപ്രകടനങ്ങൾ എന്നിവ കൃത്യമായ സമയനിർണയ (Timing)ത്തിലൂടെയായിരിക്കാൻ ശ്രദ്ധിക്കേണ്ടതുണ്ട്. ഒരു ആക്ഷൻ ചെയ്യുമ്പോൾ പ്രേക്ഷകൻ മുന്നിലുണ്ടെന്ന് കരുതി ചെയ്യണം. ആ ആക്ഷൻ പ്രേക്ഷകനിൽ പതിയുവാൻ (Establish) എത്ര സമയം വേണമോ അത്രയും സമയം അതിന് കൊടുത്തിരിക്കണം. ഇതിൽ കൂടുതൽ സമയം അതിന് നൽകിയാൽ പ്രേക്ഷകന്റെ ശ്രദ്ധ കുറയുകയും അവന് ബോറടിക്കുകയും ചെയ്യും. സന്ദർഭത്തിനനുസരിച്ചല്ലാത്ത ഭാവചലനങ്ങൾ ചെയ്യുന്ന ആക്ഷനിൽനിന്നും പ്രേക്ഷകന്റെ ശ്രദ്ധയെ വ്യതിചലിപ്പിക്കുന്നു.

മനോധർമ്മാഭിനയം ഒരു നടന്റെ ഭാവന, നിരീക്ഷണപാടവം, പ്രതികരണശേഷി, അഭിനയശേഷി എന്നിവയെ വർദ്ധിപ്പിക്കുന്നു.

● അഭിനേതാവിന്റെ ഉപകരണങ്ങൾ ഏതെല്ലാമാണ്?

തീരെ മൂർച്ച കുറഞ്ഞ ഒരു കത്തികൊണ്ട് ഒരു ആപ്പിൾ മുറിച്ചു നോക്കൂ. പെട്ടെന്ന് മുറിയുന്നില്ല അല്ലേ? ആപ്പിൾ പോയിട്ട് ഒരു പഴംപോലും

മുറിക്കാൻ കഴിഞ്ഞില്ലെന്നു വരാം. ഇതിൽനിന്നും നാം എന്താണ് മനസ്സിലാക്കുന്നത്? ഉപകരണം എത്രത്തോളം മൂർച്ചയുള്ളതാണോ അതിനനുസരിച്ച് പ്രയോഗം എളുപ്പമായിത്തീരുന്നു.

ഒരു കവിക്കും ഡാൻസർക്കും കഥകളിനടനും ഗായകനും ചലച്ചിത്രനടനും ഒക്കെ ചില ഉപകരണങ്ങളുണ്ട്. ഡാൻസറുടെയും കഥകളി നടന്റെയും ഉപകരണങ്ങൾ ശരീരവും മനസ്സുമാണ്. ഗായകന്റെ ഉപകരണങ്ങൾ ശബ്ദവും മനസ്സുമാണ്. കവിയുടെ ഉപകരണം മനസ്സ് മാത്രമാണ്. ഒരു ചലച്ചിത്രനടന്റെ ഉപകരണങ്ങൾ ശരീരം, ശബ്ദം, മനസ്സ് എന്നിവയാണ്. ഇതിന്നർത്ഥം ചലച്ചിത്രനടൻ ഈ മൂന്നുപകരണങ്ങളെ എപ്പോഴും മൂർച്ചയുള്ളതാക്കി സൂക്ഷിക്കേണ്ടതാണ് എന്നാണ്. എപ്പോൾ വേണമെങ്കിലും അവയെ വേണ്ടവിധത്തിൽ എടുത്തുപയോഗിക്കാൻ നടന് കഴിയണം.

ഒരു കഥാപാത്രത്തിന്റെ ആന്തരികഭാവങ്ങളെയും സംഘർഷങ്ങളെയും നടൻ യുക്തിപൂർവ്വം തന്റെ മനസ്സിൽ അപഗ്രഥനം നടത്തി റെക്കോർഡ് ചെയ്തുവയ്ക്കുകയെന്നതാണ് ആദ്യമായി നടക്കേണ്ട പ്രക്രിയ. ഏതൊരു കഥാസന്ദർഭത്തെക്കുറിച്ചും ഭാവനാപൂർണവും വിശാലവും യുക്തിപൂർവ്വവുമായി ചിന്തിക്കാനുള്ള മനസ്സാണ് നടന് വേണ്ടത്. രണ്ടാമത്തെ പ്രക്രിയ അഭിനയിച്ച് ഫലിപ്പിക്കലാണ്. ഇവിടെ ശരീരവും ശബ്ദവും കടന്നുവരുന്നു. കഥാപാത്രത്തിന്റെ അന്തസ്സംഘർഷങ്ങളെ നടൻ മൂർത്തവൽക്കരിക്കുകയാണ് ചെയ്യുന്നത്. നടന് സ്വന്തമായുള്ള അസംസ്കൃത വസ്തുക്കളായ ക്രിയകളും (Actions) ചേഷ്ടകളും (Mannerism) ആണ് ഇതിനായി ഉപയോഗിക്കുന്നത്. നടന്റെ ഓരോ ഭാവവും ചലനവും കഥാപാത്രത്തിന്റെ അന്തസ്സത്തയെ വെളിപ്പെടുത്തുന്നതും കഥാപാത്രത്തെ സ്വാഭാവികമായി വികസിപ്പിക്കുന്നതുമായിരിക്കണം. കൃത്രിമമായ ചലനങ്ങളോ ശാരീരിക നിലകളോ സിനിമാഭിനയത്തിന് ഒട്ടും യോജിക്കുന്നതല്ല. അഭിനേതാവിന്റെ ചലനങ്ങൾ സത്യസന്ധവും യുക്തിക്ക് നിരക്കുന്നതും പ്രേക്ഷകന് വിശ്വസിക്കാൻ കഴിയുന്നതുമായിരിക്കണം. ചില അഭിനേതാക്കൾക്ക് തങ്ങളുടെ ചില 'മാനറിസ'ങ്ങളിലും ആക്ഷനുകളിലും അമിത ആത്മവിശ്വാസമോ ഭ്രമമോ (Infatuation) ഉണ്ടാകാം. ഓർക്കുക, ആകർഷകങ്ങളായ ഭാവചലനങ്ങൾ എല്ലാംതന്നെ കഥാപാത്രവൽക്കരണത്തിനനുയോജ്യമാണെന്ന് ചലച്ചിത്ര സംവിധായകൻ അംഗീകരിച്ചുകൊള്ളണമെന്നില്ല.

അവസാനമായി ശബ്ദം. സിനിമയിലെ ആരംഭകാലത്തിലെപോലെ നിശ്ശബ്ദസിനിമയിലല്ല ഈ കാലഘട്ടത്തിലെ നടൻ അഭിനയിക്കുന്നത്. അതിനാൽത്തന്നെ താൻ അഭിനയിച്ച കഥാപാത്രത്തിന് താൻതന്നെ ശബ്ദം ഡബ്ബ് ചെയ്യേണ്ടിവരാം എന്ന ചിന്തയാൽ നടൻ അസാമാന്യമായ ശബ്ദനിയന്ത്രണം (Voice Modulation) അഭ്യസിക്കേണ്ടതായിട്ടുണ്ട്.

ഉച്ചാരണമാണ് ഇനിയൊരു കാര്യം. മലയാളപദങ്ങൾ കൃത്യമായി ഉച്ചരിക്കാനാകാത്ത നിരവധി പേരെ ഇന്ന് കണ്ടെത്താനാകും. ഭാര്യ എന്നത് 'ഫാര്യ'യും ദുഃഖഗാനം എന്ന വാക്ക് 'ദുങ്കഗാനവു'മാണവർക്ക്! ദുഃഖഗാനത്തെ ദുങ്കഗാനമാക്കിയ ഒരു 'വിദ്വാൻ' പണ്ട് പറഞ്ഞതിങ്ങനെയാണ് "ആ രണ്ട് കുത്തുകൾ അവിടെയുള്ളപ്പോൾ ദുങ്കഗാനമെന്നല്ലേ പറയേണ്ടത്?" (മലയാളമെന്ന അമ്മ അയാൾക്ക് മാപ്പേകട്ടെ!)

- പോസ്ചർ (Posture), ഗെസ്ചർ (Gesture), ബിസിനസ്സ് (Business) എന്നിവയെന്താണെന്ന് വ്യക്തമാക്കാമോ?

ഒരാളുടെ ശരീരനിലയാണ് പോസ്ചർ. വിഖ്യാത നടന്മാർ പലപ്പോഴും ശരീരഭാഷകൊണ്ട് മാത്രം ദുഃഖവും സന്തോഷവും നിരാശയുമൊക്കെ പ്രകടിപ്പിക്കുന്നതിൽ വിജയിക്കാറുണ്ട്. ഗെസ്ചർ എന്നതുകൊണ്ടുദ്ദേശിക്കുന്നത് ഒരാളുടെ ഭാവഹാവാദികളാണ്. കൈകൾ, തല എന്നിവയുടെ ചലനം, മുഖത്തെ ഭാവപ്രകടനങ്ങൾ എന്നിവയൊക്കെ ഇതിൽപ്പെടുന്നു. ബിസിനസ്സ് എന്നാൽ അഭിനയത്തെ പൊലിപ്പിക്കുവാൻ വേണ്ടി അഭിനേതാവ് ചെയ്യുന്ന ചില അധികക്രിയകളാണ്. ഒരുദാഹരണത്തിലൂടെ ഇത് വ്യക്തമാക്കാം. രണ്ട് സുഹൃത്തുക്കൾ തമ്മിൽ ദീർഘകാലത്തിനുശേഷം കണ്ടുമുട്ടുന്നു. തിരക്കഥയിൽ 'അവർ കണ്ടുമുട്ടുന്നു' എന്നെഴുതിയതിനുശേഷം ഇങ്ങനെയൊരു ഡയലോഗ് ആകാം ഒരുപക്ഷേ നാം കാണുന്നത്. "എത്രകാലമായെടോ തന്നെ കണ്ടിട്ട്..." എന്നാൽ ഭാവനാസമ്പന്നനായ ഡയറക്ടർ അഭിനേതാക്കളോട് പരസ്പരം ആലിംഗനം ചെയ്യുവാനോ അല്ലെങ്കിൽ തോളിൽതട്ടി അടുപ്പം കാണിക്കുവാനോ നിർദ്ദേശിക്കും. തിരക്കഥയിലില്ലെങ്കിലും ഇത്തരത്തിൽ കൂട്ടിച്ചേർക്കപ്പെടുന്ന സ്വാഭാവികമായ ആക്ഷനുകളാണ് ബിസിനസ്. ചില തിരക്കഥകളിൽ ഇത്തരം ആക്ഷനുകൾ വിശദമായിത്തന്നെ എഴുതപ്പെട്ടിട്ടുണ്ടാകും.

- വ്യത്യസ്ത മാദ്ധ്യമങ്ങളിൽ അഭിനയിക്കുമ്പോൾ അഭിനേതാവ് വ്യത്യസ്ത ശൈലികളാണോ പുറത്തെടുക്കേണ്ടത്?

തീർച്ചയായും. ഓരോ മാദ്ധ്യമങ്ങളുടെയും പ്രത്യേകതകൾക്കനുസരിച്ച് നടന്റെ അഭിനയശൈലിയും മാറേണ്ടതുണ്ട്. റേഡിയോവിലാണെങ്കിൽ നടന്റെ ശബ്ദം മാത്രമാണ് ആസ്വാദകൻ കേൾക്കുന്നത്. അതിനാൽ നടീനടന്മാർ ശബ്ദനിയന്ത്രണത്തിനാണ് പ്രാധാന്യം കൊടുക്കേണ്ടത്. നാടകത്തിലാണെങ്കിൽ സ്റ്റേജിൽനിന്നും ഏറെ അകലെ ഇരിക്കുന്ന പ്രേക്ഷകനുപോലും അഭിനയം ആസ്വാദ്യകരമാകണമെങ്കിൽ കുറച്ച് അമിതപ്രകടനം ആവശ്യമാണ്. സിനിമ, ടെലിവിഷൻ എന്നീ മാധ്യമങ്ങളിൽ അഭിനേതാവിന്റെ അഭിനയത്തെ പ്രേക്ഷകൻ യഥാർത്ഥ ജീവിതത്തിലെന്ന

പോലെ കാണുകയും കേൾക്കുകയും അടുത്തറിയുകയുമാണ് ചെയ്യുന്നത്. അതിനാൽത്തന്നെ ഇത്തരം മാദ്ധ്യമങ്ങളിലഭിനയിക്കുന്ന നടീനടന്മാർ ചലനത്തിലും ഭാവത്തിലും ശബ്ദത്തിലും ഏറെ നിയന്ത്രണങ്ങൾ പാലിക്കേണ്ടതുണ്ട്. എന്നാൽ അവർ സ്വാഭാവികമായ അഭിനയരീതി കാഴ്ചവയ്ക്കേണ്ടതായുമുണ്ട്.

- സിറ്റ്വേഷൻ കോമഡി (Situation comody), ഡയലോഗ് കോമഡി (Dialogue Comedy), സ്ലാപ്സ്റ്റിക് കോമഡി (Slapstick comody) ഇവ എന്താണ്?

സാഹചര്യത്തിനും സന്ദർഭത്തിനുമനുസരിച്ച് രൂപപ്പെട്ടുവരുന്ന കോമഡിയാണ് സിറ്റ്വേഷൻ കോമഡി. ഇതിനെ 'സിറ്റ് കോം (sitcom) എന്നും പറയാറുണ്ട്. സിനിമയുടെ ആദ്യകാലങ്ങളിൽ ചിത്രീകരിക്കപ്പെട്ട ഒരു സീൻ ഇതാണ്. ഒരാൾ തോട്ടം നനയ്ക്കുന്നു. അയാളറിയാതെ മറ്റൊരാൾ നനയ്ക്കുവാനുള്ള ഓസിന്മേൽ ചവിട്ടുന്നു. ജലത്തിന്റെ പ്രവാഹം നിലയ്ക്കുന്നു. വെള്ളത്തിന്റെ പ്രവാഹം നിന്നുപോയല്ലോ എന്ന ഭാവത്തിൽ നനയ്ക്കുന്നയാൾ ഓസിന്റെ അറ്റം ഉയർത്തിനോക്കുന്നു. ഓസിന്മേൽ ചവിട്ടിയയാൾ കാലുയർത്തുന്നു. നനയ്ക്കുന്നയാളുടെ മുഖത്തേക്ക് വെള്ളം ചീറ്റുന്നു! ഒരു 'സിറ്റ്വേഷ'നിൽ നടക്കുന്ന ആക്ഷനുകളിൽനിന്നും ഉരുത്തിരിഞ്ഞ് വരുന്ന കോമഡിയാണ് സിറ്റ്വേഷൻ കോമഡി.

ഡയലോഗിന് പ്രാധാന്യം കൊടുത്തുകൊണ്ടുള്ള കോമഡിയാണ് ഡയലോഗ് കോമഡി. "ഞങ്ങളുടെ കുടുംബക്കാർ തറവാട്ടുകാരും നിങ്ങളുടെ കുടുംബക്കാർ താറാവാട്ടുകാരുമാണെ"ന്ന് ഒരു കഥാപാത്രം ഡയലോഗ് കാച്ചുമ്പോൾ പ്രേക്ഷകൻ ചിരിക്കുന്നത് ഡയലോഗ് അധിഷ്ഠിത തമാശയുടെ ഫലംകൊണ്ടാണ്.

സർക്കസിലെ കോമാളി ഒരു വടികൊണ്ട് മറ്റൊരു കോമാളിയുടെ പുറകുവശത്തടിക്കുന്നത് കണ്ടിട്ടില്ലേ? ഈ വടിയാണ് സ്ലാപ്സ്റ്റിക്. ഇത്തരം തമാശകളാണ് പൊതുവെ സ്ലാപ്സ്റ്റിക് കോമഡിയിൽ വരുന്നത്. ആദ്യകാല സിനിമകളിലുണ്ടായിരുന്ന പഴത്തൊലിയിൽ ചവിട്ടിവീഴലും മുഖത്തേക്ക് മുട്ടയെറിയലുമൊക്കെ ഈ വിഭാഗത്തിൽപ്പെടും.

- കാസ്റ്റിങ് ടു ടൈപ്പ് (Casting to type), കാസ്റ്റിങ് എഗെയ്ൻസ്റ്റ് ടൈപ്പ് (Casting against type) - ഇവ തമ്മിലുള്ള വ്യത്യാസമെന്താണ്?

ഒരു ഡോക്ടർ പ്രൊഫസർ അല്ലെങ്കിൽ ജഡ്ജി - ഇത്തരം കഥാപാത്രങ്ങളെക്കുറിച്ചുള്ള നമ്മുടെ ധാരണ എന്താണ്? ചുളിവില്ലാത്ത വസ്ത്രധാരണവും അച്ചടിവടിവോടെയുള്ള സംസാരവും അതിനനുസരിച്ചുള്ള ഭാവഹാവാദികളും. ഒരു കള്ളനാണെങ്കിലോ? ലുങ്കിയുടുത്ത് ബനിയനിട്ട്

മീശപിരിച്ച് മുഖംമൂടി ധരിച്ച് രാത്രികാലങ്ങളിൽ മോഷണത്തിനിറങ്ങുന്നയാൾ. ഇത്തരത്തിൽ നമ്മുടെ മനസ്സിൽ രൂഢമൂലമായിക്കിടക്കുന്ന ധാരണകൾക്കനുസരിച്ച് കഥാപാത്രങ്ങളെ അണിയിച്ചൊരുക്കുന്നതാണ് കാസ്റ്റിങ് ടു ടൈപ്പ്. എന്നാൽ പ്രതിഭാധനൻമാരായ സംവിധായകരുടെ ഭാവന പലപ്പോഴും വേറിട്ട് സഞ്ചരിക്കുന്നതിന്റെ ഫലമായി ഇതിന്നപവാദമായ വിധത്തിൽ കഥാപാത്രങ്ങൾ അണിയിച്ചൊരുക്കപ്പെടാറുണ്ട്.

'ചുളിവില്ലാത്ത പാന്റ്സും ഷർട്ടും ധരിച്ച്' കൈയിൽ ലാപ്ടോപ്പുമായി നടക്കുന്ന കള്ളൻ. അലസമായ വസ്ത്രധാരണവും ചീകിയൊതുക്കാത്ത മുടിയും പരുക്കൻ സംഭാഷണവുമായി രോഗികളെ പരിശോധിക്കുന്ന ഡോക്ടർ. ഇത്തരത്തിൽ സ്ഥിരം ശൈലികൾക്ക് വിരുദ്ധമായി കഥാപാത്രങ്ങളെ അണിയിച്ചൊരുക്കുന്നതാണ് കാസ്റ്റിങ് എഗേയ്ൻസ്റ്റ് ടൈപ്പ്. ഇത്തരത്തിൽ വ്യത്യസ്തമായി കഥാപാത്രങ്ങളെ അണിയിച്ചൊരുക്കണമെങ്കിൽ കഥയും കഥാസന്ദർഭങ്ങളുമായി അത് നന്നായി പൊരുത്തപ്പെട്ട് പോകേണ്ടതുണ്ട്.

- ബാക്ഗ്രൗണ്ട് ആക്ഷൻ (Background action), ഫോർഗ്രൗണ്ട് ആക്ഷൻ (Foreground Action) എന്നിവ എന്താണ്?

ഒരു ഹോട്ടലിലിരുന്ന് നായകനും നായികയും ഭക്ഷണം കഴിക്കുകയാണ്. പശ്ചാത്തലത്തിൽ (Background) മറ്റ് ചിലരും ഇരുന്ന് ഭക്ഷണം കഴിക്കുന്നുണ്ട്. ക്യാമറയ്ക്കും നായികാനായകന്മാർ ഇരിക്കുന്ന ഇടത്തിനുമിടയിലൂടെ (foreground) ഒരു വെയ്റ്റർ ട്രേയിൽ ഭക്ഷണസാധനങ്ങളുമായി നടന്നുനീങ്ങുന്നു. ബാക്ഗ്രൗണ്ടിൽ ഇരുന്ന് ഭക്ഷണം കഴിക്കുന്നവരും ഫോർഗ്രൗണ്ടിലൂടെ നടന്നുപോകുന്ന വെയ്റ്ററും മറ്റും ഇല്ലെങ്കിൽ എന്തു സംഭവിക്കും? നായികാനായകന്മാർ ഹോട്ടലിലാണ് ഇരുന്ന് ഭക്ഷണം കഴിക്കുന്നതെന്ന 'ഫീൽ' ആ ദൃശ്യത്തിനുണ്ടാകില്ല. ഇത്തരത്തിൽ പശ്ചാത്തലത്തിൽ നടക്കുന്ന ആക്ഷൻ 'ബാക്ഗ്രൗണ്ട് ആക്ഷനും' ഫ്രെയിമിന്റെ മുൻഭാഗത്ത് നടക്കുന്ന ആക്ഷൻ ഫോർഗ്രൗണ്ട് ആക്ഷനും ആണ്. റെയിൽവേ സ്റ്റേഷൻ, കോടതി, പാർക്ക് തുടങ്ങിയ ഇടങ്ങളിലൊക്കെ ഇത്തരത്തിൽ ആക്ഷനെ സംവിധായകൻ ക്രമീകരിക്കാറുണ്ട്. അപ്രധാനമെന്ന് തോന്നുമെങ്കിലും ശ്രദ്ധാപൂർവ്വം ചിട്ടപ്പെടുത്തേണ്ട ചലനങ്ങളാണ് ബാക്ഗ്രൗണ്ട് ആക്ഷനും ഫോർഗ്രൗണ്ട് ആക്ഷനും.

- നടീനടന്മാർ അഭിനയിക്കുന്ന റോളുകളെ അവയുടെ പ്രാധാന്യമനുസരിച്ച് എത്രയായി തരം തിരിക്കാം?

പ്രധാനമായും നാലായി തരംതിരിക്കാം. 1. നായികാ നായകന്മാർ. 2. സഹറോളുകൾ 3. ചെറിയ റോളുകൾ. 4. എക്സ്ട്രാ റോളുകൾ.

കഥയുടെ അടിത്തറ നായികാനായകന്മാരിലാണ് സ്ഥിതി ചെയ്യുന്നത്. കഥ വികസിക്കുന്നത് പ്രധാനമായും അവരിലൂടെയാണല്ലോ. നിരവധി സീനുകളിൽ നായികാനായകന്മാർ പ്രത്യക്ഷപ്പെടാറുമുണ്ട്.

നായികാനായകന്മാരുടെ റോളുകളോട് ചേർന്നുനിൽക്കുന്ന റോളുകളാണ് സഹറോളുകൾ. നായകന്റെയോ നായികയുടെയോ അച്ഛൻ, അമ്മ, കൂട്ടുകാർ, ശത്രുക്കൾ തുടങ്ങിയ റോളുകളൊക്കെ ഇതിൽപ്പെടുന്നു. നായികാനായകന്മാരുടെയത്ര പ്രാധാന്യമില്ലെങ്കിലും സഹനടീനടന്മാർ നിരവധി സീനുകളിൽ പ്രത്യക്ഷപ്പെട്ട് കഥയുടെ വികാസത്തെ പരിപോഷിപ്പിക്കുകയാണ് ചെയ്യുന്നത്.

ഒന്നോ രണ്ടോ സീനുകളിലൊക്കെ പ്രത്യക്ഷപ്പെടുന്ന പ്രാധാന്യം കുറഞ്ഞ റോളുകളാണ് ചെറിയ റോളുകൾ എന്നതുകൊണ്ട് ഉദ്ദേശിക്കുന്നത്. ഭക്ഷണം വിളമ്പുന്ന വെയിറ്റർ, ഡ്രൈവർ, ഹോട്ടലിലെ റിസപ്ഷനിസ്റ്റ്, കേസന്വേഷിക്കാൻ വരുന്ന സബ്ബ് ഇൻസ്പെക്ടർക്കൊപ്പമുള്ള പൊലീസുകാരൻ എന്നിവരൊക്കെ സാധാരണയായി ഈ വിഭാഗത്തിൽപ്പെടുന്നു.

റോഡിൽ ഒരു സംഭവം നടക്കുന്നു. പശ്ചാത്തലത്തിൽ നടക്കുന്ന ആളുകൾ, നായകന്റെയോ നായികയുടെയോ കൂടെ നൃത്തം ചെയ്യുന്ന അപ്രധാന നർത്തകർ, ബഹളം വെയ്ക്കുന്ന ആൾക്കൂട്ടം - ഇവയെല്ലാം എക്സ്ട്രാ റോളുകൾക്കുദാഹരണങ്ങളാണ്.

- സിനിമ, സീരിയൽ രംഗത്ത് അഭിനയിക്കുവാനുള്ള അവസരങ്ങൾ എങ്ങനെ നേടിയെടുക്കാം?

ഏറെ ക്ലേശകരവും അതിനാൽത്തന്നെ നിരന്തര പരിശ്രമം ആവശ്യപ്പെടുന്നതുമായ ഒരു കാര്യമാണിത്. അഭിനയരംഗത്തേക്ക് വരുവാനാഗ്രഹിക്കുന്നവർ നിരവധി. എന്നാൽ അതിനുള്ള അവസരം ലഭിക്കുന്നവർ വളരെ ചുരുക്കമാണെന്ന യാഥാർത്ഥ്യം എല്ലാവർക്കും അറിയാവുന്നതാണ്. അഭിനയിക്കുവാനുള്ള മോഹം ഉള്ളിലൊതുക്കി ചില സംവിധായകരെ ചെന്ന് കണ്ടതുകൊണ്ടു മാത്രം കാര്യമായില്ല. നിങ്ങളുടെ മുന്നിൽ അവസരം നിഷേധിക്കുന്ന സംവിധായകരുടെ ഭാഗത്തുനിന്നും ചിന്തിക്കാം. ചാൻസ് തേടി വരുന്ന എല്ലാവർക്കും അവസരം കൊടുക്കുവാൻ തക്കവണ്ണം റോളുകൾ അവർ സംവിധാനം ചെയ്യുന്ന സിനിമകളിൽ ഉണ്ടായിക്കൊള്ളണമെന്നില്ല എന്നത് ഒരു യാഥാർത്ഥ്യം മാത്രമാണ്. 'അടുത്ത പടം തുടങ്ങുമ്പോൾ എന്നെ വന്ന് കാണൂ...', 'എന്റെ അസോസിയേറ്റുമായി സംസാരിക്കൂ...' തുടങ്ങിയ മറുപടികൾ ആവർത്തിക്കപ്പെടുമ്പോൾ ഏതൊരു വ്യക്തിയും നിരാശയിൽ മുങ്ങിത്താഴുന്നത് സ്വാഭാവികം മാത്രം. നിങ്ങൾ നിരാശനായി അവസരങ്ങൾക്കുവേണ്ടിയുള്ള അന്വേഷണം അവസാനിപ്പിച്ചാൽ ആർക്കാണ് നഷ്ടം? നിങ്ങൾക്കുതന്നെ!

അവസരങ്ങൾ നേടിയെടുക്കുവാൻ സഹായകമാകുന്ന ചില ഘടകങ്ങളെക്കുറിച്ച് താഴെ പ്രതിപാദിക്കുന്നു.

1. അഭിനയ കോഴ്സിൽ ചേരുക. ചില സ്ഥാപനങ്ങൾ കോഴ്സ് പൂർത്തിയാക്കുന്നവർക്ക് അവസരങ്ങൾ നൽകാറുണ്ട്. കോഴ്സുകൾ നടത്തുന്ന സ്ഥാപനങ്ങൾ ഉത്തരവാദപ്പെട്ടവ ആണോ എന്ന് നല്ലവണ്ണം അന്വേഷിക്കുക.

2. അഭിനയക്യാമ്പുകളിൽ പങ്കെടുക്കുക. താരതമ്യേന കുറഞ്ഞ പണ ച്ചെലവിൽ പങ്കെടുക്കാവുന്ന അഭിനയക്ക്യാമ്പുകളും മറ്റു പലയിടത്തും നടത്തപ്പെടാറുണ്ട്. ഇവയിൽ പങ്കെടുത്ത് കഴിവ് തെളിയിച്ച് ചലച്ചിത്ര പ്രവർത്തകരുടെ ശ്രദ്ധയിൽപ്പെടുവാൻ ശ്രമിക്കുക.

3. സംവിധായകരെ ചെന്നുകണ്ട് അവസരത്തിനായി അഭ്യർത്ഥിക്കുക. നിരവധി തവണ നിരവധി സംവിധായകരെ ചെന്നു കാണേണ്ടിവരാം. മനസ്സ് മടുക്കാതെ വീണ്ടും വീണ്ടും ശ്രമിക്കേണ്ടതുണ്ട്. ഓരോ സംവിധായകരോടും ചേർന്നുനിൽക്കുന്ന ചില ടെക്നീഷ്യന്മാരെ പരിചയപ്പെടുവാനും ഇത്തരം സന്ദർഭങ്ങൾ സഹായകമായേക്കാം.

4. നിങ്ങളുടെ സുഹൃത്തുക്കൾ, ബന്ധുക്കൾ, അവരുടെ പരിചയക്കാർ തുടങ്ങിയവർ സിനിമാ സീരിയൽ രംഗത്തുണ്ടെങ്കിൽ അവർ വഴി അവസരങ്ങൾക്ക് വേണ്ടി ശ്രമിക്കുക.

5. പണമിറക്കി സിനിമയുടെയോ സീരിയലിന്റെയോ നിർമ്മാണത്തിൽ പങ്കാളിയായി അവസരം നേടിയെടുക്കുക. പണമിറക്കുക എന്നത് പലപ്പോഴും 'കൈ പൊള്ളുന്ന' അനുഭവമായി മാറാം. അതിനാൽ ഈ മാർഗം തിരഞ്ഞെടുക്കുന്നത് 'ഹൈ റിസ്ക്' വിഭാഗത്തിൽപ്പെടുത്താവുന്നതാണ്.

6. ചുരുങ്ങിയ ചെലവിൽ ഷോർട്ട് ഫിലിമുകൾ നിർമ്മിക്കപ്പെടുന്ന കാലഘട്ടമാണിത്. അവയിൽ അവസരങ്ങൾ ലഭിക്കുക എന്നത് താരതമ്യേന എളുപ്പമാണ്. ഷോർട്ട്ഫിലിമുകളിൽ അഭിനയിച്ച് കഴിവ് തെളിയിച്ചതിന് ശേഷം സിനിമ-സീരിയൽ രംഗത്തേക്ക് പ്രവേശിക്കുവാൻ ശ്രമിക്കുക.

നിങ്ങളുടെ കഴിവിലുള്ള ആത്മവിശ്വാസം, നിരന്തര പരിശ്രമം, വിവേകത്തോടെ ആളുകളോട് ഇടപഴകുവാനുള്ള കഴിവ് എന്നീ ഘടകങ്ങൾ ഒത്തുചേർന്നുവന്നാൽ വിജയം നിങ്ങളുടേതായിരിക്കും, നിശ്ചയം.

- ചലച്ചിത്രരംഗത്ത് തങ്ങളുടേതായ വ്യക്തിമുദ്ര പതിപ്പിച്ചിട്ടുള്ള അഭിനേതാക്കൾ ആരൊക്കെയാണ്?

ലോകസിനിമയിലെ ചില പ്രതിഭകളെ പരിചയപ്പെടാം. മാർലൻ ബ്രാന്റോ (ഗോഡ്ഫാദർ), ലാസ്റ്റ് ടാംഗോ ഇൻ പാരീസ് തുടങ്ങിയ ചിത്രങ്ങൾ), ആന്റണി ക്വിൻ (സോർബ ദ ഗ്രീക്ക്, ലോറൻസ് ഓഫ് അറേബ്യ,

ദ ഗൺസ് ഓഫ് നവറോൺ ഗൺസ് ഫോർ സാൻ സബാസ്റ്റ്യൻ, ലയൺ ഓഫ് ദ ഡസർട്ട്, ലാ സ്ട്രാഡാ), ഗ്രിഗറി പെക്ക് (മക്കന്നാസ് ഗോൾഡ്, ദ ഓമൻ, ദ ഗൺസ് ഓഫ് നവറോൺ, ടു കിൽ എ മോക്കിങ് ബേർഡ്), ഒമർ ഷെരീഫ് (ലോറൻസ് ഓഫ് അറേബ്യ, ഡോക്ടർ ഷിവാഗോ, മക്കന്നാസ് ഗോൾഡ്), ചാൾട്ടൺ ഹെസ്റ്റൺ (ബെൻഹർ, ജൂലിയസ് സീസർ, ദ ഗ്രേറ്റസ്റ്റ് സ്റ്റോറി എവർ ടോൾഡ്), ടൈറോൺ പവർ (നൈറ്റ് മെയർ ആലി, ബ്ലഡ് ആൻഡ് ഡാൻസ്, ദ ബ്ലാക് സ്വാൻ, പ്രിൻസ് ഓഫ് ഫോക്സസ്, ദ ബ്ലാക് റോസ്), ലോറൻസ് ഒളീവിയർ (വൂതറിങ് ഹൈറ്റ്സ്, ഷെയ്ക്സ്പിയർ ട്രിലജിയിൽപ്പെട്ട ഹെൻറി V, ഹാംലെറ്റ്, റിച്ചാർഡ് III), പീറ്റർ ഒ ടൂൾ (ലോറൻസ് ഓഫ് അറേബ്യ, ദ ലയൺ ഇൻ വിന്റർ, ഗുഡ്ബൈ മിസ്റ്റർ ചിപ്സ്), റിച്ചാർഡ് ബർട്ടൺ (എല്ലീസ് ഐലൻഡ്, വാഗ്നർ, ആലീസ് ഇൻ വണ്ടർലാൻഡ്, എക്സോർസിസ്റ്റ് III, ബ്രീഫ് എൻകൗണ്ടർ, ഡോക്ടർ ഫോസ്റ്റസ്, ഹു ഈസ് അഫ്രെയ്ഡ് ഓഫ് വെർജീനിയ വുൾഫ്? ഹാംലെറ്റ്, ക്ലിയോപാട്ര), മർലിൻ മൺറോ (ജെന്റിൽമെൻ പ്രിഫർ ബ്ലോണ്ട്സ്, റിവർ ഓഫ് നോ റിട്ടേൺ, സം ലൈക്ക് ഇറ്റ് ഹോട്ട്, ലവ് ഹാപ്പി), എലിസബത്ത് ടെയ്‌ലർ (സഡൻലി, ക്ലിയോപാട്ര, ക്വോ വാദിസ്, ലാസ്റ്റ് സമ്മർ), ഓഡ്രി ഹെപ്ബേൺ (മൈ ഫെയർ ലേഡി, സബ്രീന, വെയ്റ്റ് അൺടിൽ ഡാർക്ക്, ദ നൺസ് സ്റ്റോറി, റോമൻ ഹോളിഡേ), ഇൻഗ്രിഡ് ബർഗ്മാൻ (സ്പെൽ ബൗണ്ട്, നൊട്ടോറിയസ്, അണ്ടർ കാപ്രിക്കോൺ), കെയ്റ്റ് വിൻസ്‌ലറ്റ് (ടൈറ്റാനിക്), ലിയനാഡോ ഡി കാപ്രിയോ (ടൈറ്റാനിക്, ദറെവനന്റ്) - ഇങ്ങനെ പേരുകൾ നിരവധി.

ഇൻഡ്യൻ സിനിമയിൽ തങ്ങളുടെ അഭിനയപ്രതിഭകൊണ്ട് കൈയൊപ്പ് ചാർത്തിയിട്ടുള്ളവർ ധാരാളമാണ്. ഓംപുരി, നസിറുദ്ദീൻ ഷാ, സ്മിതാ പാട്ടീൽ, ശബാനാ ആസ്മി, ദിലീപ്കുമാർ, അശോക്കുമാർ, സഞ്ജീവ്കുമാർ, ഹേമമാലിനി, നർഗ്ഗീസ്, ഷർമ്മിളാ ടാഗോർ, നൂതൻ, അമിതാബ് ബച്ചൻ, രാജേഷ്ഖന്ന, ശ്രീദേവി, രേഖ, ജയഭാദുരി, ഷാരൂഖ് ഖാൻ, അമീർഖാൻ, സൽമാൻഖാൻ, കാജൽ തുടങ്ങിയവർ അവരിൽ ചിലർ മാത്രമാണ്.

എം.ജി.ആർ., ശിവാജി ഗണേശൻ, എൻ.ടി.ആർ., നാഗേശ്വര റാവു, നാഗയ്യ തുടങ്ങിയവർ തെന്നിന്ത്യൻ സിനിമയിൽ വെന്നിക്കൊടി പാറിച്ചവരാണ്.

അനുഗൃഹീതരായ നടീനടന്മാരെക്കൊണ്ട് സമ്പന്നമാണല്ലോ മലയാള സിനിമ - അഭിനയ സമ്രാട്ടായിരുന്ന സത്യൻ, ജനപ്രിയനായകൻ പ്രേംനസീർ, മധു, കൊട്ടാരക്കര ശ്രീധരൻനായർ, ജോസ് പ്രകാശ്, കെ.പി. ഉമ്മർ, ദുഃഖപുത്രിയെന്ന പേര് സമ്പാദിച്ച ശാരദ, മലയാളിയുടെ പ്രിയപ്പെട്ട അഭിനേത്രി ഷീല, പ്രേക്ഷകരുടെ മനസ്സിന്റെ ഉള്ളറകളിൽ

കൂടുകൂട്ടിയ നടി ജയഭാരതി, എല്ലാ മലയാളികളുടേയും അമ്മയായ കവിയൂർ പൊന്നമ്മ, 'സുകുമാരിച്ചേച്ചി', ശ്രീവിദ്യ, തിലകൻ, പൗരുഷത്വം നിറഞ്ഞു തുളുമ്പുന്ന അഭിനയംകൊണ്ട് നമ്മെ കീഴടക്കിയ ബാലൻ കെ. നായർ, ഡയലോഗ് പ്രസന്റേഷന്റെ ചക്രവർത്തി സുകമാരൻ, സോമൻ, അകാലത്തിൽ പൊലിഞ്ഞ ജനപ്രിയനായകൻ ജയൻ, സുരേഷ് ഗോപി, ഹാസ്യസാമ്രാട്ടുമാരായ അടൂർഭാസി, ബഹദൂർ, ജഗതി, ഇന്നസെന്റ് അഭിനയത്തിന് പുതിയ മാനങ്ങൾ നൽകിയ ഭരത് ഗോപി, അനായാസ അഭിനയംകൊണ്ട് പ്രേക്ഷകരെ കീഴടക്കിയ നെടുമുടി വേണു, അഭിനയത്തിന്റെ സിംഹാസനങ്ങളിലിരിക്കുന്ന മമ്മൂട്ടി, മോഹൻലാൽ, ജയറാം, 'അയൽപക്കത്തെ വീട്ടിലെ പയ്യനായ' ദിലീപ്, പൃഥ്വിരാജ്, ഉർവ്വശി, കല്പന, കാവ്യ മാധവൻ, നവ്യനായർ, സ്വാഭാവിക അഭിനയത്തിന്റെ റാണിമാരായ മീര ജാസ്മിൻ, മഞ്ജു വാര്യർ, 'ന്യൂ ജൻ നായകൻ' നിവിൻ പോളി, വിനീത് ശ്രീനിവാസൻ, പുതുതലമുറയിലെ ശ്രദ്ധേയനായ നടൻ ദുൽഖർ സൽമാൻ തുടങ്ങിയവരൊക്കെ അഭിനയനഭസ്സിൽ തിളങ്ങിയ നക്ഷത്രങ്ങളാണ്.

(ചില പേരുകൾ ചൂണ്ടിക്കാണിച്ചുവെന്ന് മാത്രം. ഈ ലിസ്റ്റ് പൂർണമാണെന്നവകാശപ്പെടുന്നില്ല.)

ഛായാഗ്രഹണം

For a cameraman, light is might
With it he'd creatively fight
Shadows for him are not mere shadows
But imaginative meadows!

- ഫോട്ടോഗ്രാഫി (Photography), സിനിമാറ്റോഗ്രാഫി (Cinematography) എന്നീ പദങ്ങൾ ഉദ്ഭവിച്ചതെങ്ങനെയാണ്?

ഗ്രീക്ക് ഭാഷയിൽ ഫോട്ടോസ് എന്നാൽ പ്രകാശവും ഗ്രാഫ് എന്നാൽ ചിത്രരചനയുമാണ്. പ്രകാശം ഉപയോഗിച്ചുള്ള ചിത്രരചനയാണ് ഫോട്ടോ ഗ്രാഫി. സിനിമ ചിത്രീകരിക്കുന്ന ഫോട്ടോഗ്രാഫി എന്ന സങ്കേതം സിനിമാറ്റോഗ്രാഫിയും.

കോമ്പോസിഷൻ

- ആസ്പെക്ട് റേഷ്യോ (Aspect Ratio) എന്നാലെന്താണ്?

സിനിമ പ്രദർശിപ്പിക്കുന്ന സ്ക്രീനിന്റെ വീതിയും ഉയരവും തമ്മിലുള്ള റേഷ്യോ ആണ് ആസ്പെക്ട് റേഷ്യോ.

- വ്യത്യസ്ത ആസ്പെക്ട് റേഷ്യോകളെക്കുറിച്ച് പ്രതിപാദിക്കാമോ?

1.33:1 (അക്കാദമി റേഷ്യോ)

അങ്ങേയറ്റം പ്രചാരം ലഭിച്ച ഒരു ആസ്പെക്ട് റേഷ്യോ ആണ് അക്കാദമി റേഷ്യോ എന്ന പേരിലറിയപ്പെടുന്ന 1.33:1. ഉയരത്തെ 'ഒന്ന്' ആയി കണക്കാക്കുകയാണെങ്കിൽ വീതി 1.33 ആയിരിക്കുമെന്നാണിതിന്റെ അർത്ഥം (പ്രായോഗികമായി പറയുകയാണെങ്കിൽ ഇത് പലപ്പോഴും 1.37:1 വരെയാകാം). ടെലിവിഷൻ സ്ക്രീനിന്റെ ഏറ്റവും പ്രചാരം നേടിയിട്ടുള്ള ആസ്പെക്ട് റേഷ്യോയും ഇതുതന്നെയാണ്.

1.85:1 വടക്കേ അമേരിക്കയിൽ വളരെയധികം പ്രചാരത്തിലുള്ള വൈഡ് സ്ക്രീൻ ഫോർമാറ്റ് ആണിത്.

1.66:1 യൂറോപ്യൻ രാജ്യങ്ങളിൽ കൂടുതലായി പ്രചാരത്തിലുള്ള റേഷ്യോ.

1.75:1 യൂറോപ്യൻ രാജ്യങ്ങളിൽ താരതമ്യേന കുറഞ്ഞ പ്രചാരത്തി ലുണ്ടായിരുന്ന വൈഡ് സ്ക്രീൻ റേഷ്യോ ആണിത്. ലാസ്റ്റ് ടംഗോ ഇൻ

പാരീസ് എന്ന വിഖ്യാതമായ ചിത്രം ഈ ഫോർമാറ്റിൽ ചിത്രീകരിക്കപ്പെട്ടതാണ്.

2.35:1 ഇത് 'ഒരു സ്റ്റാന്റേർഡ് വൈഡ് സ്ക്രീൻ ഫോർമാറ്റ്' ആയി ലോകമെമ്പാടും അറിയപ്പെടുന്നു. (പലപ്പോഴും ഇത് 2.40:1 എന്ന റേഷ്യോയിലാണ് പ്രൊജക്റ്റ് ചെയ്യപ്പെടുന്നത്.) 'ദ വാലിയന്റ് വൺസ്' എന്ന ചിത്രം ഈ ഫോർമാറ്റിൽ എടുക്കപ്പെട്ടതാണ്.

2.2:1 ഇത് 70mm ചിത്രങ്ങൾ ഷൂട്ട് ചെയ്യപ്പെടുന്ന റേഷ്യോ ആണ്. (പല തിയേറ്ററുകളിലും ഇത് 2:1 എന്ന റേഷ്യോയിൽ പ്രദർശിപ്പിക്കപ്പെടാറുണ്ട്) ഈ ഫോർമാറ്റിൽ ചിത്രീകരിക്കപ്പെട്ടിട്ടുള്ള ഒരു ചിത്രമാണ് 'ഗോസ്റ്റ് ബസ്റ്റേഴ്സ്'.

1.17:1 ഏതാണ്ട് ചതുരാകൃതിയിലുള്ള ഒരു ആസ്പെക്ട് റേഷ്യോ ആണിത്. പ്രശസ്ത ചലച്ചിത്രകാരനായിരുന്ന ഐസൻസ്റ്റീൻ തനി ചതുരാകൃതിയിലുള്ള ഫ്രെയിം ആണ് കൂടുതലായി ഇഷ്ടപ്പെട്ടിരുന്നത്. 1920കളുടെ അവസാനത്തോടെ സിനിമയിൽ ശബ്ദം വന്നപ്പോൾ തനി ചതുരാകൃതി എന്നത് അല്പം ഭേദഗതികളോടെ 1.17:1 ആയിത്തീരുകയാണുണ്ടായത്. 'പബ്ലിക് എനിമി' എന്ന ചിത്രം ഈ ഫോർമാറ്റിൽ ഷൂട്ട് ചെയ്യപ്പെട്ടതാണ്.

- കോമ്പോസിഷൻ (Composition) എന്നാലെന്താണ്?

നാം നമ്മുടെ വീടൊരുക്കുമ്പോൾ ചെയ്യുന്ന ചില കാര്യങ്ങളുണ്ട്. മേശയും കസേരയും ഇന്നിടത്ത് വേണം, കാണുവാൻ സൗകര്യമുള്ളിടത്ത് ടി.വി. പ്രതിഷ്ഠിക്കണം, പ്രവർത്തിപ്പിക്കുവാൻ സൗകര്യമുള്ളിടത്ത് കമ്പ്യൂട്ടർ വെക്കണം, ടീപോയിയിന്മേൽ പൂപ്പാത്രം ഒരു നിശ്ചിത സ്ഥാനത്ത് തന്നെ വേണം, എങ്കിലേ അതിന്റെ ക്രമീകരണം കലാപരവും ആകർഷകവുമാകൂ എന്നൊക്കെ നിഷ്കർഷിക്കാറില്ലേ? നമ്മുടെ വീടിനകത്തെ നിശ്ചിത സ്പേസിൽ (space) വസ്തുക്കളെ ഇങ്ങനെ ഫലപ്രദമായും കലാപരമായും ക്രമീകരിക്കുമ്പോൾ സ്ഥലപരമായ കോമ്പോസിഷനെ (spatial composition) പ്രാവർത്തികമാക്കുകയാണ് നമ്മൾ ചെയ്യുന്നത്. ഇതുപോലെത്തന്നെയാണ് ഛായാഗ്രാഹകന്മാർ നല്ല കോമ്പോസിഷൻ നേടിയെടുക്കുന്നത് എന്നു പറയാം.

ഫ്രെയിമിന്റെ (Frame) നാലതിരുകൾക്കുള്ളിൽ വസ്തുവിനെ അല്ലെങ്കിൽ വസ്തുക്കളെ ഫലപ്രദമായും കലാപരമായും അണിയിച്ചൊരുക്കുന്നതിനെയാണ് കോമ്പോസിഷൻ എന്നു പറയുന്നത്. ക്യാമറയെ എങ്ങോട്ട് തിരിച്ചുവച്ചുകൊണ്ട് ചിത്രീകരിച്ചാലും ദൃശ്യങ്ങളെ അത് ഒപ്പിയെടുക്കും. പക്ഷേ ഇങ്ങനെ ചിത്രീകരിക്കപ്പെടുന്ന എല്ലാ ദൃശ്യങ്ങളും

സംവിധായകന്റെ ആശയങ്ങളെ ഫലപ്രദമായി പ്രകടിപ്പിച്ചുകൊള്ളണമെന്നില്ല. ഫ്രെയിമിലെ വസ്തുക്കൾ തമ്മിൽ പരസ്പരവും വസ്തുക്കളും ഫോർഗ്രൗണ്ടും (Foreground), ബാക്ക് ഗ്രൗണ്ടും (Background) ഒക്കെ ത്തമ്മിലും ഒരു കണ്ണിയിണക്കം അല്ലെങ്കിൽ ചേർച്ച ഉണ്ടായിരിക്കണം.

ഒരു വ്യക്തിയുടെ മുഖം ക്ലോസപ്പിൽ (Closeup) ചിത്രീകരിക്കുകയാണെന്ന് കരുതുക. തലയുടെ മുകൾഭാഗവും ഫ്രെയിമിന്റെ അതിരും തമ്മിൽ എത്രദൂരം ഉണ്ടാകണം? തലയുടെ ഇരുവശങ്ങളും ഫ്രെയിമിന്റെ അതിരുകളിൽ നിന്ന് എത്ര അകലത്തിലാകണം? താടിയുടെ അടിഭാഗം മുതൽ മുകളിലേക്ക് ഉൾപ്പെടുത്തിയാൽ മതിയോ? ചുമലുകൾ ഉൾപ്പെടുത്തണമോ? ഇത്തരം ചോദ്യങ്ങൾ നിങ്ങളെ ആശയക്കുഴപ്പത്തിലേക്ക് നയിക്കുന്നുവോ? എങ്കിൽ കോമ്പോസിഷന്റെ തത്വങ്ങൾ നിങ്ങളുടെ തുണയ്ക്കെത്തുന്നതാണ്.

മനോഹരമായ പ്രകൃതിദൃശ്യം. അകലെനിന്നും ഒരാൾ ഫോർഗ്രൗണ്ടിലേക്ക് നടന്നുവരുന്നു. അയാൾ തന്റെ നടത്തം ആരംഭിക്കുന്നത് ഫ്രെയിമിന്റെ മദ്ധ്യഭാഗത്തുനിന്നും വേണോ? അതോ ഇടത്തുനിന്നോ? അതുമല്ലെങ്കിൽ വലതുവശത്തു നിന്നോ? ഒരു വസ്തുതയെ അതുമല്ലെങ്കിൽ ഒരാശയത്തെ ഇങ്ങനെ നിരവധി വ്യത്യസ്ത തരത്തിൽ അവതരിപ്പിക്കാനാകും. അതിൽ ഏതാണ് കൂടുതൽ ഫലപ്രദമെന്നത് തിരഞ്ഞെടുക്കുവാൻ ചലച്ചിത്രകാരനെ പര്യാപ്തമാക്കുന്ന ആശയമാണ് 'കോമ്പോസിഷൻ'.

- കോമ്പോസിഷനെ സംബന്ധിക്കുന്ന പൊതുവായ നിയമങ്ങൾ ഏതൊക്കെയാണ്?

തിരശ്ശീലയിൽ മനോഹരമായ ഫ്രെയിമുകൾ ഒരുക്കുന്ന ഛായാഗ്രാഹകൻമാർ തങ്ങളുടെ ദൃശ്യങ്ങൾ ഫലപ്രദമായി അണിയിച്ചൊരുക്കുന്നതിൽ ശ്രദ്ധവയ്ക്കുന്ന ചില അലിഖിത നിയമങ്ങളുണ്ട്. അവയിൽ പ്രധാനപ്പെട്ടവയെക്കുറിച്ച് താഴെ പ്രതിപാദിക്കുന്നു.

അമിതമായി വസ്തുക്കളെ ഫ്രെയിമിൽ കുത്തിനിറയ്ക്കാതിരിക്കുവാൻ ഛായാഗ്രാഹകന്മാർ ശ്രദ്ധിക്കാറുണ്ട്. ഫ്രെയിമിൽ ലളിതമായി വസ്തുക്കളെ വിന്യസിപ്പിക്കുകയാണ് യഥാർത്ഥത്തിൽ വേണ്ടത്. വസ്തുക്കളെ അമിതമായി ഫ്രെയിമിൽ ഉൾപ്പെടുത്തിയാൽ ഒന്നിനും പ്രാധാന്യം കൈവരില്ലെന്നതാണ് വാസ്തവം. കോമ്പോസിഷനെ സംബന്ധിച്ച ശ്രദ്ധേയമായ ഒരു വാക്യം ശ്രദ്ധിക്കൂ... "The most difficult thing about composition is to make it simple..." സംവിധായകന്റെ മനസ്സിലുള്ള ആശയത്തെ പ്രേക്ഷകനുമായി സംവദിപ്പിക്കുവാൻ ഈ ലാളിത്യമാണ് ഏറ്റവും ഫലപ്രദമായിട്ടുള്ളത്.

ഒരു ഫ്രെയിമിൽ ഒന്നിലധികം ശ്രദ്ധാകേന്ദ്രങ്ങളുണ്ടാകരുത്. അതായത് രണ്ടോ അതിലധികമോ പ്രധാന ക്രിയകളെ ഒരു ഫ്രെയിമിൽ ത്തന്നെ അവതരിപ്പിക്കുവാൻ ശ്രമിച്ചാൽ ഒന്നിനും പ്രാധാന്യം ലഭിക്കു കയില്ല. ഒരു പ്രധാന ആക്ഷനും അതിനെ ദൃശ്യപരമായി പിന്താങ്ങുന്ന ഉപസംഭവങ്ങളും ആകാം.

സാധാരണയായി ഫ്രെയിമിൽ ശൂന്യമായ സ്ഥലങ്ങൾ ഒഴിച്ചിടാറില്ല. ഒരുദാഹരണം നോക്കാം. രണ്ട് കഥാപാത്രങ്ങൾ ഒരു മുറിയിലിരുന്നു സംസാരിക്കുകയാണ്. ഒരു കഥാപാത്രത്തിൽനിന്നും ക്യാമറ മറ്റേ കഥാ പാത്രത്തിന്റെ മുഖത്തേക്ക് പാൻ ചെയ്യപ്പെടുന്നു. രണ്ട് കഥാപാത്ര ങ്ങൾക്കിടയിൽ ശൂന്യതയാണ് പ്രേക്ഷകൻ കാണുന്നതെങ്കിൽ ഒരുതരം വിരസത അനുഭവപ്പെടുന്നതാണ്. ഇതൊഴിവാക്കുവാനായി കലാസംവി ധായകർ സാധാരണയായി ചുമരിൽ പെയിന്റിങ്ങുകൾ തൂക്കാറുണ്ട്. ശൂന്യതയ്ക്ക് ചലച്ചിത്രസംവിധായകൻ 'പ്രത്യേക അർത്ഥതലങ്ങൾ' വിഭാവനം ചെയ്യുന്നുണ്ടെങ്കിൽ ഫ്രെയിമിൽ ശൂന്യസ്ഥലങ്ങൾ കടന്നു വരുന്നതിൽ തെറ്റില്ലെന്ന് പറയാം. പക്ഷേ ഇത്തരം സന്ദർഭങ്ങൾ അധി കമായി വരാറില്ലെന്നതാണ് വാസ്തവം. ഇതുപോലെയുള്ള പൊതുവായ തത്ത്വങ്ങൾക്ക് പുറമെ ഓരോ സന്ദർഭങ്ങളിലും ഛായാഗ്രാഹകന്മാർ അനു വർത്തിക്കേണ്ട വ്യത്യസ്ത തത്ത്വങ്ങളെക്കുറിച്ച് വെവ്വേറെ പ്രതിപാദി ച്ചിട്ടുണ്ട്.

- വ്യത്യസ്ത കോമ്പോസിഷൻ തത്ത്വങ്ങളെക്കുറിച്ച് വിശദീകരിക്കാമോ?

ഹെഡ്റൂം (Head Room)

ലളിതമായ ഭാഷയിൽ പറഞ്ഞാൽ തലയ്ക്ക് മുകളിൽ ഉള്ള സ്ഥല മാണ് ഹെഡ്റൂം. Room എന്ന ഇംഗ്ലീഷ് വാക്കിന് മുറി എന്ന അർത്ഥ ത്തിനു പുറമേ സ്ഥലം എന്നും അർത്ഥമുണ്ടല്ലോ.

തലയുടെ മുകളിൽ സ്ഥലം കാര്യമായി ഇല്ല - ശരി | തലയുടെ മുകളിൽ കുറച്ചു സ്ഥലം ഉണ്ട് - ശരി | തലയുടെ മുകളിൽ ആവശ്യത്തിലധികം സ്ഥലം - തെറ്റ്

ചിത്രം 1 | ചിത്രം 2 | ചിത്രം 3

ചിത്രങ്ങൾ നോക്കുക. ചിത്രം 1-ൽ സബ്ജക്ടിന്റെ തലയുടെ മുകളിൽ കുറച്ച് സ്ഥലമേയുള്ളൂ. ഈ ഫ്രെയിം ദൃശ്യപരമായി സന്തുലിത (Visually balanced)മാണ്. തലയുടെ മുകളിൽ കുറച്ചു കൂടെ സ്ഥലമുണ്ടായാലും തെറ്റില്ല. (ചിത്രം 2 നോക്കുക.) പക്ഷേ അത് ചിത്രം 3-ലേതുപോലെ അമിതമാകരുതെന്ന് മാത്രം. ഫ്രെയിമിലുള്ള വ്യക്തിയുടെ രൂപം താഴേക്ക് ഊർന്നുപോകുന്ന പ്രതീതി സൃഷ്ടിക്കുന്ന ചിത്രം 3 ദൃശ്യപരമായി സന്തുലിതമല്ല.

നോസ് റൂം (Nose Room)

ചിത്രം 1

ചിത്രം 2

ചിത്രം 3

മൂക്കിന്റെ അറ്റം മുതൽ ഫ്രെയിമിന്റെ അതിരു വരെയുള്ള സ്ഥലമാണ് നോസ് റൂം. സബ്ജക്ട് ഫ്രെയിമിന്റെ ഇടത്തോട്ടാണ് നോക്കുന്നതെങ്കിൽ ആ വശത്ത് കൂടുതൽ സ്ഥലം വിടേണ്ടതുണ്ട്. (ചിത്രം 1 നോക്കുക.) വലത്തോട്ടാണ് നോക്കുന്നതെങ്കിൽ ആ വശത്താണ് കൂടുതൽ സ്ഥലം ഉണ്ടാകേണ്ടത്. (ചിത്രം 2 നോക്കുക.) ഏതു വശത്തേക്കാണ് നോക്കുന്നതെങ്കിൽ ആ വശത്ത് കൂടുതൽ സ്ഥലം ഉണ്ടായില്ലെങ്കിൽ കാഴ്ചക്കാരന് ദൃശ്യപരമായി അനുഭവപ്പെടുന്ന 'വീർപ്പുമുട്ടൽ' മനസ്സിലാക്കുവാൻ ചിത്രം 3 നോക്കുക. നോസ് റൂം കുറവായതിനാൽ സബ്ജക്ടിന്റെ നോട്ടത്തിന് കടിഞ്ഞാണിട്ടതുപോലെയുള്ള ഒരു പ്രതീതിയാണീ ഫ്രെയിം സൃഷ്ടിക്കുന്നത്.

ലുക്കിങ്ങ് സ്പെയ്സ് (Looking Space)

നോസ് റൂം എന്ന ആശയത്തെ മറ്റൊരുതരത്തിൽ അവതരിപ്പിക്കുന്നതാണ് ലുക്കിങ്ങ് സ്പെയ്സ്. മൂക്കിന്റെ അറ്റം മുതൽ ഫ്രെയിമിന്റെ അതിരു വരെയുള്ള ദൂരത്തിന് പകരം കണ്ണ് മുതൽ ഫ്രെയിമിന്റെ അതിരു വരെയുള്ള ദൂരത്തെ ലുക്കിങ് സ്പെയ്സ് എന്നു വിളിക്കുകയാണ് ചെയ്യുന്നത്.

വാക്കിങ്ങ് സ്പെയ്സ് (Walking Space)

ചിത്രം 1

ചിത്രം 2

ചിത്രം 1 ശ്രദ്ധിക്കൂ, പെൺകുട്ടിയുടെ ചലനം വലത്തോട്ടാണ്. ആ ഭാഗത്ത് കൂടുതൽ സ്ഥലം വിട്ടിരിക്കുന്നതു കാണാം. ഇനി ചിത്രം 2 ശ്രദ്ധിക്കുക. വലതുഭാഗത്ത് കാര്യമായി സ്ഥലം വിട്ടിട്ടില്ലെന്ന് കാണാവുന്നതാണ്. ചലനം നിയന്ത്രിക്കപ്പെടുന്നു എന്നാണ് പ്രേക്ഷകന് മനസ്സിലാകുന്നത്. ചിത്രം ഒന്നിലാകട്ടെ ആക്ഷൻ സ്വാഭാവികമായും വികാസം പ്രാപിക്കുന്ന പ്രതീതിയാണ് പ്രേക്ഷകന് ലഭിക്കുന്നത്. ഇതുപോലെ, ഒരു കഥാപാത്രം ഫ്രെയിമിന്റെ ഇടത്തോട്ടാണ് ചലിക്കുന്നതെങ്കിൽ ആ വശത്ത് കൂടുതൽ സ്ഥലം വിടേണ്ടതുണ്ട്.

റൂൾ ഓഫ് തേർഡ്സ് (Rule of Thirds)

പ്രകൃതിദൃശ്യങ്ങളും മറ്റും ചിത്രീകരിക്കുമ്പോൾ ഛായാഗ്രാഹകന്മാരുടെ തുണയ്ക്കെത്തുന്ന ഒരു തത്ത്വമാണ് റൂൾ ഓഫ് തേർഡ്സ്. ഒരു ചിത്രത്തിന്റെ സഹായത്താൽ ഇത് വ്യക്തമാക്കാം.

ചിത്രം 1
ശരിയായ ചിത്രം

ചിത്രത്തിൽ ഫ്രെയിമിനെ തിരശ്ചീനമായും ലംബമായും മൂന്ന് ഭാഗങ്ങളാക്കിയിരിക്കുന്നു. തുല്യ അകലങ്ങളിൽ സ്ഥിതിചെയ്യുന്ന രണ്ട് വരകൾ ആണ് ഇതിന് ഉപയോഗിച്ചിരിക്കുന്നത്. പ്രധാന വസ്തുക്കൾ ഈ വരകൾ ഖണ്ഡിക്കുന്നിടത്തോ വരകളോട് ചേർന്നോ വരത്തക്കവിധം കമ്പോസ് ചെയ്യണമെന്നാണ് ഈ തത്ത്വം പറയുന്നത്. ചിത്രത്തിൽ തെങ്ങ് ലംബമായ ഒരു വരയോട് ചേർന്നും വെള്ളത്തിന്റെ ഉപരിതലം തിരശ്ചീനമായ ഒരു വരയോട് ചേർന്നും പക്ഷിക്കൂട്ടം രണ്ട് വരകൾ കൂട്ടിമുട്ടുന്നിടത്തുമാണ് സ്ഥിതി ചെയ്യുന്നത്. ഇത്തരം കമ്പോസിങ്ങ് വളരെ നല്ല ദൃശ്യസുഖം പ്രദാനം ചെയ്യുന്നതാണ്.

താഴെയുള്ള ചിത്രത്തിൽ തെങ്ങ്, വെള്ളത്തിന്റെ ഉപരിതലം എന്നിവയെ നോക്കുക.

ചിത്രം 2
തെറ്റായ ചിത്രം

തെങ്ങ് ഫ്രെയിമിന്റെ ഇടത്തേ വരയോട് ചേർന്നും വെള്ളത്തിന്റെ ഉപരിതലം ഏറെ മുകളിലേക്ക് പൊങ്ങിയും പക്ഷിക്കൂട്ടം വലത്തുവശത്ത് മുകൾഭാഗത്തെ മൂലയിലുമാണ്. ഇത് ദൃശ്യപരമായി സുഖപ്രദമായ അവസ്ഥ പ്രദാനം ചെയ്യുന്നില്ല. ഫ്രെയിമിൽ വസ്തുക്കളെ വിന്യസിക്കുന്നത് ഇങ്ങനെയാകാൻ പാടില്ലെങ്കിൽ എങ്ങനെ ആകാം എന്നുള്ളതിന്റെ ഉത്തരമാണ് ആദ്യത്തെ ചിത്രം. റൂൾ ഓഫ് തേർഡ്സിന്റെ പ്രായോഗികാർത്ഥം ഇത്രയേയുള്ളൂ. പ്രകൃതിദൃശ്യങ്ങളെ ചിത്രീകരിക്കുമ്പോൾ റൂൾ ഓഫ് തേർഡ്സിൽനിന്നും കലാപരമായി വ്യതിചലിക്കുന്നതിന് വിരോധമില്ല.

- കോമ്പോസിഷനുമായി ബന്ധപ്പെട്ട ഗോൾഡൻ സെക്ഷൻ (Golden Section) നിയമത്തെ വ്യാഖ്യാനിക്കാമോ?

ദീർഘചതുരാകൃതിയിലുള്ള ഒരു ഫ്രെയിമിന്റെ നീളത്തെ വീതികൊണ്ട് ഹരിച്ചാൽ 1.618 കിട്ടുകയാണെങ്കിൽ ആ ഫ്രെയിമിലൂടെ അവതരിപ്പിക്കുന്ന ദൃശ്യം കണ്ണിന് സുഖപ്രദമാകും. ഇത് ജ്യാമിതീയമായി (Geometrical) ഏറ്റവും ചേർച്ചയുള്ള ഒരു റേഷ്യോ ആയിരിക്കും. ഈ തത്ത്വത്തെയാണ് ഗോൾഡൻ സെക്ഷൻ എന്നു വിളിക്കുന്നത്. പ്രസിദ്ധ ചിത്രകാരൻ ലിയനാഡോ ഡാവിഞ്ചി ഇതിന് 'ഡിവൈൻ പ്രൊപ്പോർഷൻ (Divine Proportion) എന്നാണ് പേരു നൽകിയത്! ഗോൾഡൻ സെക്ഷൻ എന്ന ഈ തത്ത്വത്തെ ഡാവിഞ്ചി ചിത്രരചനയിലും ശില്പകലയിലും ധാരാളമായി ഉപയോഗിക്കുകയുണ്ടായി.

കമ്പോളത്തിൽ ലഭ്യമായ ചില ടെലിവിഷനുകളുടെ 16:9 എന്ന സ്ക്രീൻ റേഷ്യോ (Screen Ratio) ഗോൾഡൻ സെക്ഷൻ അനുപാതവുമായി ചേർന്നുനിൽക്കുന്നുണ്ട്.

- തിരശ്ചീനം (Horizontal), ലംബം (Vertical), കോണോട് കോൺ (Diagonal) എന്നീ കോമ്പോസിഷനുകൾ തമ്മിലുള്ള വ്യത്യാസങ്ങളെന്തെല്ലാമാണ്?

വസ്തുക്കളെ തിരശ്ചീനമായി ഫ്രെയിമിൽ വിന്യസിച്ചാൽ നമുക്കനുഭവപ്പെടുക ശാന്തത, മൃദുലത, സമാധാനം, വിശ്രമാവസ്ഥ എന്നിവയൊക്കെയായിരിക്കും. ഒരാൾ കിടക്കുന്നതിന്റെ ഒരു ഷോട്ട്. നിശ്ചലാവസ്ഥയും ശാന്തതയുമല്ലേ നമുക്കനുഭവപ്പെടുന്നത്? കക്ഷി നിൽക്കുന്നതിന്റെ ഒരു ഷോട്ട് ആയാലോ? വിശ്രമാവസ്ഥയ്ക്ക് പകരം ഊർജ്ജസ്വലതയായി. അടുത്തതായി അയാൾ നടക്കാം, ഓടാം, ഒരാളെ ആക്രമിക്കാനൊരുമ്പെടാം. ഫ്രെയിമിൽ നിറയെ ഉയരത്തിലുള്ള മരങ്ങളാണെങ്കിൽ (വസ്തുക്കളെ ലംബമായി വിന്യസിപ്പിക്കൽ) ഔന്നത്യം എന്ന വികാരമാണ് അതുണർത്തുക. ഒരു കുന്തത്തെ നിലത്ത് കുത്തിനിർത്തിയിരിക്കുകയാണ്. തീക്ഷ്ണമായ ഒരു വികാരത്തെയല്ലേ ഇത് പ്രദാനം ചെയ്യുന്നത്? അതിനെ വലിച്ചൂരി നിലത്തു കിടത്തിവച്ചാൽ ഈ തീക്ഷ്ണത നഷ്ടപ്പെടുന്നു. ലംബമായി വസ്തുക്കളെ വിന്യസിച്ചിട്ടുള്ള കോമ്പോസിഷൻ ഉണർത്തുന്ന വികാരങ്ങളിവയാണ് - ഔന്നത്യം, തീക്ഷ്ണത, ഊർജ്ജസ്വലത.

ഒഴുകുന്ന ഒരരുവി - ഇതിനെ കോണോട് കോണായി ചിത്രീകരിച്ചാൽ ഒഴുക്കിന്റെ ചലനാത്മകത വർദ്ധിച്ചതായി അനുഭവപ്പെടും.

വസ്തുക്കളുടെ വ്യത്യസ്തങ്ങളായ വിന്യാസങ്ങൾ കോമ്പോസിഷനിൽ 'മാജിക്' ആണ് സൃഷ്ടിക്കുന്നത്!

- ഫ്രെയിമിനുള്ളിൽ ഫ്രെയിം (Frame within frame) എന്ന കോമ്പോസിഷൻ രീതിയെക്കുറിച്ച് വിശദമാക്കാമോ?

ഫ്രെയിമിനുള്ളിൽ മറ്റൊരു സ്വാഭാവിക ഫ്രെയിം ഒരുക്കുന്ന രീതിയാണിത്. ഒരു ജനലിലൂടെയോ വാതിലിലൂടെയോ ആർച്ചി (Arch)നുള്ളിലൂടെയോ മറ്റു ദൃശ്യങ്ങളെ ചിത്രീകരിക്കുകയാണ് ചെയ്യുന്നത്. (ചിത്രം നോക്കുക.)

ജനൽ അല്ലെങ്കിൽ വാതിൽ അല്ലെങ്കിൽ ആർച്ച് ഫോർഗ്രൗണ്ടിലും പ്രധാന ദൃശ്യം പശ്ചാത്തലത്തിലും ക്രമീകരിക്കപ്പെടുന്നതുകൊണ്ട് ഷോട്ടിന് 'ഡെപ്ത്' കൈവരുന്നു. (വസ്തുക്കൾ ക്യാമറയ്ക്ക് അരികിലും അകലെയുമായ അവസ്ഥ.) ഈ തത്ത്വമനുസരിച്ച് ചിത്രീകരിക്കപ്പെടുന്ന ഷോട്ടുകൾ സാധാരണയായി മനോഹരവും പ്രേക്ഷകന്റെ സവിശേഷ ശ്രദ്ധ പിടിച്ചുപറ്റുന്നതുമായിരിക്കും.

- സിമ്മട്രിക്കൽ കോമ്പോസിഷൻ (Symmetrical Composition) എന്നാലെന്താണ്?

മനോഹരമായ താജ്മഹൽ കെട്ടിടത്തെ മനസ്സിലോർത്തു നോക്കൂ... ക്യാമറ താജ്മഹലിന് നേരെ തിരിച്ച് വെച്ചിരിക്കുകയാണെന്ന് സങ്കല്പിക്കൂ...

(താജ്മഹലും ക്യാമറാമേനും നേരെ എതിർദിശയിൽ മുഖാമുഖമായി) ഇപ്പോൾ ക്യാമറയിൽ കാണുന്ന ദൃശ്യം സിമ്മട്രിക്കൽ ആണ്. ഇതിൽ താജ്മഹലിനും പങ്കുണ്ട്. താജ്മഹലിന്റെ സവിശേഷമായ ആർക്കിടെക്ചർ ആണിതിന് കാരണം. കെട്ടിടത്തിന്റെ ഇടതുവലത് വശങ്ങൾ ഒരേപോലെയുള്ള തൂണുകളാലും കൊത്തുപണികളാലുമാണ് ഉണ്ടാക്കപ്പെട്ടിട്ടുള്ളത്. ഇതും നേർക്കുനേർ ഉള്ള വീക്ഷണകോണും ചേർന്ന് സൃഷ്ടിക്കുന്ന അവസ്ഥയാണ് സിമ്മട്രി.

സിമ്മട്രിയുടെ ക്രിയാത്മകമായ സാദ്ധ്യതകളെ ഉപയോഗപ്പെടുത്തുവാൻ കഴിയുന്ന ദൃശ്യങ്ങളിലേ ഛായാഗ്രാഹകന്മാർ അത്തരം ഫ്രെയിമുകളൊരുക്കാറുള്ളൂ.

ഒരു കഥാപാത്രം ഫ്രെയിമിന്റെ നടുവിൽ. ഇടത് വശത്ത് കുറെ സ്ഥലം. അത്രയും സ്ഥലം വലതുവശത്തും. ഇത്തരം സിമ്മട്രി സ്ക്രീനിൽ ബാലിശമായി തോന്നുന്നതുകൊണ്ട് സാധാരണയായി ഒഴിവാക്കപ്പെടാറാണ് പതിവ്.

- പെർസ്പെക്ടീവ് (Perspective) എന്നാലെന്താണ്?

'പെർസ്പെക്ടീവ്' എന്ന വാക്കിന് വീക്ഷണം, വീക്ഷണ കോണം, ദൂരക്കാഴ്ച, പരിപ്രേക്ഷ്യം എന്നൊക്കെയാണ് മലയാളത്തിൽ അർത്ഥം കല്പിച്ചുവരുന്നത്. ഒരു ഷോട്ടിൽ ദൂരവുമായി ബന്ധപ്പെട്ട വ്യതിയാനങ്ങൾ ഉളവാക്കുന്ന ഫലത്തെയാണ് ഛായാഗ്രഹണത്തിൽ പെർസ്പെക്ടീവ് എന്ന വാക്കു കൊണ്ടുദ്ദേശിക്കുന്നത്. ക്യാമറയിൽനിന്നും അകന്നുപോകുമ്പോൾ വസ്തുക്കളുടെ വലുപ്പം കുറഞ്ഞുപോകുന്നതായനുഭവപ്പെടുന്നു. വ്യത്യസ്ത ഫോക്കൽ ദൂരമുള്ള ലെൻസുകൾ ഉപയോഗിക്കുമ്പോൾ ഈ വലുപ്പം കുറയൽ പലതരത്തിലാണനുഭവപ്പെടുക. 'പെർസ്പെക്ടീവിൽ വരുന്ന വ്യതിയാനങ്ങൾ' എന്നാണിതിനെ സാങ്കേതികമായി പറയുന്നത്.

- വ്യത്യസ്ത പെർസ്പെക്ടീവുകൾ കോമ്പോസിഷനുമായി എങ്ങനെ ബന്ധപ്പെട്ടിരിക്കുന്നു?

ഒരു ഷോട്ടിന് ഡെപ്ത് (Depth) പ്രദാനം ചെയ്യുന്നതിൽ പ്രധാന പങ്ക് വഹിക്കുന്ന ഘടകമാണ് പെർസ്പെക്ടീവ്. പ്രധാനമായും നാലു വ്യത്യസ്തതരം പെർസ്പെക്ടീവുകളാണ് ഷോട്ടുകളുടെ കോമ്പോസിഷനിൽ നിർണായക സ്വാധീനം ചെലുത്തുന്നത്. അവ ലീനിയർ പെർസ്പെട്രീവ് (Linear Perspective), ഡിമിനിഷിങ്ങ് പെർസ്പെക്ടീവ് (Diminishing Perspective), കളർ പെർസ്പെക്ടീവ് (Colour Perspective), ഏരിയൽ പെർസ്പെക്ടീവ് (Aerial Perspective) എന്നിവയാണ്.

ലീനിയർ പെർസ്പെക്ടീവ്

നേർരേഖകൾ ഒരു ബിന്ദുവിൽ (Vanishing point) കേന്ദ്രീകരിക്കുന്നതുപോലെ അനുഭവപ്പെടുകയും തന്മൂലം ദൃശ്യത്തിന് ഡെപ്ത് ലഭിക്കുന്നതായി തോന്നുന്നുമുണ്ടെങ്കിൽ അത് ലീനിയർ പെർസ്പെക്ടീവിന്റെ ഫലമായാണ്. നീണ്ടുപോകുന്ന റെയിൽപാളങ്ങൾ വിദൂരതയിൽ ഒന്നാകുന്ന പ്രതീതി സൃഷ്ടിക്കുന്നു. ഇതു ലീനിയർ പെർസ്പെക്ടീവിന്റെ ഉത്തമോദാഹരണമാണ്.

ഡിമിനിഷിങ് പെർസ്പെക്ടീവ് (Diminishing Perspective)

റെയിൽപാളങ്ങളുടെ ഉദാഹരണത്തിൽ, പാളങ്ങൾക്കു കുറുകെയുള്ള സ്ലിപ്പറുകളുടെ വലുപ്പം ക്രമേണ കുറയുന്നതായി തോന്നുന്നുണ്ടല്ലോ. ഇതു ഷോട്ടിനു ഡെപ്ത് പ്രദാനം ചെയ്യുന്നു. ഇതിനെയാണ് ഡിമിനിഷിങ് പെർസ്പെക്ടീവ് എന്നു പറയുന്നത്.

കളർ പെർസ്പെക്ടീവ്

നിറങ്ങൾ വ്യത്യസ്തതരത്തിലുണ്ടല്ലോ. കടുപ്പം കുറഞ്ഞവ, കൂടിയവ, തണുപ്പ് എന്ന ഭാവം പ്രദാനം ചെയ്യുന്ന നിറങ്ങൾ (Cool colours), ചൂട് എന്ന ഭാവം പ്രദാനം ചെയ്യുന്ന നിറങ്ങൾ (Warm colours) എന്നിങ്ങനെ. നീല, പച്ച, മറ്റു ദുർബലമായ നിറങ്ങൾ എന്നിവയ്ക്ക് അകന്നുപോകുന്ന (Receding) സ്വഭാവമുള്ളതിനാൽ ഇവയെ പശ്ചാത്തലമാക്കുകയാണ് സാധാരണയായി ഛായാഗ്രാഹകന്മാർ ചെയ്യാറുള്ളത്. എന്നാൽ ചുവപ്പ്, ഓറഞ്ച്, മഞ്ഞ മറ്റു കടുത്ത നിറങ്ങൾ എന്നിവയ്ക്ക് പശ്ചാത്തലത്തിൽനിന്നും മുന്നോട്ടുവരുന്ന പ്രതീതിയാണുള്ളത്. ഇക്കാരണത്താൽ ഛായാഗ്രാഹകന്മാർ ഇവയെ നടീനടന്മാരുടെ വസ്ത്രങ്ങൾക്കോ ഫോർഗ്രൗണ്ടിലുള്ള മറ്റു വസ്തുക്കൾക്കോ നൽകാറാണ് പതിവ്. 'One Froggy Evening' എന്ന അനിമേഷൻ ചിത്രത്തിൽ അതിലെ കഥാപാത്രമായ തവളയുടെ പച്ചനിറവും അതിന്റെ കൈയിൽ പിടിച്ചിരിക്കുന്ന മഞ്ഞനിറത്തിലുള്ള കുടയും പശ്ചാത്തലത്തിൽനിന്നും അതിനെ എടുത്ത് കാണിക്കുവാൻ ഏറെ സഹായിക്കുന്നു.

ഏരിയൽ പെർസ്പെക്ടീവ്

അന്തരീക്ഷത്തിലുണ്ടാകുന്ന മഞ്ഞ് ഷോട്ടിന് ഡെപ്ത് പ്രദാനം ചെയ്യാറുണ്ട്. ഫോർഗ്രൗണ്ടിലുള്ള വസ്തുക്കൾ വ്യക്തമായും അകലേക്ക് പോകുന്തോറും വസ്തുക്കൾ അവ്യക്തമായുമാണ് ഇത്തരം ഷോട്ടുകളിൽ അനുഭവപ്പെടുന്നത്. ഏരിയൽ പെർസ്പെക്ടീവ് എന്നറിയപ്പെടുന്ന ഈ പ്രതിഭാസം പലപ്പോഴും ഷോട്ടുകളെ മനോഹരവും കാല്പനികവുമായ തലത്തിലേക്കുയർത്താറുണ്ട്.

ശ്രീ ഭരതൻ സംവിധാനം ചെയ്ത പാളങ്ങൾ എന്ന ചിത്രത്തിന്റെ ആരംഭത്തിൽ, അന്തരീക്ഷത്തിൽ വ്യാപിച്ചിരിക്കുന്ന മൂടൽമഞ്ഞ് ഏരിയൽ പെർസ്പെക്ടീവിൽ കാരണമാകുന്നത് കാണാൻ കഴിയും.

- ഫ്രെയിമിൽ വസ്തുക്കളെ ക്രമീകരിക്കുന്നത് മാത്രമാണോ കോമ്പോസിഷൻ? കോമ്പോസിഷന് ഉയർന്ന തലങ്ങൾ ഉണ്ടോ?

കേവലം ഫ്രെയിമിന്റെ നാലതിരുകൾക്കുള്ളിൽ വസ്തുക്കളെ ക്രമീകരിക്കുന്നത് മാത്രമല്ല കോമ്പോസിഷൻ. നാം കാണുന്ന ഒരു ഷോട്ട് ഏതെല്ലാം വ്യത്യസ്തഘടകങ്ങൾ ചേർന്നാണോ ഉണ്ടായത് അവയെല്ലാം തന്നെ ആ ഷോട്ടിന്റെ കോമ്പോസിഷനിൽ ഭാഗഭാക്കാകുന്നില്ലേ? മെഡിക്കൽ ഷോപ്പിൽനിന്നും നാം വാങ്ങുന്ന ടോണിക്കോ സിറപ്പോ അടങ്ങിയ കുപ്പിയിന്മേൽ കോമ്പോസിഷൻ എന്നു പറഞ്ഞ് അതിലടങ്ങിയിരിക്കുന്ന വ്യത്യസ്ത ഘടകങ്ങളുടെ പേരുകൾ അച്ചടിച്ചിട്ടുണ്ടാകുമല്ലോ? ഈ രീതിയിൽ ചിന്തിച്ചാൽ, ഒരു ഷോട്ടുമായി ബന്ധപ്പെട്ട് ഏതെല്ലാം ഘടകങ്ങളൊക്കെയുണ്ടായാലും അവയെല്ലാം അതിന്റെ കോമ്പോസിഷന്റെ ഭാഗമാണെന്ന് മനസ്സിലാക്കുവാൻ കഴിയും.

ഒരു ഷോട്ടിന്റെ കോമ്പോസിഷനിൽ അടങ്ങിയിരിക്കുന്ന വ്യത്യസ്ത ഘടകങ്ങൾ താഴെപ്പറയുന്നവയാണ്.

1. വസ്തുവിൽനിന്ന് ക്യാമറയിലേക്കുള്ള ദൂരം (Distance of the camera from object)

എക്സ്ട്രീം ലോങ്ങ് ഷോട്ട്, ലോങ്ങ് ഷോട്ട്, മീഡിയം ഷോട്ട്, മീഡിയം ക്ലോസപ്പ്, ക്ലോസപ്പ്, എക്സ്ട്രീം ക്ലോസപ്പ് തുടങ്ങിയ, ദൂരത്തിലധിഷ്ഠിതമായ തരംതിരിവുകളാണ് ഇതുകൊണ്ടുദ്ദേശിക്കുന്നത്.

2. തറ നിരപ്പിൽനിന്നും ക്യാമറ സ്ഥിതി ചെയ്യുന്ന ഉയരം (Height of the camera above the ground level)

ഐ ലെവൽ (Eye level), ഹൈ ആംഗിൾ (High angle), ലോ ആംഗിൾ (Low angle), ഏതു തന്നെയായിക്കൊള്ളട്ടെ, തറയിൽനിന്നും ക്യാമറ സ്ഥിതി ചെയ്യുന്ന ഉയരമാണിവിടെ പ്രധാനം.

3. ക്യാമറാ ചലനങ്ങൾ (Camera movements)

പാനിങ്ങ്, ടിൽടിങ്ങ്, ട്രാക്കിങ്ങ്, ക്യാമറ കൈയിലേന്തി ചലിപ്പിക്കൽ, സ്റ്റെഡി ക്യാം, ക്യാമറ ക്രെയിനിൽവച്ച് ചലിപ്പിക്കൽ തുടങ്ങി ഏത് ചലനമാണ് ഒരു ഷോട്ടിൽ പ്രയോഗിച്ചിരിക്കുന്നത് എന്നതാണിവിടെ കാര്യം. ക്യാമറാ ചലനങ്ങളെ ഒറ്റയ്ക്കോ സംയുക്തമായോ ചെയ്യാവുന്നതാണ്.

4. ക്യാമറാ ചലനത്തിന്റെ വേഗത (Speed of Camera Movement)

ക്യാമറാ ചലനം സാവധാനത്തിലോ മിതമായ വേഗതയിലോ കൂടിയ വേഗതയിലോ ആണെന്ന കാര്യമാണിവിടെ പ്രധാനം.

ഉദാ: വേഗത്തിലുള്ള പാനിങ്ങ്, സാവകാശത്തിലുള്ള ടിൽടിങ്ങ്, വേഗത്തിലുള്ള സ്റ്റെഡിക്യാം ഷോട്ട് തുടങ്ങിയവ.

5. ലൈറ്റിങ്ങ് (Lighting)

ലൈറ്റിങ്ങിന് ഒരു ഷോട്ടിന്റെ കോമ്പോസിഷനിൽ നിർണായക പങ്കു വഹിക്കാനാകും. വെളിച്ചത്തിന്റെ അളവ് താരതമ്യേന കുറവും പശ്ചാത്തലം ഇരുണ്ടതുമായ 'ലോ കീ ലൈറ്റിങ്ങ്' വെളിച്ചത്തിന്റെ അളവ് കൂടുതലും ബാക്ഗ്രൗണ്ടും ഫോർഗ്രൗണ്ടും പ്രകാശപൂരിതവുമായ 'ഹൈ കീ ലൈറ്റിങ്ങ്' തുടങ്ങിയ ലൈറ്റിങ്ങ് സങ്കേതങ്ങളിലൂടെയാണ് ഛായാഗ്രാഹകൻമാർ ഒരു ഷോട്ടിന് മിഴിവേകുന്നത്. അതിനാൽ ഇത് ഒരു ഷോട്ടിന്റെ കോമ്പോസിഷനിൽ നിർണായക പങ്ക് വഹിക്കുന്നു.

6. ലെൻസുകൾ (Lenses)

നോർമൽ ലെൻസ്, വൈഡ് ആംഗിൾ ലെൻസ്, ടെലിഫോട്ടോ ലെൻസ്, സൂം ലെൻസ് എന്നിവയിൽ ഏതാണ് ഛായാഗ്രാഹകൻ ഷോട്ടിൽ ഉപയോഗിച്ചിരിക്കുന്നത് എന്നതാണ് ഇവിടെ പരിഗണിക്കപ്പെടുന്നത്. വ്യത്യസ്ത ലെൻസുകളുടെ ഫോക്കൽ ലെങ്തുകൾ വ്യത്യസ്തമായിരിക്കുന്നതിനാൽ പെർസ്പെക്ടീവിൽ വ്യതിയാനങ്ങളുണ്ടായിരിക്കും. (പെർസ്പെക്ടീവിനെയും ഫോക്കൽ ലെങ്തിനെയും ബന്ധപ്പെടുത്തിയുള്ള ചോദ്യത്തിന്റെ ഉത്തരം നോക്കുക.)

7. ബ്ലാക്ക് ആൻഡ് വൈറ്റ്, കളർ അല്ലെങ്കിൽ ഇവ രണ്ടും ചേർന്നു വരുന്ന അവസ്ഥ

ഒരു ദൃശ്യം ബ്ലാക്ക് ആന്റ് വൈറ്റിലാണോ കളറിലാണോ അതോ രണ്ടും ചേർന്നതാണോ എന്നതാണിവിടെ പരാമർശ വിധേയമായ ആശയം. ബ്ലാക്ക് ആൻഡ് വൈറ്റിൽ 'കളറില്ല' എന്നും കളറിൽ 'കളറുണ്ട്' എന്നുമുള്ള ചിന്തയ്ക്കുപരി ബ്ലാക്ക് ആന്റ് വൈറ്റും കളറും രണ്ട് വ്യത്യസ്ത ആവിഷ്കാര രീതികളാണെന്ന് ചിന്തിക്കുമ്പോഴാണ് ഈ ആശയത്തിന് പൂർണത കൈവരുന്നത്. ഇനി, ബ്ലാക്ക് ആന്റ് വൈറ്റും കളറും ചേർന്ന ദൃശ്യം - അങ്ങനെയൊന്നുണ്ടോ? കാമുകനും കാമുകിയും ഉൾപ്പെട്ട ബ്ലാക്ക് ആന്റ് വൈറ്റ് ഷോട്ട്. അയാൾ അവൾക്ക് റോസാപ്പൂ നൽകുകയാണ്. ഫ്രെയിം നിറഞ്ഞുനിൽക്കുന്ന 'ബ്ലാക്ക് ആന്റ് വൈറ്റിൽ' കടും ചുവപ്പുനിറത്തിലുള്ള റോസാപ്പൂ ഉണർത്തുന്ന വൈകാരികഭാവത്തിന് പകരം നിൽക്കുവാൻ മറ്റെന്തിന് കഴിയും?

P.K. എന്ന ചിത്രത്തിൽ ബ്ലാക്ക് ആന്റ് വൈറ്റ് ഷോട്ടുകളിൽ ഒരു പ്രത്യേക വസ്തുവിനെ മാത്രം നിറമുള്ളതായി കാണിക്കുന്ന ദൃശ്യങ്ങളുണ്ട്.

8. ഫ്രെയിമിന്റെ ഔട്ട്ലൈനുകളും ഫ്രെയിമിനുള്ളിലെ വസ്തുക്കളും തമ്മിലുള്ള ബന്ധം.

ഫ്രെയിമിനുള്ളിൽ വിന്യസിക്കപ്പെട്ടിരിക്കുന്ന വസ്തുക്കളും ഫ്രെയിമിന്റെ നാലതിരുകളും തമ്മിലുള്ള സ്ഥലപരമായ ബന്ധത്തെയാണിവിടെ പരാമർശിക്കുന്നത്.

9. ക്യാമറാചലനംകൊണ്ടോ, വസ്തുചലനംകൊണ്ടോ അല്ലെങ്കിൽ ഇവ രണ്ടും ചേർന്നോ ഒരു ഷോട്ടിലുണ്ടാകുന്ന ഗ്രാഫികമായ മാറ്റങ്ങൾ.

ഒരു പള്ളി. ധാരാളം പടികളുള്ള അതിന്റെ മുൻഭാഗം. വിവാഹിതരായ നവവധൂവരന്മാർ പടിയിറങ്ങി വരുന്നു. ക്യാമറ അവർക്കുനേരെ വച്ചുകൊണ്ട് ചിത്രീകരിക്കുന്നു. ഈ ഷോട്ട് പുരോഗമിക്കുമ്പോൾ ക്യാമറ പള്ളിയുടെ ഒരു മൂലയിലേക്ക് ട്രോളിയിൽ ചലിക്കുന്നു. (ഇടത്തോട്ടോ വലത്തോട്ടോ) പടിയിറങ്ങി വരുന്ന വധൂവരന്മാർ ഇപ്പോൾ മറ്റൊരു ആംഗിളിലാണ് കാണപ്പെടുന്നത്. മാത്രവുമല്ല, ചവിട്ടുപടികൾ ആദ്യം കണ്ടിരുന്ന തിരശ്ചീനാവസ്ഥയിൽ നിന്നും മാറി ഫ്രെയിമിന് കോണോട് കോണായ ഒരു ഗ്രാഫികമായ മാറ്റം കൈവരിക്കുന്നതായി കാണാൻ കഴിയും. ഇത്തരം ഗ്രാഫികമായ മാറ്റങ്ങളിലൂടെ ഒരു ഷോട്ടിനെ ശ്രദ്ധേയമാക്കുവാൻ ഛായാഗ്രാഹകൻമാർക്ക് സാധിക്കും.

10. ഫ്രെയിം നിരക്ക് (Frame rate)

ഒരു സെക്കന്റിൽ റെക്കോർഡ് ചെയ്യപ്പെടുന്ന ഫ്രെയിമുകളുടെ എണ്ണം ഇരുപത്തിനാല് ആണോ, അതിലും കൂടുതലാണോ, കുറവാണോ എന്നതാണിവിടെ പരാമർശവിധേയം. ഒരു സെക്കന്റിൽ ഇരുപത്തിനാല് ഫ്രെയിം എന്നത് സ്വാഭാവികവും അതിൽ കൂടുതലുള്ളത് സ്ലോമോഷനും കുറവുള്ളത് ഫാസ്റ്റ്മോഷനും ആണ്. (ചലിക്കുന്ന ഫ്രെയിമുകളുടെ എണ്ണം കൂടുമ്പോൾ 'സ്ലോമോഷനും', കുറയുമ്പോൾ 'ഫാസ്റ്റ്മോഷനും' ആകുന്നത് എങ്ങനെയെന്ന് 'ചായാഗ്രാഹണവിദ്യകൾ' എന്ന ഭാഗത്ത് വിശദീകരിക്കുന്നുണ്ട്.)

11. ഷോട്ടിന്റെ ദൈർഘ്യം (Length of the shot)

ഒരു ഷോട്ട് സ്ക്രീനിൽ കൂടുതൽ സമയമാണോ കുറവ് സമയമാണോ തങ്ങിനിൽക്കുന്നത് എന്ന ആശയമാണിത്.

വേഗത്തിലോടുന്ന തീവണ്ടിയുടെ ചക്രങ്ങളുടെ ക്ലോസപ്പ്. ഒരു സെക്കന്റ് ദൈർഘ്യമുള്ള ഒരു ഷോട്ടിലൂടെ ഇത് കാണിക്കുന്നതും ഒരു മിനിറ്റ് ദൈർഘ്യമുള്ള ഷോട്ടിലൂടെ കാണിക്കുന്നതും തമ്മിൽ വ്യത്യാസമില്ലേ? രണ്ടും രണ്ടുതരം ഭാവം ആണുണർത്തുന്നത്. ഒരു സെക്കന്റ് മാത്രം ദൈർഘ്യമുള്ള ഷോട്ട് സ്ക്രീനിൽ പതിയുന്നു, പെട്ടെന്ന് അപ്രത്യക്ഷമാകുന്നു. ഇത് ചടുലത വർദ്ധിപ്പിക്കുന്നു. എന്നാൽ ഒരു മിനിറ്റ് ദൈർഘ്യമുള്ള ഷോട്ടിൽ, വേഗതയോടെ ഉരുളുന്ന ചക്രങ്ങൾ എന്ന ആശയം പ്രേക്ഷകനിൽ മടുപ്പുളവാക്കുകയും അവന്റെ ഉദ്വേഗത്തെ കെടുത്തുകയും ചെയ്യുന്നു. (ചില പ്രത്യേക സാഹചര്യങ്ങളിൽ മാത്രമാണ് ചലച്ചിത്രകാരന്മാർ ഏറെ ദൈർഘ്യമുള്ള ഷോട്ടുകൾ സ്ക്രീനിൽ അവതരിപ്പിക്കാറ്)

- O.S.S. (Over the shoulder shot) എന്ന കമ്പോസിങ്ങ് രീതികൊണ്ടുള്ള നേട്ടങ്ങളെന്തെല്ലാം?

രണ്ട് വ്യക്തികൾ പരസ്പരം അഭിമുഖമായിരുന്ന് സംസാരിക്കുന്നു. ഇതി ലൊരാൾ ക്യാമറയുടെ ദിശയിലേക്കാണ് നോക്കുന്നത്. മറ്റെയാൾ ക്യാമ റയ്ക്ക് പുറംതിരിഞ്ഞാണിരിക്കുന്നത്. (ചിത്രം നോക്കുക)

പുറംതിരിഞ്ഞിരിക്കുന്നയാളുടെ ചുമലിനു മുകളിലൂടെയാണ് അപ രന്റെ മുഖം ദൃശ്യമാകുന്നത്. 'ചുമലിന് മുകളിലൂടെ' എന്ന ആശയം വരുന്നതിനാൽ Over the shoulder shot എന്ന് ഇതിന് പേര് വന്നു. ഇതിനെ ചുരുക്കി എഴുതുന്നതാണ് O.S.S. (ചില രാജ്യങ്ങളിൽ O.T.S.)

പണ്ടൊരിക്കൽ ഒരു വിദ്വാൻ, ചലച്ചിത്ര നിരൂപകനെന്ന് അവകാശ പ്പെട്ട വ്യക്തി-ഇത്തരം ഷോട്ടുകളെ കാര്യമായങ്ങ് വിമർശിച്ചു. പുറംതിരി ഞ്ഞിരിക്കുന്ന ഒരാളുടെ തലയുടെ പിൻഭാഗത്തെ സ്ക്രീനിൽ കുറെ സമയം കാണിച്ചിട്ട് എന്താണ് പ്രയോജനം? ഇതായിരുന്നു കക്ഷിയുടെ ചോദ്യം! സാങ്കേതിക ജ്ഞാനം ഇല്ലാത്തതുകൊണ്ടായിരുന്നു അദ്ദേഹം ഇത് ചോദിച്ചതെന്ന് വ്യക്തം! ഇനി യഥാർത്ഥത്തിൽ എന്തിനാണ് ഛായാ ഗ്രാഹകന്മാർ ഇത്തരത്തിൽ ഷോട്ടുകളെ കമ്പോസ് ചെയ്യുന്നതെന്നു നോക്കാം.

O.S.S. ഷോട്ടുകളുടെ നേട്ടങ്ങൾ താഴെപ്പറയുന്നവയാണ്.

1. സംഭാഷണം പറയുന്നയാളുടെ മുഖം പ്രേക്ഷകന് വ്യക്തമായി കാണാനാകുന്നു. 2. കേട്ടിരിക്കുന്നയാളുടെ മുഖം കാണാനാകുന്നില്ലെ ങ്കിലും 'സംഭാഷണം കേട്ടിരിക്കുന്ന ഒരാളുണ്ടെന്ന്' പ്രേക്ഷകനോട് 'സജസ്റ്റ്' ചെയ്യുവാൻ കഴിയുന്നു. 3. ക്യാമറയുടെ അരികിലൊരാൾ - അകലെയൊരാൾ - എന്ന രീതിയിലുള്ള കമ്പോസിങ്ങ് ഷോട്ടിന് ആഴം (depth) പ്രദാനം ചെയ്യുന്നു.

ഈ മൂന്ന് നേട്ടങ്ങളും ഒത്തുവരുന്ന മറ്റൊരു രീതി വിഭാവനം ചെയ്യാ നാകുമോ? ഇല്ല!

- സജഷൻ ഷോട്ടിൽ (suggestion shot) എന്താണ് സജസ്റ്റ് ചെയ്യപ്പെടുന്നത്?

ഒരുദാഹരണത്തിലൂടെ ഇത് വ്യക്തമാക്കാം. ഫ്രെയിമിൽ രണ്ട് കാറുകൾ. ഒന്ന് ഫോർഗ്രൗണ്ടിലും മറ്റേത് ബാക്ഗ്രൗണ്ടിലും. ഫോർഗ്രൗണ്ടിലുള്ള കാറിന്റെ അല്പം ഭാഗം മാത്രമേ ഫ്രെയിമിൽ കാണുന്നുള്ളൂ. അല്പഭാഗമേ കാണുന്നുള്ളൂവെങ്കിലും കാർ മുഴുവനായും അവിടെയുണ്ടെന്ന് ഇത്തരം ദൃശ്യം പ്രേക്ഷകനോട് സജസ്റ്റ് ചെയ്യുന്നു.

O.S.S. ഷോട്ടിനെ ചില ചലച്ചിത്രകാരൻമാർ സജഷൻ ഷോട്ട് എന്നു വിളിക്കാറുണ്ട്. പുറംതിരിഞ്ഞിരിക്കുന്നയാളെ പ്രേക്ഷകൻ മുഴുവൻ കാണുന്നില്ലെങ്കിലും അയാളവിടെയുണ്ടെന്ന് പ്രേക്ഷകനോട് സജസ്റ്റ് ചെയ്യുന്നതിനാലാണിത്. ഓർക്കുക - എല്ലാ സജഷൻ ഷോട്ടുകളും O.S.S. അല്ല. കാറുകളെ ഉദാഹരിച്ച സജഷൻ ഷോട്ടിൽ 'ഷോൾഡർ' ഇല്ലാത്തതിനാൽ അത് O.S.S. അല്ല.

വ്യത്യസ്ത വീക്ഷണ കോണുകൾ (Different Angles)

- ലോ ആംഗിൾ, ഹൈ ആംഗിൾ, ഐ ലെവൽ ആംഗിൾ എന്നിവയെ ഏതെല്ലാം സന്ദർഭങ്ങളിൽ എങ്ങനെയൊക്കെയാണ് ഛായാഗ്രാഹകന്മാർ ചിത്രീകരണത്തിനായ് ഉപയോഗപ്പെടുത്തുന്നത്?

ഒരേ വസ്തുവിനെത്തന്നെ വ്യത്യസ്ത കാഴ്ചപ്പാടുകളിലൂടെ നോക്കിക്കാണുന്നത് രസകരമായിരിക്കില്ലേ? തറയിൽ നിൽക്കുന്ന ഒരു ആനയെ തറയിൽത്തന്നെ നിന്ന് നോക്കിക്കാണുന്നതും കിടന്ന് നോക്കിക്കാണുന്നതും കെട്ടിടത്തിന് മുകളിൽനിന്ന് നോക്കിക്കാണുന്നതും തമ്മിൽ പ്രകടമായ വ്യത്യാസങ്ങളാണല്ലോ ഉള്ളത്? വീക്ഷണകോൺ മാറുന്നതിനനുസരിച്ച് ഒരു വസ്തുവിന്റെ ദൃശ്യം നമുക്ക് പ്രദാനം ചെയ്യുന്നത് വ്യത്യസ്ത അർത്ഥ,ഭാവ തലങ്ങളാണ്. ഒരു സിനിമ ചിത്രീകരിക്കുമ്പോൾ നിരവധി വ്യത്യസ്ത കാഴ്ചപ്പാടുകളിലൂടെ ഛായാഗ്രാഹകന്മാർക്ക് ക്യാമറ പ്രവർത്തിപ്പിച്ച് ഷോട്ടുകൾ കൈകാര്യം ചയ്യേണ്ടതായി വരുന്നുണ്ട്. വ്യത്യസ്ത ചലച്ചിത്രവീക്ഷണകോണുകളെക്കുറിച്ചും അവയുടെ പ്രയോഗങ്ങളെക്കുറിച്ചും താഴെ പ്രതിപാദിക്കുന്നു. വീക്ഷണ കോണുകളെ പ്രധാനമായും മൂന്നായി തരംതിരിച്ചിരിക്കുന്നു. ലോ ആംഗിൾ (Low Angle), ഐ ലെവൽ ആംഗിൾ (Eye Level Angle), ഹൈ ആംഗിൾ (High Angle) എന്നിവയാണത്.

ലോ ആംഗിൾ

ക്യാമറ താഴെയും വസ്തു ഉയരത്തിലുമാണെങ്കിൽ അത് ഒരു ലോ ആംഗിൾ ഷോട്ട് ആയിരിക്കും. താഴെ വച്ചിരിക്കുന്ന ക്യാമറ ഒരു തെങ്ങിന്റെ മുകളിലേക്കോ ആകാശത്തേക്കോ തിരിച്ചുവച്ചിരിക്കുകയാണെങ്കിൽ

തീർച്ചയായും അതൊരു ലോ ആംഗിൾ ദൃശ്യമായിരിക്കും. ഒരു വലിയ കൊട്ടാരം, വലിയൊരു പള്ളി എന്നിവയുടെ അരികിൽ താഴെയായി ക്യാമറ സ്ഥാപിച്ച് അവയുടെ ഷോട്ടുകൾ ചിത്രീകരിച്ചാൽ അവയ്ക്ക് നമ്മുടെ മേലുള്ള സ്വാധീനശക്തി ദൃശ്യപരമായി സ്ഥാപിക്കപ്പെടും. 'വിക്ടറി സ്റ്റാന്റിൽ' കയറിനിൽക്കുന്ന ഒരു ജേതാവിനെ ക്യാമറ ലോ ആംഗിളിൽ പ്രതിഷ്ഠിച്ച് ചിത്രീകരിച്ചാൽ അയാളുടെ വിജയത്തെ മഹത്വവൽക്കരിക്കുവാൻ കഴിയുന്നതാണ്. മക്കളോട് സ്നേഹപൂർവ്വം പെരുമാറാതെ ആജ്ഞാപിക്കുക മാത്രം ചെയ്യുന്ന ഒരച്ഛനുണ്ടെന്ന് കരുതുക. ലോ ആംഗിൾ ഷോട്ടുകളിലൂടെ ആ അച്ഛന്റെ മേൽക്കോയ്മയെ ഫലപ്രദമായി സ്ക്രീനിൽ അവതരിപ്പിക്കുവാൻ കഴിയുന്നതാണ്.

ലോ ആംഗിൾ ദൃശ്യം

PK എന്ന ഹിന്ദി ചിത്രത്തിലെ ഒരു ഗാനരംഗം. നായിക റോഡിലൂടെ സൈക്കിൾ ചവിട്ടുകയാണ്. അവളുടെ കാമുകൻ താഴെയുള്ള അരുവിയിലൂടെ ബോട്ടിൽ സഞ്ചരിക്കുന്നു. അയാളുടെ കാഴ്ചപ്പാടിൽ അവൾ സൈക്കിൾ ചവിട്ടിനീങ്ങുന്നത് ലോ ആംഗിളിലാണ് ചിത്രീകരിച്ചിരിക്കുന്നത്. അവൾ ഒരു പാലത്തിന്മേൽ വന്നുനിൽക്കുമ്പോൾ ഈ ലോ ആംഗിൾ ദൃശ്യം പൂർണമാകുന്നു. കാമുകിയെ ഉയരത്തിൽ പ്രതിഷ്ഠിച്ചുകൊണ്ടുള്ള ഈ ഷോട്ടുകൾ അവളുടെ സൗന്ദര്യത്തേയും കാമുകന് അവളോടുള്ള ആരാധനാ മനോഭാവത്തേയും വർദ്ധിപ്പിച്ച് കാണിക്കുന്നു.

ഐ ലെവൽ

വ്യക്തിയുടെ കണ്ണുകളുടെ നിരപ്പിൽ ക്യാമറ പ്രതിഷ്ഠിക്കുന്ന ആംഗിൾ ആണിത്. ഇത് ചിത്രീകരിക്കപ്പെടുന്ന വ്യക്തിയുടെ തികച്ചും സ്വാഭാവികമായ രൂപഭാവങ്ങളെയാണ് പ്രദാനം ചെയ്യുന്നത്. ലളിതമായൊരുദാഹരണം പറയാം. മുൻകാലങ്ങളിൽ വിവാഹച്ചടങ്ങുകളുടെ വീഡിയോ പകർത്തുമ്പോൾ സദ്യ ഉണ്ണുന്നവരെ എങ്ങനെയാണ് വീഡിയോഗ്രാഫർ ചിത്രീകരിച്ചിരുന്നത്? അതുവരെ ചുമരിൽ ഉയർത്തിവച്ചിരുന്ന ക്യാമറ അരയ്ക്ക് സമീപം (Waste level) പിടിച്ചുംകൊണ്ടാണ് ചിത്രീകരണം നടത്തുന്നത്. എന്തിനാണ് അങ്ങനെ ചെയ്യുന്നത്? സദ്യ ഉണ്ണുന്നവരുടെ 'ഐ ലെവൽ' ലഭിക്കാനാണിത്. ക്യാമറ ഉയരത്തിൽ വെച്ച് ക്ലോസപ്പ് ഷോട്ടുകൾ എടുത്താൽ ആളുകളുടെ തലയുടെ മുകൾഭാഗമാകും ക്യാമറയിൽ പ്രധാനമായും പതിയുന്നത്. തലയുടെ മുകൾഭാഗത്തിന്റെ വലിപ്പം താടിയേക്കാൾ ക്രമാതീതമായി വർദ്ധിക്കുന്ന വക്രീകരണ (Distortion)ത്തെ ഒഴിവാക്കുവാനാണ് ഇങ്ങനെ ചെയ്യുന്നത്. കഥാപാത്രം ഇരിക്കുകയാണെങ്കിൽ ആ കഥാപാത്രത്തിന്റെ കണ്ണുകളുടെ നിരപ്പിൽ ക്യാമറാമേൻ ക്യാമറ പ്രതിഷ്ഠിക്കണം. നിൽക്കുകയാണെങ്കിൽ ക്യാമറ ഉയർത്തി കണ്ണിനു നേരെ പ്രതിഷ്ഠിക്കണം. ഒരു കൊച്ചുകുട്ടിയുടെ ഐ ലെവൽ ഷോട്ടുകൾ എടുക്കണമെങ്കിൽ തീർച്ചയായും ക്യാമറ അവന്റെ കണ്ണുകളുടെ നിരപ്പിലേക്ക് താഴ്ത്തേണ്ടിവരും.

സ്വാഭാവികതയെയും വർത്തമാനകാലത്തെയും സൂചിപ്പിക്കുന്ന ഭാവങ്ങളാണ് ഈ വീക്ഷണകോൺ പ്രകടിപ്പിക്കുന്നത്.

ഐ ലെവൽ ദൃശ്യം

ഹൈ ആംഗിൾ (High Angle)

'സബ്ജക്ടി'നെ അപേക്ഷിച്ച് ക്യാമറയുടെ ആപേക്ഷിക സ്ഥാനം ഉയർന്നതാണെങ്കിൽ അത് ഹൈ ആംഗിൾ ആണ്. അതായത് സബ്ജക്റ്റ് താഴെയും ക്യാമറ ഉയരത്തിലുമാണെന്നർത്ഥം. ഒരു വൃക്ഷത്തിന്റെ മുകളിലോ ആനയുടെ പുറത്തോ ഇരിക്കുന്ന ഒരാൾ താഴോട്ട് നോക്കുന്നത് ഈ വീക്ഷണകോണിലൂടെയാണ്. ഇത്തരം ഷോട്ടുകൾ കാണുന്ന പ്രേക്ഷകർക്ക് തങ്ങൾ കഥാപാത്രങ്ങളേക്കാൾ ഉയരത്തിലാണെന്ന തോന്നലുണ്ടാവുക സ്വാഭാവികം മാത്രം. ചില സന്ദർഭങ്ങളിൽ കഥാപാത്രങ്ങളുടെ താഴ്ന്ന തലത്തിലുള്ള സ്ഥിതിചെയ്യൽ പരാജയബോധം, നിരാശ്രയത്വം, വിധേയത്വം, നിസ്സഹായത, അപകർഷതാബോധം തുടങ്ങിയ ഭാവങ്ങളെ പ്രദാനം ചെയ്യുന്നതാണ്. കഥാപാത്രങ്ങൾ ഭൂതകാലത്തിൽ സ്ഥിതിചെയ്യുന്നതുപോലെയോ പ്രേക്ഷകൻ അവരേക്കാൾ ഉയർന്ന തലത്തിലെത്തിച്ചേരുന്നതുപോലെയോ ഉള്ള അനുഭവമാണ് ഇത്തരം ഷോട്ടുകൾ നൽകുന്നത്.

ഹൈ ആംഗിൾ ദൃശ്യം

PK എന്ന സിനിമയിലെ ഗാനരംഗത്തിൽനിന്നും ഒരുദാഹരണം കൂടി. നായിക പാലത്തിൽനിന്നും താഴേക്ക് നോക്കുന്നു. അരുവിയിലൂടെ ബോട്ടിൽ സഞ്ചരിക്കുന്ന തന്റെ കാമുകനെയാണ് അവൾ നോക്കുന്നത്. ബോട്ട് പാലത്തിനടിയിൽ എത്തുമ്പോൾ അവൾ പെട്ടെന്ന് പാലത്തിന് കുറുകെയോടി മറുവശത്തെത്തി വീണ്ടും താഴേക്ക് നോക്കുന്നു. അവൾ കാണുന്ന ദൃശ്യങ്ങൾ ഹൈ ആംഗിൾ ദൃശ്യങ്ങൾക്ക് ഉദാഹരണമാണ്.

ടോപ്പ് ആംഗിൾ (Top Angle)

ക്യാമറ മുകളിൽനിന്നും താഴേക്ക് കുത്തനെ പ്രതിഷ്ഠിച്ചുകൊണ്ടെടുക്കുന്ന ഷോട്ടുകളാണ് ടോപ് ആംഗിൾ ഷോട്ടുകൾ. ബാൽക്കണിയിൽ നിന്നും ഒരാൾ കുത്തനെ താഴോട്ട് നോക്കുന്ന ദൃശ്യം ഇതിനുദാഹരണമാണ്. ഇത്തരം ഷോട്ടുകളിൽ കഥാപാത്രങ്ങൾ വളരെ താഴെയും പ്രേക്ഷകൻ ഉയരത്തിലുമാണെന്ന പ്രതീതിയാണുളവാകുന്നത്. അതായത് കഥാപാത്രങ്ങൾ വിധേയത്വമോ അടിമത്തമോ പ്രകടിപ്പിക്കുന്നതുപോലെയോ, സ്വത്വം (Identity) നഷ്ടപ്പെട്ടവരെപ്പോലെയോ ഒക്കെ ആകാമെന്നർത്ഥം.

'എന്നു നിന്റെ മൊയ്തീനി'ൽ മൊയ്തീന് കുത്തേൽക്കുന്ന രംഗം ടോപ്പ് ആംഗിളിൽ ആണ് ചിത്രീകരിച്ചിരിക്കുന്നത്. ആമേൻ എന്ന സിനിമയുടെ അവസാന രംഗങ്ങളിൽ ആൾക്കൂട്ടത്തെ ടോപ്പ് ആംഗിളിലൂടെ ചിത്രീകരിച്ച രംഗങ്ങൾ ദൃശ്യത്തിന് നാടകീയത നൽകുവാൻ വളരെയേറെ സഹായിക്കുന്നുണ്ട്.

ബേർഡ്സ് ഐ വ്യൂ ഷോട്ടുകൾ (Birds eye view shots)

ഹെലികോപ്റ്ററിൽ നിന്നോ വിമാനത്തിൽനിന്നോ താഴേക്ക് ചിത്രീകരിക്കുന്ന ഷോട്ടുകളാണിവ. പക്ഷികൾ മുകളിൽ പറക്കുമ്പോൾ താഴേക്ക് നോക്കിക്കാണുന്നതുപോലെയാണ് ഈ ദൃശ്യങ്ങൾ പ്രേക്ഷകന് അനുഭവപ്പെടുക. 'വിഹഗവീക്ഷണം' എന്നൊരു പ്രയോഗമില്ലേ? അതു തന്നെയാണിവിടെ ഉദ്ദേശിക്കുന്നത്.

ഷോട്ടിന്റെ വലുപ്പം (Shot size)

- ഷോട്ട് സൈസ് (Shot size) എന്നാലെന്താണ്? ഷോട്ടുകളെ ലോങ്ങ് (Long), മീഡിയം (Medium), ക്ലോസപ്പ് (Close up) എന്നിങ്ങനെ തരംതിരിക്കുന്നതെന്തിന്?

ഷോട്ട് സൈസ് അഥവാ ഷോട്ടിന്റെ വലിപ്പം എന്നാൽ ഒരു ഷോട്ട് ലോങ്ങ്, മീഡിയം, ക്ലോസപ്പ് ഇവയിലേതാണ് എന്ന അവസ്ഥയാണ്. സബ്ജക്റ്റിനോട് ചേർന്ന് പശ്ചാത്തലത്തെ കാണിക്കുന്നുണ്ടോ ഇല്ലയോ, ഉണ്ടെങ്കിൽ എത്രത്തോളം എന്ന കാര്യമാണിവിടെ പ്രധാനപ്പെട്ടത്.

അടിസ്ഥാനപരമായി ഷോട്ടുകളെ മൂന്നായാണ് തരംതിരിച്ചിട്ടുള്ളത്. 1. ലോങ്ങ് ഷോട്ട് 2. മീഡിയം ഷോട്ട് 3. ക്ലോസപ്പ് ഷോട്ട്.

ലോങ്ങ് ഷോട്ട്

സബ്ജക്റ്റും പശ്ചാത്തലവും അടങ്ങുന്നതാണ് ലോങ്ങ് ഷോട്ട്. പക്ഷേ കേവലം പശ്ചാത്തലഭംഗി കാണിക്കുക മാത്രമല്ല ഈ ഷോട്ടിന്റെ ലക്ഷ്യം. കഥാപാത്രം എവിടെ സ്ഥിതിചെയ്യുന്നു എന്ന് പ്രേക്ഷകനെ ബോദ്ധ്യപ്പെടുത്തുന്നത് ലോങ്ങ് ഷോട്ടാണ്. കഥാപാത്രത്തിന് പശ്ചാത്തലവുമായുള്ള സ്ഥലപരമായ ബന്ധം (Spatial relationship) പ്രേക്ഷകന് മുന്നിൽ വെളിപ്പെടുന്നത് ലോങ്ങ്ഷോട്ടിലൂടെയാണെന്ന് പറയാം.

കഥാപാത്രത്തിന്റെ മുഖഭാവങ്ങളെ സൂക്ഷ്മമായി വെളിപ്പെടുത്തുവാൻ ലോങ്ങ് ഷോട്ടുകൾക്ക് കഴിയാറില്ല. ലോങ്ങ് ഷോട്ടുകളെ പൊതുവേ എസ്റ്റാബ്ലിഷിങ്ങ് ഷോട്ടുകൾ (Establishing shots) എന്നും വിളിക്കാറുണ്ട്. കഥാപാത്രങ്ങൾ എവിടെ സ്ഥിതി ചെയ്യുന്നുവെന്ന് പ്രേക്ഷകന് മുമ്പിൽ സ്ഥാപിക്കുന്ന ഷോട്ടുകൾ ആയതിനാലാണിത്.

മീഡിയം ഷോട്ട്

മീഡിയം ഷോട്ടിൽ പശ്ചാത്തലം ഏറെയൊന്നുമുണ്ടാകില്ല. എന്നാൽ അല്പമുണ്ടാകും താനും. മുഖഭാവം മുഴുവനും വ്യക്തമാകണമെന്നില്ല. എന്നാൽ കുറച്ചൊക്കെ പ്രകടമാകും. കഥാപാത്രത്തിന് പശ്ചാത്തലവുമായുള്ള ബന്ധം വെളിപ്പെടുത്തുന്ന കാര്യത്തിലും കഥാപാത്രങ്ങളുടെ മുഖഭാവങ്ങളെ പ്രേക്ഷകന് മുന്നിൽ വെളിപ്പെടുത്തുന്ന കാര്യത്തിലും ഒരു 'മീഡിയം സമീപനം' പുലർത്തുന്ന ഷോട്ടാണ് ഇതെന്ന് പറയാം. സിനിമാട്ടോഗ്രാഫിയുടെ 'ക്ലാസിക്' രീതികൾ പുലർത്തുന്ന ചിത്രങ്ങളിൽ സാധാരണ കണ്ടുവരാറുള്ളത് ഇങ്ങനെയാണ്. ഒരുലോങ്ങ് ഷോട്ടിലൂടെ കഥാപാത്രം അല്ലെങ്കിൽ കഥാപാത്രങ്ങൾ സ്ഥിതിചെയ്യുന്ന സ്ഥലത്തെ പ്രേക്ഷന് മുൻപിൽ സ്ഥാപിക്കുന്നു. ഇനി കഥ വികാസം പ്രാപിക്കുന്നത് ഇവിടെയാണ് എന്ന് സംവിധായകൻ പ്രേക്ഷകനോട് പറയുകയാണ് ചെയ്യുന്നത്. ഇനി ആ ദൃശ്യത്തിന്റെതന്നെ ഒരു മീഡിയം ഷോട്ടിലേക്ക് കട്ട് ചെയ്യുന്നത്. കഥാപാത്രം ചെയ്യുന്ന ആക്ഷനും മുഖഭാവവും അല്പം പ്രകടമാകുന്നു. അടുത്ത ഘട്ടം ക്ലോസപ്പ് ആണ്. പശ്ചാത്തലം ഏതാണ്ട് പൂർണമായും ഇല്ലാതാകുന്നു. ആക്ഷനും മുഖഭാവങ്ങൾക്കും അങ്ങേയറ്റം പ്രാധാന്യം കൈവരുന്നു. 'ലോങ്ങി'ൽ നിന്ന് 'ക്ലോസപ്പി'ലേക്ക് പെട്ടെന്ന് കട്ട് ചെയ്താൽ പ്രേക്ഷകന് ഒരു 'ചാട്ട'മാണെനുഭവപ്പെടുക. ഈ ചാട്ടത്തെ ഒഴിവാക്കുവാൻ മീഡിയം ഷോട്ടിനെ ഉപയോഗിക്കുന്നതു കൊണ്ട് അതിനെ ട്രാൻസിഷൻ ഷോട്ട് (Transition) എന്നു വിളിക്കാറുണ്ട്. പ്രേക്ഷകന്റെ കണ്ണുകൾക്ക് ആയാസം നൽകാതെ ലോങ്ങിൽ നിന്നും മീഡിയത്തിലേക്ക്, മീഡിയത്തിൽനിന്നും ക്ലോസപ്പിലേക്ക് എന്ന ക്രമാനുഗതമായ ഒരു എഡിറ്റിങ് പാറ്റേൺ ആണിവിടെ അനുവർത്തിക്കപ്പെടുന്നത്. ചടുലത മുഖമുദ്രയായിട്ടുള്ള ആധുനിക കാലഘട്ടത്തിലെ സിനിമകളിൽ മുകളിൽപ്പറഞ്ഞ ലോങ്ങ്-മീഡിയം-ക്ലോസപ്പ് എന്ന കട്ടിങ്ങ് പാറ്റേണിനെ ഒരു നിയമമായി എല്ലായ്പോഴും പാലിക്കുന്നില്ല. ഒരു പ്രത്യേക കഥാസന്ദർഭം ആവശ്യപ്പെടുന്നുണ്ടെങ്കിൽ ലോങ്ങ് ഷോട്ടിൽ നിന്നും ക്ലോസപ്പിലേക്ക് കട്ട് ചെയ്യാം, വിരോധമില്ല.

ക്ലോസപ്പ്

തിയ്യറ്ററിലെ തിരശ്ശീല മുഴുവനും നിറഞ്ഞുനിൽക്കുകയാണ് ഒരു യുവതിയുടെ മുഖഭാവങ്ങൾ. കടുത്ത ആത്മസംഘർഷമനുഭവിക്കുകയാണവൾ എന്ന് മുഖം കണ്ടാലറിയാം. ക്ലോസപ്പുകളിലൂടെ മാത്രം മുന്നേറുന്ന ദൃശ്യങ്ങൾ. ആരാണിവൾ? ഫ്രഞ്ചുകാരെ അടക്കി ഭരിച്ചിരുന്ന ബ്രിട്ടീഷുകാർക്കെതിരെ പോരാടിയ കർഷകയുവതിയായ ജോൻ ആണവൾ.

അതേ, ജോൺ ഓഫ് ആർക്ക് എന്ന പേരിൽ ലോകം മുഴുവനും അവളെ വിളിച്ചു. പതിനാറാം നൂറ്റാണ്ടിൽ ചാൾസ് ആറാമന്റെ സൈന്യത്തിൽ നേതൃസ്ഥാനം വഹിച്ചുകൊണ്ട് ജോൺ നടത്തിയ പോരാട്ടങ്ങൾ ഫ്രഞ്ച് ജനതയുടെ മനസ്സാക്ഷിയെ തട്ടിയുണർത്തി. പക്ഷേ 1430ൽ ജോനിന്റെ പോരാട്ടങ്ങൾക്ക് മേൽ വിലക്ക് വീണു. ഒടുക്കം, ജോൺ ജീവനോടെ തീയിൽ ദഹിപ്പിക്കപ്പെട്ടു... വിഖ്യാത സംവിധായകനായ കാൾ ഡ്രെയറുടെ 'പാഷൻ ഓഫ് ജോൺ ഓഫ് ആർക്ക്' എന്ന ക്ലാസിക് ചലച്ചിത്രത്തിനെക്കുറിച്ചാണ് മുകളിൽ പരാമർശിച്ചത്. 'ക്ലോസപ്പുകളിൽനിന്നും ക്ലോസപ്പുകളിലേക്ക് പടർന്നുകയറുന്ന' എഡിറ്റിങ്ങ് പാറ്റേണിലൂടെ ജോനിന്റെ സംഘർഷങ്ങളെ പ്രേക്ഷകമനസ്സിലെ അഗ്നിജ്വാലയാക്കി മാറ്റുവാൻ കഴിഞ്ഞു സംവിധായകനായ കാൾ ഡ്രെയർക്ക്. വിശ്വസിനിമയിലെ ക്ലാസിക്കുകളിലൊന്നായി വാഴ്ത്തപ്പെടുന്ന ഈ ചിത്രം കണ്ടാൽ മതിയാകും 'ക്ലോസപ്പ്' എന്താണെന്ന് മനസ്സിലാക്കുവാൻ.

ഒരു ക്ലോസപ്പ് ദൃശ്യം കഥാപാത്രത്തിന്റെ സൂക്ഷ്മമായ ഭാവങ്ങളെ പ്രേക്ഷകനിൽ സ്ഥാപിക്കുവാൻ ഏറ്റവും അനുയോജ്യമാണെങ്കിലും പശ്ചാത്തലത്തെ വെളിപ്പെടുത്തുന്നതിൽ പരാജയപ്പെടുന്നു. ക്ലോസപ്പുകളിലൂടെ മാത്രം ഒരു സീൻ അവതരിപ്പിച്ചാൽ എങ്ങനെയിരിക്കും?

സൗമ്യ കൂട്ടുകാരിയായ നിഷയുടെ വീട്ടിലേക്ക് ചെല്ലുകയാണ്. നിഷ സൗമ്യയെ തന്റെ ബെഡ്റൂമിലേക്ക് വിളിച്ചിരുത്തുന്നു. രണ്ടുപേരുടെയും സംഭാഷണം - ഈ സീനിൽ സൗമ്യയുടെയും നിഷയുടെയും ക്ലോസപ്പുകൾ മാത്രമാണ് കാണിക്കുന്നതെങ്കിലോ? 'സ്ഥലവിഭ്രാന്തി'യാകും ഫലം. പശ്ചാത്തലം വെളിപ്പെടാത്തതിനാൽ സൗമ്യയുടെ വീട്ടിൽ വച്ചാണോ അവർ സംഭാഷണത്തിലേർപ്പെടുന്നത്, അതോ നിഷയുടെ വീട്ടിൽ വെച്ചാണോ എന്ന് സ്ഥാപിക്കപ്പെടുന്നില്ല.

ക്ലോസപ്പ് എന്നു പറയുന്നത് കഥാപാത്രത്തിന്റെ, പരിസരത്തിൽ നിന്നുമുള്ള ഒറ്റപ്പെടൽ (Isolation) ആണ്. വിശദമായി പറയുകയാണെങ്കിൽ ഷോട്ടുകളെ തരം തിരിച്ചിരിക്കുന്നത് താഴെ പറയുംവിധത്തിലാണ്.

എക്സ്ട്രീം ക്ലോസപ്പ് (Extreme Closeup - ECU)

സബ്ജക്റ്റിന്റെ വളരെ അരികിൽ ക്യാമറ സ്ഥാപിച്ചുകൊണ്ട് അതിന്റെ ഒരു ഭാഗം വലുതാക്കിക്കാണിക്കുവാനാണ് ഛായാഗ്രാഹകന്മാർ ഇത്തരം ഷോട്ടുകൾ ഉപയോഗിക്കാറുള്ളത്. ഒരു കഥാപാത്രത്തിന്റെ കണ്ണുകൾ മാത്രം എടുത്തു കാണിക്കുക, വാച്ച്, മോതിരം, ആഭരണത്തിന്റെ ഒരു ഭാഗം മാത്രം തുടങ്ങിയ വസ്തുക്കളെ കഥാസന്ദർഭത്തിനനുസരിച്ച് പ്രാധാന്യത്തോടെ സ്ക്രീനിൽ അവതരിപ്പിക്കുക ഇവയ്ക്കെല്ലാം എക്സ്ട്രീം ക്ലോസപ് ഷോട്ട് ഉപയോഗിച്ചാൽ മതി. തോക്കെടുത്ത് വെടിവയ്ക്കുന്ന ഒരു കഥാപാത്രം - ലോങ്ങ്ഷോട്ടിൽ കഥാപാത്രം തോക്കെടുത്ത് ഉന്നംപിടിക്കുന്നു. മീഡിയം ഷോട്ടിൽ ഇതിന്റെ തുടർച്ച. ക്ലോസപ്പിൽ ഉന്നംപിടിക്കുന്ന നടന്റെ സൂക്ഷ്മഭാവങ്ങൾ. ഇനി അയാളുടെ

കണ്ണുകൾ മാത്രമുള്ള എക്സ്ട്രീം ക്ലോസപ്പ് - ഇത് സ്ക്രീനിൽ വലിയൊരളവിൽ ഭാവതീവ്രത സൃഷ്ടിക്കുന്നു - അടുത്ത ഷോട്ടിൽ കഥാപാത്രം വെടിയുതിർക്കുന്നു. ഇത് ഇംഗ്ലീഷ് ആക്ഷൻ ചിത്രങ്ങളിൽ സ്ഥിരം കണ്ടുവരുന്നൊരു ശൈലിയാണ്.

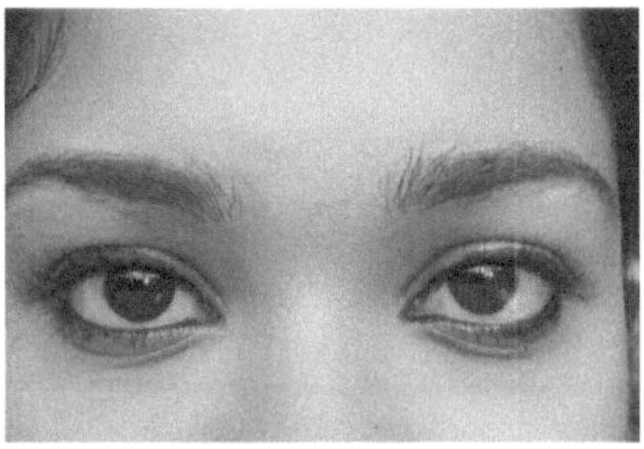

എക്സ്ട്രീം ക്ലോസ്സപ്പ്

ക്ലോസ്സപ്പ്

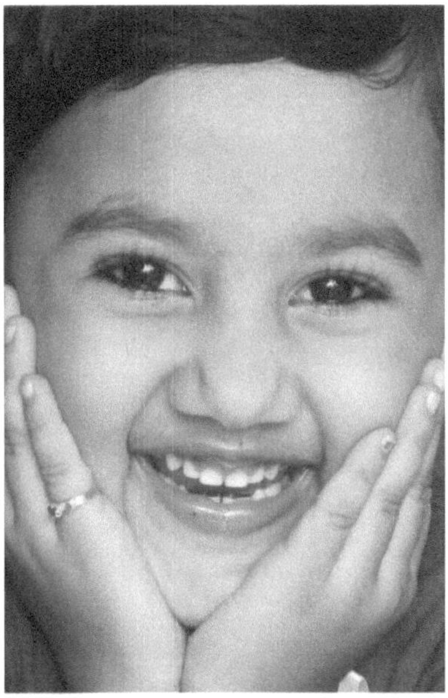

ബിഗ് ക്ലോസ്സപ്പ്

മീഡിയം ക്ലോസ്സപ്പ്

മീഡിയം ഷോട്ട്

മീഡിയം ലോങ്ങ് ഷോട്ട്

ലോങ്ങ് ഷോട്ട്

വെരി ലോങ്ങ് ഷോട്ട്

എക്സ്ട്രീം ലോങ്ങ് ഷോട്ട്

ബിഗ് ക്ലോസപ്പ് (Big Close Up - B.C.U)

മുഖത്തെ പൂർണ്ണമായും സ്ക്രീനിൽ വലുതാക്കിക്കാണിക്കുന്ന ഷോട്ടാണിത്. മുഖത്തെ ഭാവങ്ങൾക്ക് പ്രാധാന്യം കൊടുക്കേണ്ടിവരുമ്പോൾ മാത്രമേ ഇത്തരം ഷോട്ടുകൾ ചിത്രീകരിക്കാറുള്ളൂ.

ക്ലോസപ്പ് (Close Up - C.U)

ഒരു കഥാപാത്രത്തിന്റെ ചുമലുകളും മുഖവും ചിത്രീകരിക്കുന്ന ഷോട്ടാണിത്. ഒരു സിനിമയിൽ ഇത്തരം ഷോട്ടുകൾ ധാരാളമായി കാണപ്പെടാറുണ്ട്.

മീഡിയം ക്ലോസപ്പ് (Medium Close Up (M.C.U))

ചുമലുകൾക്ക് താഴെയുള്ള ഭാഗം ക്ലോസപ്പിനേക്കാൾ കൂടുതലായി ഈ ഷോട്ടിൽ കാണാം.

മീഡിയം ഷോട്ട് (Medium Shot - M.S.)

അര മുതൽ മുകളിലോട്ടുള്ള ഷോട്ടാണിത്. ശരീരചലനങ്ങളും മുഖഭാവങ്ങളും ഒരുവിധം വ്യക്തമായിക്കാണാം.

മീഡിയം ലോങ്ങ് ഷോട്ട് (Medium Long Shot - M.L.S.)

സിനിമകളിൽ ധാരാളമായി കാണാവുന്ന ഷോട്ടുകളാണിത്. സബ്ജക്റ്റും പശ്ചാത്തലവും തമ്മിൽ നല്ലൊരു സന്തുലിതാവസ്ഥ പ്രദാനം ചെയ്യുന്നു.

ലോങ്ങ് ഷോട്ട് (Long Shot - L.S.)

കഥാപാത്രങ്ങളുടെ മുഖഭാവങ്ങൾ മുഴുവനും വ്യക്തമാകുന്നില്ലെങ്കിലും ശാരീരികനിലകൾ നന്നായി വ്യക്തമാകുന്നുണ്ട്. പശ്ചാത്തലത്തിന് പ്രാധാന്യം കൈവരുന്നു.

വെരി ലോങ്ങ് ഷോട്ട് (very Long Shot - V.L.S.)

സബ്ജക്റ്റ് ലോങ്ങ് ഷോട്ടിനേക്കാൾ കുറെക്കൂടെ അകന്ന് സ്ഥിതി ചെയ്യുന്നു. ഫോർഗ്രൗണ്ടിൽ കൂടുതൽ സ്ഥലമുണ്ടെന്നർത്ഥം.

എക്സ്ട്രീം ലോങ്ങ് ഷോട്ട് (Extreme Long Shot)

പശ്ചാത്തലത്തിനാണ് പ്രാധാന്യം ഏറെയുള്ളത്. കഥാപാത്രത്തെ കഷ്ടിച്ച് ഫ്രെയിമിൽ കാണാമെന്നേയുള്ളൂ.

ക്യാമറാചലനങ്ങൾ (Camera Movements)

- സ്റ്റാറ്റിക് ക്യാമറ (Static Camera) എന്നാലെന്ത്?

സ്റ്റാറ്റിക് എന്നാൽ നിശ്ചലാവസ്ഥ. ക്യാമറ ട്രൈപ്പോഡിലോ, മറ്റെവിടെയെങ്കിലുമോ സ്ഥാപിച്ച് ചലനങ്ങൾക്ക് വിധേയമാക്കാതെ കൈകാര്യം ചെയ്യുന്നതാണ് 'സ്റ്റാറ്റിക് ക്യാമറ'. ക്യാമറയുടെ നിശ്ചലാവസ്ഥയെ സൂചിപ്പിക്കുവാനാണീ പദം സാധാരണയായി ഉപയോഗിക്കുന്നത്.

- വ്യത്യസ്ത ക്യാമറാചലനങ്ങളെക്കുറിച്ചും അവയുടെ പ്രയോഗങ്ങളെക്കുറിച്ചും വിശദമാക്കാമോ?

പാനിങ്ങ് (Panning), ടിൽടിങ്ങ് (Tilting), ട്രാക്കിങ്ങ് (Tracking), ക്രെയ്ൻ മൂവ്മെന്റ് (Crane Movement), വെഹിക്കിൾ മൂവ്മെന്റ് (Vehicle Movement) എന്നിവയാണ് പ്രധാന ക്യാമറാചലനങ്ങൾ.

പാനിങ്ങ്

ട്രൈപ്പോഡിലോ ഛായാഗ്രാഹകന്റെ ചുമലിലോ സ്ഥാപിച്ച ക്യാമറയെ ഇടത്തോട്ടോ വലത്തോട്ടോ ചലിപ്പിക്കുന്നതാണ് പാനിങ്ങ് എന്ന് ലളിതമായി പറയാം. ഇടത്തോട്ട് ചലിപ്പിക്കുന്നത് പാൻ ലെഫ്റ്റും (Pan left) വലത്തോട്ട് ചലിപ്പിക്കുന്നത് പാൻ റൈറ്റും (Pan right) ആണ്. 'പനോരമിക്' (Panoramic) എന്ന വാക്കിൽനിന്നുമാണ് Pan ഉണ്ടായത്. ദൃശ്യപ്രധാനമായ എന്ന അർത്ഥത്തിലാണല്ലോ പനോരമിക് എന്ന വാക്ക് ഉപയോഗിക്കുന്നത്.

പാനിങ്ങിന്റെ മൂന്ന് പ്രധാന പ്രയോഗങ്ങൾ താഴെ പറയുന്നവയാണ്.

1. വിശാലമായി പരന്നുകിടക്കുന്ന ദൃശ്യങ്ങളെ ചിത്രീകരിക്കുവാൻ

2. ചലനത്തെ പിന്തുടരുവാൻ

3. വസ്തുക്കൾ/വസ്തുതകൾ തമ്മിലുള്ള ബന്ധത്തെ വെളിപ്പെടുത്തുവാൻ.

വിശാലമായി പരന്നുകിടക്കുന്ന ഒരു കടൽത്തീരം. ജലകേളികളിലേർപ്പെടുവാനും വെയിൽ കാഞ്ഞിരിക്കുവാനുമായി അവിടെ ഒത്തുചേർന്നിരിക്കുന്ന നിരവധിയാളുകൾ. ക്യാമറയുടെ ലെൻസ് പരമാവധി വിശാല (wide angle)മാക്കിയാലും ഇത്തരം ദൃശ്യങ്ങളെ ഉൾക്കൊള്ളുവാൻ കഴിയാറില്ല. ദൃശ്യപ്രധാനമായ ഇത്തരം സീനുകൾ ചിത്രീകരിക്കുവാൻ സാധാരണയായി പാനിങ്ങ് എന്ന ക്യാമറാചലനമാണ് ഉപയോഗിക്കാറുള്ളത്. അരികിലരികിലായുള്ള വീടുകൾ, നിരനിരയായ് പാർക്ക് ചെയ്തിരിക്കുന്ന വാഹനങ്ങൾ എന്നിവയെല്ലാം പാനിങ്ങിലൂടെ ഫലപ്രദമായി ചിത്രീകരിക്കുവാൻ കഴിയുന്നതാണ്.

ഒരു മനുഷ്യൻ നടക്കുന്നത്, ഓടുന്നത്, ഒരു കുതിരയോ വാഹനമോ ഓടുന്നന്നത് തുടങ്ങിയ ചലനങ്ങൾ പാനിങ്ങിലൂടെ ഫലപ്രദമായി അവതരിപ്പിക്കുവാൻ കഴിയാറുണ്ട്. ചലനത്തിന്റെ വേഗത കുറവാണെങ്കിൽ

വേഗത കുറഞ്ഞ പാനിങ്ങും വേഗത കൂടുതലാണെങ്കിൽ വേഗത കൂടിയ പാനിങ്ങും ആണ് ക്യാമറാമാൻമാർ ചെയ്യാറുള്ളത്.

ഒരുകൂട്ടം ഗ്രാമീണരുടെ മുഖഭാവങ്ങളിൽനിന്നും ക്യാമറ ചലിച്ചുതുടങ്ങുന്നു. ഗ്രാമീണരിൽ പല്ലുപോയ അപ്പൂപ്പനും ചിറികോടിയ അമ്മൂമ്മയും മൊട്ടത്തലയൻ കുട്ടിയുമൊക്കെയുണ്ട്. വ്യത്യസ്തത പുലർത്തുന്ന നിഷ്കളങ്ക ഗ്രാമീണഭാവങ്ങൾ മിന്നിമറയുന്ന അവരുടെ മുഖത്തുനിന്നും ക്യാമറ പാൻ ചെയ്യപ്പെടുന്നത് നെടുങ്കൻ പ്രസംഗം ചെയ്യുന്ന ഒരു രാഷ്ട്രീയനേതാവിലേക്ക്. ഗ്രാമീണരുടെ മുഖങ്ങൾ സ്ക്രീനിൽ കണ്ടുതുടങ്ങുമ്പോൾത്തന്നെ നാം പ്രസംഗം കേൾക്കുന്നുണ്ട്. പ്രാസംഗികന്റെ 'ഐഡന്റിറ്റി' വ്യക്തമാകുന്നില്ലെന്നേയുള്ളൂ. ശ്രോതാക്കളിൽനിന്നും പ്രാസംഗികനിലേക്കുള്ള ഒരു പാനിങ്ങിലൂടെ ഈ ഐഡന്റിറ്റി വെളിപ്പെടുത്തപ്പെടുന്നു. പ്രാസംഗികനാരാണെന്ന സസ്പെൻസിന് വിരാമമാകുകയും ചെയ്യുന്നു.

സദയം എന്ന സിബി മലയിൽ ചിത്രത്തിൽനിന്നൊരു രംഗം.

മോഹൻലാലിന്റെ കഥാപാത്രം താമസിക്കുന്നിടത്തേക്ക് നെടുമുടി വേണുവിന്റെ പുരോഹിതൻ കഥാപാത്രം വന്നെത്തുന്നു. ഒരു ബോർഡിന്മേൽ ഉറപ്പിച്ച ക്യാൻവാസിൽ ഒരു പെൺകുട്ടിയുടെ ചിത്രം വരച്ചുവച്ചിരിക്കുന്നതു കാണാം. ഇത് കാണുന്ന അച്ചൻ അയാളുടെ ചിത്രരചനാപാടവത്തെ പുകഴ്ത്തുന്നു. ചിത്രരചനയിൽ അയാൾ മുൻപത്തേക്കാളും പുരോഗമിച്ചിട്ടുണ്ടെന്ന് പറയുന്നു. ഈ സന്ദർഭത്തിൽ ജനലിനരികിൽ വന്നുനിൽക്കുന്ന മാതുവിന്റെ കഥാപാത്രം. ഈ കഥാപാത്രത്തിൽ നിന്നും ബോർഡിൽ വരയ്ക്കപ്പെട്ട ചിത്രത്തിലേക്ക് ക്യാമറ പാൻ ചെയ്യപ്പെടുന്നു. ചിത്രത്തിലെ മുഖത്തിനുടമ ജനലിനരികിൽ വന്നുനിൽക്കുന്ന പെൺകുട്ടിയാണെന്ന് പ്രേക്ഷകന് ബോധ്യപ്പെടുന്നു. ഇവിടെ പാനിങ്ങ് എന്ന ക്യാമറാ ചലനത്തെ ബന്ധം വെളിപ്പെടുത്തുവാൻ വേണ്ടി ഛായാഗ്രാഹകൻ ഉപയോഗിക്കുകയാണ് ചെയ്തിട്ടുള്ളത്. പെയിന്റിങ്ങിലെ മുഖവും മുഖത്തിനുടമയും തമ്മിലുള്ള ബന്ധം.

- പാൻ ചെയ്യുമ്പോൾ ഛായാഗ്രാഹകന്മാർ അനുവർത്തിക്കേണ്ട നിയമങ്ങളേവ?

ക്യാമറചലനങ്ങൾ ഫലപ്രദമായി നിർവ്വഹിക്കുവാൻ ചില നിയമങ്ങൾ പാലിക്കപ്പെടേണ്ടതുണ്ട്. പാനിങ്ങ് നിർവ്വഹിക്കുമ്പോൾ ഛായാഗ്രഹകന്മാർ അനുവർത്തിക്കേണ്ട നിയമങ്ങൾ താഴെ പറയുന്നവയാണ്.

1. പാനിങ്ങിന്റെ തുടക്കത്തിലും അവസാനത്തിലും അല്പസമയം ക്യാമറയെ നിശ്ചലമാക്കുക.

ക്യാമറ ഓൺ ചെയ്ത് അല്പസമയം നിറുത്തിയതിന് ശേഷം പാനിങ്ങ് ആരംഭിച്ചാൽ ഏത് ദൃശ്യത്തിൽനിന്നാണ് ആരംഭിക്കുന്നതെന്ന് പ്രേക്ഷകനിൽ പതിയുന്നു. ചലനം അവസാനിച്ചിട്ടും അല്പനേരം

നിർത്തുന്നത് ഏതു ദൃശ്യത്തിൽ ചെന്നെത്തുന്നു എന്ന് പ്രേക്ഷകനിൽ സ്ഥാപിക്കപ്പെടാൻ സഹായകമാകുന്നു. എഡിറ്റിങ്ങുമായി ബന്ധപ്പെട്ട ഒരാശയവും ഇതിനുണ്ട്. ഒരു ക്യാമറാചലനം വേറൊരു വേറൊരു ക്യാമറാ ചലനവുമായി എഡിറ്റ് ചെയ്ത് ചേർക്കപ്പെടുമ്പോൾ രണ്ടിന്റേയും വേഗതകൾ തമ്മിൽ സ്വാഭാവികമായും ഉണ്ടാകുന്ന വ്യത്യാസം മൂലം കാഴ്ചയ്ക്ക് സുഖകരമല്ലാത്ത ഒരു ചാട്ടം ഉണ്ടാകാറുണ്ട്. ഒരു ക്യാമറാചലനത്തിന്റെ അവസാനത്തിലുള്ള നിശ്ചലാവസ്ഥയും എഡിറ്റ് ചെയ്ത് ചേർക്കപ്പെടുന്ന, ക്യാമറാചലനമുള്ള ഷോട്ടിന്റെ ആരംഭത്തിലുള്ള നിശ്ചലാവസ്ഥയും തമ്മിൽ ജംപ് ഇല്ലാതെ ചേരുന്നതാണ്.

2. പാനിങ്ങ് ഇടയ്ക്കുവച്ച് നിർത്തരുത്.

തുടങ്ങിയാൽ അവസാനം വരെ നിറുത്താതെ ഒരേ സ്പീഡിൽ പാൻ ചെയ്യുക. ഇതാണ് ഛായാഗ്രാഹകന്മാർ സാധാരണയായി ചെയ്യാറുള്ളത്. പാനിങ്ങ് ഇടയ്ക്ക് നിന്നാൽ അതിന്റെ ഒഴുക്ക് തടസ്സപ്പെട്ടതായി പ്രേക്ഷകന് അനുഭവപ്പെടുന്നു. എന്നാൽ ഏതൊരു നിയമത്തിനും ചില അപവാദങ്ങളുണ്ടെന്ന് പറയപ്പെടുന്നത് ക്യാമറാചലനങ്ങൾക്കും ബാധകമാണ്. പഴയൊരു മലയാളചിത്രത്തിൽ നിന്നൊരു രംഗം. ഒരു മൈതാനത്ത് വരിയായി നിൽക്കുന്ന കുട്ടികൾ. നായിക ഒരു ഗാനം ആലപിച്ചുകൊണ്ട് ഒരു കുട്ടിയുടെ അരികിൽ വന്നുനിൽക്കുന്നു. 'കുടു കുടു കുടു കുടു...' എന്നു വേഗത്തിലുള്ള ആലാപനം പതുക്കെയാകുന്നു. വീണ്ടും വേഗത്തിൽ ആലപിച്ചുംകൊണ്ട് അടുത്ത കുട്ടിയുടെ അരികിലേക്ക്... പാനിങ്ങിലൂടെയാണ് ക്യാമറാമാൻ ഇത് ആവിഷ്കരിച്ചിരിക്കുന്നത്. പക്ഷേ ഓരോ കുട്ടിയുടെ അരികിൽ നായിക വന്നുനിൽക്കുമ്പോഴും ക്യാമറാചലനം നിൽക്കുന്നുണ്ട്. കാരണം ഓടിവരുന്ന നായിക ഓരോ കുട്ടിയുടെയും അരികിൽ നിൽക്കുന്നു, വീണ്ടും ഓടുന്നു... നിൽക്കുന്നു, ഓടുന്നു എന്ന ആക്ഷന്റെ അടിസ്ഥാനസ്വഭാവത്തെ വെളിപ്പെടുത്തുവാൻ പലതവണ നിർത്തുകയും ആരംഭിക്കുകയും ചെയ്യുന്ന പാനിങ്ങ് രീതി അനിവാര്യമാണെന്ന് നമുക്ക് നിരീക്ഷിക്കുവാൻ കഴിയും.

3. ഇടത്തോട്ടും വലത്തോട്ടും ആവർത്തിച്ചാവർത്തിച്ച് പാൻ ചെയ്യരുത്.

ആവശ്യമില്ലാതെ ഇടത്തുനിന്നും വലത്തോട്ടും വലത്തുനിന്ന് ഇടത്തോട്ടും ആവർത്തിച്ചാവർത്തിച്ച് പാൻ ചെയ്യരുതെന്നാണ് നിയമം.

മനോഹരമായ ഒരു പ്രകൃതിദൃശ്യം. പുഴയും കുന്നുകളും ചാഞ്ഞുനിൽക്കുന്ന തെങ്ങുകളും മറ്റും. ഛായാഗ്രാഹകൻ ഇടത്തുനിന്നും വലത്തോട്ട് പാൻ ചെയ്ത് ഈ ദൃശ്യത്തെ ചിത്രീകരിക്കുന്നു. ഈ ദൃശ്യത്തിന്റെ മനോഹാരിതയെ എടുത്തുകാണിക്കുവാൻ വേണ്ടി തിരിച്ച് വലത്തുനിന്നും ഇടത്തോട്ട് പാൻ ചെയ്യുന്നു. 'കൂടുതൽ മനോഹരമാക്കിക്കളയാം' എന്ന് കരുതി വീണ്ടും ഇടത്തുനിന്ന് വലത്തോട്ട് ഒരു പാനിങ്ങ് കൂടി.... ഇങ്ങനെ ചെയ്യേണ്ട ആവശ്യം യഥാർത്ഥത്തിൽ ഇല്ല. കാരണം

ലളിതം. മേൽപ്പറഞ്ഞ ദൃശ്യത്തിന്റെ മനോഹാരിതയെ ഒപ്പിയെടുക്കുവാൻ ശരാശരി വേഗതയിലുള്ള ഒറ്റ പാനിങ്ങ് മതിയാകും. ബാക്കിയുള്ളതൊക്കെ അധികപ്പറ്റാണെന്ന് ചുരുക്കം. എന്നാൽ പ്രത്യേക ആവശ്യങ്ങളുണ്ടെങ്കിൽ ക്യാമറ ഇടത്തോട്ടും വലത്തോട്ടും മാറിമാറി പാൻ ചെയ്യാവുന്നതുമാണ്. അപ്പോൾ സ്വാഭാവികമായും ഒരു സംശയം ഉയരുന്നതാണ്. ആവശ്യവും അനാവശ്യവുമൊക്കെ എങ്ങനെയാണ് തീരുമാനിക്കപ്പെടുന്നത്?

പഴയൊരു മലയാളചിത്രത്തിൽനിന്നും ഒരു രംഗം. വിദ്യാർത്ഥിയായ കഥാപാത്രം മുറിയിൽ അങ്ങോട്ടുമിങ്ങോട്ടും നടന്നുകൊണ്ട് പഠിക്കുകയാണ്. ഇടത്തോട്ടും വലത്തോട്ടുമുള്ള ആവർത്തിച്ചുള്ള പാനിങ്ങുകളിലൂടെയാണ് ഛായാഗ്രാഹകൻ ഇത് ചിത്രീകരിച്ചിട്ടുള്ളത്. കഥാപാത്രം ഇടത്തോട്ട് നടക്കുമ്പോൾ 'പാൻ ലെഫ്റ്റും' വലത്തോട്ട് നടക്കുമ്പോൾ 'പാൻ റൈറ്റും' എന്നീ രീതിയിൽ. ഇവിടെ ക്യാമറയ്ക്ക് മുന്നിൽ നടക്കുന്ന ആക്ഷൻ ഇടത്തോട്ടും വലത്തോട്ടും ആവർത്തിച്ചാവർത്തിച്ച് ചെയ്യുന്ന പാനിങ്ങിനെ ന്യായീകരിക്കുന്നതായി കാണാം.

PK എന്ന ചിത്രത്തിലെ ഗാനരംഗം. കാമുകീകാമുകന്മാർ വഞ്ചിയിൽ സഞ്ചരിക്കുകയാണ്. അവർ തങ്ങളെ കബളിപ്പിച്ച വൃദ്ധനെ കാണുന്നു. വഞ്ചി അടുപ്പിച്ച് അവർ അതിൽനിന്നുമിറങ്ങി വൃദ്ധന് നേരെ ഓടുന്നു. വൃദ്ധനും ഓടുന്നു. ഓടുന്ന വൃദ്ധനിൽനിന്നും വലത്തോട്ട് പാൻ ചെയ്ത് അയാളെ പിൻതുടരുന്ന കാമുകീകാമുകന്മാരെ കാണിക്കുന്നു. ഉടൻതന്നെ പാൻ ലെഫ്റ്റ് ചെയ്ത വൃദ്ധനേയും. 'ചേസ്' ചെയ്യപ്പെടുന്നയാളേയും അയാളെ പിന്തുടരുന്നവരേയും ചടുലമായി കാണിക്കുവാനുള്ള ഒരു രീതിയായാണ് പാൻ റൈറ്റിനേയും പെട്ടെന്നുള്ള പാൻ ലെഫ്റ്റിനേയും ഇവിടെ ഉപയോഗിച്ചിട്ടുള്ളത്.

4. ഇടത്തുനിന്നും വലത്തോട്ടുള്ള പാനിങ്ങ് കൂടുതലായി ഉൾപ്പെടുത്തണം. ദൃഷ്ടിയുടെ സ്വാഭാവികതയ്ക്കനുസൃതമായതിനാലാണിത്.

- റിവേഴ്സ് പാനിങ്ങ് (Reverse Panning) ഏതു സന്ദർഭത്തിലാണ് ഉപയോഗിക്കുന്നത്?

ചലനം എങ്ങോട്ടാണോ അതിന്റെ എതിർദിശയിൽ പാൻ ചെയ്യുന്നതാണ് റിവേഴ്സ് പാനിങ്ങ്. ഒരുദാഹരണത്തിലൂടെ ഇത് വ്യക്തമാക്കാം. ഒരു ജാഥ നീങ്ങിക്കൊണ്ടിരിക്കുകയാണ്. ജാഥയിലെ അംഗങ്ങളുടെ ചലനത്തിന്റെ ദിശയിൽത്തന്നെ ക്യാമറ ചലിപ്പിക്കുന്നത് സാധാരണ പാനിങ്ങ് ആണ്. എന്നാൽ ചലനത്തിന്റെ എതിർദിശയിൽ ചെയ്യുന്ന പാനിങ്ങ് ആണ് റിവേഴ്സ് പാനിങ്ങ്.

ജാഥ മുന്നോട്ട് നീങ്ങുന്നു. മുൻപിലുള്ള ആളുകളിൽ ക്യാമറ കേന്ദ്രീകരിക്കുന്നു. ക്യാമറ പതുക്കെ ചലനത്തിന്റെ എതിർദിശയിലേക്ക് നീങ്ങുന്നു. (റിവേഴ്സ് പാനിങ്ങ്) ക്യാമറ ജാഥയുടെ പിൻഭാഗത്ത് കേന്ദ്രീകരിക്കുന്നു. വില്ലൻമാരെപ്പോലെ ചില ആളുകൾ ബൈക്കുകളിൽ വന്നെത്തിയിരിക്കുകയാണ്. ജാഥയ്ക്കു നേരെ ബോംബെറിഞ്ഞിട്ട് രക്ഷപ്പെടുകയാണ്

അവരുടെ പ്ലാൻ. അവരിൽ കേന്ദ്രീകരിക്കുന്നു. ജാഥയെ ആദ്യം ദൃശ്യപരമായി സ്ഥാപിച്ചിട്ട് ജാഥയുടെ പുറകുവശത്തു നടക്കുന്ന സംഭവങ്ങളിലേക്ക് ശ്രദ്ധ ക്ഷണിക്കുവാനാണ് ഇവിടെ റിവേഴ്സ് പാനിങ്ങ് ഉപയോഗിച്ചിരിക്കുന്നത്.

- സ്വിഷ് പാൻ (Swish Pan) അഥവാ വിപ്പ് പാൻ (Whip pan) എന്നാലെന്താണ്?

അതിവേഗത്തിലുള്ള ഒരു പാനിങ്ങാണിത്. ഒരു വസ്തുവിൽ നിന്നും മറ്റൊരു വസ്തുവിലേക്ക് ദ്രുതവേഗത്തിൽ ക്യാമറ ചലിക്കുന്നതിനാൽ രണ്ട് വസ്തുക്കൾക്കിടയിലുള്ളവയൊന്നും വ്യക്തമായി കാണുകയില്ല. ആരംഭത്തിൽ കാണപ്പെടുന്ന ദൃശ്യവും അവസാനം കാണപ്പെടുന്ന ദൃശ്യവും തമ്മിൽ പെട്ടെന്ന് ബന്ധിപ്പിക്കുവാനാണ് സ്വിഷ്പാൻ ചെയ്യുന്നത്. നൃത്തം ചെയ്യുന്ന ഒരു കൂട്ടം നർത്തകിമാർ. കുറച്ച് ദൂരെ മാറി നൃത്തം ചെയ്യുന്ന കുറെ നർത്തകന്മാർ. നർത്തകിമാരിൽനിന്നും പെട്ടെന്ന് നർത്തകന്മാരിലേക്ക് സ്വിഷ്പാൻ ചെയ്യുന്നു. നർത്തകിമാർക്കും നർത്തകന്മാർക്കും ഇടയിലുള്ള സ്പേസിലൂടെ ക്യാമറ വെറുതെ വലിഞ്ഞിഴഞ്ഞ് സഞ്ചരിച്ച് കാണികളെ ബോറടിപ്പിക്കേണ്ടതില്ലല്ലോ! (മനസ്സിളക്കുന്ന ചടുലമായ നൃത്തത്തിന്റെ രസച്ചരട് പൊട്ടരുത്!)

- ടിൽടിങ്ങ് എന്ന ക്യാമറാ ചലനത്തിന്റെ പ്രയോഗങ്ങളെന്തെല്ലാമാണ്?

ട്രൈപ്പോഡിലോ ഛായാഗ്രാഹകന്റെ ചുമലിലോ സ്ഥാപിച്ച ക്യാമറയെ താഴെനിന്ന് മുകളിലേക്കോ മുകളിൽനിന്ന് താഴേക്കോ ചലിപ്പിച്ചെടുക്കുന്ന ഷോട്ടാണിത്. താഴെനിന്ന് മുകളിലേക്കുള്ള ചലനത്തെ ടിൽട് അപ് (Tilt up) എന്നും മുകളിൽനിന്നും താഴോട്ടുള്ള ചലനത്തെ ടിൽട് ഡൗൺ (Tilt down) എന്നും പറയുന്നു. ലംബമായി സ്ഥിതിചെയ്യുന്ന വസ്തുക്കളെ ടിൽടിങ്ങ് എന്ന ഈ ക്യാമറാചലനംകൊണ്ട് ഫലപ്രദമായി അവതരിപ്പിക്കുവാൻ കഴിയും. ഉയരത്തിലുള്ള കെട്ടിടങ്ങൾ, മരങ്ങൾ, തൂണുകൾ മുതലായ വസ്തുക്കളെ ടിൽടിങ്ങിലൂടെയാണ് ഛായാഗ്രാഹകന്മാർ സാധാരണയായി ചിത്രീകരിക്കാറുള്ളത്. ജീപ്പിൽനിന്നും വന്നിറങ്ങുന്ന സബ്ബ് ഇൻസ്പെക്ടറുടെ ഷൂസിട്ട കാലുകൾ ആദ്യം കാണിക്കുകയും ക്യാമറ ടിൽട് അപ് ചെയ്ത് അദ്ദേഹത്തിന്റെ മുഖം വെളിപ്പെടുത്തുകയും ചെയ്യുന്നത് സാധാരണമാണല്ലോ. ഇത് തിരിച്ചായാൽ എന്തു സംഭവിക്കും? മുഖം ആദ്യം കാണിച്ചിട്ട് കാലുകളിലേക്ക് ടിൽട് ഡൗൺ ചെയ്താലോ? മുഖം ആദ്യം കാണിക്കുമ്പോൾത്തന്നെ ആളാരാണെന്ന് പ്രേക്ഷകന് മനസ്സിലാകുന്നു. അവസാനം കാലുകൾ കാണിക്കുമ്പോൾ പ്രേക്ഷകൻ കാലുകൾക്ക് പ്രാധാന്യം നൽകി ചിന്തിച്ചുതുടങ്ങുന്നു. ഒരിക്കലും ഒരു വ്യക്തിയുടെ മുഖത്തു നിന്നാരംഭിച്ച് കാലുകളിലേക്ക് ടിൽട് ഡൗൺ ചെയ്യില്ലെന്നല്ല. ഒരുദാഹരണം മെഡിക്കൽ വിഷയങ്ങളെക്കുറിച്ച് പ്രതിപാദിക്കുന്ന ഒരു ഡോക്യുമെന്ററി സിനിമ. ഒരു രോഗിയുമായുള്ള

ഇന്റർവ്യൂവാണ് രംഗം. ചോദ്യകർത്താവ് രോഗത്തെക്കുറിച്ച് രോഗിയോട് ചോദിക്കുന്നു. രോഗി സംസാരിക്കുമ്പോൾ മുഖം ക്യാമറയിൽ കാണിക്കുന്നു. തന്റെ കാലിന്മേലുള്ള രോഗത്തെക്കുറിച്ച് രോഗി സംസാരിക്കുമ്പോൾ ടിൽട് ഡൗൺ ചെയ്ത് കാലുകൾ കാണിക്കുന്നു. പ്രേക്ഷകന് മുമ്പിൽ സ്ഥാപിക്കപ്പെടേണ്ട ആശയത്തിനനുസരിച്ചോ ആക്ഷനനുസരിച്ചോ ആണ് ക്യാമറ ചലിപ്പിക്കേണ്ടതെന്ന് ഇതിൽനിന്നും വ്യക്തമാണ്.

ശ്രീ. ലെനിൻ രാജേന്ദ്രൻ സംവിധാനം ചെയ്ത 'സ്വാതി തിരുനാൾ' എന്ന ചിത്രത്തിൽ നിന്നൊരു രംഗം. സ്വാതി തിരുനാളിന്റെ മുന്നിൽ നിൽക്കുന്ന സുഗന്ധവല്ലി എന്ന നർത്തകി. അവളിൽ അനുരക്തനായ രാജാവ് അവളെ ആഗ്രഹപൂർവ്വം നോക്കുന്നത് ചിത്രീകരിച്ചിരിക്കുന്നത് ഒരു ടിൽട് ഡൗൺ ഷോട്ടിലൂടെയാണ്. (രാജാവിന്റെ മുഖത്തുനിന്ന് സുഗന്ധവല്ലിയുടെ മുഖത്തേക്ക് പാനിങ്ങും തുടർന്ന് ടിൽട് ഡൗണും)

പ്രസിദ്ധ ചലച്ചിത്രസംവിധായകനായ ശ്രീ ഭരതൻ സംവിധാനം ചെയ്ത വൈശാലിയിൽ നിന്നുമൊരു രംഗം. ഋഷ്യശൃംഗൻ കുനിഞ്ഞ് അരുവിയിൽനിന്നും വെള്ളം കുടിക്കുന്നു. വെള്ളത്തിലയാൾ മനോഹരിയായ വൈശാലിയുടെ പ്രതിബിംബം കാണുന്നു. അയാൾ തല ഉയർത്തുന്നു. പ്രതിബിംബത്തിൽനിന്നും മെല്ലെ ടിൽട്അപ് ചെയ്ത് വൈശാലിയുടെ ഉടലിലേക്കും മുഖത്തേക്കും ക്യാമറ ചെന്നെത്തുന്നു. താഴ്ന്നിരിക്കുന്ന സ്ഥാനത്തുനിന്നും തന്റെ തല ഉയർത്തുമ്പോൾ ഋഷ്യശൃംഗൻ കാണുന്നു എന്ന രീതിയിലുള്ള ഈ ഷോട്ട് നോട്ടത്തിന്റെ സ്വാഭാവികതയ്ക്കനുസൃതവും മനോഹരവുമാണ്.

ലോകപ്രശസ്ത ചലച്ചിത്രകാരനായ ത്രൂഫോയുടെ 'ദ ബ്രൈഡ് വോർ ബ്ലാക്' എന്ന ചിത്രം ആരംഭിക്കുന്നത് ഒരു പള്ളിയുടെ മുൻവശത്തുള്ള ഗോപുരത്തെ ടിൽട് ഡൗൺ ചെയ്തുകൊണ്ടാണ്. പള്ളിയുടെ വാതിൽക്കൽ നിൽക്കുന്ന കഥാപാത്രങ്ങളിലേക്കാണ് ഈ ടിൽട് ഡൗൺ അന്തിമമായി ചെന്നെത്തുന്നത്.

കരുക്കൾ നിരന്നിരിക്കുന്ന ഒരു ചതുരംഗപ്പലകയിൽനിന്നും അത് കളിക്കുന്ന കളിക്കാരിലൊരാളുടെ മുഖഭാവങ്ങളിലേക്ക് ടിൽട് അപ്പ്, അരുവിയിലെ ജലത്തിൽനിന്നും പാനം ചെയ്യുന്ന മാൻപേടയുടെ നിഴലിൽനിന്നും അതിന്റെ മുഖത്തേക്കുള്ള ടിൽട്-അപ്പ് എന്നിവ മനോഹരമായിരിക്കില്ലേ?

- ടിൽട് ചെയ്യുവാൻ അനുവർത്തിക്കേണ്ട നിയമങ്ങൾ ഏവ?

പാനിങ്ങിനുള്ള നിയമങ്ങൾ തന്നെയാണ് ടിൽടിങ്ങിനും. പാനിങ്ങ് തിരശ്ചീനമായ ക്യാമറാചലനവും ടിൽടിങ്ങ് ലംബമായ ക്യാമറാചലനവുമാണല്ലോ. അത്തരത്തിൽ നോക്കുമ്പോൾ അവ വിപരീതങ്ങളായ കാര്യങ്ങളാണെന്ന് തോന്നാം. ഈയൊരു വ്യത്യാസത്തെ ഒഴിച്ചുനിർത്തിയാൽ അവ തമ്മിൽ സാമ്യങ്ങളാണേറെയുള്ളത്. ടിൽടിങ്ങിന്റെ ആരംഭത്തിലും അവസാനത്തിലും അല്പസമയം ക്യാമറയെ നിശ്ചലമാക്കുക, ടിൽടിങ്ങിനിടയ്ക്ക് വച്ച് ക്യാമറ നിർത്താതിരിക്കുക, മുകളിലേക്കും താഴേക്കും

അനാവശ്യമായി ടിൽട് ചെയ്യാതിരിക്കുക തുടങ്ങിയവയാണ് ടിൽടിങ്ങിന്റെ നിയമങ്ങൾ.

- ടാക്കിങ്ങ് ഷോട്ട് (Tracking Shot), പാരലൽ ട്രാക്കിങ്ങ് ഷോട്ട് (Parallel tracking shot) ഇവ എന്താണ്?

റെയിൽപാളങ്ങൾ കണ്ടിട്ടില്ലേ? അവയുടെ ചെറിയ രൂപംപോലെ രണ്ട് പാളങ്ങൾ. അവയിലൂടെ നീങ്ങുന്നത് തീവണ്ടിയല്ല, ഒരു പ്ലാറ്റ്ഫോമും അതിൽ കയറ്റി വച്ചിരിക്കുന്ന ട്രൈപ്പോഡിൽ ഉറപ്പിച്ച ക്യാമറയും ക്യാമറാമേനും ആണെന്ന് മാത്രം. ട്രാക്കിലൂടെ പ്ലാറ്റ്ഫോറത്തെ ട്രോളിപോലെ ചലിപ്പിച്ചെടുക്കുന്ന ഷോട്ട് ആണ് ട്രാക്കിങ്ങ് ഷോട്ട്. സബ്ജക്റ്റിന്റെ ചലനത്തിന് സമാന്തരമായാണ് ട്രാക്കുകൾ ക്രമീകരിച്ച് ഷോട്ട് ചിത്രീകരിക്കുന്നതെങ്കിൽ അതിനെ 'പാരലൽ ട്രാക്കിങ്ങ് ഷോട്ട്' എന്നു വിളിക്കുന്നു. ഒരു 'സബ്ജക്റ്റിനടുത്തേക്ക് ക്യാമറ ട്രാക്കിലൂടെ സഞ്ചരിക്കുകയാണെങ്കിൽ അതിനെ ട്രാക്ക്-ഇൻ (Track-in) എന്നും സബ്ജക്റ്റിൽ നിന്നും അകന്നാണ് പോകുന്നത് എങ്കിൽ ട്രാക്ക് എവേ (Track away) എന്നും പറയുന്നു.

നാട്ടിൻപുറത്തെ പാതയിലൂടെ ഒരു ഗ്രാമീണൻ നടക്കുകയാണ്. പരിഷ്കാരിയായ ഒരാൾ അയാളുടെ ഒപ്പം വന്നുചേരുന്നു. രണ്ടുപേരും ഒപ്പത്തിനൊപ്പം നടക്കുകയാണ്. ഗ്രാമീണൻ കൗതുകത്തോടെ പരിഷ്കാരിയായ ആളെ നോക്കിക്കൊണ്ടാണ് നടപ്പ്. നടക്കുന്ന ഗ്രാമീണന്റെ കാഴ്ചപ്പാടിൽ ദൃശ്യമാകുന്ന പരിഷ്കാരിയായ അപരനെ പാരലൽ ട്രാക്കിങ്ങ് ഷോട്ടിലൂടെ വിദഗ്ധമായി അവതരിപ്പിക്കുവാൻ കഴിയും. കാമുകീകാമുകന്മാർ ഏറെ ദൂരം സംസാരിച്ചുകൊണ്ട് നടക്കുമ്പോൾ അവരെ പാരലൽ ട്രാക്കിങ്ങ് ഷോട്ടിലൂടെ ചിത്രീകരിക്കുന്ന രീതി ക്യാമറാമാന്മാർ അവലംബിക്കാറുണ്ട്.

- റൗണ്ട് ട്രോളിയെ (Round Trolley) ക്രിയാത്മകമായി എങ്ങനെ ഉപയോഗിക്കാം?

തറയിൽ വൃത്താകൃതിയിലുറപ്പിച്ച ട്രാക്കിലൂടെ ചലിക്കുന്ന ട്രോളി. ട്രോളിയിലുറപ്പിച്ച ക്യാമറകൊണ്ട് ചിത്രീകരണം നടത്തുന്നു. ക്യാമറയുടെ കാഴ്ചപ്പാട് എപ്പോഴും മാറിക്കൊണ്ടിരിക്കുകയാണ് ചെയ്യുന്നത്. ഉദ്വേഗം സൃഷ്ടിക്കുവാൻ ചില സംവിധായകർ റൗണ്ട് ട്രോളി ഉപയോഗിക്കാറുണ്ട്. മലയാള സിനിമയിൽ കുറ്റവാളികളെ പൊലീസ് ചോദ്യം ചെയ്യുന്ന ദൃശ്യങ്ങളിലും ഗുണ്ടാസംഘം എതിരാളിയെ ചോദ്യം ചെയ്യുന്ന ദൃശ്യങ്ങളിലും റൗണ്ട് ട്രോളിയുടെ ഉപയോഗം കാണാറുണ്ട്. പക്ഷേ ഇത് റൗണ്ട് ട്രോളിയുടെ ഉപയോഗത്തിന്റെ ഒരു സാധാരണതലം മാത്രമാണ്. ഈയൊരു ദൃശ്യം ശ്രദ്ധിക്കുക. ഒരാളുടെ മുഖത്തെ വിഷമഭാവങ്ങൾ. അതിന്റെ കാരണമെന്തെന്ന സസ്പെൻസ് ജനിക്കപ്പെടുന്നു. ക്യാമറ റൗണ്ട് ട്രോളിയിലൂടെ സഞ്ചരിച്ച് അയാളുടെ പുറക് വശത്തെത്തുന്നു. ഒരു മരത്തോട്

ബന്ധിക്കപ്പെട്ട കൈകൾ ഇപ്പോൾ വ്യക്തമായി കാണാം. അയാളുടെ വിഷമാവസ്ഥയുടെ കാരണത്തെ 'എസ്റ്റാബ്ലിഷ്' ചെയ്യുന്നു. ക്യാമറയ്ക്ക് പുറംതിരിഞ്ഞ് നിൽക്കുന്ന അയാളുടെ കാഴ്ചപ്പാടിൽ (ചുമലിന് മുകളിലൂടെ) ഒരാൾ ഫ്രെയിമിലേക്ക് കടന്നുവരികയാണ്. കെട്ടിയിടപ്പെട്ടയാളെ പീഡിപ്പിക്കുവാനാണയാളുടെ വരവ്. ഈ കഥാപാത്രത്തിന്റെ 'എൻട്രി' വിദഗ്ധമായി നിർവ്വഹിക്കപ്പെട്ടിരിക്കുന്നു.

പൊലീസുദ്യോഗസ്ഥൻ കുറ്റവാളിയെ ചോദ്യം ചെയ്യുന്ന ദൃശ്യങ്ങളിലും ഗുണ്ടാസംഘം എതിരാളിയെ ചോദ്യം ചെയ്യുന്ന ദൃശ്യങ്ങളിലും 'ചുമ്മാ' ട്രോളി കറക്കുന്ന ഷോട്ടിനേക്കാളും മുകളിൽപ്പറഞ്ഞ ദൃശ്യങ്ങളിലെ റൗണ്ട് ട്രോളിയുടെ ഉപയോഗം സാങ്കേതികമായി മുന്നിട്ടു നിൽക്കുന്നു.

- ക്രെയിൻ മൂവ്മെന്റിനെക്കുറിച്ച് പ്രതിപാദിക്കാമോ?

നാല് ചക്രങ്ങൾ താങ്ങി നിറുത്തുന്ന ഒരു പ്ലാറ്റ്ഫോമിലുറപ്പിച്ച ശക്തിയേറിയതും നീണ്ടതുമായ ഒരു ദണ്ഡ് (Arm). ഇതിന്റെ അറ്റത്ത് ക്യാമറാമേനും ക്യാമറാ അസിസ്റ്റന്റിനും ഇരിക്കുവാനും ക്യാമറയെ സ്ഥാപിക്കുവാനുമുള്ള സംവിധാനമുണ്ടായിരിക്കും. ഇതിൽ ക്യാമറ സ്ഥാപിക്കുകയും ക്യാമറാമാനും അസിസ്റ്റന്റ് കയറിക്കഴിയുകയും ചെയ്താൽ ആമിന്റെ പിൻഭാഗത്ത് ഭാരം വച്ച് ബാലൻസ് ചെയ്യുന്നു. ഇനി ആം ഉയർത്തുകയും താഴ്ത്തുകയുമാവാം. ഒരു മോട്ടോറിന്റെ സഹായത്തിലാണിത് ചെയ്യുന്നത്. ക്രെയിനിന്റെ ആം ഉയർത്തുന്നതിനെ ക്രെയിൻ അപ് (Crane Up) എന്നും താഴ്ത്തുന്നതിനെ ക്രെയിൻ ഡൗൺ (Crane down) എന്നും വിളിക്കുന്നു. ഇതിന് പുറമെ ഇടത്തോട്ടോ വലത്തോട്ടോ ആമിനെ ചലിപ്പിച്ചാൽ വക്രരേഖയിലുള്ള ഒരു ചലനമാണ് ലഭിക്കുന്നത്. ഇതിനെ 'ടങ്ങ്' (Tongue) എന്നു പറയുന്നു. നമ്മുടെ നാവ് ഇടത്തോട്ടോ വലത്തോട്ടോ ചുഴറ്റുന്നത് പോലെയായതിനാലാണ് ഈ പേര് ലഭിച്ചിരിക്കുന്നത്. ക്രെയിനിനെ അതിന്റെ ചക്രങ്ങളിൽ ചലിപ്പിച്ചും ഷോട്ടുകൾ ചിത്രീകരിക്കാവുന്നതാണ്. ക്രെയിൻ അപ്, ക്രെയിൻ ഡൗൺ, ടങ്ങ്, ചക്രങ്ങളിലൂടെയുള്ള ടാക്കിങ്ങ് എന്നീ ചലനങ്ങളിലൂടെ മനോഹരമായ ദൃശ്യാനുഭവങ്ങൾ പ്രേക്ഷകന് പ്രദാനം ചെയ്യാൻ കഴിയുന്നു.

ഒരു സീനിന്റെ ആരംഭം ഒരു വീടിനെ അതിന്റെ പശ്ചാത്തലമടക്കം ഉയർന്ന കാഴ്ചപ്പാടിൽനിന്നും കാണിക്കുന്നു. (ക്യാമറ ഇപ്പോൾ ക്രെയിനിൽ ഉയർന്ന സ്ഥാനത്ത് സ്ഥിതിചെയ്യുന്നു.) ക്രെയിൻ ഡൗൺ എന്ന ക്യാമറാചലനംകൊണ്ട് ക്യാമറ ഭൂനിരപ്പിലെത്തുന്നു. ഇപ്പോൾ വീടിനെ 'ഐ ലെവലിൽ' കാണാം. ഇനി 'കട്ട്' ചെയ്ത് വീടിന്റെ മുൻഭാഗത്തെ 'മീഡിയം ഷോട്ടിൽ' കാണിക്കുന്നു. ഉമ്മറത്ത് ചില കഥാപാത്രങ്ങൾ ഇരിക്കുന്നതായി കാണാം. വീണ്ടും കട്ട് ചെയ്ത് വീടിന്റെ ഉൾഭാഗം കാണിക്കുന്നു. അവിടെ ചില ആളുകൾ സംഭാഷണത്തിലേർപ്പെട്ടിരിക്കുകയാണ്. ഇവിടെ ഉയർന്ന സ്ഥാനത്ത് ക്രെയിനിൽ സ്ഥിതിചെയ്യുന്ന ക്യാമറയ്ക്ക്

അവലോകനം ചെയ്യുവാനുള്ള നിയോഗമാണുള്ളത്. ഇങ്ങനെയുള്ള പശ്ചാത്തലത്തിൽ, ഇത്തരത്തിലുള്ള വീട്ടിലാണ് ഇനി കഥ നടക്കുവാൻ പോകുന്നതെന്ന് ആ ഷോട്ട് നമ്മോട് പറയുകയാണ് ചെയ്യുന്നത്. വീടിന്റെ മൊത്തത്തിലുള്ള അവലോകനവും പശ്ചാത്തലത്തെ സ്ഥാപിക്കലുമെല്ലാം കഴിഞ്ഞ് ഇനി സൂക്ഷ്മമായ കാര്യങ്ങളിലേക്ക് കടക്കുവാനാണ് ക്യാമറ താഴെയെത്തുന്നതും മീഡിയം ഷോട്ടിലേക്ക് കട്ട് ചെയ്യുന്നതും. പിന്നീട് വീടിനകത്തെ ദൃശ്യങ്ങളെ കാണിക്കുവാൻ ക്ലോസപ്പിലേക്ക് കട്ട് ചെയ്യുന്നതും.

● 'വെഹിക്കിൾ മൂവ്മെന്റിനെ' എങ്ങനെ ഫലപ്രദമായി ഉപയോഗിക്കാം?

ഒരു വാഹനത്തിന്റെ ഉള്ളിലോ, മറ്റേതെങ്കിലും ഭാഗത്തോ ക്യാമറ ഉറപ്പിച്ച് ചിത്രീകരിക്കുന്ന രീതിയാണ് വെഹിക്കിൾ മൂവ്മെന്റ്. ഇതു പ്രേക്ഷകരിൽ ഏറെ താത്പര്യം ജനിപ്പിക്കുന്ന ഒരു ചലനമാണ്. മുന്നോട്ടോടുന്ന വാഹനത്തിന്റെ മുൻപിലേക്ക് തിരിച്ചുവച്ച ക്യാമറകൊണ്ട് ചിത്രീകരിച്ച ദൃശ്യങ്ങളിലേക്ക് പ്രേക്ഷകൻ ചെന്നെത്തുന്ന പ്രതീതിയാണുണ്ടാകുന്നത്. സംഭവങ്ങൾ പ്രേക്ഷനു മുൻപിൽ തുറക്കുകയാണ് ചെയ്യുന്നത്. എന്നാൽ ക്യാമറ പുറകോട്ടാണ് വെച്ചിരിക്കുന്നതെങ്കിൽ പ്രേക്ഷകൻ സംഭവങ്ങളിൽനിന്നുമകലുകയാണുണ്ടാകുന്നത്.

മാരുതി 800 കാർ ഇറങ്ങിയ കാലം. ഇന്നത്തെപ്പോലെ മറ്റു അത്യാധുനിക മോഡൽ കാറുകളൊന്നും അന്നില്ലല്ലോ! ഡോക്ടറും വലിയ ബിസിനസ്സുകാരനുമെല്ലാം അന്ന് സിനിമയിൽ ഈ കാറാണോടിച്ചിരുന്നത്. പക്ഷേ പണി കിട്ടിയത് ക്യാമറാമേന്മാർക്കാണ്! കാറിനുള്ളിലെ ചെറിയ 'സ്പേസി'നുള്ളിൽ വച്ച് ഷൂട്ട് ചെയ്യുവാൻ അവർ നന്നേ പണിപ്പെട്ടു! കിട്ടാവുന്നതിൽ ഏറ്റവും റേഞ്ചുള്ള വൈഡ് ആംഗിൾ ലെൻസുപയോഗിച്ചിട്ടും കഷ്ടത തന്നെയായിരുന്നു ഛായാഗ്രാഹകന്മാർക്ക് കൂട്ടായുണ്ടായിരുന്നത്. (അവരുടെ കഷ്ടത കണ്ടിട്ടാകാം കാർ നിർമ്മാണ കമ്പനികൾ പിന്നീട് കാറിന്റെ വലുപ്പം കൂട്ടിയത്!)

കാറിന്റെ ബോണറ്റിന്മേലും മറ്റും ഇരുന്ന് ചിത്രീകരണം നടത്തുന്ന ക്യാമറാമേന്മാരുടെ 'റിസ്ക്' വലുതായിരുന്നു. അവരുടെ ശരീരത്തെ കാറിനോടു ചേർത്തുകെട്ടിവച്ചിട്ടായിരുന്നു ചിത്രീകരണം നടത്തിയിരുന്നതെങ്കിലും!

● 'ഹെലിക്യാം' എന്താണ്? ഇത് എന്തിനാണുപയോഗിക്കുന്നത്?

ക്യാമറ ഘടിപ്പിച്ച ഒരു ചെറിയ ഹെലികോപ്റ്റർ. ചുരുക്കിപ്പറഞ്ഞാൽ ഇതാണു ഹെലിക്യാം. മുൻപൊക്കെ വായുവിൽ ഉയർന്നു പൊങ്ങിയുള്ള 'ഏരിയൽ ഷോട്ടുകൾ' ചിത്രീകരിക്കുവാൻ ക്യാമറാമേനും ഒരു സംഘവും യഥാർത്ഥ ഹെലികോപ്റ്ററിൽ സഞ്ചരിക്കുകയായിരുന്നു ചെയ്തിരുന്നത്. ഇന്നിപ്പോൾ ആധുനിക ടെക്നോളജിയുടെ രംഗപ്രവേശത്തോടെ കാര്യങ്ങൾ എളുപ്പമായിരിക്കുകയാണ്. ആദ്യമേ പറഞ്ഞ കൊച്ചു

ഹെലികോപ്റ്റർ റിമോട്ട് കൺട്രോൾ ഉപയോഗിച്ചാണ് നിയന്ത്രിക്കുന്നത്. ഇതിന്റെ ടേക്ക് ഓഫിന് വളരെക്കുറച്ച് സ്ഥലം മാത്രം മതിയെന്നത് ഒരു നേട്ടമാണ്. അര മണിക്കൂർ വരെയാണ് ഇതുപയോഗിച്ച് തുടർച്ചയായി ഷൂട്ട് ചെയ്യുവാൻ കഴിയുക. അതിനുശേഷം തിരിച്ചിറങ്ങി ഇന്ധനം നിറയ്ക്കാൻ വളരെ കുറഞ്ഞ സമയം മാത്രം മതിയാകും. നാനൂറ് അടിക്കു മുകളിൽനിന്നുള്ള ദൃശ്യങ്ങൾ വരെ ഹെലിക്യാം ഉപയോഗിച്ച് ചിത്രീകരിക്കുവാനാകും. ഏതുതരം ഡിജിറ്റൽ ക്യാമറയും ഫിലിം ക്യാമറയും ഇതിൽ ഉപയോഗിക്കാം. ഹെലിക്യാമിലെ വയർലെസ് വീഡിയോ ട്രാൻസ്മീറ്റർ (Wireless Video Transmitter) വഴി ക്യാമറയിൽ നിന്നുള്ള ദൃശ്യങ്ങൾ താഴെയുള്ള സ്ക്രീനിൽ വന്നെത്തുന്നു. സംവിധായകനും ക്യാമറാമേനും ഇത് നോക്കി ഷോട്ട് OK ആണോ അല്ലയോ എന്നു തീരുമാനിക്കുന്നു.

ഹോളിവുഡ് സിനിമകളിലും മറ്റും ഹെലിക്യാം സ്ഥിരമായി ഉപയോഗിക്കാറുണ്ട്. ഉദ്ദേശം അഞ്ചുലക്ഷത്തോളം രൂപയാണ് ഹെലിക്യാം സംവിധാനം ഉപയോഗിച്ച് ചിത്രീകരിക്കുവാൻ ഒരു ദിവസത്തെ ഏകദേശം ചെലവ്.

വി.കെ. പ്രകാശ് എന്ന സംവിധായകന്റെ 'ട്രിവാൻഡ്രം ലോഡ്ജ്' എന്ന ചിത്രത്തിന്റെ ഷൂട്ടിങ്ങിനാണ് മലയാളത്തിലാദ്യമായി ഹെലിക്യാം ഉപയോഗിച്ചിട്ടുള്ളത്. കാനൺ 5D, 7D ക്യാമറകളുപയോഗിച്ച് പ്രദീപ് നായരാണ് ഹെലിക്യാം രംഗങ്ങൾ ചിത്രീകരിച്ചത്.

- യോ-യോ-ഷോട്ട് (Yo-yo-shot) എന്നാലെന്ത്?

ഇടത്തോട്ടും വലത്തോട്ടും അനാവശ്യമായി ആവർത്തിച്ച് ചെയ്യുന്ന പാനിങ്ങ്, മുകളിലേക്കും താഴേക്കും അനാവശ്യമായി ചെയ്യുന്ന ടിൽടിങ്ങ്, പെട്ടെന്ന് ചെയ്യുന്ന സൂം-ഇൻ-സൂം ഔട്ട് എന്നിവയൊക്കെ യോ-യോ ഷോട്ടുകൾ ആണ്. ഇവയെ ഒഴിവാക്കുവാനാണ് ഛായാഗ്രാഹകന്മാർ ശ്രദ്ധിക്കേണ്ടത്.

- സ്റ്റെഡിക്യാം (Steady Cam) എന്നാലെന്താണ്? ഇത് എന്തിനാണുപയോഗിക്കുന്നത്?

മൂവി ക്യാമറയെ ക്യാമറാമാന്റെ ശരീരത്തിൽ വെച്ച് കെട്ടി ചിത്രീകരണത്തിന് സജ്ജമാക്കുന്ന സംവിധാനത്തെയാണ് സ്റ്റെഡിക്യാം എന്നു പറയുന്നത്. സാധാരണയായി ഒരു ചലച്ചിത്രത്തിൽ ഷോട്ടുകൾ ചിത്രീകരിക്കുന്നത് ക്യാമറ ട്രൈപ്പോഡിന്മേൽ ഉറപ്പിച്ചാണ്. എന്നാൽ ചില സന്ദർഭങ്ങളിൽ ക്യാമറയെ കൈയിലേന്തുന്ന ഷോട്ടുകളും ക്യാമറയെ ശരീരത്തിൽ കെട്ടിവെച്ചെടുക്കുന്ന സ്റ്റെഡിക്യാം ഷോട്ടുകളും ക്യാമറാമേന്മാർക്ക് ചെയ്യേണ്ടിവരാറുണ്ട്. ഒരു കഥാപാത്രത്തെ മറ്റൊരു കഥാപാത്രം പിൻതുടരുമ്പോൾ പിൻതുടരുന്ന കഥാപാത്രത്തിന്റെ കാഴ്ചപ്പാടിൽ ക്യാമറ കൈകാര്യം ചെയ്യുന്നത് സാധാരണയായി സ്റ്റെഡിക്യാം

സംവിധാനമുപയോഗിച്ചാണ്. ക്യാമറയെ പ്രത്യേകതരം 'സ്ട്രാപ്പുകൾ' ഉപയോഗിച്ച് ക്യാമറാമേന്റെ വയറിന്മേലും നെഞ്ചിലുമായി കെട്ടിവച്ചിരിക്കുന്നു. ക്യാമറാമേൻ ചലിക്കുമ്പോഴുണ്ടാകുന്ന അനാവശ്യമായ ഇളക്കങ്ങളെ നിയന്ത്രിക്കാനായി ഒരു 'ബാലൻസിങ്ങ് പോസ്റ്റ്' (Balancing post) ക്യാമറയെ താങ്ങിനിർത്തുന്നു. വ്യൂ ഫൈൻഡറിൽ കണ്ണു ചേർത്തു ക്യാമറാമേൻ നോക്കുമ്പോഴുണ്ടാകുന്ന അനാവശ്യമായ ചലനങ്ങളെ ഒഴിവാക്കുവാൻ 'ഐപീസി'നെ വേറെയായി മാറ്റി സ്ഥാപിച്ചിരിക്കുന്നു. ക്യാമറയുടെ ഓൺ-ഓഫ്, സൂം തുടങ്ങിയ പ്രവർത്തനങ്ങൾ റിമോട്ട് കൺട്രോളിനാൽ ക്രമീകരിക്കപ്പെടുന്നു. ഒരു കഥാപാത്രത്തിന്റെ പിന്നാലെ ഓടിക്കൊണ്ട് ചിത്രീകരണം നടത്തുകയാണെങ്കിൽപോലും അനാവശ്യ കമ്പനങ്ങൾ ഒഴിവാക്കപ്പെട്ട് സ്വാഭാവികമായ രീതിയിലുള്ള ചിത്രീകരണം നടത്തുവാൻ സ്റ്റെഡിക്യാം പോലുള്ള സംവിധാനങ്ങൾ അങ്ങേയറ്റം ഫലപ്രദമത്രെ.

സ്റ്റെഡിക്യാം സംവിധാനത്തിലടങ്ങിയ ടെക്നോളജിയെ GMM എന്നാണ് പറയുന്നത്. ഇതിന്റെ പൂർണരൂപം Gyroscopic Motionless Mount എന്നാണ്. സ്റ്റെഡി ക്യാം ശരീരത്തിലേറ്റി മണിക്കൂറുകളോളം ചിത്രീകരണം നടത്തേണ്ടിവരുന്ന ക്യാമറാമേന്മാർക്ക് ശാരീരികമായുണ്ടാകുന്ന ക്ലേശം വലുതാണ്. എങ്കിലും ചില കഥാസന്ദർഭങ്ങൾ ചിത്രീകരിക്കുവാൻ സ്റ്റെഡിക്യാം ഷോട്ടുകൾ ആവശ്യമാണെന്നതിനാൽ ബുദ്ധിമുട്ടുകൾ സഹിച്ചും ഛായാഗ്രാഹകന്മാർ ഇത് നിർവ്വഹിക്കുകയാണ് ചെയ്യുന്നത്.

വ്യത്യസ്തതരം ഷോട്ടുകൾ (Different Types of Shots)

- ഹെഡ് ഓൺ (Head On), ടെയ്ൽ എവേ (Tail Away), ഹിൻഡറിങ്ങ് (Hindering) മുതലായ ഷോട്ടുകൾ എന്തെല്ലാം ആവശ്യങ്ങൾക്കായി ഉപയോഗിക്കുന്നു?

ഹെഡ് ഓൺ, ടെയ്ൽ എവേ.

ഒരു കഥാപാത്രം ക്യാമറയുടെ നേർക്ക് നടന്നുവരുന്നതായുള്ള ഷോട്ട് ആണ് ഹെഡ് ഓൺ അഥവാ വാക്ക്-ഇൻ (Walk-in) ഷോട്ട്. ഒരു സീനിന്റെ ആരംഭത്തിലോ സിനിമയുടെതന്നെ ആരംഭത്തിലോ അവതരിപ്പിക്കുവാൻ അനുയോജ്യമായ ഒന്നാണിത്. ക്യാമറയിൽനിന്നും കഥാപാത്രം അകന്നുപോകുന്നതാണ് ടെയ്ൽ എവേ അല്ലെങ്കിൽ വാക്ക് എവേ (Walk-away) ഷോട്ട്. ഒരു സീൻ അവസാനിക്കുമ്പോഴോ, സിനിമയുടെ മൊത്തം അവസാനത്തിലോ ടെയ്ൽ എവേ ഷോട്ട് കാണിക്കുന്നത് ഉചിതമായിരിക്കും.

ഹിൻഡറിങ്ങ് ഷോട്ട്

ഒരു കഥാപാത്രം വസ്ത്രം മാറുന്നത് സിനിമയിൽ കാണിക്കണമെന്ന് കരുതുക. ഒതുക്കത്തോടുകൂടി ഈ രംഗം ചിത്രീകരിക്കുവാൻ

സംവിധായകൻ ആഗ്രഹിക്കുന്നുവെന്നും വിചാരിക്കുക. ഒരു ഹിൻഡറിങ്ങ് ഷോട്ടിലൂടെ സംവിധായകന് ഇത് നേടിയെടുക്കാവുന്നതാണ്. വസ്ത്രം മാറുക എന്ന പ്രക്രിയയെ കൂടുതൽ വെളിപ്പെടുത്താതിരിക്കുവാൻ ക്യാമറ ചലിപ്പിച്ച് കഥാപാത്രത്തെ ഒരു തൂണുകൊണ്ടോ മറ്റോ മറച്ചാൽ മതി. Hinder എന്ന ഇംഗ്ലീഷ് വാക്കിന് തടസ്സപ്പെടുത്തുക എന്നാണല്ലോ അർത്ഥം. കഥാപാത്രത്തെ തൂണ് മറയ്ക്കുക അല്ലെങ്കിൽ തടസ്സപ്പെടുത്തുകയാണല്ലോ ചെയ്യുന്നത്.

- സബ്ജക്റ്റീവ് ക്യാമറയും (Subjective Camera) ഒബ്ജക്റ്റീവ് ക്യാമറയും (Objective Camera) തമ്മിലുള്ള വ്യത്യാസമെന്താണ്?

സബ്ജക്ടീവ് ക്യാമറ, ഒബ്ജക്റ്റീവ് ക്യാമറ എന്ന പേരുകളിൽ ആരും പ്രത്യേകതരം ക്യാമറകൾ നിർമ്മിക്കുന്നില്ല. സബ്ജക്റ്റീവ് എന്ന രീതിയിൽ ക്യാമറ കൈകാര്യം ചെയ്യപ്പെടുന്ന അവസ്ഥ സബ്ജക്റ്റീവ് ക്യാമറയും ഒബ്ജക്റ്റീവ് എന്ന രീതിയിൽ ക്യാമറ കൈകാര്യം ചെയ്യപ്പെടുന്ന അവസ്ഥ ഒബ്ജക്റ്റീവ് ക്യാമറയും ആണ്. കഥാപാത്രത്തിന്റെ കാഴ്ചപ്പാടും ക്യാമറയുടെ കാഴ്ചപ്പാടും ഒന്നായിത്തീരുന്ന തരം ക്യാമറാ ട്രീറ്റ്മെന്റ് ആണ് സബ്ജക്റ്റീവ് ക്യാമറ.

ഇന്ത്യയുടെ ആദ്യത്തെ പ്രധാനമന്ത്രിയായ ജവഹർലാൽ നെഹ്റു റഷ്യ സന്ദർശിക്കുന്നതിന്റെ ഡോക്യുമെന്ററി. അദ്ദേഹം മോസ്കോയുടെ തെരുവിലൂടെ ഒരു വാഹനത്തിൽ സഞ്ചരിക്കുകയാണ്. അദ്ദേഹത്തെ സ്ക്രീനിൽ കാണിച്ചുകൊണ്ടുള്ള ചില ഷോട്ടുകൾക്കുശേഷം നാം കാണുന്നത് അദ്ദേഹത്തിന്റെ കണ്ണുകളുടെ സ്ഥാനം ക്യാമറ ഏറ്റെടുക്കുന്നതാണ്. ഈ ദൃശ്യങ്ങളിൽ അദ്ദേഹത്തെ കാണുന്നതേയില്ല. പകരം നാം കാണുന്നത് അദ്ദേഹം കാണുന്നു എന്ന വിധത്തിലുള്ള സബ്ജക്റ്റീവ് ഷോട്ടുകളാണ്. അദ്ദേഹത്തിന്റെ ആത്മനിഷ്ഠമായ അനുഭവങ്ങളാണ് ആ ദൃശ്യങ്ങൾ. ക്യാമറ ഏതെങ്കിലും കെട്ടിടത്തിന്റെ മുകളിലോ റോഡരികിലോ സ്ഥാപിച്ചിരുന്നെങ്കിൽ ലഭിക്കുമായിരുന്ന ഒബ്ജക്റ്റീവ് ദൃശ്യങ്ങളേക്കാൾ സംവേദനക്ഷമത കൂടുതലുള്ള ദൃശ്യങ്ങളാണ് സബ്ജക്റ്റീവ് ഷോട്ടുകളിലൂടെ പ്രേക്ഷകന് ലഭ്യമായത്.

ശ്രീ ഭരതൻ സംവിധാനം ചെയ്ത 'പാളങ്ങൾ' എന്ന സിനിമയിൽ ശങ്കറും സറീന വഹാബും അഭിനയിക്കുന്ന ഒരു രംഗം.

റെയിൽപ്പാത. അതിനരികിലൂടെ നടക്കുന്ന അവർ. പാളത്തിന്മേൽ സ്ഥിതിചെയ്യുന്ന ട്രോളിയെ ശങ്കറിന്റെ കഥാപാത്രം കാണുന്നു. അയാൾ അതിലേക്ക് ചാടിക്കയറുന്നു. സറീനയുടെ കഥാപാത്രം കയറുന്നില്ല. ചലിക്കുന്ന ട്രോളിയിൽ ശങ്കറിന്റെ കഥാപാത്രം. അവളെ നോക്കി അയാളുടെ ആഹ്ലാദപ്രകടനങ്ങൾ. ചില ഒബ്ജക്റ്റീവ് ഷോട്ടുകൾ (ശങ്കറിനെ സ്ക്രീനിൽ കാണുന്ന ഷോട്ടുകൾ)ക്ക് ശേഷം നമ്മൾ ഒരു സബ്ജക്റ്റീവ്

ഷോട്ട് കാണുന്നുണ്ട്. അതായത് ശങ്കറിനെ കാണിക്കാതെ, ക്യാമറ ട്രോളിയിൽ വച്ച് അയാൾ കാണുന്ന ദൃശ്യങ്ങളെ മാത്രം കാണിക്കുന്നു.

സബ്ജക്റ്റീവ് ക്യാമറയുടെ നേർവിപരീതമായ ഒരനുഭവമാണ് ഒബ്ജക്റ്റീവ് ക്യാമറ. ഒരു സംഭവം നടക്കുമ്പോൾ മാറിനിന്ന് അതിനെ വീക്ഷിക്കുന്ന കാണിയുടെ പോലെയാണത്. ചിത്രീകരണ സമയത്ത് സംഭവങ്ങളിലേക്ക് അല്ലെങ്കിൽ ദൃശ്യങ്ങളിലേക്ക് ക്യാമറ തിരിച്ചുവെയ്ക്കുന്ന സമ്പ്രദായമാണിത്. ഒരു സിനിമയിൽ സാധാരണയായി നമ്മൾ കാണുന്ന ഷോട്ടുകളെല്ലാം ഇത്തരത്തിൽ ഒബ്ജക്റ്റീവ് ക്യാമറ സമ്പ്രദായത്തിൽ എടുക്കപ്പെട്ടവയാണ്.

കഥാപാത്രത്തിന്റെ കാഴ്ചയുടെ മാനസികതലം പ്രകടിപ്പിക്കേണ്ടിവരുമ്പോൾ മാത്രമേ സബ്ജക്റ്റീവ് ക്യാമറ ട്രീറ്റ്മെന്റിലേക്ക് ചലച്ചിത്രകാരന്മാർ കടക്കാറുള്ളൂ.

ലൈറ്റിങ് (Lighting)

- ഛായാഗ്രഹണ കലയുടെ ആത്മാവാണ് ലൈറ്റിങ് എന്ന് കേട്ടിട്ടുണ്ട് – വിശദമാക്കാമോ?

ലൈറ്റിങ് ആണ് ഛായാഗ്രഹണത്തിന്റെ ആത്മാവ് എന്ന് നിസ്സംശയം പറയാം. ഒബ്ജക്റ്റുകളെ യാന്ത്രികമായി ക്യാമറയിൽ പകർത്തുക മാത്രം ചെയ്താൽ ഒരു ഷോട്ടിന് വൈകാരികമായ ഒരു തലം പ്രദാനം ചെയ്യാനാവില്ല. നല്ല കോമ്പോസിഷൻ, ക്രിയാത്മകമായ ക്യാമറാചലനങ്ങൾ തുടങ്ങിയ ഘടകങ്ങളെല്ലാം ഛായാഗ്രഹണത്തിന്റെ അടിത്തറയാണെങ്കിലും സവിശേഷമായ ലൈറ്റിങ്ങിലൂടെ ദൃശ്യങ്ങൾക്ക് വൈകാരികതലം പ്രദാനം ചെയ്യുമ്പോൾ മാത്രമേ ഛായാഗ്രഹണകല പൂർണമാകുന്നുള്ളൂ. ചില ഉദാഹരണങ്ങളിലൂടെ നമുക്ക് കടന്നുപോകാം. പ്രസിദ്ധ സംഗീതജ്ഞനായിരുന്ന സ്വാതി തിരുനാളിന്റെ ജീവിതത്തെ ആസ്പദമാക്കി ശ്രീ ലെനിൻ രാജേന്ദ്രൻ സംവിധാനം ചെയ്ത ചിത്രമാണ് 'സ്വാതി തിരുനാൾ'. സ്വാതിതിരുനാളിന്റെ കൊട്ടാരത്തിൽ നടക്കുന്ന സംഭവങ്ങളെല്ലാം പശ്ചാത്തലം ഇരുണ്ടും കഥാപാത്രങ്ങളുടെ മേൽ അല്പം മാത്രം വെളിച്ചം പരക്കുന്നതുമായ 'ലോ കീ ലൈറ്റിങ്ങി'ലാണ് അതിന്റെ ഛായാഗ്രാഹകൻ ശ്രീ മധു അമ്പാട്ട് ഒരുക്കിയിരിക്കുന്നത്. കൊട്ടാരത്തിന്റെ അകത്തളങ്ങളിൽ നടക്കുന്ന സംഭവങ്ങളെ വെളിച്ചത്തിന്റെ അതിപ്രസരമില്ലാതെ, സ്വാഭാവികതയോടെ ഒപ്പിയെടുക്കുകയാണ് ഛായാഗ്രാഹകൻ ചെയ്തിട്ടുള്ളത്.

ലോകപ്രശസ്ത ചലച്ചിത്രകാരനായ ഇംഗ്മർ ബർഗ്മാന്റെ പ്രശസ്തമായ ചിത്രമാണ് 'ക്രൈസ് ആൻഡ് വിസ്പേഴ്സ്'. സ്ത്രീകൾ സമൂഹത്തിലും കുടുംബത്തിലും നേരിടുന്ന പ്രശ്നങ്ങളേയും അവരുടെ

മാനസികഭാവങ്ങളുടെ നേർത്ത തലങ്ങളേയും തന്മയത്വത്തോടെ അവതരിപ്പിക്കുന്ന ഈ ചിത്രത്തിലുടനീളം ചുവപ്പ് നിറത്തിന് പ്രാധാന്യം കൊടുത്തുകൊണ്ടുള്ള ലൈറ്റിങ്ങ് പദ്ധതിയാണ് സ്വീകരിച്ചിട്ടുള്ളത്. ഈ ചിത്രത്തിന്റെ മൊത്തത്തിലുള്ള ഭാവത്തെ വർദ്ധിപ്പിച്ച് കാണിക്കുവാൻ ഇത്തരത്തിലുള്ള ലൈറ്റിങ്ങ് പദ്ധതിക്ക് കഴിഞ്ഞുവെന്ന് നിരൂപകന്മാർ ചൂണ്ടിക്കാണിച്ചിട്ടുണ്ട്.

വർഷങ്ങൾക്ക് മുമ്പിറങ്ങിയ പെരുന്തച്ചൻ എന്ന ചിത്രത്തിൽ മഞ്ഞ നിറത്തിന് വർദ്ധിച്ച പ്രാധാന്യമാണ് നല്കിയിരിക്കുന്നത്. ഇത്തരത്തിലുള്ള ലൈറ്റിങ്ങ് പെരുന്തച്ചൻ എന്ന 'മിത്തി'ന് തീവ്രമായ ദൃശ്യ വ്യാഖ്യാനം നൽകുന്നു.

ഒരു ഗുഹയ്ക്കുള്ളിൽ ഒരാൾ ചെയ്യുന്ന പ്രവൃത്തികൾ വെള്ളിത്തിരയിൽ കാണുമ്പോൾ ഗുഹ മുഴുവനും പ്രകാശപൂരിതമായിരുന്നാലോ? ഗുഹയ്ക്കുള്ളിലെ ഇരുട്ടിൽ നേരിയ തേതിൽ വന്നുപതിക്കുന്ന പ്രകാശത്തിൽ ആ കഥാപാത്രം ചെയ്യുന്ന പ്രവൃത്തികളെ സ്വാഭാവികമായ ലൈറ്റിങ്ങ് പദ്ധതിയിലൂടെ അവതരിപ്പിക്കുകയെന്നതാണ് ഛായാഗ്രാഹകന്റെ കടമ. തീരെ കുറഞ്ഞ വെളിച്ചത്തിൽ നടക്കുന്ന ആക്ഷനുകൾ ക്യാമറയിൽ റെക്കോർഡ് ആകുവാൻ വളരെ പ്രയാസമാണ്. ഈ സാഹചര്യം, കൃത്രിമ ലൈറ്റുകൾ ഉപയോഗിക്കുവാൻ ഛായാഗ്രാഹകനെ നിർബന്ധിതനാക്കുന്നു. കൃത്രിമ ലൈറ്റുകൾ ഉപയോഗിക്കുകയും എന്നാൽ ലൈറ്റിങ്ങിന്റെ സ്വാഭാവികത നിലനിർത്തുകയും ചെയ്യുക എന്നതാണ് ഛായാഗ്രാഹകന്മാരുടെ മുന്നിലുള്ള വെല്ലുവിളി.

- എക്സ്പോഷർ (Exposure), കോൺട്രാസ്റ്റ് (Contrast) എന്നിവയെന്താണ്?

ലെൻസിലേക്ക് കടത്തിവിടുന്ന പ്രകാശത്തിന്റെ അളവിനെയാണ് എക്സ്പോഷർ' എന്നു പറയുന്നത്. ഇത് കൂടിയാൽ ഓവർ എക്സ്പോഷറും (Over exposure) കുറഞ്ഞാൽ അണ്ടർ എക്സ്പോഷറും (Under exposure) കൃത്യമായാൽ കറക്റ്റ് എക്സ്പോഷറും (correct exposure) ആണ്. ഒരു പരിധിവിട്ട് പ്രകാശത്തിന്റെ അളവ് കൂടിയാൽ 'ബേൺ' (Burn) എന്നാണ് പറയുന്നത്. ഒരാളുടെ മുഖത്തെ ചിത്രീകരിക്കുകയാണെന്ന് കരുതുക. ഈ ഷോട്ട് ഓവർ എക്സ്പോസ്ഡ് ആണെങ്കിൽ അമിതമായ പ്രകാശത്താൽ മുഖത്തിന്റെ വിശദാംശങ്ങൾ (details) നഷ്ടപ്പെട്ടിരിക്കും. അണ്ടർ എക്സ്പോസ്ഡ് ആണെങ്കിൽ പ്രകാശത്തിന്റെ അളവ് കുറഞ്ഞു എന്ന കാരണത്താൽ വിശദാംശങ്ങൾ ദൃശ്യമാകില്ല. അതിനാൽത്തന്നെ കൃത്യമായ എക്സ്പോഷർ നേടിയെടുക്കുക എന്നതാണ് ഛായാഗ്രാഹകന്മാരുടെ മുന്നിലുള്ള വെല്ലുവിളി. ഒരു ലൈറ്റ് മീറ്റർ അഥവാ എക്സ്പോഷർ മീറ്ററിന്റെ സഹായത്താലാണ് അവർ ഇത് നേടിയെടുക്കുന്നത്.

നട്ടുച്ച. നല്ല വെയിൽ. വെളിച്ചത്തിന്റെ തീക്ഷ്ണതയും നിഴലിന്റെ കറുപ്പും - രണ്ടും കൂടുതലായിരിക്കുന്ന അവസ്ഥ. ഇതാണ് ഉയർന്ന കോൺട്രാസ്റ്റ് (High contrast). വെയിൽ മങ്ങുമ്പോൾ വെളിച്ചത്തിന്റെ അളവ് കുറയുന്നു. നിഴലിന് അതിന്റെ കറുപ്പ് നിറം നഷ്ടമാവുകയും ചെയ്യുന്നു. ഇത് ലോ കോൺട്രാസ്റ്റ് (Low contrast) ആണ്. ടെലിവിഷനിൽ നിങ്ങൾ കാണുന്ന ദൃശ്യത്തിന്റെ കോൺട്രാസ്റ്റ് വർദ്ധിപ്പിച്ചാൽ ദൃശ്യങ്ങൾ ഇരുണ്ടുപോകുന്നു. കോൺട്രാസ്റ്റ് കുറച്ചാലോ? ദൃശ്യങ്ങൾ ആവശ്യത്തിന് തെളിച്ചമില്ലാതെ മങ്ങിപ്പോകുന്നു.

നാമെല്ലാവരും ഫോട്ടോസ്റ്റാറ്റ് കോപ്പികൾ എടുക്കാറുണ്ടല്ലോ. എടുക്കുന്ന കോപ്പികളുടെ കോൺട്രാസ്റ്റ് കൂടുമ്പോൾ കറുത്ത ഷെയ്ഡ് വരുന്നു. എന്നാൽ കോൺട്രാസ്റ്റ് കുറഞ്ഞാൽ അക്ഷരങ്ങളും മറ്റും വെളുത്തുപോകുന്നു.

സിനിമയിൽ 'ഗ്രേഡിങ്ങി'ലൂടെയാണ് കോൺട്രാസ്റ്റും മറ്റും കൃത്യമായി നിർണയിക്കുന്നത്.

- എക്സ്പോഷർ മീറ്റർ ഛായാഗ്രാഹകന്മാർക്ക് എങ്ങനെ പ്രയോജനപ്പെടുന്നു?

കൃത്യമായ എക്സ്പോഷർ നേടിയെടുക്കുവാൻ എക്സ്പോഷർ മീറ്റർ ഛായാഗ്രാഹകന്മാരെ വളരെയേറെ സഹായിക്കുന്നുണ്ട്. എക്സ്പോഷർ മീറ്റർ രണ്ടുതരത്തിലുണ്ട്. 'ഇൻസിഡെന്റ് റേ' (Incident Ray സമ്പ്രദായമനുസരിച്ച് പ്രവർത്തിക്കുന്നതും 'റിഫ്ളക്റ്റഡ് റേ (Reflected Ray) സമ്പ്രദായമനുസരിച്ച് പ്രവർത്തിക്കുന്നതും. ഇൻസിഡന്റ് റേ എക്സ്പോഷർ മീറ്റർ സബ്ജക്റ്റിന്റെ മുഖത്തോട് ചേർത്ത് ലൈറ്റിലേക്ക് തിരിച്ചുപിടിക്കുകയാണ് ചെയ്യുന്നത്. ലൈറ്റുകളിൽനിന്നും വരുന്ന പ്രകാശരശ്മികൾ നേരിട്ട് ഇതിൽ പതിക്കുകയും അതിനനുസരിച്ചുള്ള 'റീഡിങ്ങ്' കാണിക്കുകയും ചെയ്യുന്നു. ഈ റീഡിങ്ങ് അനുസരിച്ചുള്ള 'അപ്പർച്ചർ' (പ്രകാശത്തെ കടത്തിവിടാനുള്ള ദ്വാരം) ലെൻസിൽ ക്രമീകരിക്കുന്നു. ഇനി ചിത്രീകരണം നടത്തിയാൽ കൃത്യമായ എക്സ്പോഷർ ആയിരിക്കും.

റിഫ്ളക്റ്റഡ് റേ എക്സ്പോഷർ മീറ്റർ മുഖത്തിനരികിൽ മുഖത്തേക്ക് തിരിച്ചുപിടിക്കുകയാണ് ചെയ്യുന്നത്. ലൈറ്റുകളിൽനിന്നും മുഖത്ത് പതിക്കുന്ന പ്രകാശരശ്മികൾ പ്രതിഫലിച്ച് എക്സ്പോഷർ മീറ്ററിൽ പതിക്കുകയും അതിനനുസരിച്ച് അപ്പർച്ചർ സെറ്റ് ചെയ്യുവാനുള്ള റീഡിങ്ങ് കാണിക്കുകയും ചെയ്യുന്നു.

രണ്ട് രീതികളും വെളിച്ചവിതാനത്തെ നിയന്ത്രിച്ച് കൃത്യമാക്കുന്നതിൽ ഛായാഗ്രാഹകന്മാരെ ഏറെ പിന്തുണയ്ക്കുന്നുണ്ട്.

- ഹൈ കീ (High key), ലോ കീ (Low key) ഷോട്ടുകൾ തമ്മിൽ എന്താണ് വ്യത്യാസം?

ഹൈ കീ ഷോട്ടുകൾ

വസ്തുവിന്മേലും അതിന്റെ പശ്ചാത്തലത്തിലും വെളിച്ചം വീഴ്ത്തുന്ന ലൈറ്റിങ്ങ് ടെക്നിക്കാണിത്. കഥാപാത്രങ്ങളുടെ ഭാവപ്രകടനങ്ങൾ, ചലനങ്ങൾ എന്നിവയ്ക്കൊപ്പം പശ്ചാത്തലത്തിലെ വസ്തുക്കളെയും വ്യക്തമായി കാണാനാകുന്നു. ഇത് കഥാപാത്രങ്ങൾക്ക് അവയുടെ പശ്ചാത്തലവുമായുള്ള ബന്ധത്തെ വെളിപ്പെടുത്തുവാൻ സഹായകമാകുന്നു. ഇത്തരം ഷോട്ടുകളിലുള്ള വെളിച്ചത്തിന്റെ വർദ്ധിച്ച അളവ് ഷോട്ടിന് ദൃശ്യതലത്തിൽ ഒരു ഊഷ്മളത നൽകുന്നു. ഇത്തരം ഷോട്ടുകൾ നർമ്മം, അലസത, പകൽസമയ ദൃശ്യങ്ങൾ, ഡോക്യുമെന്ററിപോലെ സത്യസന്ധമായ ആവിഷ്കാരങ്ങൾ, ടെലിവിഷൻ ഷോകൾ എന്നിവയെ ആവിഷ്കരിക്കുവാൻ ഛായാഗ്രാഹകന്മാർ ഉപയോഗപ്പെടുത്തുന്നു.

ലോ കീ ഷോട്ടുകൾ

പശ്ചാത്തലം ഇരുണ്ടിരിക്കുകയും വസ്തുവിന്മേൽ വെളിച്ചം പൂർണമായോ ഭാഗികമായോ പതിക്കുകയും ചെയ്യുന്ന വെളിച്ചവിതാന (Lighting scheme) മാണിത്. ഇരുണ്ടിരിക്കുന്നതിനാൽ പശ്ചാത്തലത്തിലെ വസ്തുക്കളെ പ്രേക്ഷകർക്ക് കാണുവാൻ കഴിയുന്നില്ല. തന്മൂലം അവന്റെ ശ്രദ്ധ കൂടുതലായി കഥാപാത്രത്തിലേക്ക് ചെന്നെത്തുകയാണുണ്ടാകുന്നത്. ഇത്തരം ഷോട്ടുകൾ ദുഃഖം, ഭയം, നൈരാശ്യം, ടെൻഷൻ, ദുരന്തം, ദുരൂഹത മുതലായ വികാരങ്ങളെയാണ് വെളിപ്പെടുത്തുക.

നേരത്തേ പരാമർശിച്ച 'സ്വാതി തിരുനാൾ' എന്ന ചിത്രത്തിൽ നിരവധി ലോ കീ ഷോട്ടുകൾ കണ്ടെത്തുവാനാകും. ജനപ്രിയ സിനിമയായ 'മഞ്ഞിൽ വിരിഞ്ഞ പൂക്കളി'ൽ നായികയെ കൊന്നതിനുശേഷം ടി.വി. പരിപാടി കണ്ടുകൊണ്ടിരിക്കുന്ന വില്ലന്റെ (മോഹൻലാൽ അവതരിപ്പിക്കുന്ന കഥാപാത്രം) ദൃശ്യങ്ങൾ ലോ-കീ ഷോട്ടുകളിലാണവതരിപ്പിച്ചിരിക്കുന്നത്.

- കീ ലൈറ്റ് (Key light), ഫിൽ ലൈറ്റ് (Fill light), ബാക്ക് ലൈറ്റ് (Back light), ബാക്ഗ്രൗണ്ട് ലൈറ്റ് (Background) എന്നിവ എന്തിനുപയോഗിക്കുന്നു?

ഛായാഗ്രാഹകന്മാർ ഉപയോഗിക്കുന്ന ലൈറ്റുകളെ അവ പ്രയോഗിക്കുന്ന വിധത്തിന്റെ അടിസ്ഥാനത്തിൽ പ്രധാനമായും നാലായി തരം തിരിക്കാവുന്നതാണ്. അവ കീ ലൈറ്റ്, ഫിൽ ലൈറ്റ്, ബാക്ക് ലൈറ്റ്, ബാക്ഗ്രൗണ്ട് ലൈറ്റ് എന്നിവയാണ്.

കീ ലൈറ്റ്

ഒരു ദൃശ്യത്തിൽ വെളിച്ചം വീഴ്ത്തുന്ന പ്രധാന ലൈറ്റാണിത്. ദൃശ്യത്തെ മൊത്തത്തിൽ പ്രകാശമാനമാക്കേണ്ട ചുമതല ഈ ലൈറ്റിനായതുകൊണ്ട് ഇത് താരതമ്യേന തീവ്രതയുള്ളതായിരിക്കും. ഇത് ക്യാമറ-സബ്ജക്റ്റ് ആക്സിസിന്റെ (Camera-Subject Axis) ഉദ്ദേശം 30 ഡിഗ്രി വലതുവശത്തേക്ക് മാറ്റി അല്പം ഉയർത്തിയാണ് സ്ഥാപിക്കുന്നത്. ഈ ഉയർന്ന സ്ഥാനം സബ്ജക്റ്റിന്മേൽ വേണ്ടത്ര പ്രകാശം ലഭിക്കുന്നതിന് സഹായകമാകുന്നു. കീ ലൈറ്റ് ക്യാമറയുടെ നേരെ പുറകിൽ സ്ഥാപിച്ചാൽ സബ്ജക്റ്റിന്മേൽ കുത്തനെ വന്ന് പതിക്കുന്ന പ്രകാശരശ്മികൾ ദൃശ്യത്തെ ത്രിമാനത ഇല്ലാതാക്കിക്കാണിക്കുന്നു. ഒരു വ്യക്തിയുടെ മുഖമാണ് ഇത്തരത്തിൽ കാണിക്കുന്നതെങ്കിൽ സ്വാഭാവികമായും ഉയർന്നിരിക്കുന്ന മൂക്കും ചുണ്ടുകളും മറ്റും ഉയർന്നുകാണുന്നില്ല എന്നതാണിതിന്റെ ന്യൂനത. മുഖം ഉയർച്ചതാഴ്ചകളില്ലാത്ത 'പരന്ന ഒരു സാധനം' മാത്രമായിത്തീരുകയാണുണ്ടാകുന്നത്. ലൈറ്റിന്റെ സ്ഥാനം ഉദ്ദേശം 30 ഡിഗ്രിയോളം വശത്തേക്ക് നീങ്ങുമ്പോൾ മുഖത്ത് സ്വാഭാവികമായ വിധത്തിൽ നിഴലുകൾ പതിക്കുകയും ഇത് ദൃശ്യത്തിന് 'ഡെപ്ത്' നൽകുകയും ചെയ്യുന്നു.

ഒരു ദൃശ്യത്തിൽ ഒരു കീ ലൈറ്റ് മാത്രമേ ഉപയോഗിക്കാവൂ എന്നില്ല. കൂടുതൽ വിസ്തൃതിയിൽ വെളിച്ചത്തെ വിന്യസിപ്പിക്കേണ്ടതുണ്ടെങ്കിൽ ഒന്നിലധികം കീ ലൈറ്റുകൾ ആകാം, ഔട്ട്ഡോർ ചിത്രീകരണങ്ങളിൽ കീ ലൈറ്റ് ആയി സാധാരണ പരിഗണിക്കുന്നത് സൂര്യന്റെ വെളിച്ചത്തെയാണ്. പ്രകൃതി കനിഞ്ഞനുഗ്രഹിച്ച് നൽകിയിരിക്കുന്ന ഈ ശക്തമായ പ്രകാശസ്രോതസ്സുള്ളപ്പോൾ മനുഷ്യനിർമ്മിതമായ ഒരു കീ ലൈറ്റിന്റെ ആവശ്യം വേറെയില്ലെന്നതാണ് സത്യം.

ഫിൽ ലൈറ്റ്

ശക്തിയേറിയ ഒരു പ്രകാശ സ്രോതസ്സ് ആണല്ലോ കീ ലൈറ്റ്. ഇത് സബ്ജക്റ്റിന്മേൽ പതിക്കുമ്പോൾ ശക്തമായ നിഴലുകൾ രൂപപ്പെടുന്നു. ഒരു വ്യക്തിയുടെ മുഖമാണെങ്കിൽ കണ്ണുകളിൽ ശക്തമായ നിഴലുകൾ ഉണ്ടാവുകയും ദൃശ്യത്തിന് അഭംഗി നൽകുകയും ചെയ്യുന്നു. കീ ലൈറ്റ് ഉപയോഗിക്കുമ്പോഴുണ്ടാകുന്ന ഇത്തരം ശക്തമായ നിഴലുകളെ മയപ്പെടുത്തുവാൻ ഫിൽ ലൈറ്റ് ഉപയോഗിക്കുന്നു. ഇത് താരതമ്യേന തീവ്രത കുറഞ്ഞ ഇത് ക്യാമറയുടെ ഇടതുവശത്ത് അല്പം താഴ്ത്തിയാണ് പ്രതിഷ്ഠിക്കാറുള്ളത്. ശ്രദ്ധേയമായ ഒരു കാര്യമിതാണ്. ശക്തിയേറിയ കീ ലൈറ്റ് ക്യാമറയുടെ വലതുവശത്ത് ഉയർത്തി സ്ഥാപിക്കുമ്പോൾ ഇതുളവാക്കുന്ന ദൂഷ്യഫലത്തെ (ശക്തിയായ നിഴൽ) നിയന്ത്രിക്കുവാനുപയോഗിക്കുന്ന ഫിൽ ലൈറ്റ് നേരെ വിപരീതമായ സ്ഥാനത്താണ്

പ്രതിഷ്ഠിക്കുന്നത്. കീ ലൈറ്റ് ക്യാമറയുടെ വലതുവശത്താണെങ്കിൽ ഫിൽ ലൈറ്റ് ഇടതുവശത്തും കീ ലൈറ്റ് ഉയർത്തിയാണെങ്കിൽ ഫിൽ ലൈറ്റ് താഴ്ത്തിയും സ്ഥാപിക്കുന്നു. കീ ലൈറ്റ് ശക്തി കൂടിയതാണെങ്കിൽ ഫിൽ ലൈറ്റ് ശക്തി കുറഞ്ഞതാകുന്നു. ഫിൽ ലൈറ്റിന്റെ ശക്തി കൂടിപ്പോയാലോ? സബ്ജക്റ്റിന്മേൽ ശക്തിയേറിയ നിഴലുകൾ ഉണ്ടാവുക എന്നതാണ് ഫലം.

ബാക്ക്ലൈറ്റ്

സബ്ജക്റ്റിന്റെ പുറകിൽനിന്നും സബ്ജക്റ്റിന്മേൽ പതിപ്പിക്കുന്ന ലൈറ്റാണിത്. ഒരു വ്യക്തിയുടെ മുഖമാണ് ചിത്രീകരിക്കുന്നതെന്ന് വിചാരിക്കുക. ഇതിനുവേണ്ടി ക്യാമറ ആ വ്യക്തിയുടെ മുഖത്തേക്ക് തിരിച്ച് വച്ചിരിക്കുന്നു. അയാളുടെ തലയുടെ പുറകിൽനിന്നും തലയിലേക്ക് വെളിച്ചം വീഴ്ത്തുന്നതാണ് ബാക്ക് ലൈറ്റിങ്ങ്. തലയുടെ ചുറ്റിനും ഉണ്ടാകുന്ന പ്രകാശത്തിന്റെ അരിക് (high light) അയാളുടെ മുഖത്തെ പശ്ചാത്തലത്തിൽ നിന്നും വേർതിരിച്ച് കാണിക്കുവാൻ സഹായിക്കുന്നു. ഇതിനു പുറമെ ദൃശ്യത്തിന് കൂടുതൽ മിഴിവ് നൽകുവാനും ബാക് ലൈറ്റിങ്ങ് കൊണ്ട് കഴിയാറുണ്ട്. ഇതിനുവേണ്ടി ക്രമീകരിക്കുന്ന ലൈറ്റിൽനിന്നും വെളിച്ചം ക്യാമറയിലേക്ക് വീഴാതിരിക്കുവാൻ ഛായാഗ്രാഹകൻമാർ പ്രത്യേകം ശ്രദ്ധിക്കേണ്ടതുണ്ട്.

ബാക്ക്ഗ്രൗണ്ട് ലൈറ്റ്

ഒരു ദൃശ്യത്തിൽ പശ്ചാത്തലത്തിലുള്ള വസ്തുക്കളെ വ്യക്തമാക്കിക്കാണിക്കണമെന്നുണ്ടെങ്കിൽ ചിത്രീകരണസമയത്ത് അവയിന്മേൽ വെളിച്ചം പതിപ്പിച്ചിരിക്കണം. ഇതിനുപയോഗിക്കുന്ന ലൈറ്റ് ആണ് ബാക്ക്ഗ്രൗണ്ട് ലൈറ്റ്. സെറ്റിനെ പ്രകാശമാനമാക്കുന്നു എന്ന അർത്ഥത്തിൽ ഇതിനെ 'സൈറ്റ് ലൈറ്റ്' എന്ന് വിളിക്കാറുണ്ട്. ഇതിന് വേണ്ടി സ്ഥാപിക്കുന്ന ലൈറ്റുകൾ പശ്ചാത്തലത്തിലേക്കാണ് തിരിച്ചുവയ്ക്കേണ്ടത് എന്ന് പ്രത്യേകം പ്രസ്താവിക്കേണ്ടതില്ലല്ലോ.

ചില വസ്തുക്കളുടെ നിഴൽദൃശ്യങ്ങൾ (silhouette - ഉച്ചാരണം സിലുവെറ്റ്) ലഭിക്കുന്നതിന് പശ്ചാത്തലത്തെ വളരെയധികം പ്രകാശമാനമാക്കേണ്ടിവരാറുണ്ട്. അതായത് പശ്ചാത്തലം നന്നായി പ്രകാശിക്കുകയും 'ഫോർഗ്രൗണ്ടി'ലുള്ള വസ്തുവിന്മേൽ വെളിച്ചമില്ലാതെ വരികയും ചെയ്യുമ്പോൾ വസ്തു ഇരുണ്ട് കാണപ്പെടുന്നു എന്നർത്ഥം.

- ബേസിക് 3 പോയിന്റ് ലൈറ്റിങ്ങ് (Basic 3 point lighting) എന്ന പ്രയോഗംകൊണ്ട് എന്താണുദ്ദേശിക്കുന്നത്?

കീ ലൈറ്റ്, ഫിൽ ലൈറ്റ്, ബാക് ലൈറ്റ് എന്നീ മൂന്നു ലൈറ്റുകളാണ് ഒരു ലൈറ്റിങ്ങ് പദ്ധതിയിൽ അവശ്യമായിട്ടുള്ളത്. ഇവ മൂന്നിനേയും ചേർത്തുകൊണ്ട് പറയുന്ന പ്രയോഗമാണ് 'ബേസിക് 3 പോയിന്റ് ലൈറ്റിങ്ങ്'.

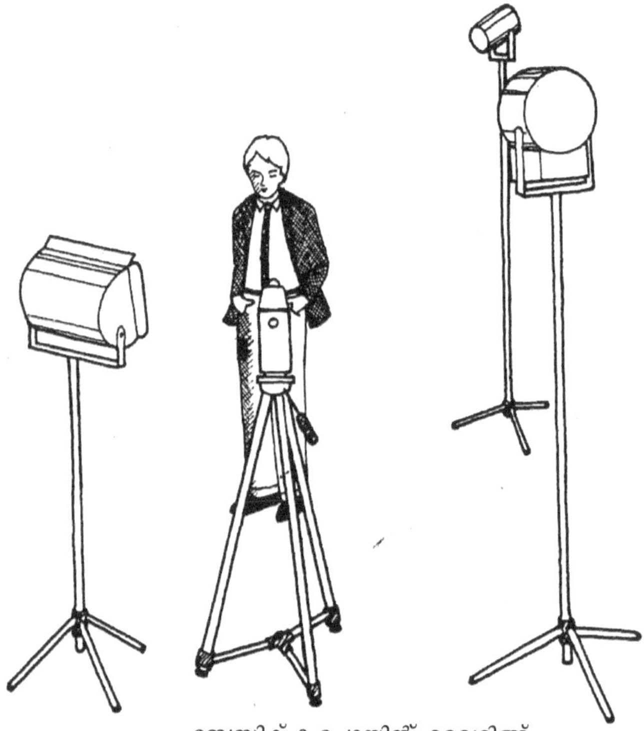

ബേസിക് 3 പോയിന്റ് ലൈറ്റിങ്ങ്

- വെളിച്ചം പതിക്കുന്ന ദിശയെ (Directionality of Light) ആസ്പദമാക്കി ലൈറ്റിങ്ങിനെ എങ്ങനെ തരംതിരിക്കാം?

ഫ്രണ്ടൽ ലൈറ്റിങ്ങ് (Frontal lighting), സൈഡ് ലൈറ്റിങ്ങ് (Side lighting), ബാക്ക് ലൈറ്റിംഗ് (Back lighting), ടോപ്പ് ലൈറ്റിങ്ങ് (Top lighting) എന്നീ സമ്പ്രദായങ്ങളാണ് സാധാരണയായി ഛായാഗ്രാഹകന്മാർ അനുവർത്തിച്ചുവരുന്നത്.

ഫ്രണ്ടൽ ലൈറ്റിങ്ങ്

ക്യാമറ വെച്ചിരിക്കുന്ന ഭാഗത്തുനിന്നും നേരെ സബ്ജക്റ്റിന്റെ മുഖത്തേക്ക് വെളിച്ചം പതിപ്പിക്കുന്ന രീതിയാണ് ഫ്രണ്ടൽ ലൈറ്റിങ്ങ്. സബ്ജക്റ്റിന്റെ നിഴൽ പുറകുവശത്തു രൂപപ്പെടുമെങ്കിലും ഇത് ക്യാമറയിൽ

കണ്ടുകൊള്ളണമെന്നില്ല. മൂക്കിന്റേയും ചുണ്ടുകളുടേയും ഉയർച്ചതാഴ്ചകളും ത്വക്കിന്റെ യഥാർത്ഥ ടെക്സ്ച്ചറും (Texture) പ്രകടമാകാറില്ല. നമുക്കെല്ലാവർക്കും പരിചയമുള്ള ഒന്നാണല്ലോ 'ഫ്ളാഷ് ഫോട്ടോഗ്രാഫി'. ഫ്രണ്ടൽ ലൈറ്റിങ്ങിന്റെ ഒരുദാഹരണമായി ഇതിനെ കണക്കാക്കാവുന്നതാണ്. സിനിമയിൽ ഒരു സബ്ജക്റ്റിനെ ഫ്രണ്ടൽ ലൈറ്റിങ്ങ് മാത്രം ചെയ്യുന്നത് വേണ്ടത്ര ഫലപ്രദവും കൗതുകകരവുമാകാറില്ല.

സൈഡ് ലൈറ്റിങ്ങ്

സബ്ജക്റ്റിന്റെ വശത്തുനിന്നും സബ്ജക്റ്റിലേക്ക് വെളിച്ചം പതിപ്പിക്കുന്ന രീതിയാണിത്. ഇതു ശ്രദ്ധേയമായ നാടകീയത പ്രദാനം ചെയ്യുന്നതോടൊപ്പം സബ്ജക്റ്റിന്റെ മുഖത്തെ ഉയർച്ചതാഴ്ചകളെയും ത്വക്കിന്റെ ടെക്സ്ച്ചറിനെയും സ്വാഭാവികമായി വെളിപ്പെടുത്തുന്നു.

ബാക്ക് ലൈറ്റിങ്ങ്

സബ്ജക്റ്റിന്റെ പുറകിൽനിന്നും സബ്ജക്റ്റിലേക്ക് വെളിച്ചം പതിപ്പിക്കുന്ന രീതിയാണിത്. തലമുടിയുടെ അരിക് പ്രകാശപൂരിതമാകുന്നു. ഇത്തരത്തിലുണ്ടാകുന്ന ഹൈലൈറ്റ് ദൃശ്യത്തെ മനോഹരമാക്കുന്നതോടൊപ്പം സബ്ജക്റ്റിനെ പശ്ചാത്തലത്തിൽനിന്നും എടുത്തു കാണിക്കുവാൻ സഹായിക്കുകയും ചെയ്യുന്നു.

ടോപ്പ് ലൈറ്റിങ്ങ്

സബ്ജക്റ്റിന്റെ മുകളിൽനിന്നും സബ്ജക്റ്റിലേക്ക് വെളിച്ചം പതിപ്പിക്കുന്ന രീതിയാണ് ടോപ് ലൈറ്റിങ്ങ്. ഇത് അതിനാടകീയതയാണ് പ്രദാനം ചെയ്യുന്നത്. സബ്ജക്റ്റിന്റെ കൺതടങ്ങളിൽ ശക്തിയായ നിഴലുകൾ രൂപപ്പെടുന്നു. കുറ്റവാളിയെ പൊലീസുദ്യോഗസ്ഥർ ചോദ്യം ചെയ്യുന്ന രംഗങ്ങളിലും മറ്റും നാടകീയത പ്രദാനം ചെയ്യാനായി ടോപ്പ് ലൈറ്റിങ്ങ് രീതി അവലംബിക്കാറുണ്ട്.

ഇപ്പറഞ്ഞ ലൈറ്റിങ്ങ് രീതികളെല്ലാം സബ്ജക്റ്റിന്മേൽ വെളിച്ചം വന്നുപതിക്കുന്ന ദിശയെ അടിസ്ഥാനമാക്കിയുള്ള തരംതിരിവുകളാണ്. നേരത്തെ പറഞ്ഞ ലോ കീ, ഹൈ കീ ലൈറ്റിങ്ങ് പദ്ധതികൾ ഒരു ദൃശ്യത്തിൽ വെളിച്ചം പതിക്കുന്നത് പശ്ചാത്തലത്തിലാണോ സബ്ജക്റ്റിന്മേലാണോ അതിനനുസരിച്ച് ദൃശ്യത്തിന്റെ വൈകാരികഭാവത്തിൽ വരുന്ന മാറ്റം എന്ന ആശയത്തിലൂന്നിക്കൊണ്ടുള്ളതാണ്. പ്രായോഗികമായി ഒരു ദൃശ്യത്തെ ലൈറ്റപ്പ് ചെയ്യുവാൻ ഛായാഗ്രാഹകന്മാർ സമന്വയിപ്പിക്കുന്ന ലൈറ്റുകളുടെ സ്ഥാന(position)ത്തെയും ഫലത്തെയും അടിസ്ഥാനമാക്കിയുള്ള വ്യാഖ്യാനമാണ് കീ ലൈറ്റ്, ഫിൽ ലൈറ്റ്, ബാക്ക് ലൈറ്റ്, ബാക്ക് ഗ്രൗണ്ട് ലൈറ്റ് എന്നിവയെ ബന്ധപ്പെടുത്തിയുള്ളത്. ഇവ തമ്മിൽ ആശയക്കുഴപ്പം സൃഷ്ടിക്കാതിരിക്കാൻ സൂക്ഷ്മമായ നിരീക്ഷണവും പഠനവും ആവശ്യമാണ്.

- ഛായാഗ്രഹണത്തിനുപയോഗിക്കുന്ന വ്യത്യസ്ത തരം ലൈറ്റുകൾ ഏതൊക്കെയാണ്?

എച്ച്.എം.ഐ. (HMI) ലൈറ്റുകൾ

ഹാലോജൻ മെറ്റൽ അയോഡൈഡ് (Halogen Metal Iodide) എന്നാണിതിന്റെ പൂർണരൂപം. കുറഞ്ഞ വൈദ്യുതി ഉപയോഗംകൊണ്ട് കൂടുതൽ വെളിച്ചം പ്രദാനം ചെയ്യുന്നതിനാൽ ഇത് ഛായാഗ്രാഹകന്മാരുടെ പ്രിയപ്പെട്ടതായി മാറുകയാണുണ്ടായത്. ഈ ലൈറ്റ് പ്രകാശിക്കുമ്പോൾ ഉണ്ടാകുന്ന വെളിച്ചത്തിന് ചൂട് കുറവായതിനാൽ ഇത് അഭിനേതാക്കളുടെയും പ്രിയപ്പെട്ടതായിത്തീർന്നു. പകൽവെളിച്ചത്തിനോട് വളരെയേറെ സാദൃശ്യമുള്ള ഇതിന്റെ പ്രകാശത്തിന്റെ കളർ ടെമ്പറേച്ചർ $5,600^0$K ആയി ക്രമീകരിച്ചിരിക്കുന്നു. ജനറേറ്ററിൽനിന്നും വരുന്ന വൈദ്യുതിയുടെ ഏറ്റക്കുറച്ചിൽ ഈ ലൈറ്റിനെ മിന്നിമിന്നിക്കത്തുന്ന (Flickering)താക്കുന്നു എന്നതാണിതിന്റെ ഒരു ന്യൂനത. ഒരു നിശ്ചിത ആവൃത്തിയിലുള്ള വൈദ്യുതി പ്രവഹിച്ച് ഈ മിന്നിക്കത്തലിനെ ഒഴിവാക്കുവാൻ സാധിക്കുന്നതാണ്. ഇതിനായി ബല്ലാസ്റ്റ് (Ballast) എന്ന ഒരുപകരണമാണ് HMI ലൈറ്റുകൾക്കൊപ്പം ഘടിപ്പിക്കുന്നത്. ജർമ്മനിയിലെ ഓസ്രാം (Osram) കമ്പനിയാണ് ഇത്തരം ലൈറ്റുകൾ ആദ്യമായി അവതരിപ്പിച്ചത്.

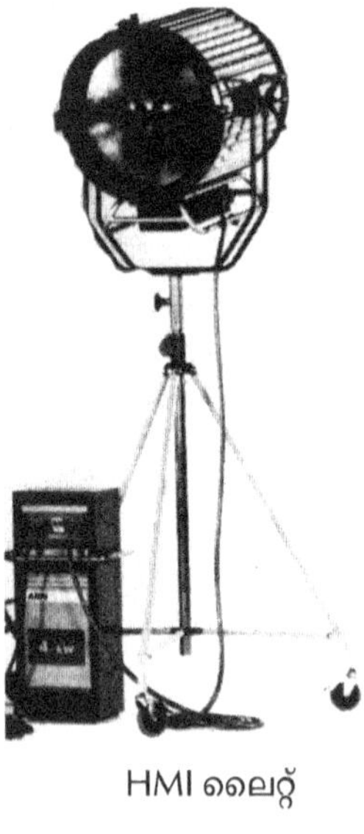

HMI ലൈറ്റ്

ഫ്രെനൽ ലൈറ്റ് (Fresnel light)

ലെൻസുകളിൽ വൃത്താകാരത്തിലുള്ള ചാലുകൾ ഉണ്ടാക്കിയാൽ അവ ഓരോന്നും ഓരോ ലെൻസുകളായി പ്രവർത്തിച്ച് പ്രകാശത്തെ

ഫ്രനൽ ലൈറ്റ്

കാര്യക്ഷമമമായി കേന്ദ്രീകരിക്കും എന്ന കണ്ടുപിടുത്തത്തിൽ നിന്നുമാണ് ഇത്തരം ലെൻസുകളുടെ ആവിർഭാവം. ഇത്തരം ലെൻസിന് രൂപംകൊടുത്ത അഗസ്റ്റിൻ ജിൻ ഫ്രനൽ എന്ന ശാസ്ത്രജ്ഞന്റെ പേരിലാണ് ഇതറിയപ്പെടുന്നത്. വെളിച്ചത്തെ കേന്ദ്രീകരിക്കുവാനായി ഒരു കോൺവെക്സ് ലെൻസ് (convex lens) ഉപയോഗിച്ചാൽ അത് വളരെ വലുതും ഭാരക്കൂടുതലുള്ളതുമായിരിക്കുമെന്ന പരിമിതിയെ മറികടക്കുവാനാണ് ഫ്രനൽ തന്റെ കണ്ടുപിടിത്തത്തെ ഉപയോഗിച്ചത്. വലിപ്പവും ഭാരവും വളരെ കുറഞ്ഞതും സൗകര്യപ്രദമായി മാറ്റി സ്ഥാപിക്കാവുന്നതുമായ ഇത്തരം ലൈറ്റുകളുടെ പ്രകാശധാരയുടെ നീളവും വിസ്തൃതിയുമെല്ലാം കൂട്ടുകയും കുറയ്ക്കുകയും ചെയ്യാവുന്നതാണ്. ഇത്തരം ലൈറ്റുകളെ കീ ലൈറ്റ് ആയും ഫിൽ ലൈറ്റ് ആയും ഉപയോഗിക്കാൻ കഴിയും.

സ്കൂപ്പ് ലൈറ്റുകൾ (Scoopes)

ഒരു കോപ്പയുടെ ആകൃതിയിലുള്ള കവചത്തിൽ ഘടിപ്പിച്ചിട്ടുള്ള ലൈറ്റ് ആണിത്. ഇതിന്റെ കവചം (shell) ഒരു റിഫ്ളക്ടർ (Reflector) ആയി പ്രവർത്തിക്കുകയും ഡിഫ്യൂസ് ചെയ്യപ്പെട്ട (Diffused) വെളിച്ചത്തെ പ്രദാനം ചെയ്യുകയും ചെയ്യുന്നു. ഇത് മുൻഭാഗം തുറന്നിരിക്കുന്ന (open front) വിഭാഗത്തിൽപ്പെട്ട ലൈറ്റാണ്. അതായത് മുൻഭാഗത്ത് ലെൻസ് ഘടിപ്പിച്ചിട്ടില്ലെന്നർത്ഥം. ഇവ 3200^0k കളർ ടെംപറേച്ചറിലുള്ള വെളിച്ചമാണ് പ്രദാനം ചെയ്യുന്നത്.

ബ്രോഡ് (Broad)

സ്കൂപ്പ് ലൈറ്റുകളുടെ വികസിതരൂപമാണ് ബ്രോഡുകൾ എന്നു പറയാം. ഇവ ഓപ്പൺ ഫ്രണ്ട് ഉപകരണങ്ങളാണ്. വ്യത്യസ്ത വലിപ്പത്തിലുള്ള ഇവ സാധാരണയായി ചെറുതും ദീർഘചതുരാകൃതിയിലുള്ളതും ഭാരക്കുറവുള്ളവയുമാണ്. ഇവ 3200^0k കളർ ടെംപറേച്ചറിലുള്ള വെളിച്ചം പ്രദാനം ചെയ്യുന്നു.

ബ്രോഡ് ലൈറ്റ്

സോഫ്റ്റ് ലൈറ്റുകൾ (Soft Lights)

ഇവയിലെ ബൾബുകൾ വസ്തുവിലേക്ക് (object) തിരിഞ്ഞിരിക്കുന്നതിന് പകരം റിഫ്ളക്റ്ററിലേക്ക് തിരിഞ്ഞിരിക്കുന്നതിനാൽ റിഫ്ളക്റ്ററിൽനിന്നും പ്രതിഫലിച്ച് വരുന്ന മൃദുവായ വെളിച്ചത്തെ പ്രദാനം ചെയ്യുന്നു. ശക്തിയായ നിഴലുകൾ വീഴ്ത്താത്തതും മൃദുലമായ ഭാവം നൽകുന്നതുമായ ദൃശ്യങ്ങളാണ് ഇവയുടെ പ്രയോഗംമൂലം ലഭിക്കുന്നത്. ഇവ പല വലിപ്പത്തിലും പവറിലും (wattage) ലഭ്യമാണ്. പ്രതിഫലനം മൂലം വെളിച്ചം ധാരാളം നഷ്ടപ്പെടുന്ന 'സാങ്കേതിക ഡിസൈൻ' ആയതിനാൽ ഇത്തരം ലൈറ്റുകളിൽ രണ്ട് ക്വാർട്ട്സ് ബൾബുകൾ ഉണ്ടാകാറുണ്ട്.

പി.എ.ആർ. ലൈറ്റുകൾ (PAR Lights)

പാരബോളിക് അലൂമിനൈസ്ഡ് റിഫ്ളക്ടർ (Parabolic Aluminised Reflextor) എന്നാണിതിന്റെ പൂർണരൂപം. ഇതിന്റെ റിഫ്ളക്റ്റർ

'പാരബോള' ആകൃതിയിലുള്ളതും വെളിച്ചത്തിന്റെ ഫലപ്രദമായ പ്രതി ഫലനത്തിന് വേണ്ടി അലൂമിനിയം പൂശിയതുമായിരിക്കും. ഇവ പൊഴി ക്കുന്ന പ്രകാശധാര വീതിയുള്ളതും പ്രകാശം കേന്ദ്രീകരിക്കുന്ന തലം നിർമ്മാണവേളയിൽ നിശ്ചയിക്കപ്പെട്ട (Factory set)തുമായിരിക്കും.

പി.എ.ആർ. ബാങ്ക് (PAR Bank)

ചതുരാകൃതിയിലോ ദീർഘചതുരാകൃതിയിലോ ഉള്ള കവചത്തിന്മേൽ ഒന്നിലധികം PAR ലൈറ്റുകൾ ക്രമീകരിച്ചിരിക്കുന്നു. ഇവ ശക്തിയേറി യതും ഡിഫ്യൂസ് ചെയ്യപ്പെട്ടതുമായ (Diffused) പ്രകാശത്തെ കൂടുതൽ സ്ഥലത്തേക്ക് വ്യാപിപ്പിക്കുന്നു. ഇത്തരം ലൈറ്റുകൾ ഭാരവും വലിപ്പവും കൂടിയവയും താരതമ്യേന വിലക്കൂടുതലുള്ളവയുമായിരിക്കും.

സ്ട്രിപ്പ് ലൈറ്റ് (Strip Light)

ചുവപ്പ്, പച്ച, നീല, വെള്ള എന്നീ നിറങ്ങളിലുള്ള PAR ലൈറ്റുകൾ ദീർഘചതുരാകൃതിയിലുള്ളതും ലോഹനിർമ്മിതവുമായ ഒരു കവച ത്തിൽ ഉറപ്പിക്കപ്പെട്ടിരിക്കുന്നു. ലൈറ്റിങ്ങ് ടെക്നീഷ്യൻ വ്യത്യസ്ത ഡിമ്മ റുകൾ (Dimmers) ഉപയോഗിച്ച് ഈ ലൈറ്റുകളുടെ തീക്ഷ്ണതയെ ആവശ്യാനുസരണം കൂട്ടുകയും കുറയ്ക്കുകയും ചെയ്യുന്നു.

- ബലൂൺ ലൈറ്റ് എന്നാലെന്താണ്? ഇതുപയോഗിച്ച് സീനുകൾ ചിത്രീ കരിച്ചാൽ എന്താണു നേട്ടം?

'ഒരു പ്രദേശം മുഴുവനും ലൈറ്റ് അപ്പ് ചെയ്യുക'യെന്നത് ഛായാഗ്രാഹ കന്മാർക്ക് എന്നും ഒരു കീറാമുട്ടിയായിരുന്നു. ശക്തിയേറിയ HMI ലൈറ്റു കൾ ഒരനുഗ്രഹമാണെങ്കിലും ലൈറ്റ് അപ്പ് ചെയ്യപ്പെടേണ്ട പ്രദേശം അതി വിശാലമാണെങ്കിൽ അവയ്ക്കും പരിമിതികളുണ്ട്. ഇതിനൊരു പരിഹാ രമാണ് ബലൂൺ ലൈറ്റുകൾ! ഹീലിയം നിറച്ച ഒരു വലിയ ബലൂൺ ആകാശത്തേക്ക് പറത്തി, ഉചിതമായ സ്ഥലത്ത് കെട്ടിനിറുത്തുന്നു. വലി യൊരു പ്രദേശം മുഴുവനും ഇതിന്റെ പ്രകാശം പരക്കുകയാണ് ചെയ്യു ന്നത്. പരമ്പരാഗത ലൈറ്റിങ്ങ് സമ്പ്രദായങ്ങളെ അപേക്ഷിച്ച് കുറഞ്ഞ സമയംകൊണ്ട് കൂടുതൽ വിസ്തൃതിയിൽ കാര്യക്ഷമമായി ലൈറ്റിങ്ങ് നിർവ്വഹിക്കുവാൻ കഴിയും എന്നതാണ് ബലൂൺ ലൈറ്റിന്റെ നേട്ടം.

ഗൗതം മേനോന്റെ 'വിണ്ണൈ താണ്ടി വരുവായാ' എന്ന ചിത്രത്തിൽ ഈ ലൈറ്റിന്റെ ഫലപ്രദമായ പ്രകടനം നാം കണ്ടിട്ടുണ്ട്. തൃഷയും ചിമ്പുവും ആലപ്പുഴയിൽ വച്ചു കണ്ടുമുട്ടുന്ന രാത്രിയിൽ നിറഞ്ഞു നിൽക്കുന്ന നിലാവ് ബലൂൺ ലൈറ്റിന്റെ ഫലപ്രദമായ പ്രയോഗഫല മാണ്. 'ജവാൻ ഓഫ് വെള്ളിമല', 'റൺ ബേബി റൺ' എന്ന ചിത്രങ്ങ ളിലും ബലൂൺ ലൈറ്റ് സീനുകളെ പ്രകാശഭരിതമാക്കുന്നുണ്ട്.

● ലൈറ്റിങ്ങിങ്ങിന് ഉപയോഗിക്കുന്ന അനുബന്ധ സാമഗ്രികൾ ഏവ?

ലൈറ്റുകളെ യാന്ത്രികമായി ക്രമീകരിച്ചതുകൊണ്ട് മാത്രം ഫലപ്രദവും കലാപരവുമായ ലൈറ്റിങ്ങ് നിർവ്വഹിക്കുവാൻ കഴിഞ്ഞുകൊള്ളണമെന്നില്ല. ചില അനുബന്ധസാമഗ്രികൾ ഛായാഗ്രാഹകനെ ഇക്കാര്യത്തിൽ കാര്യമായി സഹായിക്കുന്നുണ്ട്. അവ ഏതൊക്കെയെന്ന് പരിശോധിക്കാം.

റിഫ്ളക്ടർ (Reflector)

പ്രകാശത്തെ ചില സന്ദർഭങ്ങളിൽ നേരിട്ട് വസ്തുവിലേക്ക് പതിപ്പിക്കുമ്പോൾ, മറ്റു ചില സന്ദർഭങ്ങളിൽ അതിനെ പ്രതിഫലിപ്പിക്കേണ്ടതുണ്ട്. നേരിട്ട് വസ്തുവിന്മേൽ പതിക്കുന്ന പ്രകാശത്തിന് തീവ്രമായ ഭാവവും പ്രതിഫലിപ്പിക്കപ്പെടുന്ന പ്രകാശത്തിന് മൃദുവായ ഭാവവുമാണല്ലോ പ്രദാനം ചെയ്യുവാൻ കഴിയുന്നത്. പ്രതിഫലനത്തിന് ഛായാഗ്രാഹകന്മാർ ഉപയോഗിക്കുന്ന പലകയാണ് 'റിഫ്ളക്ടർ'. ഇതിന്റെ രണ്ടു വശങ്ങളിലും സിൽവർ പേപ്പർ ഒട്ടിച്ചിട്ടുണ്ടായിരിക്കും. സൂര്യപ്രകാശത്തിനു പുറമെ മറ്റു ലൈറ്റുകളും റിഫ്ളക്റ്ററിന്മേൽ പതിപ്പിച്ച് ഛായാഗ്രാഹകന്മാർ പ്രതിഫലനം നടത്താറുണ്ട്.

കട്ടർ (Cutter)

ഛായാഗ്രഹണത്തിന് പ്രകാശം ആവശ്യമാണെങ്കിലും അധികമായാൽ നിയന്ത്രിക്കേണ്ടതുണ്ട്. ഏതെങ്കിലും ഒരു ദിശയിൽനിന്നും ഫ്രെയിമിന്റെ ഒരു ഭാഗത്ത് പതിക്കുന്ന പ്രകാശം അമിതമാണെങ്കിൽ അതിനെ നിയന്ത്രിക്കുവാനാണ് കട്ടർ ഉപയോഗിക്കുന്നത്. കറുത്ത ചായം പൂശിയ പ്ലൈവുഡ് കഷണങ്ങളാണ് പൊതുവിൽ പറഞ്ഞാൽ കട്ടറുകൾ. പല വലിപ്പത്തിലുള്ള ഇവയെ സ്റ്റാന്റുകളിലുറപ്പിച്ചോ, ലൈറ്റ് ബോയ്സ് കൈകളിൽ പിടിച്ചോ കൈകാര്യം ചെയ്യാറുണ്ട്.

ബട്ടർ പേപ്പർ (Butter paper)

കട്ടിയുള്ള വെളുത്ത പേപ്പറാണിത്. ഇതിലൂടെ അരിച്ചിറങ്ങുന്ന വെളിച്ചത്തിന് പ്രത്യേകമായ ഒരു മൃദുലഭാവം സൃഷ്ടിക്കുവാൻ കഴിയും. ലൈറ്റുകൾക്കു മുൻപിൽ ക്ലിപ്പുകളിന്മേലാണ് ഇവ ഉറപ്പിക്കാറ്.

ജലാറ്റിൻ (Gelatine)

വിവിധ വർണങ്ങളെ ഫ്രെയിമിലേക്ക് ചൊരിയുവാൻ കഴിവുള്ള ഗ്ലാസ് പേപ്പറാണിത്. ചതുരത്തിലുള്ള ചെറിയ ഫ്രെയിമുകളിൽ ഉറപ്പിച്ചിട്ടുള്ള ഇവയെ ലൈറ്റിന് മുൻപിൽ ക്ലിപ്പ് ചെയ്യുകയാണ് ചെയ്യുന്നത്.

സ്ക്രിം (Scrim)

വെളിച്ചത്തിന്റെ ശക്തിയെ കുറയ്ക്കുവാൻ ലൈറ്റുകൾക്ക് മുൻപിൽ ഘടിപ്പിക്കുന്ന ഒരു വലയാണിത്. ചില ലൈറ്റുകളെ ഇലക്ട്രോണിക് മാർഗ്ഗമുപയോഗിച്ച് 'ഡിം' ചെയ്യുവാൻ കഴിയാറില്ല. അവയുടെ സാങ്കേതിക ഡിസൈനിന്റെ പരിമിതി മൂലമാണിത്. ഇൻകാൻഡസെന്റ് ലൈറ്റുകൾ (Incandescent lights) ഡിം ചെയ്യുമ്പോൾ അവയുടെ കളർ ടെംപറേച്ചറിൽ ക്രമേണ വ്യതിയാനങ്ങൾ വരികയും ഓറഞ്ച് നിറം പ്രാമുഖ്യം നേടുകയും ചെയ്യുന്നു. ഈ പരിമിതിയെ മറികടക്കുവാൻ സ്ക്രിം ഉപയോഗിക്കാവുന്നതാണ്. ഇതുപയോഗിക്കുമ്പോൾ വെളിച്ചത്തിന്റെ നിറം മാറുന്നില്ല. ഇലക്ട്രോണിക് ഡിമ്മറുകൾ ഉപയോഗിക്കുന്നതിന് ബദലായുള്ള ഒരു സംവിധാനമാണ് സ്ക്രിം എന്നു പറയാം. ഒരു ഭാഗത്തുമാത്രം വലയുള്ളതും ഒരു ഭാഗം തുറന്നതുമായ സ്ക്രിം ആണ് 'ഹാഫ് സ്ക്രിം'. വെളിച്ചത്തിന്റെ ശക്തിയെ കുറയ്ക്കുവാനുപയോഗിക്കുന്ന കനം കുറഞ്ഞ തുണിയേയും സ്ക്രിം എന്നു പറയും.

ലെൻസുകൾ (Lenses)

- ഫോക്കൽദൂരം (Focal length) എന്നാലെന്താണ്?

ലെൻസിന്റെ കൃത്യം മധ്യഭാഗമാണ് ഓപ്റ്റിക്കൽ സെന്റർ (Optical Centre) ഓപ്റ്റിക്കൽ സെന്റർ മുതൽ ക്യാമറയിലെ ഇമേജിങ് ഡിവൈസ് (Imaging Device) സ്ഥിതിചെയ്യുന്ന തലംവരെയുള്ള ദൂരമാണ് ഫോക്കൽ ദൂരം. (ഫിലിം ക്യാമറയിലാണെങ്കിൽ ഫിലിം സ്ഥിതിചെയ്യുന്ന തലം) ഡിജിറ്റൽ മൂവി ക്യാമറയിൽ ദൃശ്യം റെക്കോർഡ് ചെയ്യപ്പെടുന്ന ഭാഗത്തിനെയാണ് ഇമേജിങ് ഡിവൈസ് എന്നു പറയുന്നത്.

- ഫോക്കൽ ദൂരവും കാഴ്ചയുടെ കോണും (Angle of view) തമ്മിലുള്ള ബന്ധമെന്താണ്?

ഫോക്കൽ ദൂരവും കാഴ്ചയുടെ കോണും തമ്മിൽ വിപരീതാനുപാതമാണുള്ളത്. ഫോക്കൽ ദൂരം കുറയുമ്പോൾ വീക്ഷണകോൺ വർദ്ധിച്ച് വൈഡ് ആംഗിൾ (Wide Angle) ആകുന്നു. ഫോക്കൽ ദൂരം കൂടുമ്പോൾ വീക്ഷണകോൺ ചെറുതായി നാരോ ആംഗിൾ (Narrow Angle) ആകുന്നു. ഇതിനെയാണ് ടെലി (Tele) എന്നു പറയുന്നത്. അകലെയുള്ള ദൃശ്യം അരികിലേക്ക് വരുന്നതായി തോന്നുന്നു എന്ന അർത്ഥത്തിലാണ് 'ടെലി' എന്ന വാക്കുപയോഗിക്കപ്പെടുന്നത്. ഫോക്കൽ ദൂരം സാധാരണമാണെങ്കിൽ, സാധാരണമായിട്ടുള്ള (Normal) വീക്ഷണകോൺ ആണ് പ്രദാനം ചെയ്യപ്പെടുന്നത്.

● വ്യത്യസ്തതരം ലെൻസുകളെക്കുറിച്ച് പ്രതിപാദിക്കാമോ?

നോർമൽ ലെൻസ്, വൈഡ് ആംഗിൾ ലെൻസ്, ടെലി ലെൻസ്, സൂം ലെൻസ്, ഫിഷ് ഐ ലെൻസ് എന്നിങ്ങനെ വ്യത്യസ്തതരം ലെൻസുകൾ വിവിധ ആവശ്യങ്ങൾക്കായി ഛായാഗ്രാഹകന്മാർ ഉപയോഗിച്ച് വരുന്നു. മനുഷ്യനേത്രങ്ങൾകൊണ്ട് സാധാരണയായി കാണുന്ന വീക്ഷണകോൺ പ്രദാനം ചെയ്യുന്ന ലെൻസ് ആണ് നോർമൽ ലെൻസ്. ഇതിന്റെ ഫോക്കൽ ലെങ്ത് 50 mm ആയിരിക്കും. (ഈ ഡിജിറ്റൽ കാലഘട്ടത്തിലും 35 mm വീതിയുള്ള ഫിലിമിനെ ആസ്പദമാക്കിയാണ് സാധാരണയായി ഫോക്കൽ ലെങ്ത് പറയപ്പെടാറുള്ളത്. ഫിലിമിനെ ആസ്പദമാക്കിയുള്ള സാങ്കേതിക കണക്കുകൾ ടെക്നീഷ്യന്മാരുടെ മനസ്സിൽ ആഴത്തിലങ്ങ് പതിഞ്ഞുപോയി) വീക്ഷണകോൺ ചുരുങ്ങിയാൽ അത് ടെലി ലെൻസാണ്. ഇതിൽ ഫോക്കൽ ലെങ്ത് 105 mm, 200 mm, 300 mm എന്നിങ്ങനെ ക്രമീകരിക്കപ്പെട്ടിരിക്കുന്നു. 35 mm, 28 mm എന്നിങ്ങനെ ഫോക്കൽ ലെങ്ത് കുറയുമ്പോൾ വീക്ഷണകോൺ കൂടുകയാണ് ചെയ്യുന്നത്. വീക്ഷണകോൺ കൂടിയ ഇത്തരം ലെൻസുകളാണ് വൈഡ് ആംഗിൾ ലെൻസുകൾ. ഇവ വിശാലമായ ദൃശ്യം പ്രദാനം ചെയ്യുന്നു. (സൂം ലെൻസുകളെക്കുറിച്ചും ഫിഷ് ഐ ലെൻസുകളെക്കുറിച്ചും വെവ്വേറെ വിശദമായി പരാമർശിച്ചിട്ടുണ്ട്.)

● എന്താണ് സൂം ലെൻസ് (Zoom lens)?

കാഴ്ചയുടെ കോൺ വ്യത്യാസപ്പെടുത്താവുന്ന ലെൻസാണ് സൂം ലെൻസ്. ഒന്നിലധം ലെൻസ് എലിമെന്റുകളെ (lens elements) വിദഗ്ധമായി സംയോജിപ്പിച്ചാണ് ഇത് സാധിച്ചെടുക്കുന്നത്. സാധാരണ സൂം ലെൻസുകളിൽ വൈഡും ടെലിയും നോർമലും ലഭ്യമായിരിക്കും. ക്യാമറയിന്മേലുള്ള സൂം ബട്ടണിന്മേൽ T എന്നും W എന്നും രേഖപ്പെടുത്തിയിട്ടുണ്ടായിരിക്കും. T ടെലിയേയും W വൈഡിനേയും സൂചിപ്പിക്കുന്നു. ഛായാഗ്രാഹകൻ ടെലിയിൽ വിരലമർത്തുമ്പോൾ കാഴ്ചയുടെ കോൺ ചുരുങ്ങിവരികയും അകലെയുള്ള വസ്തു അരികിലേക്ക് വരുന്ന പ്രതീതി ജനിപ്പിക്കുകയും ചെയ്യുന്നു. ഇപ്പോൾ വസ്തുവിന്റെ സമീപദൃശ്യമാണ് നിങ്ങൾ കാണുന്നത്. അകലെയുള്ള വസ്തുവിനെ ഛായാഗ്രാഹകന്റെ ‘അരികിലേക്ക് കൊണ്ടുവരുന്ന’ ഈ പ്രക്രിയ സൂം ഇൻ (zoom in) എന്നാണ് പറയുന്നത്. ഇനി ഇതിന്റെ വിപരീതമായ പ്രക്രിയയെ പരിചയപ്പെടാം. ഛായാഗ്രാഹകൻ Wവിൽ വിരലമർത്തുമ്പോൾ കാഴ്ചയുടെ കോൺവിശാലമാകുകയും അരികിലുള്ള വസ്തു അകലേക്ക് പോകുന്ന പ്രതീതി ജനിപ്പിക്കുകയും ചെയ്യുന്നു. ഇപ്പോൾ വസ്തുവും അതിന്റെ പശ്ചാത്തലവുമടങ്ങുന്ന ‘ലോങ്ങ് ഷോട്ട്’ ആണ് നിങ്ങൾ കാണുന്നത്. വസ്തുവിനെ ‘അകലേക്ക് പറഞ്ഞയയ്ക്കുന്ന’ ഈ പ്രക്രിയയെ സൂം ഔട്ട് (zoom out) എന്നാണ് പറയുന്നത്. Tക്കും Wനും ഇടയിൽ ‘നോർമൽ’

ആയിട്ടുള്ള കാഴ്ചയുടെ കോൺ ലഭിക്കുന്നതാണ്. വൈഡ് ആംഗിൾ - നോർമൽ, നോർമൽ-ടെലി തുടങ്ങിയ സൂം ലെൻസുകളും ലഭ്യമാണ്.

ശ്രീ അമ്പിളി സംവിധാനം ചെയ്ത സമുദായം എന്ന ചിത്രത്തിലെ ഒരു സീനിൽ എൻ.എഫ്. വർഗ്ഗീസ് എന്ന നടന്റെ ക്ലോസപ്പ് ദൃശ്യം നാം ആദ്യം കാണുന്നു. അദ്ദേഹത്തിന്റെ കഥാപാത്രം മറ്റൊരു കഥാപാത്രവുമായി സംഭാഷണത്തിലേർപ്പെടുന്നുണ്ടെങ്കിലും ആ കഥാപാത്രത്തെ നാം കാണുന്നില്ല. ഫ്രെയിമിലേക്ക് പെട്ടെന്ന് വന്നെത്തുന്ന ഒരു കൈ. വർഗീസിന്റെ കഥാപാത്രം തെന്നിമാറുന്നു. കൈ ഫ്രെയിമിന് പുറത്തു പോകുന്നു. വീണ്ടും പെട്ടെന്ന് ഫ്രെയിമിലേക്ക്. അയാൾ വീണ്ടും തെന്നിമാറുന്നു. ആവർത്തിക്കുന്ന ഈ പ്രക്രിയ കോമഡി സൃഷ്ടിക്കുന്നു. ദൃശ്യം സൂം ഔട്ട് ചെയ്യുമ്പോഴാണ് നമുക്ക് മനസ്സിലാകുന്നത് ഫിലോമിന എന്ന നടി അവതരിപ്പിക്കുന്ന കഥാപാത്രവുമായാണ് അയാൾ സംസാരിച്ചുകൊണ്ടിരിക്കുന്നത് എന്നും അവർ സൂചി ഉപയോഗിച്ച് എന്തോ തയ്ച്ചുകൊണ്ടിരിക്കുകയായിരുന്നു എന്നും സൂചി പിടിച്ച കൈ ആണ് ഫ്രെയിമിലേക്ക് ആവർത്തിച്ചാവർത്തിച്ച് കടന്നുവന്ന് വർഗ്ഗീസിന്റെ കഥാപാത്രത്തെ അലോസരപ്പെടുത്തിയിരുന്നത് എന്നും!

ആദ്യമേ ഒരു ലോങ് ഷോട്ട് കാണിച്ചിരുന്നെങ്കിലോ? രണ്ട് കഥാപാത്രങ്ങളും തുന്നലുമൊക്കെ ആദ്യമേ വെളിപ്പെട്ടിരുന്നെങ്കിൽ കോമഡി എവിടെയാണുള്ളത്? സൂമിങ്ങിന്റെ സാധ്യതയെ കോമഡിക്ക് വേണ്ടി ഉപയോഗിക്കുകയാണ് സംവിധായകൻ ഇവിടെ ചെയ്തിട്ടുള്ളത്.

- സൂം ചെയ്യുമ്പോൾ സാങ്കേതികമായി സംഭവിക്കുന്നതെന്താണ്?

ലെൻസിന്റെ ഫോക്കൽ ദൂരത്തിൽ വ്യതിയാനം വരുത്തി കാഴ്ചയുടെ കോൺ വ്യത്യാസപ്പെടുത്തുകയാണ് സൂമിങ്ങിലൂടെ സംഭവിക്കുന്നത്. 35mm വീതിയുള്ള ഫിലിമിനെ അടിസ്ഥാനപ്പെടുത്തി പറയുമ്പോൾ 50 mm എന്ന ഫോക്കൽ ദൂരം 'നോർമൽ' ആയിട്ടുള്ള കാഴ്ചയുടെ കോൺ പ്രദാനം ചെയ്യുന്നു. ഫോക്കൽ ദൂരം കുറഞ്ഞ 35mm ആകുമ്പോൾ കാഴ്ചയുടെ കോൺ വിശാലമാകുന്നു. ഫോക്കൽ ദൂരം 28mm ആയി കുറയുമ്പോൾ കാഴ്ചയുടെ കോൺ വീണ്ടും വിശാലമാകുന്നു. ഫോക്കൽ ദൂരം 105mm, 200mm എന്നിങ്ങനെ കൂടുമ്പോൾ കാഴ്ചയുടെ കോൺ കുറഞ്ഞുകുറഞ്ഞ് വരുന്നു. ഒറ്റ ലെൻസുകൊണ്ടുതന്നെ കാഴ്ചയുടെ കോണിൽ വ്യതിയാനം സൃഷ്ടിക്കുവാൻ കഴിയുമെന്നതാണ് സൂം ലെൻസിന്റെ പ്രധാനം നേട്ടം. സൂം ലെൻസ് കണ്ടുപിടിക്കപ്പെടുന്നതിന് മുമ്പ് വ്യത്യസ്ത കാഴ്ചയുടെ കോണുകൾ ലഭിക്കുവാൻ വ്യത്യസ്ത ലെൻസുകൾ ആണുപയോഗിച്ചിരുന്നത്. ഉദാഹരണത്തിന്, വിശാലമായ കാഴ്ചയുടെ കോൺ ലഭിക്കുവാൻ 35mm ഫിക്സഡ് ഫോക്കൽ ലെങ്ത് ലെൻസ് (Fixex focal length lens), കൂടുതൽ വിശാലത ലഭിക്കുവാൻ 28mm ഫിക്സഡ് ഫോക്കൽ ലെങ്ത്, കാഴ്ചയുടെ കോൺ ചുരുക്കുവാൻ 105mm ഫിക്സഡ് ഫോക്കൽ ലെങ്ത് ലെൻസ്... എന്നിങ്ങനെ.

ഫോക്കൽ ദൂരം മാറ്റത്തിന് വിധേയമല്ലാത്ത ഇത്തരം ഫിക്സഡ് ഫോക്കൽ ലെങ്ത് ലെൻസുകൾക്ക് പ്രൈം ലെൻസുകൾ (Prime lens) എന്നും പേരുണ്ട്. ഛായാഗ്രാഹകന്മാർ ഇത്തരം നിരവധി ലെൻസുകളെ കൂടെക്കരുതുകയും ദൃശ്യങ്ങൾക്കനുസരിച്ച് ഇടയ്ക്കിടെ അവയെ മാറ്റുകയും ചെയ്യേണ്ടിയിരുന്നു എന്നത് ഏറെ ക്ലേശകരമായിരുന്നു. സൂം ലെൻസ് രംഗപ്രവേശം ചെയ്തപ്പോൾ ഛായാഗ്രാഹകന്മാർക്ക് തങ്ങളുടെ പണി വളരെയേറെ എളുപ്പമായിത്തീർന്നു. ഒരൊറ്റ പൊസിഷനിൽനിന്നു കൊണ്ട് സൂം ലെൻസിന്റെ ബട്ടണിൽ വിരലൊന്ന് തൊട്ടാൽ മതി അകലെയുള്ള നായിക 'അരികിലെത്താനും' അരികെയുള്ള കെട്ടിടം അകലേക്ക് പോയി പശ്ചാത്തലമടക്കമുള്ള മനോഹരദൃശ്യം പ്രദാനം ചെയ്യാനും!

സൂം ലെൻസ് പ്രയോഗത്തിൽ വന്നുതുടങ്ങിയ കാലത്ത് അതിനെ 'വേരിയബിൾ ഫോക്കൽ ലെങ്ത് ലെൻസ് (Variable focal length lens) എന്നാണ് വിളിച്ചിരുന്നത്.

- സൂം ലെൻസ് കണ്ടുപിടിച്ചതാര്? ഏതു ചിത്രത്തിലാണ് ഇത് ആദ്യമായി ഉപയോഗിച്ചത്?

ജോസഫ് വാൻകർ എന്ന ഗവേഷകനാണ് 1929ൽ സൂം ലെൻസ് കണ്ടുപിടിച്ചത്. സൂം ലെൻസുപയോഗിച്ച് ആദ്യം നിർമ്മിച്ച ചലച്ചിത്രം 'ഇറ്റ് ഹാപ്പൻഡ് വൺ നൈറ്റ്' ആണ്.

- സൂമിങ്ങിന്റെ ഉപയോഗം കഴിയുന്നത്ര കുറയ്ക്കണമെന്ന് ചില സംവിധായകർ നിഷ്കർഷിക്കുന്നതെന്തുകൊണ്ട്?

സൂമിങ്ങിന് സ്വാഭാവികത തീരെ ഇല്ലെന്നു പറയാം. പാനിങ്ങ്, ടിൽടിങ് എന്നീ ക്യാമറ ചലനങ്ങളെ നോക്കൂ... നമ്മൾ കഴുത്ത് തിരിച്ച് വശങ്ങളിലേക്ക് നോക്കുന്ന സ്വാഭാവികവും ജീവശാസ്ത്രപരവുമായ പ്രക്രിയയുടെ ക്യാമറയ്ക്കനുയോജ്യമായ അവതരണമാണ് പാനിങ്ങ്. ടിൽടിങ്ങ് ആകട്ടെ ഒരു വ്യക്തിയെ അല്ലെങ്കിൽ ഒരു വസ്തുവിനെ അടിമുടി നോക്കുന്ന സ്വാഭാവികമായ പ്രക്രിയയുടെ ക്യാമറാപതിപ്പാണെന്ന് കാണുവാൻ കഴിയും. ഒരുദാഹരണം. അകലെയുള്ളൊരു കെട്ടിടം. നമുക്കതിന്റെ സമീപദൃശ്യം ലഭ്യമാകണം. കെട്ടിടം സ്വയം നമ്മുടെയരികിലേക്ക് വന്ന് സമീപദൃശ്യത്തെ പ്രദാനം ചെയ്യില്ലല്ലോ? എന്നാൽ ക്യാമറയുടെ സൂം ബട്ടൺ ഒന്നമർത്തിയാൽ മതി 'കെട്ടിടം നമ്മുടെയരികിലേക്ക് വരുവാൻ!' സൂമിങ്ങ് ഇത്തരത്തിൽ കൃത്രിമഭാവം സൃഷ്ടിക്കുന്നതിലാണ് പല പ്രഗത്ഭമതികളായ സംവിധായകരും അതിന്റെ ഉപയോഗത്തെ കാര്യമായി നിയന്ത്രിക്കുന്നത്. എന്നാൽ അവർ സൂമിങ്ങിനെ തീരെയങ്ങ് ഒഴിവാക്കുന്നില്ലെന്നും കാണുവാൻ കഴിയും. ഏതൊരു ടെക്നിക്കിന്റെയും പരിമിതികളെ ഒളിപ്പിച്ച് വെയ്ക്കുകയും സാധ്യതകളെ ഉപയോഗപ്പെടുത്തുകയുമാണല്ലോ വേണ്ടത്. ശ്രീ അടൂർ ഗോപാലകൃഷ്ണന്റെ മതിലുകളിൽ സൂമിങ്ങിന്റെ

പ്രയോഗത്തെ അങ്ങേയറ്റം നിയന്ത്രിച്ചിരിക്കുന്നതായി കാണാം. ജയിലിൽ കിടക്കുന്ന ബഷീർ (മമ്മൂട്ടി) മോചിതനാകുന്നതിനെക്കുറിച്ച് തനിക്കുള്ള ആഗ്രഹത്തെ തീവ്രമായി പ്രകടിപ്പിക്കുന്നിടത്ത് കഥാപാത്രത്തിന്റെ മുഖ ഭാവങ്ങളിൽ കേന്ദ്രീകരിക്കുന്നതിനുവേണ്ടി അതിസാവധാനത്തിലുള്ള സൂമിങ്ങ് അവതരിപ്പിക്കുന്നുണ്ട്. എന്നാൽ ചിത്രത്തിലുടനീളം സൂമിങ്ങിനെ ഒഴിവാക്കുകയാണ് പ്രധാനമായും ചെയ്തിരിക്കുന്നത്.

പ്രശസ്ത സംവിധായകൻ ഹരിഹരൻ ഒരഭിമുഖസംഭാഷണത്തിൽ, തന്റെ ചിത്രങ്ങളിൽ സൂമിങ്ങിനെ ബോധപൂർവ്വവും ക്രിയാത്മകവുമായി നിയന്ത്രിക്കാറുണ്ടെന്ന് പ്രസ്താവിച്ചിട്ടുണ്ട്.

- ഫിഷ് ഐ ലെൻസി (fish-eye lens)ന് ഈ വിചിത്രമായ പേര് എങ്ങനെ കൈവന്നു?

ക്യാമറയുടെ ലെൻസും മീനിന്റെ കണ്ണും തമ്മിൽ എന്തു ബന്ധമാണു ള്ളത്? വിചിത്രമായി തോന്നുന്നു അല്ലേ? ഒരു ലെൻസിന്റെ ഫോക്കൽ ലെങ്ത് കുറയുമ്പോൾ കാഴ്ചയുടെ കോൺ (Angle of view or taking angle) കൂടുമെന്ന് മുൻപേ പ്രസ്താവിച്ചിട്ടുണ്ടല്ലോ. ഫോക്കൽ ലെങ്ത് വളരെ കുറഞ്ഞതും (ഉദാ: 7mm, 6mm etc,) കാഴ്ചയുടെ കോൺ 180^0 യുടെ അടുത്തുമായുള്ള ലെൻസുകളാണ് ഫിഷ് ഐ ലെൻസുകൾ. വെള്ളത്തിനടിയിലുള്ള മീനുകൾക്ക് 180^0യോളം കോണിൽ വസ്തുക്കളെ കാണാൻ കഴിയും. ശത്രുക്കളുടെ വരവിനെ മുൻകൂട്ടി കണ്ട് ഒഴിഞ്ഞുമാ റുവാനാണിത്. മീനുകളുടെ കണ്ണുകൾക്ക് വിശാലമായി കാണുവാൻ ലഭി ച്ചിരിക്കുന്ന ഈ കഴിവിൽനിന്നുമാണ് ഫിഷ് ഐ ലെൻസുകൾക്ക് അവ യുടെ പേരു ലഭിച്ചിരിക്കുന്നത്.

ഒരുദാഹരണത്തിലൂടെ ഇത് വ്യക്തമാക്കാം. വലിയൊരു സ്റ്റേഡിയ ത്തിനു പൂർണമായും ക്യാമറയിൽ പകർത്തണമെന്നിരിക്കട്ടെ. സാധാ രണ വൈഡ് ആംഗിൾ ലെൻസുപയോഗിച്ച് ഇത് സാധ്യമാകാറില്ല. ഛായാ ഗ്രാഹകൻ സ്റ്റേഡിയത്തിൽ നിന്നും പരമാവധി അകന്നുനിന്നുകൊണ്ട് ചിത്രീകരിക്കുവാൻ ശ്രമിച്ചാൽതന്നെ അനാവശ്യമായ ചില വസ്തുക്കൾ (ഇലക്ട്രിക് പോസ്റ്റുകൾ, ഉണങ്ങിയ മരങ്ങൾ മുതലായവ) ഫ്രെയിമിൽ കടന്നുവരാൻ സാധ്യതയുണ്ട്. ഇത്തരം സന്ദർഭങ്ങളിലാണ് ഫിഷ് ഐ ലെൻസ് ഛായാഗ്രാഹകന്റെ സഹായത്തിനെത്തുന്നത്. സ്റ്റേഡിയവും ക്യാമറയും തമ്മിലുള്ള ദൂരം താരതമ്യേന കുറവാണെങ്കിലും ഫിഷ് ഐ ലെൻസുകൊണ്ട് സ്റ്റേഡിയത്തെ പൂർണമായും ഉൾക്കൊള്ളാനും അനാ വശ്യമായ വസ്തുക്കളെ ഫ്രെയിമിന് പുറത്ത് നിർത്തുവാനും ഛായാ ഗ്രാഹകന് കഴിയുന്നു.

ഫിഷ് ഐ ലെൻസ് ഉപയോഗിക്കുമ്പോൾ ദൃശ്യത്തിന് ഒരു തരം വക്രീകരണം (Distortion) സംഭവിക്കാറുണ്ട്. ശ്രദ്ധിച്ച് കൈകാര്യം ചെയ്താൽ ഈ വക്രീകരണത്തെ കലാപരമാക്കുവാൻ കഴിയും.

- ഡെപ്ത് ഓഫ് ഫീൽഡ് (Depth of field) എന്നാലെന്ത്?

ഒരു ഷോട്ടിൽ ക്യാമറയ്ക്ക് അടുത്തും അകലെയുമായുള്ള ദൂരത്തിൽ എത്രത്തോളം ഭാഗം കൃത്യമായ ഫോക്കസിലാണ് എന്നതാണ് ഡെപ്ത് ഓഫ് ഫീൽഡ്. താഴെ കൊടുത്തിരിക്കുന്ന ചിത്രങ്ങളിൽ ആദ്യത്തേത് കുറഞ്ഞ ഡെപ്ത് ഓഫ് ഫീൽഡ് (Shallow depth of field) പ്രകടിപ്പിക്കുന്നതും രണ്ടാമത്തേത് വർദ്ധിച്ച ഡെപ്ത് ഓഫ് ഫീൽഡ് (Increased depth of field) പ്രകടിപ്പിക്കുന്നതുമാണ്.

കുറഞ്ഞ ഡെപ്ത് ഓഫ് ഫീൽഡ്

കൂടിയ ഡെപ്ത് ഓഫ് ഫീൽഡ്

- ഡെപ്ത് ഓഫ് ഫീൽഡിനെ ബാധിക്കുന്ന ഘടകങ്ങൾ ഏതെല്ലാമാണ്?

പ്രധാനമായി നാലു ഘടകങ്ങളാണുള്ളത്. 1. ക്യാമറയുടെ ലെൻസിന്റെ പുറകിൽ സ്ഥിതി ചെയ്യുന്നതും വെളിച്ചത്തെ നിയന്ത്രിക്കുന്നതുമായ അപ്പർച്ചർ ചുരുക്കി സെറ്റ് ചെയ്യുകയാണെങ്കിൽ വർദ്ധിച്ച ഡെപ്ത് ഓഫ് ഫീൽഡും വിസ്തൃതമായി സെറ്റ് ചെയ്യുകയാണെങ്കിൽ കുറഞ്ഞ ഡെപ്ത് ഓഫ് ഫീൽഡുമാണ് ലഭിക്കുക. 2. ലെൻസ് 'ടെലി'യിൽ ക്രമീകരിക്കുമ്പോൾ കുറഞ്ഞ ഡെപ്ത് ഓഫ് ഫീൽഡ് ലഭിക്കുമ്പോൾ മറിച്ച് വൈഡിൽ ക്രമീകരിക്കുമ്പോൾ വർദ്ധിച്ച ഡെപ്ത് ഓഫ് ഫീൽഡ് ആണ് ലഭിക്കുന്നത്. 3. ക്യാമറയും ഒബ്ജക്റ്റും തമ്മിലുള്ള അകലം കുറയുമ്പോൾ ഡെപ്ത് ഓഫ് ഫീൽഡ് കുറയുകയും അകലം വർദ്ധിക്കുമ്പോൾ ഡെപ്ത് ഓഫ് ഫീൽഡ് കൂടുകയും ചെയ്യുന്നു. 4. ക്യാമറയ്ക്കും ഒബ്ജക്റ്റിനും ഇടയിലുള്ള സ്ഥലത്ത് (foreground) ഡെപ്ത് ഓഫ് ഫീൽഡ് കുറവ് ലഭിക്കുമ്പോൾ ഒബ്ജക്റ്റിൽനിന്നും പശ്ചാത്തലത്തിലേക്ക് (background) ഡെപ്ത് ഓഫ് ഫീൽഡ് കൂടുതൽ ലഭിക്കുന്നു.

- ഛായാഗ്രാഹകന്മാർ ഡെപ്ത് ഓഫ് ഫീൽഡ് കുറഞ്ഞ ഷോട്ടുകളാണോ കൂടിയ ഷോട്ടുകളാണോ ചിത്രീകരിക്കേണ്ടത്?

ഒരിക്കൽ ഒരു കാർഷിക കോളേജിൽ ചെടികളുടെയും പൂക്കളുടെയും ഒരു പ്രദർശനം നടന്നു. അതിന്റെ ഫോട്ടോകൾ എടുക്കുവാനായി ഒരു ഫോട്ടോഗ്രാഫറെ പ്രിൻസിപ്പാൾ ഏർപ്പാട് ചെയ്തു. രണ്ടുതരം ചിത്രങ്ങളെടുക്കുവാനാണ് പ്രിൻസിപ്പാൾ ആവശ്യപ്പെട്ടത്. ഒന്ന്, കോളേജ് മാഗസിന്റെ ഉൾത്താളുകളിൽ സസ്യശാസ്ത്രവുമായി ബന്ധപ്പെട്ട ലേഖനത്തിൽ പ്രസിദ്ധീകരിക്കുവാനുള്ള ഫോട്ടോകൾ. അവയിൽ ചെടികളുടെ ഇലകളും മറ്റും വളരെ വ്യക്തമായിരിക്കണം. ഇതിൽനിന്നും ചെടിയുടെ ഇനം തിരിച്ചറിയാൻ കഴിയുകയും വേണം. രണ്ട്, കോളേജ് മാഗസിന്റെ പുറംചട്ടയിൽ പ്രസിദ്ധീകരിക്കുവാൻ സുന്ദരിയായ ഒരു പെൺകുട്ടി പൂക്കളെ നോക്കി അതിന്റെ ഭംഗി ആസ്വദിച്ചുകൊണ്ട് നിൽക്കുന്ന ഫോട്ടോ വേണം. ഫോട്ടോകൾ എടുത്തതിനുശേഷം സ്റ്റിൽ ഫോട്ടോഗ്രാഫർ അവ പ്രിൻസിപ്പാളിനെ കാണിച്ചുകൊടുത്തു. സുന്ദരിയായ പെൺകുട്ടി പൂക്കളെ നോക്കി ആസ്വദിച്ചുകൊണ്ട് നിൽക്കുന്ന ഫോട്ടോയായിരുന്നു ആദ്യം പ്രിൻസിപ്പാൾ കണ്ടത്. പെൺകുട്ടി വ്യക്തമായ ഫോക്കസിലും ഫോർഗ്രൗണ്ടിലുള്ള പൂക്കൾ ഔട്ട് ഓഫ് ഫോക്കസ് ആയുമാണ് ചിത്രീകരിക്കപ്പെട്ടിട്ടുള്ളത്. ഇത് പ്രിൻസിപ്പാളിന് നന്നേ ഇഷ്ടപ്പെട്ടു. ഫോർഗ്രൗണ്ടിലുള്ള പൂക്കൾ ഔട്ട് ഓഫ് ഫോക്കസും ബാക്ക്ഗ്രൗണ്ടിലുള്ള മനുഷ്യരൂപം വ്യക്തവുമായിട്ടുള്ള ഫോട്ടോകൾ സാധാരണയായി കലാപരമാകാറുണ്ട്. പക്ഷേ, ചില വിദ്യാർത്ഥികൾ തങ്ങളുടെ മുൻപിലുള്ള ഡസ്കിന്മേൽ പ്രദർശനത്തിനായി വെച്ചിട്ടുള്ള ചെടികളിലേക്ക് കണ്ണും നട്ടിരിക്കുന്ന ഫോട്ടോ കണ്ട പ്രിൻസിപ്പാളിന്റെ മുഖം കറുത്തു. വിദ്യാർത്ഥികൾ വ്യക്തമായ ഫോക്കസിലാണെങ്കിലും ചെടികളുടെ ഇലകളും മറ്റും അവ്യക്തമായിരുന്നു. "അവ്യക്തതയുടെ സൗന്ദര്യം പകർന്നു നൽകുവാനാണ് താൻ ശ്രമിച്ചതെന്ന്" ഫോട്ടോഗ്രാഫർ വാദിച്ചെങ്കിലും അത് വിലപ്പോയില്ല. ചെടികളുടെ ഇലകൾ കണ്ടിട്ട് അവ ഏതിനത്തിൽപ്പെട്ടതാണെന്ന് തിരിച്ചറിയലാണല്ലോ ഈ ഫോട്ടോയുടെ ഉദ്ദേശ്യം. ഇലകൾ അവ്യക്തമായാൽ അവയെ കണ്ടിട്ട് ഏതിനത്തിൽപ്പെട്ടതാണെന്ന് തിരിച്ചറിയാൻ കഴിയില്ലല്ലോ. മുകളിൽ പറഞ്ഞ ഉദാഹരണങ്ങളിൽ കവർ ചിത്രത്തിന് വേണ്ടി എടുത്ത ഫോട്ടോഗ്രാഫിന് കുറഞ്ഞ ഡെപ്ത് ഓഫ് ഫീൽഡ് അനുയോജ്യമായിരുന്നുവെങ്കിൽ മറ്റേതിന് കൂടിയ ഡെപ്ത് ഓഫ് ഫീൽഡ് ആയിരുന്നു അനുയോജ്യം.

സിനിമയിൽ ഷോട്ടുകൾ ഒരുക്കുമ്പോഴും ഇങ്ങനെതന്നെ. ഒരു ഷോട്ട് ഏതു രീതിയിൽ സംവദിക്കണമെന്നതിനനുസരിച്ചാണ് ഛായാഗ്രാഹകന്മാർ എത്രത്തോളം ഡെപ്ത് ഓഫ് ഫീൽഡ് വേണമെന്ന് തീരുമാനിക്കുന്നത്.

- ഡെപ്ത് ഓഫ് ഫീൽഡും ഡെപ്ത് ഓഫ് ഫോക്കസും (Depth of focus) ഒന്നുതന്നെയാണോ?

ഇവ രണ്ടും ഒന്നല്ല. അടുത്തും അകലെയുമുള്ള വസ്തുക്കൾ എത്ര ത്തോളം ദൂരം ഫോക്കസിലായിരിക്കുന്നു എന്നതാണല്ലോ ഡെപ്ത് ഓഫ് ഫീൽഡ്. എന്നാൽ ഡെപ്ത് ഓഫ് ഫോക്കസ് എന്ന ആശയം ഇതിൽനിന്നും തികച്ചും വിഭിന്നമാണ്. ലെൻസിലൂടെ പതിക്കുന്ന പ്രകാശ രശ്മികൾ കേന്ദ്രീകരിക്കുന്ന തലത്തിലാണ് 'ഇമേജിങ്ങ് ഡിവൈസ്' (ഫിലിം ക്യാമറയിലാണെങ്കിൽ ഫിലിം) സ്ഥിതി ചെയ്യുന്നത്. ഇതിന്റെ സ്ഥാനത്തിന് കാര്യമായ വ്യതിചലനമുണ്ടായാൽ വ്യക്തമായ ദൃശ്യങ്ങൾ ലഭിക്കുന്നതല്ല. എന്നാൽ വളരെ നേരിയ സ്ഥാനചലനമാണെങ്കിൽ ദൃശ്യ ത്തിന്റെ വ്യക്തതയെ അത് ബാധിക്കുന്നുമില്ല. വളരെ വളരെ ചെറിയ ഒരു ദൂരമാണ് 'ഡെപ്ത് ഓഫ് ഫോക്കസ്'. ഇത് ഒരിഞ്ചിന്റെ ആയിരത്തി ലൊന്ന് എന്ന യൂണിറ്റ് ഉപയോഗിച്ചാണ് അളക്കുന്നത്. മൗണ്ടിൽ ഉറപ്പി ക്കപ്പെട്ട ലെൻസിനെ 'കൊള്ളിമേറ്റർ' (Collimator) എന്ന ഉപകരണം കൊണ്ട് പരിചയസമ്പന്നനായ ഒരു ടെക്നീഷ്യൻ പരിശോധിച്ചിട്ടാണ് ഡെപ്ത് ഓഫ് ഫോക്കസിൽ കാര്യമായ വ്യതിയാനങ്ങൾ ഉണ്ടോയെന്ന് നോക്കുന്നതും ഉണ്ടെങ്കിൽ പരിഹരിക്കുന്നതും.

ഡെപ്ത് ഓഫ് ഫീൽഡ് 'ലെൻസിന്റെ മുൻപിലുള്ള കാര്യമാണെ ങ്കിൽ ഡെപ്ത് ഓഫ് ഫോക്കസ്' ലെൻസിന്റെ പുറകിലുള്ള കാര്യമാണ്!

- 'ഡിഫറൻഷ്യൽ ഫോക്കസ്' എന്ന പ്രയോഗം കൊണ്ട് എന്താണുദ്ദേ ശിക്കുന്നത്?

ഡെപ്ത് ഓഫ് ഫീൽഡ് കുറഞ്ഞ ഒരു ഷോട്ട്. കുറെയധികം ആളു കൾ നിൽക്കുന്നതാണ് നാം കാണുന്നത്. മുൻനിരയിലുള്ളവർ വളരെ വ്യക്തമായി ഫോക്കസ് ചെയ്യപ്പെട്ടിരിക്കുന്നു. എന്നാൽ തൊട്ട് പുറകിലു ള്ളവർ മുതൽ ഏറ്റവും പുറകിലുള്ളവർ വരെ അവ്യക്തം. മുൻനിരയിലു ള്ളവർക്ക് വളരെയധികം പ്രാധാന്യം കൊടുക്കേണ്ടിവരുമ്പോഴാണ് ഇത്തര ത്തിൽ ഷോട്ടിനെ ഒരുക്കുന്നത്. ചില വ്യക്തികളെ 'എടുത്തുകാണിക്കു വാൻ' വേണ്ടി വ്യക്തമായ ഫോക്കസിൽ കൊണ്ടുവരികയും അവരൊ ഴികെ ഫ്രെയിമിലുള്ള മറ്റുള്ളവരെ ഔട്ട് ഓഫ് ഫോക്കസ് ആക്കുകയും ചെയ്യുന്ന രീതിയാണ് ഡിഫറൻഷ്യൽ ഫോക്കസ്. വ്യക്തികൾക്കു പകരം വസ്തുക്കളും ആകാം.

- ത്രോ ഫോക്കസ് (Throw focus) അഥവാ പുൾ ഫോക്കസ് (Pull focus) എന്നാലെന്താണ്? ഷിഫ്റ്റ് (shift) എന്ന പേരിലറിയപ്പെടുന്നത് ഇതു തന്നെയാണോ?

ഒരു ഷോട്ടിൽത്തന്നെ ചിലപ്പോൾ ഫോക്കസിനെ ഒരു വ്യക്തിയിൽനിന്നും മറ്റൊരു വ്യക്തിയിലേക്ക് മാറ്റേണ്ടതായി വരാറുണ്ട്. ഇതിനെയാണ് ത്രോ ഫോക്കസ് അഥവാ പുൾ ഫോക്കസ് എന്നു പറയുന്നത്. ചില ടെക്നീ ഷ്യന്മാർ ഇതിനെ ഷിഫ്റ്റ് എന്നു പറയുന്നു. ത്രോ ഫോക്കസ് എന്നാൽ

ഫോക്കസിനെ ഒരുതലത്തിൽ നിന്നും മറ്റൊരു തലത്തിലേക്ക് ത്രോ ചെയ്യുക (എറിയുക). പുൾ ഫോക്കസ് എന്നാൽ ഫോക്കസിനെ ഒരുതലത്തിൽനിന്നും മറ്റൊരു തലത്തിലേക്ക് പുൾ ചെയ്യുക (വലിക്കുക). ഷിഫ്റ്റിങ്ങ് എന്നാൽ ഫോക്കസിനെ ഒരിടത്തുനിന്നും മറ്റൊരിടത്തേക്ക് ഷിഫ്റ്റ് ചെയ്യുക (മാറ്റുക). മൂന്നും പ്രായോഗികമായി ഒന്നുതന്നെ.

ത്രോ ഫോക്കസ് ചെയ്യുന്ന വിധം

ദിലീപും കാവ്യാമാധവനുമാണ് ക്യാമറയ്ക്ക് മുന്നിലെന്ന് കരുതുക. ദിലീപ് ക്യാമറയുടെ അടുത്തും കാവ്യ അകലെയുമാണെന്ന് വയ്ക്കൂ... കാവ്യയെ ഫോക്കസ് ചെയ്യൂ... കാവ്യ കൃത്യമായി ഫോക്കസിൽ വരുന്നിടത്ത് ലെൻസിന്റെ ഫോക്കസ് റിങ്ങിൽ ചോക്കുകൊണ്ട് ഒരടയാളം കൊടുക്കൂ... ഇനി ദിലീപിനെ ഫോക്കസ് ചെയ്യുക. ഇത്രയും തയ്യാറെടുപ്പാണ്. ഇനി ഷോട്ട് ചിത്രീകരിച്ച് തുടങ്ങൂ... ദിലീപ് നല്ല 'പഞ്ച്' ഉള്ള ഒരു ഡയലോഗ് പറയുന്നു. അസിസ്റ്റന്റ് ക്യാമറാമാൻ ലെൻസിന്റെ ഫോക്കസ് റിങ്ങിനെ ചോക്കുകൊണ്ട് അടയാളപ്പെടുത്തിയ സ്ഥലത്തേക്ക് സെറ്റ് ചെയ്യുന്നു. ഇപ്പോൾ ഫോക്കസ് കാവ്യാമാധവനിലേക്കായി! ഇനി കാവ്യയ്ക്കും 'പഞ്ചുള്ള ഡയലോഗ്' പറയാം! ചോക്കുകൊണ്ട് അടയാളപ്പെടുത്താതെ ഷോട്ട് നടന്നുകൊണ്ടിരിക്കുമ്പോൾ കാവ്യയിലേക്ക് ഫോക്കസ് ചെയ്യാമെന്ന് വച്ചാൽ എളുപ്പമല്ല.

ശ്രീ ലിജോ ജോസ് പെല്ലിശ്ശേരി സംവിധാനം ചെയ്ത ആമ്മേൻ എന്ന ചിത്രത്തിൽ കപ്യാരെ അവതരിപ്പിക്കുന്ന രംഗത്തിൽ ഫോർഗ്രൗണ്ടിലുള്ള കുരിശിൽനിന്നും ബാക്ക്ഗ്രൗണ്ടിലുള്ള കപ്യാരിലേക്കും കപ്യാരിൽനിന്ന് വീണ്ടും കുരിശിലേക്കും ഫോക്കസ് ത്രോ ചെയ്യപ്പെടുന്നുണ്ട്.

പ്രേമം എന്ന സിനിമയിൽ മേരിയും കുഞ്ഞുസെലിനും വഴിയിലൂടെ നടക്കുമ്പോൾ ജോർജ്ജും കൂട്ടരും പിന്നാലെയുണ്ട്. ആദ്യം മേരിയും സെലിനും ഫോക്കസിലാണ്. പിന്നീട് ഫോക്കസ് ജോർജ്ജിലേക്കും കൂട്ടരിലേക്കും ഷിഫ്റ്റ് ചെയ്യപ്പെടുന്നു.

- പ്രീ ഫോക്കസ് (pre focus), ഫോളോ ഫോക്കസ് (follow focus) എന്നിവയെന്താണെന്ന് വ്യക്തമാക്കാമോ?

ഒരു ഷോട്ട് ചിത്രീകരിക്കുന്നതിന് മുൻപ് ദൃശ്യത്തെ കൃത്യമായ ഫോക്കസിലേക്ക് കൊണ്ടുവരുന്നതിനെയാണ് പ്രീ ഫോക്കസ് എന്നു പറയുന്നത്. ഓരോ ഷോട്ടും ചിത്രീകരിക്കപ്പെടുന്നതിന് മുൻപ് നടക്കുന്ന ഒരു പതിവ് ക്രമീകരണമാണിത്. എന്നാൽ വേറൊരു അർത്ഥത്തിലും (sense) ഈ വാക്ക് പ്രയോഗിക്കുന്നുണ്ട്. വന്യമൃഗങ്ങളെക്കുറിച്ചുള്ള ഒരു ഡോക്യുമെന്ററിയെടുക്കുന്നുണ്ടെന്ന് കരുതുക. ഒരു അരുവിയിൽനിന്നും വെള്ളം കുടിക്കുന്ന മൃഗങ്ങളെ ചിത്രീകരിക്കണം. മൃഗങ്ങൾ വന്നു വെള്ളം കുടിക്കുവാൻ തുടങ്ങുമ്പോൾ ഫോക്കസ് ചെയ്യാമെന്ന് വച്ചാൽ കുഴപ്പമിതാണ്

– പെട്ടെന്ന് വെള്ളം കുടിച്ച് അവ മടങ്ങിയാലോ? ഇത്തരം സന്ദർഭങ്ങളിൽ ഛായാഗ്രാഹകൻ അരുവിയുടെ കരയെ ആദ്യമേ ഫോക്കസ് ചെയ്ത് വയ്ക്കുന്നു. മൃഗങ്ങൾ വന്ന് വെള്ളം കുടിച്ചു തുടങ്ങുമ്പോൾ ഷോട്ട് ചിത്രീകരിച്ച് തുടങ്ങുകയും ചെയ്യുന്നു.

വസ്തുവോ ക്യാമറയോ ചലിക്കുമ്പോൾ ഫോക്കസ് നഷ്ടപ്പെടുവാൻ സാധ്യതയുണ്ട്. (ഡെപ്ത് ഓഫ് ഫീൽഡുമായി ഇതിന് ബന്ധമുണ്ട്. ക്യാമറയുടെ ലെൻസ് വൈഡ് ആംഗിളിലും അപ്പർച്ചർ ചുരുങ്ങിയതും ആണെങ്കിൽ കാര്യമായ ഫോക്കസ് നഷ്ടം ഉണ്ടാകില്ല. മറിച്ച് ലെൻസ് ടെലിയിലും അപ്പർച്ചർ വിസ്തൃതവുമാണെങ്കിൽ പെട്ടെന്ന് ഫോക്കസ് നഷ്ടപ്പെടും.) ഒരുദാഹരണം. ഒരാൾ ക്യാമറയ്ക്ക് നേരെ നടന്നുവരികയാണെന്ന് കരുതുക. അല്ലെങ്കിൽ ക്യാമറയിൽ നിന്നകന്നു പോകുന്നു. ഇത് ഫോക്കസ് നഷ്ടത്തിന് വഴിയൊരുക്കുന്നുണ്ടെങ്കിൽ ക്യാമറയുടെ ഫോക്കസ് ലിവർ നിരന്തരം ചലിപ്പിച്ച് വ്യക്തമായ ഫോക്കസ് നേടിയെടുക്കേണ്ടതുണ്ട്. ഒരു ഷോട്ട് ചിത്രീകരിക്കപ്പെടുമ്പോൾത്തന്നെ ചെയ്യേണ്ട ഈ പ്രക്രിയ ഏറെ ക്ലേശകരമായ ഒന്നാണ്. ഇത്തരം ഫോക്കസിങ് രീതിയെയാണ് ഫോളോ ഫോക്കസ് എന്നു വിളിക്കുന്നത്.

- വ്യക്തമായ ഫോക്കസിലുള്ള ദൃശ്യത്തെ ഏതെങ്കിലും കാരണത്താൽ 'ഔട്ട് ഓഫ് ഫോക്കസ്' ആക്കി കാണിക്കാറുണ്ടോ?

ചില പ്രത്യേക സാഹചര്യങ്ങളിൽ വ്യക്തമായ ഫോക്കസിലുള്ള ദൃശ്യത്തെ ഔട്ട് ഓഫ് ഫോക്കസ് ആക്കി കാണിക്കാറുണ്ട്. തലകറക്കം അനുഭവപ്പെടുന്ന ഒരാളുടെ ആത്മനിഷ്ഠമായ അനുഭവത്തെ കാണിക്കുവാൻ അയാൾ കാണുന്ന ദൃശ്യത്തെ ഔട്ട് ഓഫ് ഫോക്കസ് ആക്കി കാണിച്ചാൽ മതി.

വർണങ്ങൾ (Colours)

- പ്രാഥമിക വർണങ്ങൾ (primary colours), ദ്വിതീയ വർണങ്ങൾ (secondary colours), അനുപൂരക വർണങ്ങൾ (complementary colours) എന്നിവ എന്താണ്?

പ്രാഥമിക വർണങ്ങൾ

ചുവപ്പ് (Red), പച്ച (Green), നീല (Blue) എന്നിവയാണ് പ്രാഥമിക വർണങ്ങൾ. ഇവ മൂന്നും കൂടിച്ചേർന്നാൽ വെള്ളയാണ് ലഭിക്കുക. ഇവയിൽ രണ്ടെണ്ണം വീതം സങ്കലനം ചെയ്താൽ ദ്വിതീയ വർണങ്ങൾ (Secondary colours) ലഭ്യമാകുന്നതാണ്.

ദ്വിതീയ വർണങ്ങൾ

ചുവപ്പും പച്ചയും ചേർന്നാൽ മഞ്ഞ (Yellow) എന്ന ദ്വിതീയ വർണവും ചുവപ്പും നീലയും ചേർന്നാൽ മജന്ത (Magenta) എന്ന

ദ്വിതീയ വർണവും പച്ചയും നീലയും ചേർന്നാൽ സ്യാൻ (Cyan) എന്ന ദ്വിതീയ വർണവുമാണ് ലഭിക്കുക.

അനുപൂരക നിറങ്ങൾ

ചുവപ്പിന്റെ അനുപൂരകനിറം ലഭിക്കണമെങ്കിൽ പ്രാഥമിക വർണങ്ങളിൽനിന്നും ചുവപ്പിനെ ഒഴിച്ചുനിർത്തി ശേഷിക്കുന്ന വർണങ്ങളെ സങ്കലനം ചെയ്യണം.

അതായത്, ചുവപ്പിന്റെ അനുപൂരക നിറം
= ചുവപ്പ്, പച്ച, നീല - ചുവപ്പ്
(പ്രാഥമിക വർണങ്ങൾ)
= പച്ച, നീല
പച്ച + നീല = സ്യാൻ
അതുപോലെ
പച്ചയുടെ അനുപൂരക നിറം
= ചുവപ്പ്, പച്ച, നീല - പച്ച
(പ്രാഥമിക വർണങ്ങൾ)
= ചുവപ്പ്, നീല
ചുവപ്പ് + നീല = മജന്ത
നീലയുടെ അനുപൂരക നിറം
= ചുവപ്പ്, പച്ച, നീല - നീല
(പ്രാഥമിക വർണങ്ങൾ)
ചുവപ്പ് + പച്ച = മഞ്ഞ

ചുവപ്പ്, പച്ച, നീല (Red, Green, Blue) എന്നിവയെ ചേർത്ത് ഛായാഗ്രാഹകന്മാർ RGB എന്നാണ് പറയുക. ഛായാഗ്രഹണ കലയിലാണ് ചുവപ്പും പച്ചയും നീലയും പ്രാഥമികവർണങ്ങളായി പരിഗണിക്കപ്പെടുന്നത്. ചിത്രരചന, മനശ്ശാസ്ത്രപഠനം എന്നിവയിൽ ഇവ വ്യത്യാസപ്പെടുന്നുണ്ട്.

- കളർ ടെംപറേച്ചർ (Colour Temperature) എന്ന ആശയത്തെ ഛായാഗ്രാഹകന്മാർ എങ്ങനെയാണ് പ്രയോജനപ്പെടുത്തുന്നത്?

കടും മഞ്ഞ, ഇളം മഞ്ഞ, കടുംനീല, ഇളംനീല - നിറങ്ങളെക്കുറിച്ച് ഇങ്ങനെയൊക്കെ നാം പറയാറുണ്ടല്ലോ. എന്നാൽ നിറങ്ങളെ തമ്മിൽ സാങ്കേതികമായി താരതമ്യം ചെയ്യേണ്ടിവരുമ്പോൾ ഇത്തരം പ്രയോഗങ്ങൾ അപര്യാപ്തമായി തീരുന്നു. ഈ പോരായ്മയെ മറികടക്കുവാനാണ് കളർ ടെംപറേച്ചർ എന്ന ആശയത്തെ രൂപപ്പെടുത്തിയിരിക്കുന്നത്. ഇത് ഡിഗ്രി കെൽവിൻ (^{0}K) എന്ന യൂണിറ്റിൽ അളക്കപ്പെടുന്നു.

വ്യത്യസ്ത പ്രകാശസ്രോതസ്സുകളുടെ കളർ ടെംപറേച്ചറുകൾ താഴെ കൊടുക്കുന്നു.

ഉറവിടം	കളർ ടെംപറേച്ചർ
മെഴുകുതിരി	2000^0K
സൂര്യോദയം, സൂര്യാസ്തമയം	2000^0K
ടങ്ങ്സ്റ്റൺ ലൈറ്റ്	3200^0K
പകൽ വെളിച്ചം	5500^0K - 6500^0K
HMI ലൈറ്റ്	5600^0K
മൂടിക്കെട്ടിയ ആകാശം	6000^0K - 7500^0K

- ഈ കാലഘട്ടത്തിൽ ബ്ലാക് ആൻഡ് വൈറ്റിൽ (B/W) സിനിമകൾ നിർമ്മിക്കപ്പെടുന്നുവോ?

സിനിമ ബ്ലാക് ആൻഡ് വൈറ്റ് മാത്രമായിരുന്ന കാലമുണ്ടായിരുന്നല്ലോ. എന്നാൽ പിന്നീട് കളർ രംഗപ്രവേശം ചെയ്യുകയും പ്രേക്ഷകർ അതിനെ രണ്ടു കൈയും നീട്ടി സ്വീകരിക്കുകയുമാണുണ്ടായത്. നമുക്കു ചുറ്റുമുള്ള വസ്തുക്കളെ നാം കാണുന്നത് നിറങ്ങളിലൂടെയാണ്. ഈ വാസ്തവത്തെ അടിസ്ഥാനമാക്കി പറയുകയാണെങ്കിൽ കളർ സിനിമകൾ യാഥാർത്ഥ്യവും ബ്ലാക് ആൻഡ് വൈറ്റ് കൃത്രിമവുമാണ്. പക്ഷേ ബ്ലാക് ആൻഡ് വൈറ്റ് ഒരു കലയാണെന്ന വാദം ഇതിന് സമാന്തരമായി നില കൊള്ളുന്നു. കല യാഥാർത്ഥ്യത്തിന്റെ പ്രതിഫലനം മാത്രമാകണമെന്നില്ലല്ലോ. അത് അതിശയോക്തികരമായ പ്രകടനമോ യാഥാർത്ഥ്യത്തെ 'സ്റ്റൈലൈസേഷന് (Stylisation) വിധേയമാക്കിയ ഒരവസ്ഥയോ ആകാം. ഇങ്ങനെ നോക്കുകയാണെങ്കിൽ ബ്ലാക് ആൻഡ് വൈറ്റിനും ലാവണ്യപരമായ തലങ്ങൾ ഉണ്ടെന്ന് പറയേണ്ടിവരും.

ഈ കാലഘട്ടത്തിൽ ചുരുക്കമായിട്ടെങ്കിലും ബ്ലാക് ആൻഡ് വൈറ്റ് ചിത്രങ്ങൾ ഇറങ്ങുന്നുണ്ട്. കമ്മേർഷ്യൽ ചട്ടക്കൂടിൽനിന്നും വിമുക്തമായി പരീക്ഷണാത്മകമായിട്ടാണ് ഇത്തരം സിനിമകൾ സാധാരണയായി ഇറങ്ങുന്നത്. അവ മിക്കവാറും കലാമൂല്യത്തെ ഉയർത്തിക്കാട്ടുന്നവയുമായിരിക്കും.

അടുത്ത കാലത്തിറങ്ങിയ ഒരു മികച്ച ബ്ലാക് ആൻഡ് വൈറ്റ് ചിത്രമാണ് പവൽ പൗലികോവ്സ്കി സംവിധാനം ചെയ്ത ഇഡ (Ida) എന്ന പോളിഷ് സിനിമ. നിരവധി അന്താരാഷ്ട്ര അവാർഡുകൾ നേടിയ ഈ ചിത്രം 2014 നവംബറിൽ ഗോവയിൽ നടന്ന അന്താരാഷ്ട്ര ചലച്ചിത്രോത്സവത്തിൽ പ്രദർശിപ്പിച്ചിരുന്നു. യുദ്ധകാലത്തെ പോളണ്ടും യുദ്ധത്തിനു ശേഷമുള്ള പോളണ്ടുമാണ് ചിത്രത്തിന്റെ പശ്ചാത്തലം. വ്യത്യസ്ത

സാഹചര്യങ്ങളിൽ വളർന്നുവന്ന രണ്ട് സ്ത്രീകൾ. അവരുടെ ജീവിത കാമനകൾ തമ്മിലുള്ള സംഘർഷത്തിലൂടെ കഥ ഇതൾ വിടർത്തുന്നു.

കുറെയധികം ക്യാമറാചലനങ്ങൾ കുത്തിനിറയ്ക്കാതെ, കാതടപ്പിക്കുന്ന പശ്ചാത്തലസംഗീതമില്ലാതെ, നിശ്ശബ്ദതയെ ഒരായുധമായി ഉപയോഗിച്ചുംകൊണ്ടാണ് സിനിമ മുന്നേറുന്നത്.

മികച്ച വിദേശചിത്രത്തിനുള്ള ഓസ്കാർ അവാർഡ് നേടിയ ചിത്രമാണ് ഇഡ.

- നിറങ്ങൾക്ക് പ്രതികാത്മകതയുണ്ടോ? വ്യത്യസ്ത നിറങ്ങൾ ഉണർത്തുന്ന ഭാവങ്ങളേതെല്ലാം?

നിറങ്ങൾ വ്യത്യസ്തഭാവങ്ങളുണർത്തുന്നുവെന്നത് എല്ലാവർക്കും അറിയാവുന്ന ഒരു സത്യമാണ്. വെളുപ്പ് നമുക്ക് പരിശുദ്ധിയും കറുപ്പ് ദുഃഖത്തിന്റെ പ്രതീകവുമാണ്. എന്നാൽ സാക്ഷാൽ ഭഗവാൻ ശ്രീകൃഷ്ണന്റെ കറുപ്പു നിറത്തെക്കുറിച്ചാലോചിച്ചാൽ മനം ഭക്തികൊണ്ട് നിറയുകയാണുണ്ടാവുക. നിറങ്ങൾക്ക് സ്ഥായിയായ ഭാവവും സന്ദർഭംകൊണ്ട് ലഭിക്കുന്ന ഭാവവുമുണ്ടെന്ന് കാണാൻ കഴിയും. ഗോപീസുന്ദറിന്റെ അമ്മ മരിച്ചപ്പോൾ വീട്ടിലും പരിസരത്തുമൊക്കെ കറുത്ത കൊടികൾ സ്ഥാപിക്കപ്പെട്ടു. പിന്നീട് കറുപ്പ് കാണുമ്പോഴൊക്കെയും അയാളുടെ മനസ്സ് തേങ്ങുമായിരുന്നു. എന്നാൽ അയാളുടെ കാമുകി ഒരുനാൾ ആകർഷകമായതും ലേറ്റസ്റ്റ് ഫാഷനിലുള്ളതുമായ കറുത്ത വസ്ത്രങ്ങളണിഞ്ഞ് വന്നപ്പോൾ അയാൾ സന്തോഷിക്കുകയാണ് ചെയ്തത്.

വ്യത്യസ്ത നിറങ്ങൾക്ക് സാധാരണയായി കൈവരുന്ന ഭാവങ്ങളെക്കുറിച്ച് താഴെ പ്രതിപാദിക്കുന്നു.

ചുവപ്പ്	:	സ്നേഹം, പ്രണയം, ലൈംഗികത, ചൂട്, ആവേശം, കരുത്ത്, വേഗത, അപകടം.
പച്ച	:	പ്രകൃതി, പരിസ്ഥിതി, സസ്യജാലങ്ങൾ, വളർച്ച, സമൃദ്ധി, ആരോഗ്യം, സന്തോഷം, ഉണർവ്വ്, തണുപ്പ്, ധനലബ്ധി.
നീല	:	സത്യം, അഭിമാനം, വിശ്വാസ്യത, ഉടമസ്ഥത, അധികാരം, വിഷാദം, ഭാരം, തണുപ്പ്.
മഞ്ഞ	:	വെളിച്ചം, ഇളംചൂട്, സൂര്യപ്രകാശം, സന്തോഷം, ഭീരുത്വം.
ഓറഞ്ച്	:	ഇളംചൂട്, ചടുലത, തീക്ഷ്ണത.
പിങ്ക്	:	മൃദുലത, മാധുര്യം, സുരക്ഷിതത്വം, ഊട്ടിവളർത്തൽ (Nurturing)
പർപ്പിൾ	:	ധനം, രാജകീയഭാവം, ബുദ്ധിശക്തി, ആത്മീയത, അന്തസ്സ്, മൃദുലത.

കറുപ്പ്	:	മരണം, നിഗൂഢത, ചെറുത്തുനില്പ്, ദുഷ്ടത, കരുത്ത്
വെള്ള	:	ശുദ്ധത, വൃത്തി, ഭാരക്കുറവ്, ശൂന്യത, കന്യ കാത്വം, യുവത്വം, ലാഘവത്തം, മൃദുലത.

ഫിൽട്ടറുകൾ (Filters)

- ഫിൽട്ടറുകളെക്കുറിച്ചും അവയുടെ ക്രിയാത്മകമായ ഉപയോഗങ്ങളെക്കുറിച്ചും വിശദീകരിക്കാമോ?

ക്യാമറയുടെ ലെൻസിന് മുൻപിൽ ഘടിപ്പിക്കുന്ന പരന്ന ഒരു പ്ലേറ്റ് ആണ് ഫിൽട്ടർ. ഇത് വൃത്താകൃതിയിലും ചതുരാകൃതിയിലുമുണ്ടെങ്കിലും വൃത്താകൃതിയിലുള്ളവയാണ് ഛായാഗ്രാഹകന്മാർ കൂടുതലായും ഉപയോഗിക്കുന്നത്. ഫിൽട്ടറുകൾ ഉണ്ടാക്കപ്പെടുന്നത് ചില്ലുകൊണ്ടോ ജലാറ്റിൻ എന്ന വസ്തുകൊണ്ടോ ആണ്. ചിലപ്പോൾ ജലാറ്റിനെ ചില്ലുപാളികൾക്കിടയിൽ 'സാൻഡ്‌വിച്ച്' ചെയ്തുമാകാം. സ്പെഷ്യൽ ഇഫക്റ്റുകൾ ഉണ്ടാക്കുവാനുപയോഗിക്കുന്ന ഫിൽട്ടറുകൾ (Special effect filters), ഒരു നിശ്ചിത ലൈറ്റിങ്ങിൽ ചിത്രീകരിക്കപ്പെട്ട ദൃശ്യങ്ങളുടെ തുടർച്ച വേറെ ലൈറ്റിങ്ങിൽ ചെയ്യേണ്ടിവരുമ്പോൾ ഉപയോഗിക്കുന്ന കൺവർഷൻ ഫിൽട്ടറുകൾ (Convertion filters), ദൃശ്യത്തിന് വ്യത്യസ്ത വർണങ്ങൾ നൽകുവാനുള്ള കളർ ഫിൽട്ടറുകൾ (Colour filters) എന്നിങ്ങനെ ഫിൽട്ടറുകൾ പലതരമുണ്ട്.

പ്രധാനപ്പെട്ട ഫിൽട്ടറുകളെക്കുറിച്ചും അവയുടെ ഉപയോഗങ്ങളെക്കുറിച്ചും താഴെ പ്രതിപാദിക്കുന്നു.

യു - വി ഫിൽട്ടർ (U.V.Filter)

യു.വി. എന്നതിന്റെ പൂർണരൂപം അൾട്രാ വയലറ്റ് (Ultra violet) എന്നാകുന്നു. സൂര്യപ്രകാശത്തിലുള്ള അൾട്രാവയലറ്റ് രശ്മികൾ പ്രകൃതിയെ ചിത്രീകരിക്കുന്ന സമയത്ത് ഒരുതരം മങ്ങൽ സൃഷ്ടിക്കുന്നു. യു.വി. ഫിൽട്ടർ ലെൻസിന് മുൻപിൽ ഘടിപ്പിക്കുമ്പോൾ മങ്ങലിന് കാരണമായ അൾട്രാ വയലറ്റ് രശ്മികൾ തടയപ്പെടുകയും ചിത്രത്തിന് കൂടുതൽ മിഴിവ് ലഭിക്കുകയും ചെയ്യുന്നു. രണ്ടാമതൊരുപയോഗംകൂടി ഈ ഫിൽട്ടറിനുണ്ട്. പൊടിയിൽനിന്നും മറ്റും ലെൻസിന് സംരക്ഷണം നൽകുവാൻ ചില ഛായാഗ്രാഹകന്മാർ ഇതിനെ സ്ഥിരമായി ലെൻസിന് മുൻപിൽ ഘടിപ്പിക്കാറുണ്ട്.

സ്റ്റാർ ഫിൽട്ടറുകൾ (Star filter)

ലെൻസിനു മുൻപിൽ ഒരു സ്റ്റാർ ഫിൽട്ടർ ഘടിപ്പിച്ച് ചിത്രീകരണം നടത്തിയാൽ പ്രകാശത്തിന്റെ ശക്തമായ സ്രോതസ്സ് ഉള്ളിടത്തൊക്കെ കതിരുകൾ കാണപ്പെടുന്നതാണ്. ഈ കതിരുകളുടെ എണ്ണം നാല്, ആറ്, എട്ട് എന്നിങ്ങനെ പല ഫിൽട്ടറുകൾക്കും വ്യത്യാസപ്പെട്ടിരിക്കുന്നു.

മൾട്ടി ഇമേജ് ഫിൽട്ടർ (Multi image filter)

ഈ ഫിൽട്ടർ ഉപയോഗിച്ച് ഷൂട്ട് ചെയ്താൽ വസ്തുവിന്റെ ഒരു ഇമേജ് ലഭിക്കുന്നതിന് പകരം ഒരു ഫ്രെയിമിൽത്തന്നെ നിരവധി ഇമേജുകൾ ലഭിക്കുന്നതാണ്. മദനോത്സവം എന്ന പഴയ ചിത്രത്തിലെ എസ്. ജാനകി ആലപിച്ച 'ഈ മലർകന്യകൾ' എന്ന ഗാനരംഗത്തിൽ കോറസ് ഗാനാ ലാപനരംഗത്ത് അതിലെ നായികയായ സറീന വഹാബിനെ ഒരു ഫ്രെയി മിൽത്തന്നെ 'നിരവധി സറീനാ വഹാബുമാരായി' കാണിച്ചിട്ടുണ്ട്. ആ കാലഘട്ടത്തിലെ ദൃശ്യങ്ങളുടെ അവതരണരീതിയനുസരിച്ച് ഇത് പ്രേക്ഷ കരിൽ ഏറെ വിസ്മയവും കൗതുകവും സൃഷ്ടിച്ചിരുന്നു.

പോളറൈസിങ്ങ് ഫിൽട്ടർ (Polarizing filter)

ലോഹമൊഴികെ മറ്റു പ്രതലങ്ങളിലുള്ള 'ഗ്ലെയറി(glare)'നെ കുറയ്ക്കുവാനോ ഇല്ലാതാക്കുവാനോ ആണ് ഇത്തരം ഫിൽട്ടറുകൾ ഉപ യോഗിക്കുന്നത്. ചില്ലിലോ വെള്ളത്തിലോ മറ്റോ ഉള്ള ഗ്ലെയറിന് കാരണ മാകുന്ന പോളറൈസ് ചെയ്യപ്പെട്ട വെളിച്ചം (polarized light) ഈ ഫിൽട്ട റിന്റെ ഉപയോഗത്താൽ നിയന്ത്രിതമാക്കപ്പെടുകയാണ് ചെയ്യുന്നത്. ഇവ ലെൻസിന്മേൽ ഘടിപ്പിച്ച് തിരിക്കുമ്പോൾ ഒരു പ്രത്യേകതലത്തിൽ സഞ്ച രിക്കുന്നതും ഗ്ലെയറിനു കാരണമായതുമായ പ്രകാശരശ്മികൾ തടയ പ്പെടുകയാണുണ്ടാകുന്നത്.

ഡിഫ്യൂഷൻ ഫിൽട്ടർ (Diffusion filter)

ഇവ ഉപയോഗിച്ചാൽ ദൃശ്യങ്ങൾക്ക് ഒരുതരം മൃദുലത ലഭിക്കുന്നതി നാൽ സ്വപ്നസീനുകളോ ചരിത്രസംബന്ധിയായ സീനുകളോ ഒരുക്കു വാൻ ഇവയെ പ്രയോഗിക്കുന്നു. അഭിനേതാക്കളുടെ മുഖത്തെ കലക ളേയും പാടുകളേയും മൃദുവാക്കിക്കാണിക്കുവാനും ഇവയെ ഉപയോഗി ക്കാറുണ്ട്. പ്രത്യേക ഇഫെക്ട് ലഭിക്കേണ്ട പ്രണയരംഗങ്ങളിൽ ഇത്തരം ഫിൽട്ടറുകളെ വിവേകപൂർവ്വം ഉപയോഗിച്ചാൽ അസാമാന്യമായ ഫലം നേടിയെടുക്കാവുന്നതാണ്. ഈ ഫിൽട്ടർ വ്യത്യസ്ത തീവ്രതകളിൽ ലഭ്യ മാണ്.

ഫോഗ് ഫിൽട്ടർ (Fog filter)

മഞ്ഞുമൂടിയതുപോലെയുള്ള ഒരു 'ഫീൽ' ദൃശ്യത്തിന് കൊടുക്കു വാനാണ് ഈ ഫിൽട്ടർ ഉപയോഗിക്കുന്നത്. ഇത്തരം ഫിൽട്ടറുകൾ വ്യത്യസ്ത തീക്ഷ്ണതകളിൽ ലഭ്യമാണ്. ദൃശ്യത്തിന് കൂടുതൽ കോൺട്രാസ്റ്റ് ഉണ്ടെങ്കിൽ കൂടുതൽ ശക്തിയുള്ള ഫോഗ് ഫിൽട്ടർ ഉപ യോഗിക്കണം. അല്ലെങ്കിൽ ദൃശ്യം വളരെ ദുർബലമായി മാത്രമേ കാണ പ്പെടുകയുള്ളൂ.

എൻ.ഡി. ഫിൽട്ടർ (N.D.filter)

ന്യൂട്രൽ ഡെൻസിറ്റി ഫിൽട്ടർ (Neutral Density Filter) എന്നാണിതിന്റെ പൂർണരൂപം. ചാരനിരത്തിലുള്ള ഇവ ദൃശ്യത്തിലുള്ള എല്ലാ നിറങ്ങളോടും ഒരേ രീതിയിലാണ് പ്രതികരിക്കുന്നത്. എല്ലാ നിറങ്ങളോടും 'ന്യൂട്രൽ' ആയ സമീപനം വെച്ചുപുലർത്തുന്നതുകൊണ്ടാണ് ഈ ഫിൽട്ടറിന് ന്യൂട്രൽ ഡെൻസിറ്റി ഫിൽട്ടർ എന്ന പേരു വന്നത്. ലെൻസിലൂടെ കടന്നുവരുന്ന പ്രകാശരശ്മികളുടെ അളവിനെ കുറയ്ക്കുകയും തന്മൂലം അപ്പർച്ചർ കൂടുതലായി തുറക്കുവാൻ ഇവ സഹായിക്കുകയും ചെയ്യുന്നു. അപ്പർച്ചർ വർദ്ധിപ്പിക്കുവാൻ കഴിയുന്നതിലൂടെ ഛായാഗ്രാഹകന്മാർക്ക് കുറഞ്ഞ ഡെപ്ത് ഓഫ് ഫീൽഡ് ഒരുക്കുവാൻ സാധിക്കുന്നു. കടൽത്തീരത്തേയും മറ്റും ചിത്രീകരിക്കുമ്പോൾ അമിതമായ വെളിച്ചത്തെ നിയന്ത്രിക്കുവാൻ ഇത്തരം ഫിൽട്ടറുകൾ സഹായിക്കാറുണ്ട്.

- ഫിൽട്ടർ ഫാക്റ്റർ (Filter Factor) എന്നാലെന്താണ്?

ലെൻസിനു മുൻപിൽ ഫിൽട്ടർ ഘടിപ്പിക്കുമ്പോൾ, ലെൻസിലൂടെ കടന്നുവരുന്ന പ്രകാശത്തിന്റെ അളവ് കുറയുന്നു. ഇതിനെ പരിഹരിക്കുവാൻ പ്രകാശത്തെ നിയന്ത്രിക്കുന്ന അപ്പർച്ചർ കൂടുതലായി തുറക്കേണ്ടതുണ്ട്. പ്രകാശത്തിന്റെ അളവിനെ എത്ര ഇരട്ടി വർദ്ധിപ്പിക്കണമെന്നതാണ് 'ഫിൽട്ടർ ഫാക്ടർ'. ഒരു ഫിൽട്ടറിന്റെ ഫിൽട്ടർ ഫാക്ടർ 2 ആണെന്നിരിക്കട്ടെ. ഇതിന് അർത്ഥം നിങ്ങൾ രണ്ട് ഇരട്ടി പ്രകാശം കടത്തിവിടണം എന്നാണ്. (അഥവാ ആ ഫിൽട്ടർ പ്രകാശത്തിന്റെ അളവിനെ പകുതിയായി കുറയ്ക്കുന്നു. ഫിൽട്ടർ ഫാക്റ്റർ നാല് ആണെങ്കിൽ നാല് ഇരട്ടി പ്രകാശത്തെ കടത്തിവിടണം. ഇത്തരം ഫിൽട്ടർ പ്രകാശത്തിന്റെ അളവിനെ നാലിലൊന്നായി കുറയ്ക്കുന്നു.)

രണ്ട് ഫിൽട്ടറുകൾ ഒരുമിച്ചുപയോഗിക്കുകയാണെങ്കിൽ 'ഇഫെക്റ്റീവ് ഫിൽട്ടർ ഫാക്റ്റർ (Effective filter factor) രണ്ട് ഫിൽട്ടറുകളുടേയും ഗുണനഫലമായിരിക്കും. ഉദാ: രണ്ടും മൂന്നും ഫിൽട്ടർ ഫാക്റ്റുകളുള്ള രണ്ട് ഫിൽട്ടറുകൾ ഒരുമിച്ചുപയോഗിക്കുകയാണെങ്കിൽ അവയുടെ സംയുക്ത ഫിൽട്ടർ ഫാക്ടർ 2x3=6 ആയിരിക്കും.

- സൂര്യവെളിച്ചം (Sunlight), പകൽ വെളിച്ചം (Daylight) എന്നിവ സാങ്കേതികമായി എങ്ങനെ വ്യത്യാസപ്പെട്ടിരിക്കുന്നു?

ഛായാഗ്രഹണവുമായി ബന്ധപ്പെട്ട് സൂര്യന്റെ വെളിച്ചത്തെ താഴെപ്പറയുന്ന വിധത്തിലാണ് നിർവ്വചിച്ചിരിക്കുന്നത്. അമേരിക്കയിലെ വാഷിങ്ടൺ ഡി.സി. എന്ന സ്ഥലത്തെ ഒരു ശരാശരി വേനൽക്കാലദിനത്തിൽ ഉച്ചയ്ക്ക് 12 മണിക്ക് ലഭ്യമാകുന്ന സൂര്യവെളിച്ചത്തെയാണ് 'സൂര്യവെളിച്ച'മായി നിർവ്വചിച്ചിരിക്കുന്നത്. എന്നാൽ പകൽ വെളിച്ചമെന്നത് സൂര്യവെളിച്ചവും നീലാകാശത്തിന്റെ വെളിച്ചവും കൂടിക്കലർന്നതാണ്. നീല വെളിച്ചത്തിന്റെ

കളർ ടെംപറേച്ചർ ഉയർന്നതായതിനാൽ പകൽ വെളിച്ചത്തിന്റെ കളർ ടെംപറേച്ചർ സൂര്യവെളിച്ചത്തിന്റെ കളർ ടെംപറേച്ചറിനേക്കാൾ ഉയർന്ന താണ്. സൂര്യോദയത്തിലും സൂര്യാസ്തമയത്തിലും സൂര്യന്റെ വെളിച്ചം ചുവപ്പു കലർന്നതാകുന്നതിനാൽ കളർ ടെംപറേച്ചർ 2000^0K വരെ താഴാറുണ്ട്. പൊതുവിൽ പറഞ്ഞാൽ പകൽവെളിച്ചത്തിന്റെ കളർ ടെംപറേച്ചർ 2000^0K മുതൽ 10000^0K വരെ വ്യത്യാസപ്പെടാറുണ്ട്.

- ഡബിൾ റോൾ ചിത്രീകരിക്കുന്നതെങ്ങനെ?

ഛായാഗ്രഹണ വിദ്യകളിൽ ഏറ്റവും പ്രധാനപ്പെട്ട ഒന്നാണ് 'ഡബിൾ റോൾ' (Double role) പ്രേംനസീറിന്റെയും സത്യന്റെയും കാലം മുതൽ ഈ കാലഘട്ടം വരേയും ഈ വിദ്യ പ്രേക്ഷകനെ അമ്പരപ്പിക്കുകയും വിസ്മയിപ്പിക്കുകയും ചെയ്തിട്ടുണ്ടെന്നു നിസ്സംശയം പറയാം. അച്ഛന്റെയും മകന്റെയും റോൾ ഒരു നടൻ തന്നെ കൈകാര്യം ചെയ്തിട്ടുള്ള നിരവധി സിനിമകൾ മലയാളികൾ വെള്ളിത്തിരയിൽ കണ്ടിട്ടുണ്ട്. മറ്റു ചില ചിത്രങ്ങളിൽ ഒരു കഥാപാത്രത്തിന്റേതുപോലെത്തന്നെ കാഴ്ചയിൽ ഇരിക്കുന്ന മറ്റൊരു കഥാപാത്രത്തിന്റെ രംഗപ്രവേശവും അയാൾ സൃഷ്ടിക്കുന്ന കൺഫ്യൂഷനുകളും നാമേറെ കണ്ടു കഴിഞ്ഞു. നായകൻ തന്നെയാണെന്നു തെറ്റിദ്ധരിപ്പിച്ചു നായകന്റെ സ്വത്തുക്കളും മറ്റും തട്ടിയെടുക്കുവാനായിരിക്കും മിക്കവാറും ഈ കഥാപാത്രത്തിന്റെ വരവ്. ഭൂരിഭാഗം സിനിമകളിലും വെറുമൊരു കൗതുകത്തിനോ കഥയുടെ സുഗമമായ വികാസത്തിനോ വേണ്ടി മാത്രമായിരിക്കും ഡബിൾ റോളിനെ ഉപയോഗിച്ചിരിക്കുന്നത്. ആശയപരമായ ഉയർന്ന തലത്തിലേക്കു സിനിമയെ നയിക്കുവാൻ ഈ ഛായാഗ്രഹണ കലയെ കൂട്ടുപിടിച്ചിട്ടുള്ളവർ നന്നെ ചുരുങ്ങും.

ഫിലിമിൽ സിനിമ ചിത്രീകരിച്ചിരുന്ന കാലഘട്ടത്തിൽ ഡബിൾ റോൾ ചിത്രീകരിച്ചിരുന്നതിങ്ങനെയാണ്. അച്ഛനും മകനുമായി ഒരേ നടൻ തന്നെ അഭിനയിക്കുകയാണെന്നിരിക്കട്ടെ. അച്ഛനായി അഭിനയിക്കുന്ന നടന്റെ ഷോട്ടുകൾ ആദ്യം ചിത്രീകരിക്കുന്നു എന്നു വിചാരിക്കുക. ഫ്രെയിമിന്റെ ഇടതു ഭാഗത്താണ് ഇപ്പോൾ നടൻ നില്ക്കുന്നതെന്നു സങ്കല്പിക്കൂ. ലെൻസിന്റെ വലതുഭാഗം ഒരു കറുത്ത പ്ലേറ്റുകൊണ്ടു മൂടിയിരിക്കും. നടൻ അഭിനയിച്ചു തുടങ്ങുന്നു. അഭിനയം പൂർത്തിയായിക്കഴിയുമ്പോൾ ക്യാമറയുടെ പ്രവർത്തനം നിർത്തുകയും നടൻ അഭിനയിച്ചു തുടങ്ങിയപ്പോഴത്തെ ആദ്യ ഫ്രെയിമിലേക്കു ഫിലിമിനെ പുറകോട്ടു ചലിപ്പിക്കുകയും ചെയ്യുന്നു. ഇനി ലെൻസിന്റെ വലതുഭാഗം മൂടിയിരുന്ന കറുത്ത പ്ലേറ്റ് എടുത്തു മാറ്റി ഇടതുഭാഗം മൂടുന്നു. നടൻ മകന്റെ റോളിൽ മെയ്ക്കപ്പിട്ടു വന്നു ഫ്രെയിമിന്റെ വലതു വശത്തു നിൽക്കുന്നു. ഇനി ക്യാമറ ചലിപ്പിച്ചു നടന്റെ ആക്ഷനുകൾ ചിത്രീകരിക്കുന്നു. നടൻ ഫ്രെയിമിന്റെ ഒരു വശത്തു നിന്ന് അഭിനയിക്കുമ്പോൾ മറ്റേ വശം കറുത്ത പ്ലെയ്റ്റു കൊണ്ടു മൂടുന്നത് ആ വശത്തു നിന്നും പ്രകാശരശ്മികൾ ക്യാമറയിൽ പതിക്കുവാതിരിക്കുവാനാണെന്നു വ്യക്തം.

ഡിജിറ്റൽ ചിത്രീകരണ രീതിയനുസരിച്ച് ആധുനിക കാലഘട്ടത്തിൽ ഡബിൾ റോൾ ചിത്രീകരിക്കുന്നതെങ്ങനെയെന്നു നോക്കാം. നടൻ തന്റെ രണ്ടു റോളുകളിൽ ഒന്നഭിനയിക്കുന്നു. അടുത്ത റോൾ അയാൾ അഭിന യിക്കുന്നതു സ്റ്റുഡിയോയിൽ തയ്യാറാക്കിയ നീലയോ പച്ചയോ നിറത്തി ലുള്ള പശ്ചാത്തലത്തിനു മുൻപിലാണ്. നീലയോ പച്ചയോ നിറങ്ങളെ 'ഡിജിറ്റൽ മനിപ്യൂലേഷനി (Digital Manipulation)ലൂടെ എളുപ്പത്തിൽ ഇല്ലായ്മ ചെയ്യാൻ കഴിയുന്നു. അഭിനേതാവിന്റെ രൂപത്തെ മാത്രം എടുത്ത് ആദ്യത്തെ ദൃശ്യവുമായി കമ്പ്യൂട്ടർ സാങ്കേതിക വിദ്യകളിലൂടെ കൂട്ടി യോജിപ്പിക്കുകയാണു ചെയ്യുന്നത്.

- മറ്റു ഛായാഗ്രഹണ വിദ്യകളെക്കുറിച്ചു പ്രതിപാദിക്കാമോ?

സ്ലോമോഷനും (Slow Motion) ഫാസ്റ്റ്മോഷനും (Fast Motion)

സിനിമയുടെ ഏതാണ്ട് അവസാനത്തിൽ നായകൻ വില്ലനെ കണ്ടു മുട്ടുന്നു. മനസ്സിൽ എരിഞ്ഞിരുന്ന പകയുടെ കനലുകൾ പുറത്തേക്കു ചാടുന്നു. അതിവേഗത്തിൽ നായകൻ വില്ലന്റെയടുക്കലേക്കു പാഞ്ഞു വന്നു കയ്യിൽ കരുതിയിരുന്ന കത്തികൊണ്ടു വില്ലനെ ഒറ്റക്കുത്ത് എന്നാണ് നിങ്ങൾ കരുതിയതെങ്കിൽ തെറ്റിപ്പോയി! പ്രതികാരത്തിനായി ആഞ്ഞ ടുക്കുന്ന നായകൻ ഇപ്പോൾ 'സ്ലോമോഷനിലാണ്!' ഒരു ബാലേ നൃത്ത ത്തിലെ മന്ദചലനങ്ങളെ അനുസ്മരിപ്പിക്കുന്ന വിധത്തിൽ വായുവിൽ തന്റെ കൈകാലുകളെ സാവധാനത്തിൽ ചലിപ്പിച്ചാണ് നായകൻ തന്റെ എതിരാളിയുടെ അരികിലെത്തിച്ചേരുന്നത്. അയാൾ സാവകാശത്തിൽ തന്റെ അരയിൽ കരുതിയിരുന്ന കത്തി വലിച്ചെടുത്ത് വില്ലനെ മന്ദവേഗ ത്തിൽ കുത്തുന്നു. വില്ലൻ പതുക്കെ തറയിലേക്കു വീഴുന്നു. സാവധാന ത്തിൽ പിടഞ്ഞു പിടഞ്ഞു മരിക്കുന്നു! ഇവിടെ ഒരു ചോദ്യം ഉയരുന്നു. കത്തിയെടുത്തു കുത്തിക്കൊല്ലുക എന്ന പ്രക്രിയയുടെ 'തീക്ഷ്ണത' സ്ലോമോഷനിലൂടെയുള്ള അവതരണത്തിൽ കുറയുന്നുണ്ടോ? ഈ ആക്ഷനു ചടുലത കൊടുക്കുവാൻ പാഞ്ഞുവന്ന് ഒറ്റക്കുത്തു കൊടു ത്താൽ പോരെ? അങ്ങനെയും ആകാം. എങ്കിലും സ്ലോമോഷനിലൂടെ യുള്ള അവതരണത്തിന് അതിന്റേതായ ചില നേട്ടങ്ങളുമുണ്ട്. കുത്തുന്ന വന്റേയും കൊല്ലപ്പെടുന്നവന്റേയും ആക്ഷനുകൾക്കും മുഖഭാവ ങ്ങൾക്കും കൂടുതൽ പ്രകടന പരത ലഭിക്കുന്നു. എങ്ങനെയാണ് കത്തി പിടിക്കുന്നത്, എങ്ങനെയാണ് മുന്നോട്ടായുന്നത്, എവിടെയാണ് കുത്തു ന്നത്, എങ്ങനെയാണ് വീഴുന്നത് തുടങ്ങിയ കാര്യങ്ങൾ പ്രേക്ഷകനു കൂടുതൽ വ്യക്തമാകുന്നു. കൂടുതൽ സമയം സ്ക്രീനിൽ തങ്ങി നിൽക്കു ന്നതുകൊണ്ട് ആക്ഷൻ പ്രേക്ഷകനിലേക്കു കൂടുതൽ പതിയുന്നു. ഒരു ആക്ഷൻ യഥാർത്ഥ ജീവിതത്തിൽ സംഭവിക്കുന്നതിനെടുക്കുന്ന സമയം Real Time ഉം സ്ക്രീനിൽ അവതരിപ്പിക്കപ്പെടുന്ന സമയം Screen Timeഉം ആണ്. Real Time ഉം Screen Time ഉം എപ്പോഴും ഒന്നാകണമെന്നില്ല. ഇതു ചലച്ചിത്ര വ്യാകരണത്തിന്റെ അടിസ്ഥാന ആശയങ്ങളിലൊന്നാണ്.

ചടുലത വേണ്ടിയിരുന്നിടത്ത് അതിന്റെ നേരെ വിപരീത വികാരമായ മന്ദത അവതരിപ്പിക്കപ്പെട്ടിട്ടും ഫലം നേടിയെടുക്കുന്നതെങ്ങനെ? ഷേക്സ്പീയറിന്റെ പ്രസിദ്ധമായ ജൂലിയസ് സീസർ നാടകത്തിൽ മാർക്ക് ആന്റണി നടത്തിയ പ്രസംഗം വളരെ പ്രസിദ്ധമാണല്ലോ. ജനത്തെ ബ്രൂട്ട സിനെതിരായി തിരിച്ചു വിടുകയാണ് മാർക്ക് ആന്റണി ചെയ്യുന്നത്. പക്ഷേ, അദ്ദേഹത്തിന്റെ പ്രസംഗത്തിൽ കൂടുതൽ തവണ ആവർത്തിക്കുന്ന വാചകം 'But Brutus is an honourable man' (എന്നാൽ, ബ്രൂട്ടസ് ആദര ണീയനായ ഒരു മനുഷ്യനാണ്) എന്നാണല്ലോ? ഒരു നിശ്ചിത ഫലം ലഭി ക്കുന്നതിന് അതിന്റെ വിപരീതാവസ്ഥയെ സൂചിപ്പിക്കുന്ന സമ്പ്രദായം സാഹിത്യത്തിലും സിനിമയിലും മാത്രമല്ല, നിത്യജീവിതത്തിലുമുണ്ട്. ഒന്നിരുത്തി മൂളിയിട്ട് 'അയാളല്ലെങ്കിലും നല്ല പുള്ളിയാണ്' എന്നു പറ ഞ്ഞാൽ വിപരീതാർത്ഥമാണല്ലോ ലഭിക്കുക. 'കൊച്ചുകള്ളാ' എന്നും 'കൊച്ചുകള്ളി' എന്നും സ്നേഹപൂർവ്വമാണല്ലോ നമ്മൾ വിളിക്കുന്നത്. സ്ലോ മോഷൻ എന്ന, മന്ദ താളത്തിൽ നമുക്കനുഭവപ്പെടുന്ന ചലനം ഒരു വേള വൈകാരികമായി വിപരീതാവസ്ഥ സൃഷ്ടിക്കുകയാണെന്നു പറയാം.

സ്ലോമോഷന്റെ സാങ്കേതികത

സ്ലോമോഷനെക്കുറിച്ചു മനസ്സിലാക്കുവാൻ ഫിലിമിനെ ആസ്പദമാ ക്കിയുള്ള വ്യാഖ്യാനത്തെ കൂട്ടുപിടിക്കുകയാണ് നല്ലത്. സാധാരണയായി ചിത്രീകരണ സമയത്തു മൂവി ക്യാമറയിലൂടെ ഫിലിം ചലിക്കുന്നത് ഒരു സെക്കൻറിൽ ഇരുപത്തിനാലു ഫ്രെയിമുകൾ എന്ന കണക്കിലാണ്. പ്രദർശന സമയത്തു പ്രൊജക്റ്ററിലൂടെയും ഒരു സെക്കൻറിൽ ഇരുപത്തി നാലു ഫ്രെയിമുകളാണ് ചലിക്കുന്നത്. എന്നാൽ സ്ലോ മോഷൻ ലഭിക്കു വാൻ ചത്രീകരണ സമയത്തു ക്യാമറയുടെ മോട്ടോറിനെ പ്രത്യേകം ക്രമീകരിച്ചു ഫിലിമിന്റെ ചലനവേഗത സെക്കന്റിൽ മുപ്പത്തിയാറോ, നാൽപത്തെട്ടോ, അറുപതോ മറ്റോ ആക്കി വർദ്ധിപ്പിക്കുന്നു. വർദ്ധിച്ച വേഗതയിൽ ചിത്രീകരിക്കപ്പെട്ട ഫിലിം പ്രൊജക്റ്ററിലെ 'സെക്കന്റിൽ ഇരുപത്തിനാല് എന്ന സാധാരണ വേഗതയിലേക്കു വരുമ്പോൾ കാണി കൾക്കു സ്ലോമോഷൻ അനുഭവപ്പെടുകയാണ് ചെയ്യുന്നത്. സ്ലോമോഷൻ ലഭിക്കുവാൻ ചിത്രീകരണ സമയത്തു ഫിലിം ചലിക്കുന്നതിന്റെ വേഗത കുറയ്ക്കുകയല്ല, കൂട്ടുകയാണു ചെയ്യുന്നതെന്നു പ്രത്യേകം ശ്രദ്ധിക്കു മല്ലോ. ഒരുദാഹരണത്തിലൂടെ ഈ ആശയം കൂടുതൽ മനസ്സിലാക്കാവു ന്നതാണ്. പതിനായിരം രൂപ പ്രതിമാസ വരുമാനമുള്ള ഒരാൾ പെട്ടെന്ന് ഇരുപതിനായിരം രൂപ പ്രതിമാസ വരുമാനത്തിലേക്കെത്തിച്ചേർന്നു എന്നു കരുതുക. അയാളെ സംബന്ധിച്ചു തന്റെ വരുമാനം ഇരട്ടിയാകുകയാണ് ചെയ്യുന്നത്. എന്നാൽ മുപ്പതിനായിരം രൂപ പ്രതിമാസം വരുമാനം ഉണ്ടാ യിരുന്ന ഒരാളുടെയാണ് വരുമാനം ഇരുപതിനായിരമാകുന്നതെങ്കിലോ?

അയാൾ സാമ്പത്തികമായി ഞെരുങ്ങുകയാണ് ചെയ്യുക. ഈ ഉദാഹരണത്തിലെ ഇരുപതിനായിരം രൂപയെ ശരാശരിയായിട്ടെടുക്കുക. കുറവിൽനിന്നു ശരാശരിയിലെത്തിയാൽ കൂടുതലായി അനുഭവപ്പെടുന്നു. കൂടുതലിൽ നിന്നും ശരാശരിയിലെത്തിയാൽ കുറവായി അനുഭവപ്പെടുന്നു. അതായത് ആദ്യം ഏതവസ്ഥയിലായിരുന്നു, പിന്നീട് ഏതവസ്ഥയിലെത്തിച്ചേരുന്നു എന്നതാണ് പ്രധാനം. ചിത്രീകരണ സമയത്തു വേഗത്തിലോടുന്ന ഫിലിം പ്രോജക്റ്ററിലെ ശരാശരി വേഗതയിലെത്തുമ്പോൾ ചലനങ്ങൾ സ്ലോ ആയി അനുഭവപ്പെടുകയാണ് ചെയ്യുന്നത്. ഡിജിറ്റൽ സിനിമാ ചിത്രീകരണത്തിന്റെ ഈ കാലഘട്ടത്തിൽ സ്ലോ മോഷൻ ചിത്രീകരിക്കുവാൻ ഫ്രെയിം നിരക്കിൽ (ഒരു സെക്കന്റിലോടുന്ന ഫ്രെയിമുകളുടെ എണ്ണം) വരുത്തേണ്ട വ്യതിയാനങ്ങൾ കമ്പ്യൂട്ടർ മനിപ്യുലേഷനിലൂടെയാണ് ചെയ്യുന്നത്.

സെക്കൻറിൽ പതിനെട്ടോ പന്ത്രണ്ടോ മറ്റോ ഫ്രെയിമുകൾ ചിത്രീകരിച്ച് ഇരുപത്തിനാല് എന്ന വേഗതയിൽ പ്രദർശിപ്പിക്കുമ്പോൾ ഫാസ്റ്റ് മോഷൻ ലഭിക്കുന്നു. ഈ കാലഘട്ടത്തിൽ കമ്പ്യൂട്ടർ മനിപ്യുലേഷനിലൂടെയാണ് ഇതും ലഭിക്കുന്നത്. വാഹനങ്ങളുടെ അതിവേഗതയിലുള്ള ചലനം, കൊമേഡിയന്റെ വേഗത്തിലുള്ള നടത്തം- ഇവയ്ക്കൊക്കെ ഫാസ്റ്റ് മോഷൻ ഉപയോഗിച്ചു വരുന്നു.

സ്ട്രോബ് (Strobe) അഥവാ ഇന്റർമിറ്റന്റ് മോഷൻ (Intermittent Motion)

സ്ലോ മോഷനിൽ നാം കാണുന്നതു സാവകാശവും തുടർച്ചയായതുമായ ചലനമാണെങ്കിൽ സ്ട്രോബ് എന്ന വിദ്യയിൽ ഇടവിട്ടുള്ള ചലനമാണുള്ളത്. ചിത്രീകരിക്കപ്പെട്ട ഫ്രെയിമുകളിൽ ചില ഫ്രെയിമുകളെ എഡിറ്റിങ്ങ് വേളയിൽ നീക്കം ചെയ്താണ് ഈ ഇഫെക്റ്റ് സാധിച്ചെടുക്കുന്നത്. ആക്ഷന്റെ തുടർച്ച ഇത്തരം ദൃശ്യങ്ങളിൽ അനുഭവപ്പെടുന്നില്ലെങ്കിലും വിട്ടുവിട്ടുള്ള ചലനം ഒരുതരം തീക്ഷ്ണതയോ ഭ്രമാത്മകതയോ പ്രേക്ഷകരിലുളവാക്കുന്നു. ഇടവിട്ടുള്ള ചലനം എന്ന അർത്ഥത്തിലാണ് ഇതിന് ഇന്റർമിറ്റന്റ് മോഷൻ എന്ന പേരു വന്നത്.

സ്റ്റോപ് മോഷൻ (Stop Motion)

ഒരു കഥാപാത്രമോ വസ്തുവോ ഷോട്ടിൽ നിന്നും പെട്ടെന്ന് അപ്രത്യക്ഷമാവുന്നതോ, ഒരു കഥാപാത്രം മാറി അതേ സ്ഥാനത്തു പെട്ടെന്നു മറ്റൊരു കഥാപാത്രം പ്രത്യക്ഷപ്പെടുന്നതുമൊക്കെ ഈ വിദ്യ ഉപയോഗിച്ചാണ് ചിത്രീകരിക്കുന്നത്. ഒരു അഭിനേതാവിനെ ഫ്രെയിമിൽ ഉൾപ്പെടുത്തി ക്യാമറ പ്രവർത്തിപ്പിച്ചു ഒരു ഷോട്ടു ചിത്രീകരിക്കുക. ഇനി ക്യാമറ നിർത്തി അഭിനേതാവിനെ തൽസ്ഥാനത്തു നിന്നും മാറ്റുക. ഇനി വീണ്ടും ചിത്രീകരണം നടത്തുക. ഈ രണ്ടുഷോട്ടുകളും ചേർന്നു വരുമ്പോൾ കഥാപാത്രം പെട്ടെന്ന് അപ്രത്യക്ഷമായതു പോലെയാണ്

തോന്നുക. ഇനി രസകരമായ മറ്റൊരുദാഹരണം പരിശോധിക്കാം. ഒരു ദുർമന്ത്രവാദി ഒരു മനുഷ്യനെ 'നീ കഴുതയായ് മാറട്ടെ' എന്നു പറഞ്ഞു കൊണ്ടു ശപിക്കുന്നു. അടുത്ത നിമിഷം ആ മനുഷ്യൻ നിന്നിരുന്നിടത്തു കഴുത പ്രത്യക്ഷപ്പെടുകയും ചെയ്യുന്നു. ഇതെങ്ങനെ ചിത്രീകരിക്കും? ആദ്യം മന്ത്രവാദിയേയും ആ മനുഷ്യനേയും ഉൾപ്പെടുത്തി ഷോട്ടു ചിത്രീകരിക്കുന്നു. 'നീ കഴുതയായ് മാറട്ടെ!' എന്ന ഡയലോഗിനു ശേഷം ഷോട്ടു കട്ടു ചെയ്യുന്നു. ഇനി അഭിനേതാവിനെ മാറ്റി നിർത്തി തൽ സ്ഥാനത്തു കഴുതയെ കൊണ്ടു നിർത്തുകയും ചെയ്യുന്നു. കഴുതയേയും മന്ത്രവാദിയേയും ഉൾപ്പെടുത്തി അടുത്ത ഷോട്ടു ചിത്രീകരിക്കുന്നു. ഇവ തുടർച്ചയായി പ്രദർശിപ്പിക്കപ്പെടുമ്പോൾ മനുഷ്യ കഥാപാത്രം കഴുത യായ് മാറിയതായാണ് പ്രേക്ഷകനനുഭവപ്പെടുക! ഇത്തരം വിദ്യകൾ ചിത്രീകരിക്കുമ്പോൾ ഛായാഗ്രാഹകൻ പല കാര്യങ്ങളും ശ്രദ്ധിക്കേണ്ട തായുണ്ട്. ആദ്യമെടുത്ത ഷോട്ടിന്റെ അതേ വലിപ്പത്തിൽ തന്നെയായിരി ക്കണം രണ്ടാമത്തെ ഷോട്ടും ചിത്രീകരിക്കുന്നത്. അതായത് ആദ്യത്തേത് ലോങ്ങ്ഷോട്ട് ആണെങ്കിൽ രണ്ടാമത്തേത്തും ലോങ്ങ് ഷോട്ടു തന്നെയാ യിരിക്കണം. ഷോട്ടിന്റെ വലിപ്പം മാറിയാൽ പ്രേക്ഷകനു പെട്ടെന്നുള്ളൊരു ചാട്ടം (jump) അനുഭവപ്പെടുകയും 'എന്തോ കൃത്രിമം നടന്നു' എന്ന തോന്നലുളവാകുകയും ചെയ്യും. ഇതു സ്വാഭാവികതയെ നഷ്ടപ്പെടുത്തും. വിസ്മയമോ ഭ്രമാത്മകതയോ അവതരിപ്പിക്കുവാനാണ് ഇത്തരം ദൃശ്യങ്ങൾ ച്രിത്രീകരിക്കുന്നതെന്നു പ്രത്യേകം പറയേണ്ടതില്ലല്ലോ.

കറുത്ത ചരടോ കമ്പിയോ ഉപയോഗിച്ചുള്ള വിദ്യകൾ (Techniques using black strings)

തലയോട്ടികൾ ചലിക്കുന്നതും കത്തിയേറു നടത്തുന്നതും മറ്റും ചിത്രീകരിക്കുമ്പോൾ കറുത്ത ചരടോ കമ്പിയോ കൊണ്ട് അവയെ ബന്ധിപ്പിച്ചിരിക്കും. ഈ കറുത്ത ചരടിനേയോ കമ്പിയേയോ ദൃശ്യത്തിൽ കാണാത്തതുപോലെയുള്ള പ്രത്യേകതയാർന്ന ലൈറ്റിങ്ങും ആംഗിളു മാണ് ഛായാഗ്രഹകൻ സ്വീകരിച്ചിട്ടുണ്ടാവുക.

- മിനിയേച്ചർ ഫോട്ടോഗ്രാഫി (Miniature Photography) എന്ന ഛായാഗ്രഹണവിദ്യ എന്തിനാണ് ഉപയോഗിക്കുന്നത്?

വെള്ളപ്പൊക്കത്തിൽ വീടുകൾ ഒലിച്ചു പോകുന്നതും പാലങ്ങൾ തകരുന്നതും തീവണ്ടികൾ കൂട്ടിമുട്ടുന്നതുമൊക്കെ വെള്ളിത്തിരയിൽ കണ്ട് അദ്ഭുതം കൂറാത്തവരില്ല. ഇവയൊക്കെ എങ്ങനെയാണ് ചിത്രീകരിക്കുന്നതെന്നു കാഴ്ചക്കാർ ചിന്തിച്ചുപോകുന്നതു സ്വാഭാവികം മാത്രം. മിനിയേച്ചർ ടെക്നിക് എന്ന ഛായാഗ്രഹണ വിദ്യയെയാണ് ഇതിനായി സിനിമക്കാർ കൂട്ടുപിടിക്കുന്നത്. പാലങ്ങളുടേയും തീവണ്ടി കളുടേയും വീടുകളുടേയുമെല്ലാം ചെറിയ രൂപങ്ങൾ (Miniature) ഉണ്ടാക്കിയിട്ട് അവയെ വെള്ളത്തിൽ ഒഴുക്കി വിടുകയും തകർക്കുകയും

കൂട്ടിമുട്ടിക്കുകയും മറ്റും ചെയ്തിട്ട് ചിത്രീകരിക്കുകയാണ് ചെയ്യുന്നത്. അപ്പോൾ ദൃശ്യത്തിൽ ഇവ 'കളിക്കോപ്പുകൾ' പോലെ ചെറുതായി കാണപ്പെടുകയില്ലേ? ഇല്ല. ചെറിയ രൂപങ്ങൾ ഉണ്ടാക്കി അവയുടെ വളരെ അരികിൽ ക്യാമറ വച്ചു ചിത്രീകരിച്ച് സ്ക്രീനിൽ പ്രൊജക്റ്റ് ചെയ്യുമ്പോൾ അവ വലുതായി കാണപ്പെടുകയാണ് ചെയ്യുന്നത്. ഒരുദാഹരണത്തിലൂടെ ഇത് വ്യക്തമാക്കാം. പെൺകുട്ടികൾ കൈയിലണിയുന്ന ഒരു വള യെടുത്ത് ഒരു വെള്ളക്കടലാസ്സിൽ വെയ്ക്കുക. (മറ്റു വസ്തുക്കളൊന്നും വളയുടെ അരികിൽ ഉണ്ടാകരുത്) ഇതിന്റെ തൊട്ടടുത്ത് ഒരു സ്റ്റിൽ ക്യാമറ പിടിച്ചു ഫോട്ടോ എടുക്കുക. ചിത്രീകരിച്ച ദൃശ്യത്തിന്റെ ഒരു എൻലാർജ്മെന്റ് ഫോട്ടോ എടുത്തു നോക്കുക. വളരെ വലിയ ഒരു 'വളയം' ആയയാണിത് കാണപ്പെടുന്നത്. സ്റ്റിൽ ക്യാമറയ്ക്കു പകരം മൂവിക്യാമറ ഉപയോഗിച്ച് ഇത് ചിത്രീകരിച്ച് സ്ക്രീനിൽ പ്രൊജക്റ്റു ചെയ്താൽ ഭീമാകാരമായ ഒരു വളയത്തെയാണ് നമ്മൾ കാണുക. ഭീമാകാരമായ ഒരു വളയത്തെ സ്ക്രീനിലവതരിപ്പിക്കാൻ കയ്യിലണിയുന്ന ചെറിയ ഒരു വള മാത്രം മതിയല്ലോ? ഇതുപോലെയാണു വലിയ തീവണ്ടിയുടെ ചെറിയ രൂപവും മറ്റും ഉപയോഗിച്ചു മിനിയേച്ചർ ഫോട്ടോഗ്രാഫി നിർവ്വഹിക്കുന്നത്.

മിനിയേച്ചർ ഫോട്ടോഗ്രാഫിയിലൂടെ ചിത്രീകരിച്ച ഷോട്ടുകളേയും യഥാർത്ഥ വസ്തുക്കളെ (ഉദാ: യഥാർത്ഥത്തിലുള്ള തീവണ്ടി, വീട് മുതലായവ) ചിത്രീകരിച്ച ഷോട്ടുകളെയും വിദഗ്ധമായി എഡിറ്റു ചെയ്താൽ ദൃശ്യത്തിനു യാഥാർത്ഥ്യ പ്രതീതി ലഭിക്കുന്നതാണ്. സൗണ്ട് ഇഫെക്റ്റുകളും പശ്ചാത്തല സംഗീതവുമെല്ലാം ദൃശ്യങ്ങൾക്കു കൂടുതൽ സ്വാഭാവികത പ്രദാനം ചെയ്യുന്നു.

- പഴയകാല സിനിമകളിൽ ധാരാളമായി അവലംഭിക്കപ്പെട്ടിട്ടുള്ള ഒരു ഛായാഗ്രഹണ വിദ്യയാണ് ബാക്ക് പ്രൊജക്ഷൻ (Back Projection) ഇത് എങ്ങനെയാണു ചെയ്തിരുന്നത്?

മുൻകാലങ്ങളിൽ കൂടുതലായി ചെയ്യപ്പെട്ടിരുന്ന ഒരു ടെക്നിക്ക് ആണിത്. ഒരു നടൻ തെരുവിലൂടെ കാറോടിച്ചു പോകുന്ന ഒരു സീൻ ചിത്രീകരിക്കണമെന്നിരിക്കട്ടെ. കാറോടിച്ചു പോകുന്ന നടന്റെ കാഴ്ച പ്പാടിലെന്നവണ്ണം തെരുവിന്റെ ദൃശ്യങ്ങൾ ചിത്രീകരിക്കുന്നു. അതായത് ചിത്രീകരണ സമയത്തു നടനും കാറുമൊന്നുമില്ല. സംവിധായകനും ഛായാഗ്രാഹകനും സഹായികളും മാത്രം തെരുവിൽ ചെന്നു ചിത്രീകരണം നടത്തുന്നു. ഇങ്ങനെ ചിത്രീകരിക്കപ്പെട്ട തെരുവിന്റെ ദൃശ്യങ്ങൾ സ്റ്റുഡിയോക്കുള്ളിലെ ഒരു സ്ക്രീനിൽ പ്രൊജക്റ്റ് ചെയ്യുന്നു. ഈ സ്ക്രീനിന് മുമ്പിൽ നടൻ കാറിലിരുന്നു ഓടിക്കുന്നതുപോലെ അഭിനയിക്കുന്നു. പശ്ചാത്തലത്തിലുള്ള സ്ക്രീനിനേയും അതിനു മുമ്പിൽ കാറിലിരിക്കുന്ന നടനേയും ക്യാമറ ഉപയോഗിച്ചുവീണ്ടും ചിത്രീകരിക്കുന്നു. ഇപ്പോൾ ലഭിക്കുന്ന ദൃശ്യം നടൻ തിരക്കേറിയ

തെരുവിലൂടെ കാറോടിച്ചു പോകുന്നതാണ്. ആദ്യം ഷൂട്ടു ചെയ്ത തെരുവിന്റെ ദൃശ്യങ്ങളിലെ ക്യാമറാചലനത്തിന്റെ വേഗതയും പിന്നീട് നടൻ ഓടിക്കുന്ന കാറിന്റെ വേഗതയും തമ്മിൽ പൊരുത്തപ്പെടേണ്ടതുണ്ട്. തിരക്കേറിയ വീഥികളിൽ പ്രശസ്ത താരങ്ങൾ വന്നു ചേരുമ്പോഴുണ്ടാകുന്ന അസൗകര്യങ്ങളെ ഒഴിവാക്കാനും മറ്റുമായിരുന്നു ഈ ഛായാഗ്രഹണ വിദ്യ മുൻകാലങ്ങളിൽ കൂടുതലായും ഉപയോഗിച്ചിരുന്നത്.

- സൈക്കിൾ പുറകോട്ടോടുന്നതും, ബക്കറ്റിൽ നിന്നും പുറത്തേക്കൊഴുകിയ വെള്ളം തിരികെ ബക്കറ്റിലേക്കൊഴുകുന്നതും മറ്റും എങ്ങനെയാണു ചിത്രീകരിക്കുന്നത്?

സൈക്കിൾ പുറകോട്ടു ചവിട്ടുന്നതും ബക്കറ്റിൽ നിന്നും പുറത്തേക്കൊഴുകിയ വെള്ളം തിരികെ ബക്കറ്റിലേക്കൊഴുകുന്നതും സിഗരറ്റ് വലിച്ചിട്ടു പുറത്തേക്കു വിട്ട പുക തിരികെ വായിലേക്കു വരുന്നതും മറ്റും കണ്ടിട്ടില്ലേ? ഏറെ വർഷങ്ങൾക്കു മുമ്പിറങ്ങിയ ഒരു മലയാള ചിത്രത്തിൽ അതിശയിപ്പിക്കുന്ന തരത്തിലുള്ള ഇത്തരം ദൃശ്യങ്ങളുണ്ടായിരുന്നു. ഇത്തരം ദൃശ്യങ്ങൾ ചിത്രീകരിക്കാനുപയോഗിക്കുന്ന വിദ്യയാണ് 'റിവേഴ്സ് ഷൂട്ടിംഗ്'. ക്യാമറയ്ക്കുള്ളിലെ ഫിലിം പുറകോട്ടോടിച്ചു ചിത്രീകരണം നടത്തുന്ന രീതിയാണിത്. ക്യാമറയുടെ മോട്ടോറിന്റെ സ്വിച്ച് 'റിവേഴ്സ് മോഡിൽ' (Reverse Mode) സെറ്റ് ചെയ്താണ് ഛായാഗ്രാഹകന്മാർ ഇതു നേടിയെടുക്കുന്നത്. രണ്ടു കാറുകൾ തമ്മിൽ കൂട്ടിയിടിക്കുന്ന രംഗം ചിത്രീകരിക്കണമെന്നു കരുതുക. ആദ്യം കാറുകളുടെ മുൻ ഭാഗങ്ങൾ തമ്മിൽ ചേർന്നു നിൽക്കുന്നതുപോലെ ക്രമീകരിക്കുന്നു. ക്യാമറയുടെ മോട്ടോറിന്റെ സ്വിച്ച് 'റിവേഴ്സ്' ചെയ്യുന്നു. ഇനി വിപരീതമായ ആക്ഷൻ ചെയ്യുന്നു, അതായതു കാറുകൾ പുറകോട്ടെടുക്കുന്നു. ഫിലിം റിവേഴ്സിൽ ചലിക്കുന്നതുകൊണ്ടു കാറുകളുടെ പുറകോട്ടുള്ള ചലനത്തിന്റെ വിപരീതം (മുന്നോട്ടുള്ള ചലനം) ദൃശ്യത്തിൽ ലഭിക്കുകയും ചെയ്യുന്നു. (രണ്ടു നെഗറ്റീവുകൾ ചേർന്നാൽ പോസിറ്റീവ് ലഭിക്കുമെന്നു ക്ലാസ്സിൽ ടീച്ചർ പണ്ടു പറഞ്ഞുതന്നതെത്ര ശരി!)

- മഞ്ഞ്, മഴ, പുക, മരീചിക, ചിലന്തിവല എന്നിവയൊക്കെ എങ്ങനെയാണു ചിത്രീകരിക്കുന്നത്?

മഞ്ഞുപൊഴിയുന്ന ഇഫെക്ട് ലഭിക്കുവാൻ ചെറിയ കടലാസ് തരികളും പോളിയെസ്റ്റർ ചീളുകളും മുകളിൽനിന്നും വർഷിക്കുകയാണ് ചെയ്യുന്നത്. തറയിൽ വീണു കിടക്കുന്ന മഞ്ഞു ലഭിക്കുവാൻ മണൽച്ചാക്കുകൾ നിരത്തി അവയുടെ മുകളിൽ വെള്ളനിറം കൊടുത്ത അറക്കപ്പൊടിയോ പൊളിയെസ്റ്റർ ചീളുകളോ തൂവുന്നു. ഡോക്ടർ ഷിവാഗോ എന്ന വിഖ്യാതമായ ചിത്രത്തിൽ (സംവിധാനം: ഡേവിഡ് ലീൻ) ഇത്തരത്തിൽ രൂപപ്പെടുത്തിയ മഞ്ഞുമൂടിയ വലിയ ഭൂവിഭാഗങ്ങൾ കാണാൻ കഴിയും.

നനയ്ക്കുവാനുപയോഗിക്കുന്ന പൈപ്പിന്മേൽ ചെറിയ ദ്വാരങ്ങളുണ്ടാക്കി വെള്ളം ചീറ്റിച്ചാൽ മഴയായി. ഖരരൂപത്തിലുള്ള കാർബൺഡൈഓക്സൈഡ് കഷണങ്ങളെ ഇളം ചൂടുവെള്ളത്തിൽ വിതറിയാൽ വെളുത്ത പുക ഉണ്ടാകുന്നു. കത്തിച്ചാൽ കട്ടിപ്പുക ഉണ്ടാകുന്ന സ്മോക്ക് ബോംബുകൾ (Smoke Bomb) ചില സന്ദർഭങ്ങളിൽ ഉപയോഗിക്കാറുണ്ട്.

മരീചിക അഥവാ മൃഗതൃഷ്ണ ചിത്രീകരിക്കേണ്ടി വരുമ്പോൾ ക്യാമറയ്ക്കടുത്തു സ്റ്റൗ കത്തിച്ചുവച്ചു തരംഗങ്ങൾ സൃഷ്ടിച്ചാൽ മതി.

ചിലന്തിവല ഉണ്ടാക്കുവാൻ 'ചിലന്തിവല തോക്ക്' (cobweb gun) ഉപയോഗിക്കുകയാണു ചെയ്യുന്നത്. ഇതിൽ ദ്രവരൂപത്തിലുള്ള ലാറ്റക്സ് നിറച്ചിരിക്കുന്നു. ഒരു ഫാൻ പ്രവർത്തിക്കുമ്പോൾ ഇതു നാരുകളുടെ രൂപത്തിൽ വരികയാണുണ്ടാവുന്നത്

മൂവി ക്യാമറ

- ഫിലിം ഉപയോഗിച്ചു ചിത്രീകരണം നടത്തിയിരുന്ന മൂവി ക്യാമറയുടെ പ്രധാന ഭാഗങ്ങളേതെല്ലാമാണ്?

ഫിലിം ചേംബർ (Film chamber)

വെളിച്ചം കടക്കാത്ത ഒരു കംപാർട്ട്മെന്റ് ആണിത്. ഫിലിമിൽ ദൃശ്യം പതിയുന്നതിനു മുൻപും ദൃശ്യം പതിഞ്ഞതിനു ശേഷവും അതിനെ താങ്ങി നിർത്തുന്നത് ഫിലിം ചേംബർ ആണ്.

ഡ്രൈവ് മെക്കാനിസം (Drive Mechanism)

ഫിലിമിനെ ചലിപ്പിക്കുവാൻ വേണ്ട മോട്ടോറിനാവശ്യമായ വൈദ്യുതി പ്രദാനം ചെയ്യുന്നു.

ഫിലിം ഗേറ്റും ക്ലോയും (Film Gate And Claw)

ഫിലിമിനെ താഴേക്കു വലിക്കുന്ന ചുമതലയാണ് ക്ലോ നിർവ്വഹിക്കുന്നത്. ഫിലിമിൽ വെളിച്ചം പതിപ്പിക്കുവാൻ അല്പസമയം അതിനെ ഫിലിം ഗേറ്റിൽ നിശ്ചലമാക്കി നിർത്തുന്ന ജോലിയും ക്ലോ നിർവഹിക്കുന്നുണ്ട്.

ഷട്ടർ (Shutter)

ഒരു ഫ്രെയിമിൽ വെളിച്ചം പതിഞ്ഞതിനുശേഷം അടുത്തതിൽ വെളിച്ചം പതിപ്പിക്കുവാൻ ഫിലിം ചലിക്കുന്നു. ഇങ്ങനെ ചലിക്കുന്ന സമയത്ത് അനാവശ്യമായി ഫിലിമിൽ വെളിച്ചം പതിക്കാതെ അതിനെ സംരക്ഷിക്കുകയാണ് ഷട്ടർ ചെയ്യുന്നത്.

വ്യൂ ഫൈൻഡർ (View Finder)

ഫിലിമിൽ പതിയുന്ന 'ഇമേജി'നെ ഛായാഗ്രാഹകൻ നോക്കികാണുന്നത് ഇതിലൂടെയാണ്.

ലെൻസ് മൗണ്ട് (Lens Mount)

വിവിധ 'ഫോക്കൽ ലെങ്ത്തുകളു'ള്ള ലെൻസുകളെ ക്യാമറയിൽ ഘടിപ്പിക്കുവാൻ സഹായിക്കുന്നു.

- മൂവി ക്യാമറ ഉപയോഗിച്ചു ചിത്രീകരിക്കുന്ന ദൃശ്യങ്ങളുടെ വ്യക്തത ഏതെല്ലാം ഘടകങ്ങളെ ആസ്പദമാക്കിയിരിക്കുന്നു?

പലരും കരുതിയിരിക്കുന്നതു പോലെ റസല്യൂഷൻ മാത്രമല്ല വ്യക്തതയെ നിർണ്ണയിക്കുന്നത്. ലെൻസിന്റെ ഗുണനിലവാരം, ഇമേജ് പതിയുന്ന ഡിവൈസിന്റെ ഗുണനിലവാരം, ഡിജിറ്റൽ പ്രോസസറുകളുടെ ഗുണനിലവാരം (ഫിലിം ക്യാമറയിലാണെങ്കിൽ ലെൻസ്, ഫിലിം, കെമിക്കൽ പ്രോസസിങ് എന്നിവയുടെ ഗുണനിലവാരം) എന്നിവയെല്ലാം ദൃശ്യത്തിന്റെ വ്യക്തതയെ നിർണ്ണയിക്കുന്നു.

- ക്യാമറയുടെ അനുബന്ധ ഉപകരണങ്ങൾ ഏതെല്ലാമാണ്?

ക്യാമറയുടെ അനുബന്ധ ഉപകരണങ്ങളിൽ പ്രധാനപ്പെട്ടവയാണ് ലെൻസ് ഹുഡ്(Lens Hood), മാറ്റി ബോക്സ്(Matte Box), ബ്ലിംപ്(Blimp), ബാർണി (Barney) എന്നിവ ലെൻസിന്റെ പാർശ്വഭാഗങ്ങളിൽ നിന്നും അമിതമായി ലെൻസിലേക്കു വരുന്ന പ്രകാശരശ്മികൾക്കു തടയിടുവാനായിട്ടാണ് ലെൻസ് ഹുഡ് ഉപയോഗിക്കുന്നത്.

ഒരു കഥാപാത്രം താക്കോൽപഴുതിലൂടെ നോക്കുന്നുണ്ടന്നു കരുതുക. താക്കോൽ പഴുതിന്റെ ആകൃതി കറുത്ത ഒരു കടലാസിൽ വരച്ചിട്ടു വെട്ടിയെടുക്കുന്നു. ഇതിനെ 'മാറ്റി ബോക്സിൽ' സ്ഥാപിച്ചിട്ടു ഷൂട്ട് ചെയ്യുകയാണ് സാധാരണയായി ചെയ്യുന്നത്. ബൈനോക്കുലറിലൂടെ ഒരു കഥാപാത്രം നോക്കുന്നതായി കാണിക്കുവാനും ഇതേ സമ്പ്രദായം തന്നെയാണ് പ്രാവർത്തികമാക്കുന്നത്.

ബ്ലിംപ് (Blimp)

ക്യാമറ പ്രവർത്തിക്കുമ്പോഴുണ്ടാകുന്ന ശബ്ദത്തെ നിയന്ത്രിക്കുവാനുള്ള ഒരുപകരണമാണ് ബ്ലിംപ്. ക്യാമറയെ മൂടുന്ന ഒരു ആവരണം അല്ലെങ്കിൽ കവച(Housing)മാണു ബ്ലിംപ് എന്നു പറയാം. ക്യാമറയെ ബ്ലിംപ് കൊണ്ടു മൂടിയാലും പുറമെയുള്ള കൺട്രോളുകൾ കൊണ്ട് അതിനെ നിയന്ത്രിക്കാനാകും. ബ്ലിംപുകൾ ഭാരമേറിയ ഉപകരണങ്ങളാണ്. ഹോളിവുഡിൽ ഒരു കാലഘട്ടത്തിൽ ഏറ്റവും അധികമായി ഉപയോഗിച്ചിരുന്ന. മിച്ചൽ BNC എന്ന ക്യാമറ മിച്ചൽ NC എന്ന ക്യാമറയിൽ ബ്ലിംപ് ഘടിപ്പിച്ചതായിരുന്നു. (B എന്നത് ബ്ലിംപിനെ സൂചിപ്പിക്കുന്നു).

ബാർണി (Barney)

ശബ്ദനിയന്ത്രണത്തിനു വേണ്ടി പുതപ്പു പോലെയുള്ള ഒരു വസ്തു കൊണ്ടു ക്യാമറയെ മൂടുന്ന സജ്ജീകരണമാണ് ബാർണി. ക്യാമറയുടെ കൺട്രോളുകൾ താഴെ നിന്നാണ് പ്രവർത്തിപ്പിക്കുന്നത്. ബ്ലിംപിന്റെയത്ര

ശബ്ദ നിയന്ത്രണം ഇതിൽ സാദ്ധ്യമല്ലെങ്കിലും ഭാരക്കുറവായതിനാൽ ക്യാമറയുടെ ചലന സ്വാതന്ത്ര്യത്തെ ഇതു കാര്യമായി ഹനിക്കുന്നില്ല.

തണുപ്പുള്ള കാലാവസ്ഥയിൽ ഷൂട്ട് ചെയ്യേണ്ടി വരുമ്പോൾ ക്യാമറ യെ ചൂടാക്കുവാനായി 'ഹീറ്റർ ബാർണി'കളും ലഭ്യമാണ്.

- ക്യാമറയെ താങ്ങി നിർത്തുവാൻ ട്രൈപ്പോഡ് (Tripod) എങ്ങനെ സഹായകമാകുന്നു?

പ്രവർത്തിച്ചു കൊണ്ടിരിക്കുന്ന ക്യാമറ അനാവശ്യമായ ഇളക്കങ്ങൾക്കു വിധേയമാകരുതെന്നു ഛായാഗ്രഹണത്തിന്റെ അടിസ്ഥാന നിയമ ങ്ങളിലൊന്നാണ്. ഇതിനു സഹായിക്കുന്ന ഒരുപകരണമാണു ട്രൈ പ്പോഡ്. മരംകൊണ്ടോ ലോഹംകൊണ്ടോ കാർബൺ ഫൈബർ കൊണ്ടോ ഉണ്ടാക്കപ്പെട്ടിട്ടുള്ള മൂന്നു കാലുകളാണിതിനുള്ളത്. 'സ്റ്റാൻഡാർഡ്' ആയി ഉണ്ടാക്കപ്പെട്ടിട്ടുള്ള ട്രൈപ്പോഡിൽ കാലു കൾ ആറ് അടിയോളം അകറ്റി ഉറപ്പിക്കാൻ കഴിയുന്നതാണ്. കാലു കളുടെ മുകൾ ഭാഗത്തായി 'ഹെഡ്'(Head) സ്ഥിതി ചെയ്യുന്നു. ഈ ഹെഡ്ഡിൻമേലാണ് ക്യാമറ ഉറപ്പിക്കുന്നത്. ഹെഡ് പ്രധാനമായും രണ്ടു തരത്തിലാണുള്ളത്. ഫ്രിക്ഷൻ ഹെഡ്ഡും (Friction head), ഫ്ളൂയിഡ് ഹെഡ്ഡും(Fluid head). ഫ്രിക്ഷൻ ഹെഡ്ഡ് പ്രവർത്തന രീതികൊണ്ടു ലളിതവും വില കുറഞ്ഞതുമാണ്. എന്നാൽ ഫ്ളൂയിഡ് ഹെഡ് സങ്കീർണ്ണമായ പ്രവർത്തനത്തോടു കൂടിയതും വിലകൂടിയതുമാണ്. ഫ്രിക്ഷൻ ഹെഡ് ഘടിപ്പിച്ച ട്രൈപ്പോഡിൽ ക്യാമറയെ ചലിപ്പിക്കൽ അല്പം ക്ലേശകരമാണെങ്കിൽ ഫ്ളൂയിഡ് ഹെഡ്ഡിൽ ഘടിപ്പിച്ച ക്യാമ റയെ ചലിപ്പിക്കൽ ഏറെ എളുപ്പമാണ്. ഫ്ളൂയിഡ് ഹെഡ്ഡിലുള്ള ഹൈഡ്രോ ളിക് സംവിധാന (Hydrolic system)മാണിത് സഹായകമാകുന്നത്.

ക്യാമറ ഹെഡ്ഡിൽ നിന്നും തെന്നി വീഴാതിരിക്കുവാൻ അതിനെ 'ലോക്ക്' ചെയ്യുവാനുള്ള സംവിധാനമുണ്ട്. അതുപോലെ ക്യാമറയുടെ തിരശ്ചീനമോ ലംബമോ ആയ അനാവശ്യ ചലനങ്ങൾ ഉണ്ടാകാതിരി ക്കുവാനുള്ള 'ലോക്കിങ്ങും' (Locking) ട്രൈപ്പോഡിലുണ്ട്. ഇതിൽ ലംബമായ ലോക്കിങ്ങിനു പ്രാധാന്യമേറും. കാരണം, ഈ ലോക്കിങ്ങ് മറക്കാതെ ചെയ്തില്ലെങ്കിൽ ക്യാമറ അതിന്റെ വർദ്ധിച്ച ഭാരം കൊണ്ടു താഴേക്കു പതിക്കും.

- ഡിജിറ്റൽ മൂവി ക്യാമറകൾ നിർമ്മിക്കുന്ന പ്രധാന കമ്പനികൾ ഏതൊക്കെയാണ്?

(ഉത്തരം ആദ്യ അദ്ധ്യായത്തിൽ ഉൾപ്പെടുത്തിയിട്ടുണ്ട്)

- ഫിലിം ഉപയോഗിച്ചു ചിത്രീകരണം നടത്തിയിരുന്ന മൂവി ക്യാമറകൾ നിർമ്മിച്ചിരുന്ന കമ്പനികളുടെ പേരുകൾ?

ആരിഫ്ളക്സ്, മിച്ചൽ, ബോലക്സ്, ഐമു.

ഫിലിം (Film)

- 8 mm, 16 mm, 35 mm, 70 mm, സിനിമാസ്കോപ്പ്(Cinemascope) തുടങ്ങിയ ഫിലിം ഫോർമാറ്റുകൾ തമ്മിൽ എന്തെല്ലാം വ്യത്യാസങ്ങ ളാണുള്ളത്?

സിനിമകളെല്ലാം ഒരൊറ്റ ഫോർമാറ്റിലല്ല ചിത്രീകരിക്കപ്പെടുന്നത്. ഫീച്ചർ ഫിലിം, ഡോക്യുമെന്ററി, ന്യൂസ് റീൽ, സ്വകാര്യ പ്രദർശനം തുടങ്ങി 'വ്യത്യസ്തതരം സിനിമകൾ'ക്ക് അനുയോജ്യമാകുവാൻ വേണ്ടി വ്യത്യസ്ത ഫിലിം ഫേർമാറ്റുകളുണ്ട്. ഫിലിമിന്റെ ഫോർമാറ്റ് എന്നതു കൊണ്ടു പ്രധാനമായും ഉദ്ദേശിക്കുന്നതു ഫിലിമിന്റെ വീതി എന്ന സാങ്കേതികത്തമാണ്.

താഴെപറയുന്നവയാണു പ്രധാന ഫോർമാറ്റുകൾ

റഗുലർ 8, സൂപ്പർ 8, 16 mm, 35 mm, 70 mm

റഗുലർ 8

ഫിലിമിന്റെ വീതി 8 mm ആണ്. ഇതു തികച്ചും അമച്ചർ ആയിട്ടുള്ള ആവശ്യങ്ങൾക്കാണുപയോഗിച്ചിരുന്നത്.

സൂപ്പർ 8 mm

1965 ൽ കൊഡാക്ക് കമ്പനി ഈ ഫോർമാറ്റിനെ ലോകത്തിന് മുൻപിലവതരിപ്പിച്ചു. ഇതിൽ ഇമേജ് പതിയുന്ന ഭാഗത്തിന്റെ വിസ്തീർണ്ണം റഗുലർ 8 mm നേക്കാൾ 50% കൂടുതലാണ്.

16 mm

അമചർ ഫോർമാറ്റ് ആയി രംഗപ്രവേശം ചെയ്ത ഇത് പ്രൊഫഷണൽ ഫോർമാറ്റ് ആയി മാറിയെന്നു പറയാം. ഫിലിം എമൽഷന്റെ ഗുണനിലവാരത്തിൽ വന്ന മാറ്റമാണ് പ്രധാനമായും ഇതിനെ പ്രൊഫഷണൽ നിലവാരത്തിലേക്കുയർത്തിയത്. ആദ്യമൊക്കെ ന്യൂസ് റീലുകൾക്ക് മാത്രമാണിതുപയോഗിച്ചിരുന്നത്. പിന്നീട് ഡോക്യുമെന്ററികൾ, അനിമേഷൻ ചിത്രങ്ങൾ, പരീക്ഷണാത്മക ചിത്രങ്ങൾ ലോ ബജറ്റ് ഫീച്ചർ ചിത്രങ്ങൾ എന്നിവയ്ക്ക് ഉപയോഗിച്ചു വന്നു.

35 mm

1890 ൽ എഡിസനാൽ അവതരിപ്പിക്കപ്പെട്ട ഫോർമാറ്റാണിത്. 1919ൽ സൊസൈറ്റി ഓഫ് മോഷൻ പിക്ച്ചേഴ്സ് എൻജിനിയേഴ്സ് ഓഫ് അമേരിക്ക 35 mmനെ സ്റ്റാൻഡാർഡ് ഫോർമാറ്റായി അംഗീകരിച്ചു. പിന്നീടിതു ഫീച്ചർ ഫിലിം ചിത്രീകരിക്കുവാനുള്ള സ്റ്റാൻഡാർഡ് ഫോർമാറ്റ് ആയി മാറി. ഒരു അടി ഫിലിമിൽ പതിനാറു ഫ്രെയിമുകളുണ്ടാകും. ഫ്രെയിമിന്റെ ഇരു വശങ്ങളിലും നാലു ദ്വാരങ്ങൾ (sprocket) വീതമാണുള്ളത്.

സിനിമാ സ്കോപ്പ്

35 mm ഫിലിമിൽത്തന്നെയാണു സിനിമാസ്കോപ്പ് ചിത്രങ്ങളും ഷൂട്ട് ചെയ്യുന്നത്. കൂടുതൽ വിശാലമായ ദൃശ്യങ്ങളെ താരതമ്യേന ചെറുതായ 35 mm ഫ്രെയിമിൽ ഒതുക്കുവാൻ ഒരു 'അനമോർഫിക് ലെൻസ്' (Anamorphic Lens) ഉപയോഗിക്കുന്നു. ഒരു തരം വൈഡ് ആംഗിൾ ലെൻസാണിത്. ഇതുപയോഗിച്ച് 35 mm ൽ ചിത്രീകരിക്കപ്പെട്ട ദൃശ്യങ്ങൾക്കു വക്രീകരണം (Distortion) സംഭവിച്ചിരിക്കും. ചുരുങ്ങിയ സ്ഥലത്തു കൂടുതൽ ദൃശ്യങ്ങളെ 'കുത്തിനിറച്ച'തിന്റെ ഫലമാണിത്. മനുഷ്യരൂപങ്ങളെയെക്കെ 'വശങ്ങളിൽ നിന്നു ഞെരുക്കിയ' പോലെയാണിതിൽ കാണുന്നത്. ഇത്തരത്തിലുള്ള 'ഞെരുക്ക' (Compression) ത്തെ വലിച്ചു നീട്ടി സാധാരണ അവസ്ഥയിലേക്കു കൊണ്ടുവരുന്നതിനു പ്രൊജക്റ്ററിൽ ഒരു പ്രത്യേക ലെൻസ് ഘടിപ്പിച്ചിരിക്കും.

70 mm

എഴുപതു മില്ലിമീറ്റർ വീതിയുള്ളതും ഏറെ ജനപ്രീതി നേടിയതുമായ ഫോർമാറ്റ് ആണിത്. ശബ്ദം സാധാരണയായി ആറു ട്രാക്കുകളിലായി റെക്കോഡ് ചെയ്യപ്പെടുന്നു.

- ബ്ലാക്ക് ആൻഡ് വൈറ്റ് (B/W), കളർ (Colour), റിവേഴ്സൽ (Reversal) ഫിലിമുകളെക്കുറിച്ചു പ്രതിപാദിക്കാമോ?

ബ്ലാക്ക് ആൻഡ് വൈറ്റ്, കളർ, റിവേഴ്സൽ എന്നിവയാണ് പ്രധാനതരം ഫിലിമുകൾ. ബ്ലാക്ക് ആൻഡ് വൈറ്റിൽ ലൈറ്റിങ്ങ് നിർവ്വഹിക്കുവാൻ താരതമ്യേന ബുദ്ധിമുട്ടാണ്. പച്ച നിറത്തിലുള്ള ഒരു ഇലയും ചുവന്ന നിറത്തിലുള്ള ഒരു ആപ്പിളും ചാര നിറത്തിന്റെ (Grey tone) വകഭേദങ്ങളായാണ് (Variations) ചിത്രീകരിക്കപ്പെടുന്നത്. ഇത്തരത്തിൽ വൈരുദ്ധ്യം സൃഷ്ടിക്കുക എന്നതു ഛായാഗ്രാഹകന്റെ പണി ഏറെ ക്ലേശകരമാക്കുന്നു. കളർ ചിത്രീകരണത്തിൽ കളർ എന്ന ഘടകം വ്യക്തമായ വൈരുദ്ധ്യമാണല്ലോ പ്രദാനം ചെയ്യുന്നത്.

പ്രോസസ്സ് ചെയ്താൽ ഉടനെ പോസിറ്റീവ് ലഭിക്കുന്ന ഫിലിമാണ് റിവേഴ്സൽ ഫിലിം. ഇതിന് വ്യക്തതയും കോൺട്രാസ്റ്റും കൂടും. കുറഞ്ഞ ഫിലിം സ്പീഡിലാണിത് സാധാരണയായി ലഭ്യമായിരുന്നത്.

- റോ സ്റ്റോക്ക് (Row Stock) എന്നാലെന്താണ്?

എക്സ്പോസ്(Expose) ചെയ്യപ്പെടാത്ത ഫിലിം ആണ് റോ സ്റ്റോക്ക്. 'റോ' എന്നാൽ അസംസ്കൃതമായ എന്നർത്ഥം. ചിത്രീകരണം നടത്തുന്നതോടെ റോ സ്റ്റോക്ക് 'റോ' അല്ലാതാകുന്നു.

● ഫുട്ടേജ് (Footage) എന്ന പദം എന്തിനെ സൂചിപ്പിക്കുന്നു?

ഷൂട്ട് ചെയ്യപ്പെടുന്ന ഫിലിമിന്റെ നീളം എന്ന അർത്ഥത്തിലാണ് ഫൂട്ടേജ് എന്ന വാക്ക് ഉപയോഗിക്കുന്നത്. എത്ര അടി നീളത്തിൽ ഫിലിം ഷൂട്ടു ചെയ്യപ്പെട്ടു എന്നറിയുവാൻ മൂവി ക്യാമറകളിൽ സാധാരണയായി 'ഫുട്ടേജ് കൗണ്ടർ' (Footage Counter) ഉണ്ടാകാറുണ്ട്. ഒരു നിശ്ചിത ഷോട്ട് OK ആയി ലഭിക്കുവാൻ നിരവധി ടെയ്ക്കുകൾ വേണ്ടിവരുന്നു വെന്നു കരുതുക. സംവിധായകനോ ഛായാഗ്രാഹകനോ ഇതിനെക്കു റിച്ച് പറയുന്നതുപ്രകാരമാകാം."കുറേ ഫുട്ടേജ് വെയ്സ്റ്റ് (Waste) ആയി!"

● ഫിലിം സ്പീഡ് (Film Speed) എന്നാൽ എന്താണ്?

ഒരു നിശ്ചിത ഫിലിം സ്റ്റോക്ക് (Film Stock) പ്രകാശത്തെ എത്ര വേഗ ത്തിൽ സ്വീകരിക്കുന്നു എന്നതാണ് അതിന്റെ വേഗത. വേഗത കുറഞ്ഞ ഫിലിം പ്രകാശത്തെ റെക്കോഡ് ചെയ്യുന്നത് സാവകാശത്തിലും വേഗത കൂടിയ ഫിലിം പ്രകാശത്തെ റെക്കോഡ് ചെയ്യുന്നത് ഉയർന്ന വേഗതയി ലുമാണ്.

● ഫിലിം സ്പീഡ് അളക്കുന്നതിന്റെ യൂണിറ്റ്

ASA (American Standards Association) എന്ന യൂണിറ്റ് ഉപയോഗിച്ചാണു സാധാരണയായി ഫിലിം വേഗതയെ രേഖപ്പെടുത്താറുള്ളത്. DIN (Dutch Industry Norm) എന്ന യൂണിറ്റുമുണ്ട് എങ്കിലും ASA യാണണ് കൂടുത ലായി ഉപയോഗിക്കപ്പെടുന്നത്. 25ASA, 40ASA,100ASA, 200ASA, 400ASA എന്നിങ്ങനെ ASA നമ്പറുകൾ ഫിലിമിൽ രേഖപ്പെടുത്തുന്നു. വേഗതയുടെ അടിസ്ഥാനത്തിൽ ഫിലിമിനെ സാധാരണയായി മൂന്നായി തരംതിരിച്ചിരിക്കുന്നു. സ്ലോ സ്പീഡ്(Slow Speed),മീഡിയം സ്പീഡ്(Medium Speed), ഹൈ സ്പീഡ്(High Speed) എന്നിവയാണ വ. 40ASA ക്ക് താഴെയുള്ളവയെ 'സ്ലോ' എന്നും 100ASA വരുന്നതിനെ 'മീഡിയം' എന്നും 200ASA യോ അതിൽ കൂടുതലോ വരുന്നതിനെ ഹൈ സ്പീഡ് എന്നും പറയുന്നു. സൂര്യപ്രകാശത്തിൽ ഷൂട്ട് ചെയ്യുവാൻ 100ASA ഫിലിം മതിയാകുന്നതാണ്. എന്നാൽ ഇൻഡോർ ഷൂട്ടിങ്ങിനും ലഭ്യമായ കുറഞ്ഞ വെളിച്ചത്തിലുള്ള ഷൂട്ടിങ്ങിനും (Available light photography) 200ASA മുതൽ 400ASA വരെയുള്ള ഹൈ സ്പീഡ് ഫിലിം ആവശ്യമാണ്. ഹൈ സ്പീഡ് ഫിലിം ഛായാഗ്രഹകന്മാരെ കുറഞ്ഞ 'അപ്പർച്ചർ' ഉപയോഗിക്കാൻ സഹായിക്കുന്നു.

ഇത് ഷോട്ടിന് വർദ്ധിച്ച ഡെപ്ത് ഓഫ് ഫീൽഡ് നൽകുവാൻ സഹാ യകമാണ്(ഡെപ്ത് ഓഫ് ഫീൽഡിനെ സംബന്ധിച്ച ഭാഗം നോക്കുക.) ഒരു പ്രധാന ന്യൂനതയും ഹൈ സ്പീഡ് ഫിലിമിനുണ്ട്. ദൃശ്യത്തിൽ ഗ്രെയ്ൻസ് (grains) ഉണ്ടാകാനുള്ള സാദ്ധ്യതയാണത്.

- ഫിലിമുമായി ബന്ധപ്പെട്ട 'ലാറ്റിറ്റ്യൂഡ്' (Latitude)എന്ന വാക്ക് എന്തിനെ സൂചിപ്പിക്കുന്നു?

പ്രകാശത്തിന്റെ അളവിൽ വരുന്ന വ്യതിയാനങ്ങളെ 'അഡ്ജസ്റ്റ്' ചെയ്യുവാനുള്ള ഫിലിമിന്റെ കഴിവാണ് ലാറ്റിറ്റ്യൂഡ്, റിവേഴ്സൽ ഫിലിമിന് ഇതു കുറവാണ്. എന്നാൽ ബ്ലാക്ക് ആന്റ് വൈറ്റ്, കളർ നെഗറ്റീവ് എന്നിവയ്ക്കു ലാറ്റിറ്റ്യൂഡ് കൂടുതലായതിനാൽ ഛായാഗ്രാഹകന്മാർക്ക് 'വർക്ക്' ചെയ്യുവാൻ എളുപ്പമാണ്.

ഡിജിറ്റൽ ഛായാഗ്രഹണത്തിലും ലാറ്റിറ്റ്യൂഡ് എന്ന ആശയത്തിനു പ്രസക്തിയുണ്ട്. പ്രകാശത്തിന്റെ വ്യതിയാനങ്ങളെ സ്വീകരിക്കുവാനുള്ള സെൻസറിന്റെ കഴിവിനെയാണിത് സൂചിപ്പിക്കുന്നത്.

- എഡ്ജ് നമ്പർ(Edge Number) എന്തിനാണു ഫിലിമിൽ രേഖപ്പെടുത്തിയിരിക്കുന്നത്?

ഫിലിമിന്റെ അരികിൽ നിർമ്മാണ വേളയിൽ രേഖപ്പെടുത്തപ്പെട്ടിട്ടുള്ള നമ്പറുകളാണ് എഡ്ജ് നമ്പറുകൾ. 35mm ഫിലിമിൽ ഓരോ ഒരടി (16 ഫ്രെയിമുകൾ) നീളത്തിലും ഈ നമ്പർ ഉണ്ടായിരിക്കുന്നതാണ്. എഡിറ്റിങ്ങിന് ശേഷം 'വർക്ക് പ്രിന്റിനെ'(Work Print) യഥാർത്ഥ ഫിലിമുമായി മാച്ച് (Match) ചെയ്യുവാനാണിതുപയോഗിക്കുന്നത്.

- കളർ ഫിലിം ഉണ്ടാക്കുന്നതെങ്ങനെ?

ഫിലിമിന്റെ ഏറ്റവും മുകളിൽ ജലാറ്റിൻ എന്ന പദാർത്ഥത്തിൽ മിശ്രണം ചെയ്ത സിൽവർ ഹാലൈഡ് (Silver halide) ക്രിസ്റ്റലുകളുടെ ഒരു എമൽഷൻ (Emulsion) ആണുള്ളത്. ഇതിനു താഴെ ബെയ്സ് (Base) എന്നു വിളിക്കുന്ന ഒരു അടിത്തറയും ഏറ്റവും അടിയിലായി പ്രകാശത്തിന്റെ ചിന്നിച്ചിതറലിനെ നിയന്ത്രിക്കുവാനുള്ള ഒരു ആന്റി ഹാലേഷൻ ബാക്കിങ്ങും (Antihalation backing) ഉണ്ട്.

എമൽഷൻ

കളർ ഫിലിമിന്റെ എമൽഷനിൽ പ്രാഥമിക വർണ്ണങ്ങളായ നീല, പച്ച, ചുവപ്പ് എന്നിവയുടെ അടുക്കുകൾ ഉണ്ടായിരിക്കും. ഫിലിമിൽ വന്നു പതിക്കുന്ന പ്രകാശരശ്മികൾ എമൽഷനിൽ രാസമാറ്റങ്ങളുണ്ടാക്കുന്നു. നീല നിറം മഞ്ഞയായും, പച്ച മജന്തയായും, ചുവപ്പ് സ്യാനും ആയിട്ടുള്ള ഒരു നെഗറ്റീവ് പ്രതിബിംബമാണുണ്ടാകുന്നത്. ഇതു പ്രോസസിങ്ങിലൂടെ കടന്നു പോകുമ്പോൾ പോസിറ്റീവ് ആകുന്നു.

ബെയ്സ്

ബെയ്സ് ഉണ്ടാക്കപ്പെട്ടിട്ടുള്ളതു സെല്ലുലോസ് അസിറ്റേറ്റ് കൊണ്ടാണ്. ആദ്യകാലങ്ങളിൽ ഇതു സെല്ലുലോസ് നൈട്രേറ്റ് ഉപയോഗിച്ചായിരുന്നു

ഉണ്ടാക്കിയിരുന്നത്. തീ പിടിക്കുന്ന സ്വഭാവമുള്ളതിനാൽ പിന്നീട് ഇതിനുപകരം സെല്ലുലോസ് അസിറ്റേറ്റ് പരീക്ഷിക്കുകയായിരുന്നു. നേർത്തതും, ചുരുളുകളാക്കി ഫിലിമിനെ സൂക്ഷിച്ചുവെയ്ക്കുവാൻ സഹായിക്കുന്നതുമായ ഒരു വസ്തുവാണ് ബേസ് എന്നു പറയാം.

ആന്റിഹാലേഷൻ ബാക്കിങ്ങ്

എമൽഷനിലൂടെ കടന്നു വരുന്ന കടുത്ത പ്രകാശം ബെയ്സിലെത്തുമ്പോൾ ചിന്നിച്ചിതറുന്നു. ഇത് എമൽഷനിലേക്കു പ്രതിഫലിച്ച് എമൽഷനെ വീണ്ടും എക്സ്പോസ് ചെയ്തേക്കാം. ഇതിനെ ഹാലേഷൻ (Halation)എന്നു വിളിക്കുന്നു. അനാവശ്യമായി എമൽഷനിലേക്കു പ്രതിഫലിക്കുന്ന പ്രകാശരശ്മികളെ വലിച്ചെടുക്കുവാനാണ് ആന്റി ഹാലേഷൻ ബാക്കിങ്ങ്. ചില ഫിലിം സ്റ്റോക്കുകളിൽ ഇതു ബെയ്സിന് താഴെയായിരിക്കുമ്പോൾ ചിലതിൽ ഇത് എമൽഷനു തൊട്ടുതാഴെയായിരിക്കും.

- ഫിലിം നിർമ്മിച്ചിരുന്ന വിവിധ കമ്പനികൾ ഏതൊക്കെയാണ്?

കൊഡാക്ക്(Kodak), ഫ്യൂജി(FuJi), ഗേവ(Gaeva), അഗ്ഫ(Agfa), ഓർവോ(Orwo) മുതലായ കമ്പനികൾ. ഇന്ത്യയിൽ കൂടുതലായി കൊഡാക്കും ഫ്യുജിയുമാണുപയോഗിക്കപ്പെട്ടിരുന്നത്.

നിലവാരമുള്ള ഛായാഗ്രഹണം

ഒരു സിനിമയിൽ പ്രകൃതിയെ മനോഹരമായി ചിത്രീകരിച്ചിട്ടുണ്ടെങ്കിൽ ആ സിനിമയുടെ ഛായാഗ്രഹണം നന്നായെന്നു പറയുവാൻ കഴിയുമോ?

നിരവധി ഓസ്ക്കാർ അവാർഡുകൾ ലഭിച്ചിട്ടുള്ള 'ദ സൗണ്ട് ഓഫ് മ്യൂസിക്ക്' എന്ന സിനിമയെ ആസ്പദമാക്കി ഈ ആശയത്തെ അപഗ്രഥിക്കാം. റോബർട്ട് വൈസ് എന്ന വിഖ്യാതനായ ചലച്ചിത്രകാരൻ സംവിധാനം ചെയ്ത ഈ ചിത്രത്തിൽ ഓസ്ട്രിയയുടെ പ്രകൃതി ഭംഗിയെ അതിമനോഹരമായി ചിത്രീകരിച്ചിട്ടുണ്ട്. എന്നാൽ പ്രകൃതി ഭംഗിയെ മനോഹരമായി ചിത്രീകരിച്ചു എന്ന ഒറ്റക്കാരണത്താലല്ല ഈ ചിത്രത്തിന്റെ ഛായാഗ്രഹണം മനോഹരമായിരിക്കുന്നത്. കുറ്റമറ്റ കോമ്പോസിഷൻ, കഥാ സന്ദർഭത്തിനനുസരിച്ച് 'മൂഡ്'പ്രദാനം ചെയ്യുന്ന സവിശേഷമായ ലൈറ്റിങ്ങ്,ക്യാമറ ചലനങ്ങളുടെ കൃത്യമായ തിരഞ്ഞെടുപ്പ്, ഷോട്ടുകളിലെ ഗ്രാഫികമായ പാറ്റേൺ തുടങ്ങിയ ഘടകങ്ങളുടെ ക്രിയാത്മകമായ സമന്വയം കൊണ്ടാണ് ഈ ചിത്രത്തിലെ ഛായാഗ്രഹണം മനോഹരമായിരിക്കുന്നത്.

സംവിധായകൻ തന്റെ ദൃശ്യത്തിന് നൽകാനുദ്ദേശിക്കുന്ന ഭാവപ്പൊലിമ പ്രദാനം ചെയ്യുമ്പോഴാണ് നല്ല ഛായാഗ്രഹണം ഉണ്ടാകുന്നത്. ഫലപ്രദമായ ലൈറ്റിങ്ങിലൂടെയും ക്യാമറാചലനങ്ങളിലൂടെയുമൊക്കെയാണ് ഛായാഗ്രാഹകൻ ഇതു നേടിയെടുക്കുന്നത്. ഒരിക്കലും ക്യാമറ

ഒരു ചിത്രത്തെ അമിതമായി 'ഭരിക്കരുത്'. 'ഒരു ദൃശ്യത്തിന്റെ അർത്ഥ ത്തേക്കാൾ മനോഹരമാകരുത് അതിന്റെ ഛായാഗ്രഹണം' എന്നൊരു ചൊല്ലുണ്ട്. ഒരു സിനിമ കണ്ടിട്ട് ആദ്യം തന്നെ നമ്മുടെ മനസ്സിൽ വരുന്ന കമന്റ് 'ഗംഭീര ഛായാഗ്രഹണം' എന്നാണെങ്കിൽ ആ സിനിമ ഒരു പരാ ജയമാണെന്നർത്ഥം.

ചോദ്യത്തിലേക്കു മടങ്ങാം. പ്രകൃതി ഭംഗിയെ മനോഹരമായി ഒപ്പി യെടുക്കുന്നത് നല്ല ഛായാഗ്രഹണത്തിന്റെ ഭാഗം തന്നെയാണ്. പക്ഷേ, അതുകൊണ്ടു മാത്രം ഒരു സിനിമയുടെ ഛായാഗ്രഹണം അർത്ഥവത്തും ഫലപ്രദവുമാകണമെന്നില്ല.

പ്രതിഭകൾ

- വിശ്വപ്രസിദ്ധ ഛായാഗ്രഹകന്മാരെ പരിചയപ്പെടുത്താമോ?

സെൻ നിക് വിസ്റ്റ്

സിനിമയുടെ മാസ്റ്റേഴ്സ് ആയ ബർഗ്മാൻ, തർക്കോവ്സ്കി എന്നി വർക്കു വേണ്ടി ക്യാമറ ചലിപ്പിച്ചിട്ടുള്ള അസാമാന്യ പ്രതിഭ. ബർഗ്മാനു വേണ്ടി മാത്രം മുപ്പതോളം ചിത്രങ്ങൾക്കു ക്യാമറ ചെയ്തു. രണ്ടു തവണ ഓസ്കാർ അവാർഡ് ലഭിച്ചു. 'ക്രൈസ് ആൻഡ് വിസ്പേഴ്സിന്' 1973ലും 'ഫാനി ആൻഡ് അലക്സാണ്ടറി'ന് 1983ലും. 'എ പാഷൻ ഫോർ ലൈറ്റ്' എന്നത് ആത്മകഥയാണ്. ലൈറ്റിങ്ങിലെ അസാമാന്യ പാടവമാണ് സെൻ നിക് വിസ്റ്റിനെ മറ്റു ഛായാഗ്രാഹകന്മാരിൽ നിന്നും വേറിട്ടു നിർത്തുന്നത്.

റോളണ്ട് ടോതേറോ

ചാർലി ചാപ്ലിന്റെ ചിത്രങ്ങൾക്കു ചാരുത പകർന്ന ഛായാഗ്രാഹക നാണ് റോളണ്ട്. ഇദ്ദേഹം അമേരിക്കക്കാരനായിരുന്നു. ചാപ്ലിന്റെ നാൽപ്പ തോളം ചിത്രങ്ങൾക്കു ഛായാഗ്രഹണം നിർവ്വഹിച്ചു. ദ കിഡ്(1921), ദ ഗോൾഡ് റഷ്(1925), സിറ്റി ലൈറ്റ്സ് (1931), മോഡേൺ ടൈംസ്(1936), ദ ഗ്രേറ്റ് ഡിക്റ്റേറ്റർ(1940) എന്നിവ അവയിൽ ചിലതാണ്.

അസാകാസു നാകായി

പ്രഗദ്ഭ ജാപ്പനീസ് ചലച്ചിത്രകാരനായ കുറോസാവയുടെ പതി നൊന്നു ചിത്രങ്ങൾക്കാണ് അസാക്കാസു ഛായാഗ്രഹണം നിർവ്വഹിച്ചി ട്ടുള്ളത്. 'സെവൻ സമുറായ്', 'ദെർസു ഉസാല' എന്നിവ അവയിൽ ചില താണ്. വ്യക്തിപരമായും അദ്ദേഹം കുറോസവയുമായി ഉറ്റ ബന്ധം പുലർത്തിയിരുന്നു.

എഡ്വേർഡ് ടിസ്സേ

ഐസൻസ്റ്റീൻ എന്ന മഹാനായ ചലച്ചിത്രകാരന്റെ പ്രിയപ്പെട്ട ക്യാമ റാമാനായിരുന്നു എഡ്വേർഡ്. 'സ്ട്രൈക്ക്','ബാറ്റിൽ ഷിപ്പ് പൊട്ടെംകിൻ'

'ഒക്ടോബർ' തുടങ്ങിയ ഐസൻസ്റ്റീൻ ചിത്രങ്ങളുടെ ഛായാഗ്രഹണം നിർവ്വഹിച്ചത് എഡ്വേർഡായിരുന്നു. സ്റ്റുഡിയോകളിൽ തളച്ചിടപ്പെട്ടിരുന്ന ഛായാഗ്രഹണത്തെ ഔട്ട് ഡോറിലേക്കെത്തിച്ചതിൽ അദ്ദേഹം നിർണ്ണായക പങ്ക് വഹിച്ചിരുന്നു.

നെസ്റ്റർ ആൽമൺട്രോസ്

സ്പെയിനിലെ ചലച്ചിത്ര രംഗത്തെ ഏറ്റവും പേരെടുത്ത ഛായാഗ്രാഹകനായിരുന്നു നെസ്റ്റർ. 'ഡെയ്സ് ഓഫ് ഹെവൻ' എന്ന ചിത്രത്തിനു മികച്ച ഛായാഗ്രാഹകനുള്ള ഓസ്കാർ ലഭിച്ചു. ക്രാമർ V/S ക്രാമർ എന്ന പ്രസിദ്ധമായ ചിത്രത്തിന്റെ ഛായാഗ്രഹണത്തിന് ഓസ്കാർ നോമിനേഷനും ലഭിക്കുകയുണ്ടായി. 'നാച്വറൽ ലൈറ്റിങ്ങിന്'പ്രാധാന്യം കൊടുത്തു കൊണ്ടുള്ളതായിരുന്നു നെസ്റ്ററിന്റെ രീതി. അതുതന്നെയാണ് അദ്ദേഹത്തെ മറ്റുള്ളവരിൽ നിന്നും വ്യത്യസ്തനാക്കുന്നത്. സ്പോർട്ട്സ്, ചിത്രകല, സംഗീതം എന്നീ വിഷയങ്ങളിലും നെസ്റ്റർ പ്രാഗത്ഭ്യം തെളിയിച്ചിരുന്നു. തന്റെ അറുപതാം വയസ്സിൽ ന്യൂയോർക്കിൽ വച്ച് 1992 ലാണ് അദ്ദേഹം മരിച്ചത്.

ആന്റണി ഡോഡ്മാന്റിൽ

ഇന്ത്യക്കാർക്കെല്ലാം സുപരിചിതമായ സ്ലം ഡോഗ് മില്ല്യണയർ എന്ന സിനിമയുടെ ഛായാഗ്രാഹകൻ. ഈ ചിത്രത്തിലെ ഛായാഗ്രഹണത്തിന് അദ്ദേഹത്തിന് 2009 ലെ ഓസ്കാർ അവാർഡ് ലഭിക്കുകയുണ്ടായി. ഒരു ടെലിവിഷൻ ക്യാമറാമേനായി രംഗത്തുവന്ന ആന്റണി സിനിമയിൽ ഡിജിറ്റൽ ഛായാഗ്രഹണത്തിന്റെ തലതൊട്ടപ്പനായി മാറുകയാണുണ്ടായത്. റെഡ് വൺ ഡിജിറ്റൽ ക്യാമറ ഇറങ്ങിയ കാലത്തു തന്നെ അതിനെ വിദഗ്ധമായി പ്രവർത്തിപ്പിച്ചതു വഴി ഇദ്ദേഹം ശ്രദ്ധേയനായിത്തീർന്നു.

റെനൈട്ടോ ബെർട്ടോ

സ്വിറ്റ്സർലണ്ടുകാരനായ ഇദ്ദേഹം ഫ്രഞ്ച് സിനിമയിലാണു വെന്നിക്കൊടി പാറിച്ചത്. ഷാജി എൻ കരുണിന്റെ വാനപ്രസ്ഥത്തിനു ക്യാമറ ചലിപ്പിച്ചത് റെനൈട്ടോയാണ്. ഫ്രെയിമിങ്ങിന്റെ കൃത്യതയും ക്യാമറ ചലനങ്ങളുടെ കയ്യടക്കവുമാണ് അദ്ദേഹത്തിന്റെ പ്രത്യേകതകൾ.

റോജർ ആന്റണി ഡിക്കൻസ്

ബാല്യകാലത്തിൽ ചിത്രകലയിലും ഫോട്ടോഗ്രാഫിയിലും അതീവ തത്പ്പരനായിരുന്നു റോജർ. ചിത്രകലയിലും ഫോട്ടോഗ്രാഫിയിലും ഔപചാരിക വിദ്യാഭ്യാസവും നേടി. ടെലിവിഷൻ സ്റ്റുഡിയോകളായിരുന്നു റോജറിന്റെ പ്രധാന തട്ടകം. പിന്നീടു നിരവധി സിനിമകൾ ചെയ്ത റോജർ ഒൻപതു തവണ ഓസ്കാർ അവാർഡ് നേടി റെക്കോഡ് സ്ഥാപിക്കുകയുണ്ടായി.

വിക്റ്റോറിയോ സ്റ്റോരാരോ

നാലു തവണ ഛായാഗ്രാഹകനുള്ള ഓസ്കാർ അവാർഡ് നേടിയിട്ടുള്ള ഇറ്റാലിയൻ ഛായാഗ്രാഹകനാണ് വിക്റ്റോറിയോ. ഛായാഗ്രഹണത്തിലെ മികവു കാരണം വിഖ്യാത ഛായാഗ്രാഹകൻ സെൻ നിക്വിസ്റ്റിന്റെ പിൻഗാമിയെന്ന് നിരൂപകരാൽ വാഴ്ത്തപ്പെട്ട ഛായാഗ്രാഹകനാണ് വിക്റ്റോറിയോ. പ്രശസ്തനായ ബർണാഡോ ബർത്തലൂച്ചിയുടെ സ്ഥിരം ക്യാമറാമേനായിരുന്നു.

ടോണിനോ ഡില്ലി കോലി

'ലൈഫ് ഈസ് ബ്യൂട്ടിഫുൾ' (1997) എന്ന ചിത്രത്തിന് ഓസ്കാർ, മികച്ച ഛായാഗ്രാഹകനുള്ള ലൈഫ് ടൈം അച്ചീവ്മെന്റ് അവാർഡ് (2005) എന്നിവ ലഭിച്ചിട്ടുള്ള ഛായാഗ്രാഹകനാണ് ടോണിനോ. പ്രഗത്ഭരായ പസോളിനിക്കും പൊളാൻസ്കീക്കും ഫെല്ലിനിക്കും വേണ്ടി ക്യാമറ ചലിപ്പിച്ചിട്ടുണ്ട്. ഇറ്റാലിയൻ സിനിമയിൽ ആദ്യമായി കളറിൽ ഛായാഗ്രഹണം നടത്തിയത് ടോണിനോ ആണ്.

നൗഷാൻ ദാദബോയി

പാക്കിസ്ഥാൻകാരിയായ ഇവർ സ്വന്തം രാജ്യം തീർത്ത വിലക്കുകളിൽ നിന്നും വിലങ്ങുകളിൽ നിന്നും കുതറിമാറി അമേരിക്കയിൽ കുടിയേറിപ്പാർത്തു. പാക്കിസ്ഥാനിൽ 2005 ഒക്ടോബറിലുണ്ടായ ഭൂകമ്പത്തെ വിശദമായി ഷൂട്ട് ചെയ്ത് ഡോക്യുമെന്ററി നിർമ്മിച്ചതോടെ വിദേശരാജ്യങ്ങളിൽ വരെ ശ്രദ്ധേയമായി. ഫിലിം മേക്കിങ്ങിൽ ഔപചാരിക വിദ്യഭ്യാസം നേടിയ ഇവർ നിരവധി ഡോക്യുമെന്ററികൾക്കു ക്യാമറ ചെയ്യുകയും പല ചിത്രങ്ങളും സംവിധാനം ചെയ്യുകയുമുണ്ടായി. 2 B or Not 2 B എന്ന സിനിമയ്ക്കു ക്യാമറ ചലിപ്പിച്ചതോടെ ഹോളിവുഡിൽ പേരെടുത്തു. മികച്ച ഹ്രസ്വചിത്രത്തിനുള്ള 2012ലെ ഓസ്കാർ ലഭിച്ച ചിത്രമായ The Markന്റെ ക്യാമറാ വുമൺ നൗഷാൻ ആയിരുന്നു. പ്രശസ്തമായ മ്യൂസിക് കമ്പനികളുടെ മ്യൂസിക് വീഡിയോകൾക്കു ക്യാമറ ചലിപ്പിച്ചു.

ചിത്രീകരണം

Nobody is killed, nor wounded.
It's a battle of creativity!
The director is fighting a battle
with all his craft and mettle.
The location is the battle field.
"I'll conquer, my efforts will yield"
Together with his crew, he proclaims!

At the theatre, the director
Conquers every spectator
With his soulful creation
'A war of conflict' errupts
In the heart of every viewer!

ലോകത്തിലെ ഏറ്റവും വലിയ 'ഫിലിം സിറ്റി' എന്ന പേരിൽ ഗിന്നസ് ബുക്കിൽ ഇടം നേടിയിട്ടുള്ളത് തെക്കെ ഇന്ത്യയിലുള്ള രാമോജി ഫിലിം സിറ്റിയാണെന്നതിൽ നമുക്കഭിമാനിക്കാം. ഇത് ഹൈദരാബാദിലാണ് സ്ഥിതി ചെയ്യുന്നത്. അക്ഷരാർത്ഥത്തിൽ ഒരു വിസ്മയ ലോകമായ ഇവിടെ തീം പാർക്കുകൾ, അതിമനോഹരമായ ഉദ്യാന ങ്ങൾ, റെയിൽവേ സ്റ്റേഷൻ, എയർപോർട്ട്, ജയിൽ, വിവി ധോദ്ദേശ്യങ്ങൾക്കായുള്ള ധാരാളം കെട്ടിടങ്ങൾ എന്നിവ യെല്ലാം ഒരുക്കപ്പെട്ടിട്ടുണ്ട്. ഒരു ചലച്ചിത്രത്തിന്റെ ചിത്രീക രണത്തിനാവശ്യമായ വ്യത്യസ്തതരം സെറ്റുകളും ഇവിടെ കാണാൻ കഴിയും.

ഇവിടെ അവതരിപ്പിക്കപ്പെടുന്ന 'ആക്ഷൻ' എന്ന പേരി ലുള്ള ഷോ നിരവധിയാളുകളെ ആകർഷിച്ചു വരുന്നു. ചല ച്ചിത്ര നിർമ്മാണത്തിന്റെ എല്ലാ ഘട്ടങ്ങളെക്കുറിച്ചുമുള്ള അറിവ് സാധാരണക്കാരന് പകർന്നുകൊടുക്കുന്ന ഒന്നാ ണിത്. സ്പെഷ്യൽ ഇഫക്ടുകൾ, ഛായാഗ്രഹണം, എഡി റ്റിങ്ങ്, ഡബ്ബിങ്ങ് തുടങ്ങിയ എല്ലാ സാങ്കേതിക കാര്യങ്ങളും ഇതിലൂടെ പ്രേക്ഷകന്റെ മുൻപിൽ ഇതൾ വിടർത്തുകയാണ് ചെയ്യുന്നത്.

ഒരു കാലഘട്ടത്തിൽ, വളരെ ജനപ്രിയമായിരുന്ന മഹാ ഭാരതം സീരിയൽ ഇവിടെ നിർമ്മിച്ച സെറ്റുകളിലാണ് ഷൂട്ട് ചെയ്തിട്ടുള്ളത്. ഇപ്പോഴും ആ സെറ്റ് അവിടെ നിലനിർത്തി യിട്ടുണ്ടെന്നുള്ളതാണ് കൗതുകകരം.

പ്രഗത്ഭരായ ബ്രൂസ്‌ലീ, സിൽവസ്റ്റർ സ്റ്റാലൻ, ചാർളി ചാപ്ലിൻ തുടങ്ങിയവരുടെ യഥാർത്ഥ വലിപ്പത്തിലുള്ള പ്രതി മകൾ ഇവിടെ കണ്ടു നിങ്ങൾ അന്തം വിട്ടേക്കാം! അതു പോലെ 'സൂപ്പർസ്റ്റാർ' എന്ന തീം റസ്റ്റോറന്റിൽ നിങ്ങൾ ഭക്ഷണം കഴിക്കുമ്പോൾ നിങ്ങൾക്ക് 'കമ്പനി തരുന്നത്' അമിതാഭ് ബച്ചനും ശ്രീദേവിയും രജനികാന്തുമൊക്കെ യാകാം! (അവരുടെ ആകർഷണീയങ്ങളായ ചിത്രങ്ങളായി രിക്കുമെന്നു മാത്രം!)

- ഷൂട്ടിങ്ങ് വേളയിൽ ഏതെല്ലാം സാങ്കേതിക വിദഗ്ദ്ധർ എന്തെല്ലാം ജോലികളാണ് ചെയ്യുന്നത്?

ഭാരിച്ച ഉത്തരവാദിത്വമാണ് ഒരു ചലച്ചിത്ര സംവിധായകനിൽ നിക്ഷിപ്തമായിരിക്കുന്നതെന്ന് ഏവർക്കും അറിവുള്ളതാണല്ലോ. ചിത്രീകരണ സമയത്തു നടക്കുന്ന ഓരോ കാര്യത്തിലും സംവിധായകന്റെ ശ്രദ്ധ പതിയേണ്ടതാവശ്യമാണ്. ചിത്രീകരണ സമയത്ത് ഒരു സംവിധായകൻ ചെയ്യുന്ന പ്രധാന കാര്യങ്ങൾ.

1. അസോസിയേറ്റ് ഡയറക്ടറോടു ചേർന്നു ചിത്രീകരിക്കുവാനുള്ള ഷോട്ടുകളുടെ ചാർട്ടിങ്ങ് നിർവഹിക്കുന്നു.

2. സെറ്റിൽ നടക്കുന്ന ഓരോ കാര്യങ്ങളുടേയും മൊത്തത്തിലുള്ള മേൽനോട്ടം നിർവ്വഹിക്കുന്നു.

3. നടീനടന്മാർക്ക് സീനിന്റെ പ്രത്യേകതകളും മൂഡുകളും വിശദീകരിച്ചു കൊടുക്കുന്നു. ആക്ഷൻ എങ്ങനെ വേണം, എത്രത്തോളം വേണം എന്നു നിർദ്ദേശിക്കുന്നു.

4. ലൈറ്റിങ്ങ് സ്കീം, ക്യാമറാ ചലനങ്ങൾ, ഷോട്ട് സൈസ് (ലോങ്ങ്, മീഡിയം, ക്ലോസ്സപ്പ് തുടങ്ങിയവ) എങ്ങനെ വേണമെന്ന് ഛായാഗ്രാഹകനോടു നിർദ്ദേശിക്കുന്നു.

5. ശബ്ദലേഖകൻ, വസ്ത്രാലങ്കാരകൻ, മെയ്ക്കപ്പ് മാൻ തുടങ്ങിയവർക്കുള്ള നിർദ്ദേശങ്ങൾ നൽകുന്നു.

ചിത്രീകരണ സമയത്ത് സംവിധായകൻ ചെയ്യുന്ന ജോലികളാണു മുകളിൽപ്പറഞ്ഞത്. ചിത്രീകരണത്തിനു മുൻപ് ലൊക്കേഷൻ കണ്ടെത്തലും, സ്ക്രിപ്റ്റിനെ തിരുത്തി പാകപ്പെടുത്തലും ചിത്രീകരണത്തിനു ശേഷം എഡിറ്റിങ്ങ്, ഡബ്ബിങ്ങ്, ഗ്രേഡിങ്ങ് തുടങ്ങിയ കാര്യങ്ങളിലും സംവിധായകൻ വ്യാപൃതനാകുന്നു.

അസോസിയേറ്റ് ഡയറക്ടർ

അസോസിയേറ്റ് ഡയറക്ടർ, ഡയറക്ടറുമായി കൂടിയാലോചിച്ചു ചിത്രീകരിക്കുവാനുള്ള ഷോട്ടുകൾ 'ചാർട്ട്' ചെയ്യുന്നു. നടീനടന്മാർക്ക് ഡയലോഗു പറഞ്ഞു കൊടുക്കുന്നത് സാധാരണയായി അസോസിയേറ്റ് ആണ്. ഒരു സീനിൽ, ഉദ്ദേശിച്ച ഷോട്ടുകൾ എല്ലാം എടുത്തു തീർന്നുവോ എന്നു പരിശോധിക്കേണ്ടത് അസോസിയേറ്റ് ഡയറക്ടറുടെ ചുമതലയാണ്. പ്രത്യേക സാഹചര്യങ്ങളിൽ ഡയറക്ടർക്ക് സെറ്റിൽ നിന്നും വിട്ടു നിൽക്കേണ്ടി വന്നാൽ അസോസിയേറ്റ് ഡയറക്ടർ സാഹചര്യത്തിനൊത്തുയർന്ന് എല്ലാ ഉത്തരവാദിത്വങ്ങളും ഏറ്റെടുത്തു ചേയ്യേണ്ടതാണ്.

സഹസംവിധായകർ

ക്ലാപ്പു കൊടുക്കുക, ക്യാമറ റിപ്പോർട്ട് എഴുതുക, കണ്ടിന്യൂറ്റി രേഖപ്പെടുത്തുക തുടങ്ങിയവയാണ് സഹസംവിധായകരുടെ മുഖ്യ

ജോലികൾ. സെറ്റ് പ്രോപർട്ടികൾ (set properties), വസത്രങ്ങൾ എന്നിവ സെറ്റിലെത്തിച്ചേർന്നിട്ടുണ്ടോ എന്നു പരിശോധിക്കേണ്ടതും നടീനടന്മാർ സെറ്റിലെത്തിയിട്ടുണ്ടോ എന്നു നോക്കേണ്ടതും സഹസംവിധായകരുടെ കടമയാണ്.

ഛായാഗ്രാഹകൻ

ഒരു സീനിന്റെ 'മൂഡി' നെ സംവിധായകൻ മനസ്സിൽ വിഭാവനം ചെയ്യുന്ന രീതിയിൽ ഉൾക്കൊള്ളുക എന്നതാണ് ഛായാഗ്രാഹകനെ സംബന്ധിച്ച വെല്ലുവിളി. ഇത്തരത്തിൽ സീനിന്റെ മൂഡിനനുസരിച്ചു ലൈറ്റിങ്ങിനെ 'ഡിസൈൻ' ചെയ്യുക, ക്യാമറ ഓപ്പറേറ്റു ചെയ്യുക, ഛായാഗ്രഹണത്തിന്റെ നൈരന്തര്യം പാലിക്കുക എന്നിവയാണു ഛായാഗ്രാഹകന്റെ പ്രധാന ജോലികൾ. (വലിയ പ്രോജക്റ്റുകളിൽ ഛായാഗ്രഹണത്തിന്റെ പ്രധാന കാര്യങ്ങളെ നിയന്ത്രിക്കുന്നത്-ലൈറ്റിങ്ങും മറ്റും- 'ഡയറക്ടർ ഓഫ് ഫോട്ടോഗ്രാഫി' എന്ന സാങ്കേതിക വിദഗ്ദ്ധനാണ്. ഓപ്പറേറ്റീവ് ക്യാമറാമേനാ (Operative cameraman)ണ് ക്യാമറ ചലിപ്പിക്കുന്നത്.)

സഹഛായാഗ്രാഹകന്മാർ

കൃത്യമായി ഫോക്കസ് നിർവ്വഹിക്കുക, ലൈറ്റ് മീറ്ററിന്റെ റീഡിങ്ങ് എടുക്കുക, ഛായാഗ്രഹണപരമായ നൈരന്തര്യം പരിപാലിക്കുന്നതിനു വേണ്ടി ഉപയോഗിച്ച ലെൻസുകളുടെ ഫോക്കൽ ലെങ്ങ്ത്, വ്യത്യസ്ത ഫിൽട്ടറുകളുടെ പേരുകൾ എന്നിവ എഴുതിവെയ്ക്കുക മുതലായ ജോലികളാണ് സഹഛായാഗ്രാഹകന്മാർ ചെയ്യുന്നത്.

കലാ സംവിധായകൻ

മുൻകാലങ്ങളിൽ സ്റ്റുഡിയോകളിൽ സെറ്റുകളൊരുക്കിയിട്ടായിരുന്നു സിനിമയുടെ ഷൂട്ടിങ്ങ് പ്രധാനമായും നിർവ്വഹിക്കപ്പെട്ടിരുന്നത്. ക്രമേണ സിനിമ, സ്റ്റുഡിയോകളെ വിട്ടു യഥാർത്ഥ ലൊക്കേഷനുകളെ തേടുകയായിരുന്നു. എങ്കിലും ഇപ്പോഴും നിരവധി സന്ദർഭങ്ങളിൽ കലാസംവിധായകർ സെറ്റുകളൊരുക്കേണ്ടി വരാറുണ്ട്. കഥാ സന്ദർഭത്തിനനുസൃതമായ വീട്, കൊട്ടാരം, കോട്ട, ആസ്പത്രി, കോടതി, പള്ളി, അമ്പലം എന്നിവയൊക്കെ ഷൂട്ടിങ്ങിന്റെ സൗകര്യത്തിനനുസരിച്ച് ലഭ്യമായില്ലെങ്കിൽ ആർട്ട് ഡയറക്ടർ അവയുടെ സെറ്റിടുകയാണ് ചെയ്യുന്നത്. തെരുവ്, യുദ്ധരംഗം എന്നിങ്ങനെ വിപുലമായ സന്നാഹങ്ങൾ വരെ ആർട്ട് ഡയറക്ടർമാർ സെറ്റിടാറുണ്ട്. ഇതെല്ലാം സംവിധായകന്റെ നിർദ്ദേശപ്രകാരം അയാൾ ആവശ്യപ്പെടുന്ന വിധത്തിൽ തയ്യാറാക്കിക്കൊടുക്കേണ്ടത് ഒരു കലാസംവിധായകന്റെ കടമയാണ്. സെറ്റുകൾ കലാപരമായിരിക്കുക മാത്രമല്ല അവ കഥയുടെ സന്ദർഭത്തെ വേണ്ട വിധത്തിൽ പ്രതിഫലിപ്പിക്കുകയും വേണം. ചുരുങ്ങിയ ചെലവിലും ഛായാഗ്രഹണത്തിന്

അനുയോജ്യമായ വിധത്തിലുമായിരിക്കണം കലാസംവിധായകൻ സെറ്റിടേണ്ടത്.

ഒരു പ്രത്യേക കാലഘട്ടത്തെ ചരിത്രപരമായി പുനർജ്ജീവിപ്പിക്കേണ്ടിവരുന്ന പീരിയേഡ് വർക്കുകൾ (Period works) ചെയ്യേണ്ടി വരുന്നത് കലാ സംവിധായകർക്ക് എല്ലാ കാലവും വെല്ലുവിളിയാണ്. ആ കാലഘട്ടത്തിൽ ജീവിച്ചിരുന്ന മനുഷ്യരുടെ വസ്ത്രങ്ങൾ, ആഭരണങ്ങൾ, പ്രത്യേകതരം ഫർണീച്ചറുകൾ, വാഹനങ്ങൾ, നാണയങ്ങൾ തുടങ്ങി നിരവധി കാര്യങ്ങളെയാണ് പുനർജ്ജീവിപ്പിക്കേണ്ടി വരുന്നത്. ഒരു കാലഘട്ടത്തെ പുനർജ്ജീവിപ്പിക്കുവാൻ അക്കാലത്ത് പ്രചാരത്തിലുണ്ടായിരുന്ന ഗാനങ്ങൾ, സിനിമാ പോസ്റ്ററുകൾ എന്നിവയൊക്കെ കലാസംവിധായകർ കൂട്ടു പിടിക്കാറുണ്ട്.

കടലാസിൽ വരയ്ക്കുകയോ, കമ്പ്യൂട്ടർ ഉപയോഗിച്ചു വരയ്ക്കുകയോ ചെയ്തിട്ടുള്ളസ്കെച്ച് (sketch) കളെ ആസ്പദമാക്കിയാണ് സാധാരണയായി കലാസംവിധായകർ സെറ്റിടാറുള്ളത്.

കലാസംവിധായകന്റെ സഹായികൾ

സെറ്റിടുന്നതിൽ കലാസംവിധായകനെ ക്രിയാത്മകമായി സഹായിക്കുക, സെറ്റിലേക്കു വേണ്ട സാമഗ്രികളെ (set properties) സംഘടിപ്പിച്ചു വേണ്ട വിധത്തിൽ സൂക്ഷിച്ച് ഓരോ ഷോട്ടുകളുടെയും ആവശ്യത്തിനനുസരിച്ച് ലഭ്യമാക്കുക എന്നിവയാണ് സഹായികളുടെ പ്രധാന ജോലികൾ.

ശബ്ദലേഖകൻ (Sound Recordist or Sound designer)

നടീനടന്മാർ ഉരുവിടുന്ന സംഭാഷണങ്ങൾ റെക്കോഡ് ചെയ്യുകയാണ് ശബ്ദലേഖകന്റെ പ്രധാന ജോലി. 'നാഗ്രാ' (Nagra) എന്ന കമ്പനിയുടെ റെക്കോഡറിലാണ് ഇതു സാധാരണയായി നിർവഹിക്കപ്പെട്ടിരുന്നത്. ഈ ഡിജിറ്റൽ കാലഘട്ടത്തിൽ മറ്റു പല കമ്പനികളുടെ റെക്കോഡറുകളും ഉപയോഗിക്കപ്പെടുന്നുണ്ട്. ഷൂട്ടിങ്ങ് സമയത്തു ശബ്ദം റെക്കോഡു ചെയ്യപ്പെടുന്നുണ്ടെങ്കിലും ഇത് ഒരു റഫറൻസിന് വേണ്ടി മാത്രമാണ് ഉപയോഗിക്കുന്നത്. സംഭാഷണങ്ങൾ പിന്നീടു ഡബ്ബു ചെയ്യപ്പെടുകയാണ് ചെയ്യുന്നത്. (ഹോളിവുഡ്ഡിലും മറ്റും ഷൂട്ടിങ്ങു സമയത്ത് റെക്കോഡ് ചെയ്യുന്ന സംഭാഷണങ്ങൾ തന്നെയാണ് സിനിമയിലും ഉപയോഗിക്കുന്നത്. മലയാളത്തിൽ ഈ രീതി പ്രചരിച്ചു വരുന്നതേയുള്ളൂ.)

ശബ്ദലേഖന സഹായികൾ (Sound recording assistants)

ഉപകരണങ്ങളെ ക്രമീകരിക്കുക, സൗണ്ട് റിപ്പോർട്ട് ഷീറ്റ് തയ്യാറാക്കുക തുടങ്ങിയ ജോലികളാണ് ശബ്ദലേഖന സഹായികൾ ചെയ്യുന്നത്.

പ്രൊഡക്ഷൻ കൺട്രോളർ, പ്രൊഡക്ഷൻ മാനേജർ, പ്രൊഡക്ഷൻ എക്സിക്യൂട്ടീവ്

പ്രൊഡക്ഷനെ ആദ്യാവസാനം നിയന്ത്രിക്കുന്നയാളാണ് പ്രൊഡക്ഷൻ കൺഡ്രോളർ. ഷൂട്ടിങ്ങ് ഏതെല്ലാം ലൊക്കേഷനുകളിൽ എപ്പോഴെല്ലാം എത്ര ഷെഡ്യൂളുകളിലായി ചെയ്യണം, ഷൂട്ടിങ്ങിനു വേണ്ട സൗകര്യങ്ങൾ, ഉപകരണങ്ങളുടെ ലഭ്യത തുടങ്ങി എല്ലാ കാര്യങ്ങളിലും പ്രൊഡക്ഷൻ കൺട്രോളർക്കു ഗണ്യമായ പങ്കുവഹിക്കാനുണ്ട്. വളരെ വലിയ സെറ്റുകളിലാണ് പ്രൊഡക്ഷൻ കൺട്രോളർ എന്ന തസ്തിക ഉണ്ടാകാറുള്ളത്. സാധാരണ സെറ്റുകളിൽ പ്രൊഡക്ഷൻ മാനേജർമാരാണു കാര്യങ്ങൾ നിയന്ത്രിക്കുന്നത്. പ്രൊഡക്ഷനുമായി ബന്ധപ്പെട്ട കാര്യങ്ങൾ ഏറ്റെടുത്തു നടത്തുന്നതിൽ കൂടുതൽ പങ്കുള്ളയാളാണ് പ്രൊഡക്ഷൻ എക്സിക്യൂട്ടീവ്.

പി.ആർ.ഒ (P.R.O.)

P.R.O എന്നാൽ Public Relations Officer എന്നാണല്ലോ. സിനിമയുടെ പബ്ലിസിറ്റിക്ക് വേണ്ട എല്ലാ കാര്യങ്ങളും നിർവ്വഹിക്കുന്നത് പി. ആർ.ഒ മാരാണ്. ഷൂട്ടിങ്ങ് റിപ്പോർട്ടുകൾ, നിശ്ചല ദൃശ്യങ്ങൾ, ഷൂട്ടിങ്ങിനെ സംബന്ധിച്ച വീഡിയോ ക്ലിപ്പിങ്ങുകൾ എന്നിവയെ പത്രമാസികകൾ, ചാനലുകൾ എന്നിവയിലേക്കെത്തിച്ച് സിനിമയെ പ്രചരിപ്പിക്കുന്നതിൽ P.R.O.മാർ വലിയ പങ്ക് വഹിക്കുന്നു.

മെയ്ക്കപ്പ് മാൻ (Make-up man)

നടീനടന്മാർ കഥാപാത്രങ്ങളായി രൂപാന്തരം പ്രാപിക്കുന്നതിൽ മെയ്ക്കപ്പ്മാനുള്ള പങ്കു വലുതാണ്. നടീനടന്മാർക്കു പൗഡർ ഇട്ടു കൊടുക്കുന്നതും വിഗ്ഗു വെച്ചു കൊടുക്കുന്നതും മാത്രമാണ് മെയ്ക്കപ്പ്മാന്റെ പണിയെന്നു ധരിച്ചിരിക്കുന്നവരുണ്ട്. 'അണിയിച്ചൊരുക്കലി'ന്റെ ഭാഗമായി ചെയ്യുന്ന എല്ലാ ജോലികൾക്കും പുറമെ സാങ്കേതികജ്ഞാനം കലർത്തേണ്ട സാഹചര്യങ്ങളേയും മെയ്ക്കപ്പ്മാന്മാർ നേരിടേണ്ടി വരാറുണ്ട്. വ്യത്യസ്ത ലൈറ്റിങ്ങ്, വ്യത്യസ്ത ലെൻസുകൾ, ഫിൽട്ടറുകൾ - ഇവയ്ക്കനുസരിച്ച് മെയ്ക്കപ്പിൽ വരുത്തേണ്ട മാറ്റങ്ങളെക്കുറിച്ച് മെയ്ക്കപ്പ്മാൻ അറിവു നേടിയിട്ടുണ്ടായിരിക്കണം. ഷൂട്ടിങ്ങ് നടക്കുന്നത് രാത്രിയോ പകലോ ഇന്റീരിയറിലോ എക്സിറ്റീരിയറിലോ എന്നീ ഘടകങ്ങളേയും മെയ്ക്കപ്പ് മാൻ പരിഗണിക്കേണ്ടതായി വരാം. മുറിവ്, തീപ്പൊള്ളൽ, പ്രേതം എന്നിവയൊക്കെ സമർത്ഥമായി ആവിഷ്കരിക്കുവാൻ മെയ്ക്കപ്പ്മേനു കഴിയണം. ഒരു ആർട്ടിസ്റ്റിന്റെ ശരീരഘടനയെ മൊത്തം മാറ്റുന്ന കല അല്ലെങ്കിൽ സാങ്കേതികത-ഇതിനെ പ്രോസ്തെറ്റിക്സ് (Prosthetics) എന്നു പറയുന്നു- മെയ്ക്കപ്പ്മാന്മാർക്കു മുന്നിൽ തികഞ്ഞ വെല്ലുവിളി സൃഷ്ടിക്കുന്നു. മലയാള

സിനിമയിൽ കുഞ്ഞിക്കൂനൻ, മൃഗയ എന്നീ സിനിമകളിൽ ഈ ടെക്നിക്കിന്റെ പ്രയോഗം കാണാൻ കഴിയുന്നതാണ്.

ആസിഡ് മുഖത്തൊഴിക്കപ്പെട്ട് മുഖം വികൃതമാക്കപ്പെട്ട സുന്ദരിയായ നായിക അതിജീവനത്തിന്റെ കഠിനമായ പാതകൾ താണ്ടി ഉയരങ്ങളിലെത്തുന്ന കഥ പറഞ്ഞ 'ഉയരെ' എന്ന ചിത്രത്തിലും പ്രോസ്തെറ്റിക്സ് എന്ന ടെക്നിക്കിന്റെ വിദഗ്ദ്ധമായ പ്രയോഗം കാണാൻ കഴിയും.

മെയ്ക്കപ്പിനു നിരവധി അവാർഡുകൾ നേടിയിട്ടുള്ള പ്രതിഭയായ ശ്രീ പട്ടണം റഷീദ് അണിയിച്ചൊരുക്കലിന്റെ വെല്ലുവിളികളെക്കുറിച്ചു പറയുന്നതു ശ്രദ്ധിക്കൂ... "മമ്മൂട്ടിയെപ്പോലെ ഒരു ഗ്ലാമർ താരത്തെ വൃദ്ധനാക്കി മാറ്റേണ്ട ഭാരിച്ച ഉത്തരവാദിത്വമായിരുന്നു പൊന്തൻമാട എന്ന ചിത്രത്തിൽ എനിക്കുണ്ടായിരുന്നത്. അതൊരു വെല്ലുവിളി തന്നെയായിരുന്നു. കറുപ്പിക്കാനായി അക്കാലത്ത് ഒരു കൽക്കട്ട കമ്പനിയുടെ പാൻകേക്കായിരുന്നു ലഭിച്ചിരുന്നത്. അതു തേച്ചാൽ മമ്മുട്ടിയുടെ ഇളം മഞ്ഞ കലർന്ന ശരീരം കരിപുരട്ടിയപോലെയാകും. വില്യം ടർട്ടിൽസ് എന്ന കമ്പനിയുടെ കോഫി ബ്രൗൺ കളറാണ് ഞാൻ ഔചിത്യപൂർവ്വം തിരഞ്ഞെടുത്ത് പ്രയോഗിച്ചത്. ഈ അറിവാകട്ടെ എനിക്ക് കമൽഹാസനിൽ നിന്നുമാണ്പകർന്നു കിട്ടിയത്! മമ്മൂട്ടിയുടെ കഥാപാത്രത്തിനു കറുത്ത നിറം മാത്രം പോരാ. ചുളിവുകളും വേണം. ഇതിന് 'ഓൾഡ് ഏജ് സ്ട്രിപ്പിൾ' എന്ന ലിക്വിഡ് ഫൗണ്ടേഷൻ ഞാൻ ഉപയോഗിച്ചു." രണ്ടായാലും ഷൂട്ടിങ്ങ് കാണുവാൻ ലൊക്കേഷനിലെത്തിച്ചേർന്ന ആളുകൾ മമ്മുട്ടിയെ തിരിച്ചറിഞ്ഞില്ലത്രെ! മമ്മുട്ടിയുടെ വ്യക്തിപരമായ അംഗീകാരം റഷീദിന് ലഭിക്കുകയും ചെയ്തു!

മെയ്ക്കപ്പ് സഹായികൾ (Make - up Assistants)

മെയ്ക്കപ്പ് മാന്റെ അസിസ്റ്റന്റുമാർ മെയ്ക്കപ്പിന്റെ കണ്ടിന്യൂറ്റി ശ്രദ്ധിക്കുക, നടീ നടൻമാരെ ടച്ച്-അപ്(Touch-Up) ചെയ്യുക എന്നീ ജോലികളാണു ചെയ്യുന്നത്.

വസ്ത്രാലങ്കാരകൻ (Costumer)

കഥാപാത്രങ്ങൾക്കു വേണ്ട വസ്ത്രങ്ങളെ ഔചിത്യപൂർവ്വം തിരഞ്ഞെടുക്കുന്നതും ഡിസൈൻ ചെയ്യുന്നതുമൊക്കെ വസ്ത്രാലങ്കാരകന്റെ ജോലിയാണ്. നിറങ്ങൾ തമ്മിലുള്ള യോജിപ്പ്(Matching), വൈരുദ്ധ്യം(Contrast) പാറ്റേണുകൾ (Patterns), ഗ്രാഫികമായ രൂപങ്ങൾ (Graphic patterns) എന്നിവയെക്കുറിച്ചൊക്കെ വസ്ത്രാലങ്കാരകന് വ്യക്തമായ ധാരണ വേണം.

വസ്ത്രങ്ങളെ നിറവും പാറ്റേണുകളും നോക്കി തിരഞ്ഞെടുത്ത് അവതരിപ്പിക്കൽ മാത്രമല്ല വസ്ത്രാലങ്കാരകന്റെ ജോലി. തിരഞ്ഞെടുത്തവതരിപ്പിക്കുന്ന വസ്ത്രങ്ങൾ കഥാപാത്രത്തിന്റെ സ്വഭാവം, മാനസിക

വ്യാപാരങ്ങൾ എന്നിവയെ പ്രതിഫലിപ്പിക്കുന്നതായിരിക്കുകയും വേണം. ഇതു ഫലപ്രദമാകുവാൻ സംവിധായകന്റെ നിർദ്ദേശങ്ങൾ പാലിക്കേണ്ട തുണ്ട്.

ഉചിതമായ വസ്ത്രങ്ങൾക്കു പുറമെ വ്യത്യസ്ത സീനുകളിലേക്കുള്ള കണ്ണട, ചെരിപ്പ്, ആഭരണങ്ങൾ, ലാത്തി മുതലായ വസ്തുക്കളെ വേണ്ട വിധത്തിൽ തിരഞ്ഞെടുത്തു സൂക്ഷിച്ചു വെയ്ക്കേണ്ടതും വസ്ത്രാലങ്കാ രകന്റെ ജോലിയാണ്. ഒരു കാലഘട്ടത്തെ പുനർജ്ജീവിപ്പിക്കേണ്ടി വരുന്ന 'പീരിയഡ് സബ്ജക്റ്റ്' ആണ് ഒരു ചിത്രത്തിന്റെ പ്രമേയമെങ്കിൽ വസ്ത്രാലങ്കാരകന്റെ ഉത്തരവാദിത്വവും കൂടും. അവതരിപ്പിക്കുന്ന വസ്ത്രങ്ങളും മറ്റു സാമഗ്രികളുമെല്ലാം കഥാപാത്രങ്ങളുടെ മാനസികാ വസ്ഥയ്ക്കു പുറമെ കാലഘട്ടത്തെയും പ്രതിഫലിപ്പിക്കേണ്ടതുണ്ട്.

വസ്ത്രാലങ്കാരത്തിനു ഛായാഗ്രഹണവുമായി ബന്ധമുണ്ട്. ലൈറ്റി ങ്ങിന്റെ പ്രത്യേകതകൾ, ഫിൽട്ടറുകളുടെ ഉപയോഗം എന്നിവയ്ക്കനു സരിച്ചുള്ള നിറവ്യതിയാനങ്ങളെ വസ്ത്രാലങ്കാരകൻ കണക്കിലെടു ക്കേണ്ടതുണ്ട്. സാധാരണയായി പശ്ചാത്തലത്തിൽ നിന്നും വ്യത്യസ്ത മായ നിറങ്ങളിലുള്ള വസ്ത്രങ്ങളാണ് കഥാപാത്രങ്ങൾക്കു നൽകുക. നിറങ്ങൾ ഒരുപോലെയായാൽ പശ്ചാത്തലവും കഥാപാത്രങ്ങളും തമ്മിൽ വേർതിരിച്ചറിയാനാവാത്ത വിധം അമിതമായ ചേർച്ച(Merging)യായി രിക്കും ഫലം. ഗാനരംഗങ്ങളിൽ കഥാപാത്രങ്ങളെ പ്രകൃതിയിൽ നിന്നും വേർതിരിച്ചു കാണുവാൻ ചുവപ്പ്, മഞ്ഞ, ഓറഞ്ച് തുടങ്ങിയ നിറങ്ങളി ലുള്ള വസ്ത്രങ്ങളാണ് കഥാപാത്രങ്ങൾക്കു നൽകാറുള്ളത്. എന്നാൽ ഇതിന് അപവാദമായി പച്ച നിറത്തിലുള്ള വസ്ത്രങ്ങൾ ചില പ്രത്യേക സാഹചര്യങ്ങളിൽ നല്കപ്പെടാറുണ്ട്. ഇത്തരം സന്ദർഭങ്ങളിൽ നിറ ങ്ങളുടെ 'മെർജിങ്ങ്' ഒഴിവാക്കേണ്ടതു വസ്ത്രാലങ്കാരകന്റേയും ഛായാ ഗ്രാഹകന്റേയും കടമയാണ്.

വസ്ത്രാലങ്കാരകന്റെ സഹായികൾ

വസ്ത്രങ്ങളും അനുബന്ധ സാമഗ്രികളും തയ്യാറാക്കുവാൻ വസ്ത്രാ ലങ്കാരകനെ സഹായിക്കുന്നു.

നിശ്ചല ഛായാഗ്രാഹകൻ

ചിത്രീകരിക്കപ്പെടുന്ന രംഗങ്ങളിലെ പ്രധാനപ്പെട്ട ദൃശ്യങ്ങളുടെ നിശ്ചലചിത്രങ്ങൾ എടുക്കുകയെന്നതാണ് നിശ്ചല ഛായാഗ്രാഹകന്റെ ജോലി. ഇതിന് പ്രധാനമായും മൂന്നു ഉദ്ദേശ്യങ്ങളാണുള്ളത്. ഒന്ന്: സിനിമ യുടെ പ്രചരണത്തിനാവശ്യമായ വോൾ പോസ്റ്ററുകൾ, ഷോകാർഡു കൾ എന്നിവ തയ്യാറാക്കുന്നതിന് ഈ നിശ്ചല ചിത്രങ്ങളെ ഉപയോഗി ക്കുന്നു. ഒരു സിനിമയുടെ ആദ്യമാദ്യമുള്ള ഷോകളുടെ വിജയം പല പ്പോഴും ഇത്തരത്തിലുള്ള പബ്ലിസിറ്റിയുടെ ഫലമായിരിക്കുമെന്നതാണ്

വാസ്തവം. ചലച്ചിത്ര മാസികകളിൽ പബ്ലിസിറ്റിക്കുവേണ്ടി പ്രസിദ്ധീകരിക്കുവാൻ ചിത്രീകരണ സമയത്തു ഫോട്ടോ സെഷനുകൾ ഒരുക്കുകയും നിശ്ചല ഛായാഗ്രാഹകൻ ഫോട്ടോകൾ എടുത്തുവെയ്ക്കുകയും ചെയ്യുന്ന പതിവുണ്ട്. മുൻകാലങ്ങളിൽ ചിത്രീകരിക്കപ്പെടുന്ന രംഗങ്ങളിലെ കണ്ടിന്യുവിറ്റി രേഖപ്പെടുത്തുവാൻ ഈ നിശ്ചല ചിത്രങ്ങൾ ഉപയോഗിച്ചിരുന്നു. നടീ നടന്മാർ ഒരു നിശ്ചിത സീനിൽ ഉപയോഗിച്ച വസ്ത്രങ്ങൾ, ആഭരണങ്ങൾ എന്നിവ പിന്നീട് ഓർത്തെടുക്കുവാൻ ഈ ചിത്രങ്ങൾ സഹായകമായിട്ടുണ്ട്. വീഡിയോ ക്യാമറ ഉപയോഗിച്ചും സിനിമകളിൽ കണ്ടിന്യുവിറ്റി രേഖപ്പെടുത്താറുണ്ടായിരുന്നു. ഇന്ന് ഇക്കാര്യം സാധിക്കുവാൻ ഹാർഡ് ഡിസ്കിൽ ശേഖരിക്കപ്പെട്ട ഷോട്ടുകൾ വീണ്ടും നോക്കിയാൽ മതി. മൂന്നാമതായി, സിനിമ പൂർത്തിയാക്കി വിതരണക്കാരെ സമീപിക്കുമ്പോൾ അവരിൽ താത്പര്യം ജനിപ്പിക്കുന്നതിലേക്കായി ഒരു ആൽബം തയ്യാറാക്കുവാൻ നിശ്ചലചിത്രങ്ങൾ ഉപകരിക്കുന്നു. ഈ ആൽബത്തിൽ സാധാരണയായി സീനുകളുടെ ക്രമത്തിൽ നിശ്ചല ചിത്രങ്ങൾ ആകർഷകമായി അവതരിപ്പിച്ചിട്ടുണ്ടായിരിക്കും.

യൂണിറ്റ് ബോയ്സ് (Unit Boys)

ട്രോളി ചലിപ്പിക്കുക, റിഫ്ളക്റ്ററുകളും ലൈറ്റുകളും മാറ്റി സ്ഥാപിക്കുക, ഷൂട്ടിങ്ങിനു തടസ്സമുണ്ടാക്കാത്തവിധം ആളുകളെ വകഞ്ഞു മാറ്റുക, താരങ്ങളെ ലൊക്കേഷനിലേക്കാനയിച്ചു കൊണ്ടുവരിക, താരങ്ങൾക്കും ടെക്നീഷ്യന്മാർക്കും ഭക്ഷണം എത്തിച്ചു കൊടുക്കുക, വെയിലുള്ളപ്പോൾ താരങ്ങൾക്കു കുട ചൂടി കൊടുക്കുക തുടങ്ങിയ ജോലികളാണ് യൂണിറ്റ് ബോയ്സ് ചെയ്യുന്നത്. അവർ ചെയ്യുന്ന ജോലികളെ നിസ്സാരമായിക്കാണാതെ ഒരു സിനിമയുടെ നിർമ്മാണ പ്രക്രിയയിൽ അവർക്കും പങ്കുണ്ടെന്ന ചിന്തയോടെ അവരെ സഹകരിപ്പിച്ചു കൊണ്ടുപോകുകയാണ് സംവിധായകന്റെ കടമ.

- സീൻ (Scene), ഷോട്ട് (Shot), ടെയ്ക് (Take) എന്നിവ എന്താണ്?

ഒരു സീൻ എന്നാൽ ഒരു സ്ഥലത്ത് തുടർച്ചയായ സമയത്തിലൂടെ നടക്കുന്ന സംഭവങ്ങളുടെ പരമ്പരയാണെന്ന് പറയാം. ഒരുദാഹരണത്തിലൂടെ ഇത് വ്യക്തമാക്കാം. ഒരു കോളേജ്. ഒരു ക്ലാസ് റൂം. അദ്ധ്യാപകൻ ക്ലാസ്സെടുക്കുകയാണ്. വിദ്യാർത്ഥികൾ കേട്ടിരിക്കുന്നു. സംശയങ്ങൾ ചോദിക്കുന്ന വിദ്യാർത്ഥികൾ. അദ്ധ്യാപകന്റെ മറുപടികൾ. ഇടയ്ക്ക് അദ്ധ്യാപകന്റെ വക ചില തമാശകളും അവയ്ക്ക് വിദ്യാർത്ഥികളുടെ പൊട്ടിച്ചിരികളും. ബെല്ലടിക്കുന്നു. ആ അവർ (hour) കഴിഞ്ഞു. ഇപ്പോൾ ഇന്റർവെൽ ആണ്. രംഗം കാന്റീൻ. വിദ്യാർത്ഥികളുടെ 'കലപില' ശബ്ദങ്ങൾ. ചായയും പലഹാരങ്ങളും കഴിക്കുന്ന വിദ്യാർത്ഥികൾ.

ക്ലാസ് റൂം എന്ന സ്പേസിൽ (space) തുടർച്ചയായി നടക്കുന്ന സംഭവപരമ്പരകളെ ഒരു സീൻ ആയി കണക്കാക്കാവുന്നതാണ്. കാന്റീൻ

എന്ന 'സ്പേസി'ൽ തുടർച്ചയായി നടക്കുന്ന സംഭവങ്ങൾ, തീർച്ചയായും മറ്റൊരു സീൻ ആണ്.

കൂട്ടുകാരന് അപകടം പറ്റിയതറിഞ്ഞ് ഓടിയെത്തുന്ന ഒരാൾ. സംവിധായകൻ ഇത് ചിത്രീകരിക്കുകയാണ്. നടനു വേണ്ട നിർദ്ദേശങ്ങൾ കൊടുത്തു കഴിഞ്ഞു. നടൻ അഭിനയിക്കുന്നു, സംവിധായകൻ കട്ടു പറയുന്നു. നടന്റെ അഭിനയം ശരിയായില്ലെന്നാണ് സംവിധായകൻ പറയുന്നത്. നടത്തത്തിനു വേഗം കുറഞ്ഞത്രെ! ഇതേ ആക്ഷൻ വീണ്ടും ചിത്രീകരിക്കണമല്ലോ. ഈ ആവർത്തനത്തിനു ശേഷം സംവിധായകൻ കട്ടു പറയുകയാണ്. ഇത്തവണ മുഖഭാവം ശരിയായില്ലെന്നാണ് സംവിധായകന്റെ വിലയിരുത്തൽ. മൂന്നാമതും ഇത് ചിത്രീകരിക്കുന്നു. സംവിധായകൻ കട്ട് പറയുന്നു. ഇത്തവണ സംവിധായകനു തൃപ്തിയായ ആക്ഷൻ ലഭിച്ചുവെന്ന് കരുതുക. ഇവിടെ ഒരു ഷോട്ട് എന്നത്, കൂട്ടുകാരന് അപകടം പറ്റിയതറിഞ്ഞ് ഒരാൾ ഓടിയെത്തുന്നതാണ്.

ശരിയായ ആക്ഷൻ ലഭിക്കുവാൻ മൂന്നു തവണ നടൻ ആവർത്തിച്ചഭിനയിക്കേണ്ടി വന്നു. ഓരോ ആവർത്തനവും ഓരോ 'ടെയ്ക്' ആണ്: ടേക്ക് 1, ടെയ്ക് 2, ടെയ്ക് 3 എന്നിങ്ങനെ. (ചില ഷോട്ടുകൾ ഒരു ടെയ്ക്കിൽ O.K. ആകും. ചിലതു നിരവധി തവണ എടുക്കേണ്ടി വരാം.)

● സീനും സീക്വൻസും (Sequence) ഒന്നു തന്നെയാണോ?

ഇതിനെക്കുറിച്ച് സിനിമാ പണ്ഡിതന്മാരുടെ ഇടയിൽ രണ്ടഭിപ്രായങ്ങളുണ്ട്. സീൻ എന്ന വാക്കു നാടകത്തിന് യോജിച്ചതാണെന്നും സിനിമയെക്കുറിച്ചു പറയുമ്പോൾ സീക്വൻസ് എന്ന പദം ഉപയോഗിച്ചാൽ മതിയെന്നുമാണ് ഒരഭിപ്രായം. അതായത് സീൻ എന്ന പദത്തിന് പകരമായി സീക്വൻസ് എന്ന പദം ഉപയോഗിക്കാമെന്നാണ് ഇക്കൂട്ടർ പറയുന്നത്. എന്നാൽ മറ്റൊരു കൂട്ടർ അഭിപ്രായപ്പെടുന്നതിപ്രകാരമാണ് "പല സീനുകൾ കൂടിച്ചേർന്ന് ഒരു സംഭവം പൂർണ്ണതയിലെത്തുമ്പോൾ അതൊരു സീക്വൻസാകുന്നു." ഒരു പെൺകുട്ടിയുടെ വിവാഹവുമായി ബന്ധപ്പെട്ട പല സീനുകൾ. ഈ സീനുകളെല്ലാം കൂടിച്ചേർന്നു വിവാഹം എന്ന ആശയം പൂർണ്ണമാകുമ്പോൾ ഒരു സ്വീക്വൻസായി. ചലച്ചിത്ര രംഗത്തുള്ളവർ ഈ രണ്ടു തരത്തിലും സീക്വൻസ് എന്ന പദത്തെ ഉപയോഗിക്കാറുണ്ട്.

● ചാർട്ടിങ്ങ് (charting) എന്ന പദം കൊണ്ട് എന്താണുദ്ദേശിക്കുന്നത്?

സിനിമയുടെ നിർമ്മാണത്തിൽത്തന്നെ ഏറ്റവും പ്രാധാന്യമർഹിക്കുന്ന ഒരേർപ്പാടാണ് ചാർട്ടിങ്ങ് എന്നു പറയാം. ഏതെല്ലാം ദിവസങ്ങളിൽ ഏതെല്ലാം ലോക്കേഷനുകളിൽ ഏതെല്ലാം ആർട്ടിസ്റ്റുകൾ അഭിനയിച്ചും കൊണ്ടാണ് ഷൂട്ടിങ്ങ് നിർവ്വഹിക്കപ്പെടേണ്ടത് എന്നു ചാർട്ടു വരച്ചു തയ്യാറാക്കുന്ന പ്രക്രിയയെയാണ് 'ചാർട്ടിങ്ങ്' എന്നു പറയുന്നത്. ഇതു

ശ്രദ്ധാപൂർവ്വം ചെയ്യേണ്ട ഒരു കാര്യവും നിരവധി വസ്തുതകളെ പരിഗണിച്ചും കൊണ്ടു ചെയ്യേണ്ടതുമാണ്. സാധാരണയായി ഇത് സംവിധായകനും അസോസിയേറ്റും കൂടിച്ചേർന്നാലോചിച്ചാണ് ചെയ്യുന്നത്.

ഓരോ സീനുകളും ചിത്രീകരിക്കാനെടുക്കുന്ന സമയം, മെയ്ക്കപ്പിനും ലൈറ്റിങ്ങിനും എത്ര സമയമെടുക്കുമെന്നത്, ലോക്കേഷൻ മാറുന്നുണ്ടെങ്കിൽ അതിനെടുക്കുന്ന സമയം, കൂടുതൽ തിരക്കോ, രോഗമോ ഉള്ള ആർട്ടിസ്റ്റുകളുണ്ടെങ്കിൽ അവർക്കുള്ള പ്രത്യേക പരിഗണനകൾ തുടങ്ങി നിരവധി ഘടകങ്ങൾ പരിഗണനയിലെടുത്ത് വേണം ചാർട്ടിങ്ങ് നിർവ്വഹിക്കുവാൻ.

സെറ്റിൽ ജോലി ചെയ്യുന്ന ക്രൂവിന്റേയും നടീനടന്മാരുടേയുമൊക്കെ താമസം, അവരെ ലൊക്കേഷനിലെത്തിക്കൽ, ഭക്ഷണമെത്തിക്കൽ തുടങ്ങിയ കാര്യങ്ങളൊക്കെ ഈ ചാർട്ടിങ്ങിനെ ആശ്രയിച്ചിരിക്കുന്നതിനാൽ ചാർട്ടിങ്ങ് അങ്ങേയറ്റം ശ്രദ്ധാപൂർവ്വം നടത്തേണ്ട ഒരു കാര്യമായി ത്തീരുന്നു.

- ചിത്രീകരണത്തിൽ പാലിക്കേണ്ട വ്യത്യസ്ത തരം നൈരന്തര്യങ്ങൾ (continuities) ഏതൊക്കെയാണ്?

മുൻകാലങ്ങളിൽ ചലച്ചിത്ര നിരൂപണങ്ങളിൽ ഇടയ്ക്ക് പ്രത്യക്ഷപ്പെടാറുള്ള ചില വാചകങ്ങളാണിനിപ്പറയുന്നത്. "...... നമ്മുടെ നായിക കോളേജിലേക്കു പോകുമ്പോൾ പിങ്ക് നിറത്തിലുള്ള ബ്ലൗസാണ് ധരിച്ചിരുന്നത്. എന്നാൽ കോളേജിൽ നിന്നും മടങ്ങുമ്പോൾ അതു നീലനിറത്തിലുള്ളതായി....! ഇതെന്തു മായാജാലമാണ്? അതോ സംവിധായകൻ കാണികളെ വിഡ്ഢികളാക്കാൻ നോക്കുന്നതോ?" ഇങ്ങനെ പോകും വാചകങ്ങൾ. യഥാർത്ഥത്തിൽ ഇവിടെ എന്താണ് സംഭവിക്കുന്നത്? മായാജാലമോ സംവിധായകൻ കാണികളെ വിഡ്ഢികളാക്കാൻ നോക്കലോ ഒന്നും സംഭവിക്കുന്നില്ല. ഒരു സീനിന്റെ തുടർച്ച പലപ്പോഴും വേറൊരു ദിവസമായിരിക്കും എടുക്കുന്നത്. അപ്പോൾ നടീനടന്മാർ ആദ്യം അണിഞ്ഞിരുന്ന വസ്ത്രങ്ങളും ആഭരണങ്ങളുമെല്ലാം അതേപടി വീണ്ടും അണിയേണ്ടി വരും. പറയുവാൻ ഇത് എളുപ്പമാണെങ്കിലും പ്രാവർത്തികമാക്കുവാൻ അതീവ ക്ലേശകരമാണ്. കണ്ടിന്യൂറ്റി നോക്കുന്ന അസിസ്റ്റന്റ് ഡയറക്ടർമാർ വെള്ളം കുടിച്ചു പോകുന്ന സന്ദർഭമാണിത്. നിരവധി ചിത്രങ്ങളിൽ സഹസംവിധായികയായി പ്രവർത്തിച്ചതിനു ശേഷം സംവിധായികയുടെ മേലങ്കിയണിഞ്ഞ ശ്രീമതി ശ്രീബാല കെ. മേനോൻ പറയുന്നതു കേൾക്കൂ..."സഹസംവിധായികയായി ജോലി ചെയ്തിരുന്ന സമയത്തു കണ്ടിന്യൂറ്റിയിൽ തെറ്റു വരുമോ എന്ന് ആകുലപ്പെട്ടു ഉറക്കത്തിൽ നിന്നും ഞെട്ടിയുണർന്നിട്ടുള്ള രാത്രികളുണ്ടായിട്ടുണ്ട്..." നിരവധി കഥാപാത്രങ്ങൾ, നിരവധി നടീനടന്മാർ അവരുടെയെല്ലാം വസ്ത്രങ്ങളും ആഭരണങ്ങളും മറ്റും... വാച്ച്, കണ്ണട, ചെരിപ്പ് മുതലായ സാമഗ്രികൾ വേറെയും! ഷൂട്ടിങ്ങിന്റെ തിരക്കിൽ ഇവയെല്ലാം

കൃത്യമായി രേഖപ്പെടുത്തി വെയ്ക്കാമെന്നു വെച്ചാലും പിഴവു പറ്റാനുള്ള സാധ്യത വളരെ കൂടുതലാണ്. സീൻ നമ്പറും ഷോട്ട് നമ്പറും എഴുതി ഏതെല്ലാം താരങ്ങൾ ഏതെല്ലാം വസ്ത്രങ്ങളും മറ്റു ഇണതാരികളുമാണ് ധരിച്ചിരുന്നത് എന്നു രേഖപ്പെടുത്തി വയ്ക്കുകയാണ് സാധാരണയായി ചെയ്യുന്നത്. ഫോട്ടോഗ്രാഫി, വീഡിയോഗ്രാഫി എന്നിവയേയും കണ്ടിന്യൂറ്റി രേഖപ്പെടുത്തുവാൻ ഉപയോഗിക്കാവുന്നതാണ്. ആധുനിക ഡിജിറ്റൽ മൂവി ക്യാമറകളിൽ എടുത്ത ദൃശ്യം വീണ്ടും കാണുവാൻ ബുദ്ധിമുട്ടില്ലെന്നതിനാൽ കണ്ടിന്യൂറ്റി പരിശോധിക്കുവാൻ പണ്ടത്തെപ്പോലെ (ഫിലിം കാലഘട്ടം) ഇപ്പോൾ ബുദ്ധിമുട്ടില്ല. വസ്ത്രങ്ങൾ ധരിക്കുന്നതുമായി ബന്ധപ്പെട്ട നൈരന്തര്യത്തെ 'ഡ്രസ്സ് കണ്ടിന്യൂറ്റി' എന്നാണ് സാധാരണയായി പറയുന്നത്. ചിത്രീകരണ സമയത്തു കൃത്യമായി പാലിക്കേണ്ട ഒന്നാണിത്. ആക്ഷൻ ചെയ്യുന്നതുമായി ബന്ധപ്പെട്ട കണ്ടിന്യൂറ്റിയാണ് 'ആക്ഷൻ കണ്ടിന്യൂറ്റി'. ഒരു കഥാപാത്രം ഫോൺ ചെയ്യുകയാണെന്ന് കരുതുക. ഈ ക്രിയയുടെ ഒരു ഷോട്ട് എടുത്തതിനു ശേഷം ഷൂട്ടിങ്ങ് 'പായ്ക്കപ്പ്' ആയിയെന്നു വിചാരിക്കൂ... ഇതിന്റെ തുടർച്ച പിന്നീടെടുക്കുമ്പോൾ ഫോൺ ഏതു കയ്യിലാണ് പിടിച്ചിരുന്നത്, എങ്ങനെയാണ് പിടിച്ചിരുന്നത് എന്ന കാര്യമെല്ലാം കൃത്യമായി വരേണ്ടതുണ്ട്. ഛായാഗ്രഹണവുമായി ബന്ധപ്പെട്ട കണ്ടിന്യൂറ്റി (ലൈറ്റിങ്ങ് സ്കീം, ഉപയോഗിച്ച ഫിൽട്ടറുകൾ മുതലായവ) സ്ഥലകാലങ്ങളുടെ കണ്ടിന്യൂറ്റി, സംഭാഷണങ്ങളിലെ വൈകാരികതയുടെ കണ്ടിന്യൂറ്റി എന്നിവയെല്ലാം പാലിക്കപ്പെടേണ്ടതു തന്നെ.

- N.G.ടെയ്ക്' എന്നതുകൊണ്ട് എന്താണുദ്ദേശിക്കുന്നത്?

N.G. എന്നാൽ Not Good. O.K. ആകാത്ത ടെയ്ക്കിനെ പറയുന്ന പേരാണിത്.

- ക്യാമറാ റിപ്പോർട്ട് (Camera Report) എന്നാലെന്താണ്?

സീനുകൾ ഷോട്ടുകളായും ഷോട്ടുകൾ ടെയ്ക്കുകളായും വിഭജിക്കപ്പെട്ടിരിക്കുന്നു എന്നു നേരത്തേ കണ്ടുവല്ലോ. ചിലപ്പോൾ ആദ്യത്തെ ടെയ്ക്ക് OK ആകുമെങ്കിലും മറ്റു ചിലപ്പോൾ നിരവധി ടെയ്ക്കുകൾ വേണ്ടി വരാമെന്നുള്ള ആശയവും നേരത്തേ കണ്ടു കഴിഞ്ഞു. എത്രാമത്തെ ടെയ്ക്ക് ആണ് OK ആകുന്നതെന്ന് എഡിറ്ററെ ധരിപ്പിക്കേണ്ടതുണ്ട്. OK ടെയ്ക്കിനു പകരം NG ടെയ്ക്ക് എഡിറ്ററാൽ തിരഞ്ഞെടുക്കപ്പെട്ടാൽ എന്തായിരിക്കും ഫലം? OK ഷോട്ടുകൾ എത്രാമത്തേതാണെന്ന് എഡിറ്ററെ ധരിപ്പിക്കുവാൻ തയ്യാറാക്കുന്ന റിപ്പോർട്ട് ആണ് ക്യാമറാ റിപ്പോർട്ട്. കൃത്യത അങ്ങേയറ്റം ആവശ്യപ്പെടുന്ന ഒരു ജോലിയാണ് ക്യാമറാ റിപ്പോർട്ട് തയ്യാറാക്കൽ. സാധാരണയായി ഒരു അസിസ്റ്റന്റ് ഡയറക്ടറാണ് ഇതു ചെയ്യുന്നത്. (ഹോളിവുഡ്ഡിൽ അസിസ്റ്റന്റ് ക്യാമറാമേൻ).

- ക്യാമറ റിപ്പോർട്ട് (Camera Report) എഴുതുന്നതിന്റെ മാതൃക ഒന്നു വിശദീകരിക്കാമോ?

പ്രൊഡക്ഷൻ കമ്പനി എഡിറ്ററുടെ പേര്:		സിനിമയുടെ പേര്: സംവിധായകന്റെ പേര്:		തിയ്യതി :
സീൻ നമ്പർ	ഷോട്ട് നമ്പർ	O.K. ടെയ്ക് നമ്പർ	വിവരണം	റിമാർക്സ്
17	5	4	മോഹൻലാൽ നടക്കുന്നു.	Tracking shot
	1	2	മോഹൻലാലും ശോഭനയും ഇരിക്കുന്നു	മോഹൻലാലിന്റെ മുഖത്തു നിന്നും ശോഭനയുടെ മുഖത്തേക്ക് Panning
4	3	1	ശോഭനയുടെ നൃത്തച്ചുവട്	കാല്പാദങ്ങളിൽ നിന്നും മുഖത്തേക്ക് Tilt Up
	4	4, 5, 6	ശോഭനയുടെ മുഖഭാവം	Big Close Up
35	40	All takes	പറക്കുന്ന പക്ഷികൾ	Panning End Clap

സീൻ നമ്പർ 17, ഷോട്ട് നമ്പർ 5, ടെയ്ക് നമ്പർ 4 OK എന്ന ഉദാഹരണത്തിൽ നിന്നും ഒരു സിനിമയുടെ ആദ്യ സീനിന്റെ ആദ്യഷോട്ട് ഏറ്റവുമാദ്യം ചിത്രീകരിക്കാൻ കഴിഞ്ഞു കൊള്ളണമെന്നില്ല എന്ന ആശയം വ്യക്തമാകുന്നു. മൂന്നാമത്തെ ഉദാഹരണത്തിൽ ഒറ്റ ടെയ്ക്കിൽത്തന്നെ ഒരു ഷോട്ട് OK ആയിരിക്കുകയാണ്. നാലാമത്തെ ഉദാഹരണത്തിൽ 4,5,6 എന്നീ മൂന്നു ടെയ്ക്കുകളെയും OK ആയിട്ടാണു രേഖപ്പെടുത്തിയിരിക്കുന്നത്. ഇവിടെ ഒരു സംശയം സ്വാഭാവികമായും ഉയരാം. നാലാമത്തെ ടെയ്ക് OK ആയാൽ പിന്നെ എന്തിനാണ് അഞ്ചാമത്തേയും ആറാമത്തേയും ടെയ്ക്കുകൾ എടുത്തിരിക്കുന്നത്? കൂടുതൽ 'പഞ്ച്' ലഭിക്കേണ്ട ഒരു മുഖഭാവമാണ് ചിത്രീകരിച്ചതെന്നു കരുതുക. ഇത്തരം സാഹചര്യത്തിൽ ഒന്നിലധികം OK ടെയ്ക്കുകൾ ലഭിക്കുകയാണെങ്കിൽ ഏറ്റവും നല്ല OK ടെയ്ക് പിന്നീട് തിരഞ്ഞെടുക്കാമല്ലോ.

അഞ്ചാമത്തെ ഉദാഹരണത്തിൽ ദൃശ്യം പൊടുന്നനെ ആകാശത്തു പ്രത്യക്ഷപ്പെട്ട പക്ഷിക്കൂട്ടങ്ങളുടേതാണ്. പെട്ടെന്നു ചിത്രീകരിച്ച

വ്യത്യസ്ത ഷോട്ടുകളിൽ ഏതാണ് OK എന്നു പെട്ടെന്നു തീരുമാനിക്കാൻ കഴിഞ്ഞെന്നു വരില്ല. "All takes OK" എന്നെഴുതിയത് വഴി എല്ലാ ഷോട്ടുകളും പരിഗണിക്കാം എന്ന സൂചനയാണ് നൽകുന്നത്. പെട്ടെന്നു ചിത്രീകരിക്കേണ്ടി വന്നതിനാൽ ഷോട്ടിന്റെ ആരംഭത്തിൽ ക്ലാപ്പു കൊടുക്കാൻ കഴിഞ്ഞില്ലെന്നു വരാം. ഇത്തരം സാഹചര്യത്തിൽ ഷോട്ടിന്റെ അവസാനത്തിലാണ് ക്ലാപ്പു കൊടുക്കുന്നത്. End Clap എന്നതു കൊണ്ടുദ്ദേശിക്കുന്നതിതാണ്. (ഇതിനെക്കുറിച്ചു മറ്റൊരു ഭാഗത്തു പ്രതിപാദിക്കുന്നുണ്ട്.)

- സൗണ്ട് റിപ്പോർട്ട്ഷീറ്റ് (Sound Report sheet) എന്നാലെന്താണ്?

ഓ.കെ. ആകുന്ന ടെയ്ക്കിന്റെ ശബ്ദസംബന്ധിയായ കാര്യങ്ങളെക്കുറിച്ചുള്ള റിപ്പോർട്ട് ആണിത്. ഏതുതരം റെക്കോഡർ ആണുപയോഗിച്ചിരുന്നത്, ചിത്രീകരിച്ച ലൊക്കേഷൻ, ഇന്റീരിയർ ആയിരുന്നുവോ എക്സ്റ്റീരിയർ ആയിരുന്നുവോ, പകലോ രാത്രിയോ തുടങ്ങിയ വിശദവിവരങ്ങൾ ഈ റിപ്പോർട്ടിലുണ്ടായിരിക്കും.

- ക്ലാപ്പ് ബോർഡ് (Clap Board) എന്തിനാണുപയോഗിക്കുന്നത്?

ക്ലാപ്പ് ബോർഡിന് സ്ലെയ്റ്റ് (slate) എന്നും പേരുണ്ട്. ദീർഘചതുരാകൃതിയിലുള്ള ഒരു പലകയുടെ മുകളിൽ മറ്റൊരു ചെറിയ പലക വിജാഗിരി ഉപയോഗിച്ച് ഉറപ്പിച്ചിരിക്കുകയാണ്. ഒരു ദൃശ്യം ഷൂട്ട് ചെയ്യുന്നതിനു മുമ്പ് ക്ലാപ്പ് ബോർഡ് ക്യാമറയ്ക്കു മുന്നിൽ പിടിച്ചു ചിത്രീകരിക്കുന്നു.

ക്ലാപ്പ് ബോർഡ്

എടുക്കുവാൻ പോകുന്ന സീനിന്റെയും ഷോട്ടിന്റെയും ടെയ്ക്കിന്റെയും നമ്പറുകൾ ക്ലാപ്പ് ബോർഡിൽ എഴുതിയിട്ടുണ്ടായിരിക്കും. ഉദാ: സീൻ നമ്പർ7, ഷോട്ട് നമ്പർ 3, ടെയ്ക്ക് നമ്പർ 1. ഒരു ഷോട്ട് ആരംഭിക്കുന്നതിനു മുൻപു ചിത്രീകരിക്കപ്പെടുന്ന ഈ നമ്പറുകൾ എഡിറ്റർക്ക് ഷോട്ടുകൾ ക്രമീകരിക്കുവാൻ സഹായകമാവുകയാണ് ചെയ്യുന്നത്. നിരവധി സീനുകളും നൂറുകണക്കിനു ഷോട്ടുകളും ടെയ്ക്കുകളും നിറഞ്ഞതാണല്ലോ സിനിമ. ഇവയൊക്കെ തമ്മിൽ മാറിപ്പോകാതിരിക്കുവാൻ ക്ലാപ്പ് ബോർഡ് തെല്ലൊന്നുമല്ല സഹായിക്കുന്നത്. മറ്റൊരുപയോഗം കൂടിയുണ്ടിതിന്. ക്ലാപ്പ് അടിക്കുമ്പോഴുണ്ടാകുന്ന 'ടിക്' ശബ്ദം റെക്കോഡറിൽ റെക്കോഡ് ചെയ്യുന്നു. മുകളിലുള്ള ചെറിയ പലക അടിയിലുള്ള വലിയ പലകയിന്മേൽ കൃത്യമായി വന്നു മുട്ടുന്നതിന്റെ ദൃശ്യത്തിന്മേൽ എഡിറ്റർ അതിന്റെ 'ടിക്' ശബ്ദത്തെ 'സിങ്ക്രണൈസ്' ചെയ്യുന്നു. ഇവിടെ നിന്നങ്ങോട്ടു ദൃശ്യവും ശബ്ദവും സിങ്ക്രണൈസ് ചെയ്യപ്പെട്ടിരിക്കുമെന്നർത്ഥം.

- എൻഡ് ക്ലാപ്പ് (End Clap), നോ ക്ലാപ്പ് (No clap), ലാസ്റ്റ് ടെയ്ക് O.K. (Last take ok) തുടങ്ങിയ പ്രയോഗങ്ങൾ എന്തിനെ സൂചിപ്പിക്കുന്നു?

ഷൂട്ടിങ്ങ് വളരെ തിരക്കിട്ട സാഹചര്യങ്ങളിലാണ് നടക്കുന്നതെന്നു നമുക്കറിയാമല്ലോ. തിരക്കിട്ട ചിത്രീകരണത്തിനിടയിൽ ടെയ്ക്കിനു മുന്നോടിയായി ക്ലാപ്പു കൊടുക്കാൻ കഴിയാതെ പോയെന്നു വരാം. ഇത്തരം സന്ദർഭങ്ങളിൽ ടെയ്ക്കിനൊടുവിൽ ക്ലാപ്പ് ബോർഡ് തലകീഴായി പിടിച്ചു ചിത്രീകരിക്കുന്ന സമ്പ്രദായമാണിത്.

ഓ.കെ. ആയിട്ടുള്ള ഒരു ടെയ്ക്കിന് എന്തെങ്കിലും കാരണം കൊണ്ട് ക്ലാപ്പ് കൊടുക്കാൻ കഴിയാതെ പോയിട്ടുണ്ടങ്കിൽ അത് സൂചിപ്പിക്കുവാനാണ് ക്യാമറാ റിപ്പോർട്ടിൽ 'നോ ക്ലാപ്പ്' എന്നെഴുതുന്നത്.

കൊച്ചു കുട്ടികളുടേയും മൃഗങ്ങളുടേയും മറ്റും ഷോട്ടുകൾ ചിത്രീകരിക്കുമ്പോൾ ചിലപ്പോൾ ആകെ എത്ര ഷോട്ടുകൾ ചിത്രീകരിച്ചുവെന്ന് എണ്ണിത്തിട്ടപ്പെടുത്തുവാൻ കഴിഞ്ഞെന്നു പോലും വരില്ല. നിരവധി ഭാവങ്ങളും ചലനങ്ങളും പെട്ടെന്നു പെട്ടെന്നു ചിത്രീകരിക്കുന്നതിനാലാണിത്. ഒരു ഓ.കെ. ടെയ്ക്ക് ലഭിക്കുന്നതുവരെ ചിത്രീകരണം പുരോഗമിക്കുന്നു. ഇത്തരം സാഹചര്യങ്ങളിൽ അവസാന ടെയ്ക്ക് OK എന്നു രേഖപ്പെടുത്തുവാൻ മാത്രമേ കഴിയൂ.

- അഭിനേതാക്കൾക്ക് പറ്റുന്ന തെറ്റുകൾ കൊണ്ടു മാത്രമാണോ ടെയ്ക് OK ആകാതെ വരുന്നത്?

നടീനടൻമാർക്ക് അഭിനയത്തിൽ പറ്റുന്ന തെറ്റുകൾ കൊണ്ടോ ഡയലോഗു പറയുന്നതിലെ അപാകതകൾ കൊണ്ടോ ആണ് സാധാരണയായി ടെയ്ക്കുകൾ OK ആകാതെ വരാറുള്ളത്. പക്ഷേ, ഇക്കാരണം

കൊണ്ടു മാത്രമല്ല, ഇങ്ങനെ സംഭവിക്കുന്നത്. ഷോട്ടു ചിത്രീകരിച്ചു കൊണ്ടിരിക്കുമ്പോൾ ഫ്രെയിമിലേക്ക് അന്യരാരെങ്കിലും കടന്നു വരിക, ക്യാമറയുടെ പ്രവർത്തനത്തിലോ ചലനത്തിലോ വരുന്ന അപാകതകൾ, ലൈറ്റിങ്ങിലെ പിശകുകൾ തുടങ്ങിയ കാരണങ്ങളെക്കൊണ്ടും ടെയ്ക്കുകൾ OK ആകാതെ വരാറുണ്ട്.

- നാടകത്തിലേതുപോലെ പ്രോംറ്റിങ്ങ് (Prompting) സിനിമാ ചിത്രീകരണത്തിലുമുണ്ടോ?

പ്രോംറ്റിങ്ങ് സിനിമാ ചിത്രീകരണത്തിലുമുണ്ട്. ഒരു ഡയലോഗ് മുഴുവനായി ഒരു അഭിനേതാവിന്റെ ഓർമ്മയിൽ ഉണ്ടായിക്കൊള്ളണമെന്നില്ല. പ്രോംറ്റ് ചെയ്യപ്പെടുന്ന ഡയലോഗാണ് അഭിനേതാവ് സാധാരണയായി പറയുന്നത്. മിക്കവാറും അസ്സോസിയേറ്റ് ഡയറക്ടറായിരിക്കും പ്രോംറ്റിങ്ങ് നിർവ്വഹിക്കുന്ന്. പ്രോംറ്റ് ചെയ്യുന്നയാൾ ശ്രദ്ധിക്കേണ്ട പല കാര്യങ്ങളുമുണ്ട്. ഫ്രെയിമിൽ ഉൾപ്പെടാതെ, എന്നാൽ നടീനടന്മാർക്കു കേൾക്കുവാൻ ബുദ്ധിമുട്ടില്ലാത്ത ഒരു സ്ഥാനത്താണയാൾ നിൽക്കേണ്ടത്. പല നടീനടന്മാർക്കും പല തരത്തിൽ പ്രോംറ്റ് ചെയ്തുക്കൊടുക്കേണ്ടി വരാറുണ്ട്. ചിലർക്കു ഭാവവ്യത്യാസങ്ങളോടെയുള്ള പ്രോംപ്റ്റിങ്ങാണിഷ്ടമെങ്കിൽ മറ്റു ചിലർക്കു ഒരേ ടോണി (Tone) ലുള്ള പ്രോംപ്റ്റിങ്ങാണ് താത്പര്യം. തുടക്കത്തിലെ വാക്കു കേട്ടാൽമതി ചിലർക്കു മുഴുവൻ ഡയലോഗും ഓർമ്മവരും. ഇനിയൊരു കൂട്ടർക്കു മുഴുവൻ ഡയലോഗും കേട്ടാൽത്തന്നെയേ പറയുവാൻ കഴിയൂ! ചിലർക്കു ഉച്ചത്തിൽ പ്രോംപ്റ്റ് ചെയ്തു കിട്ടണമെങ്കിൽ മറ്റു ചിലർക്കു ഇതിന്റെ വിപരീതമായിരിക്കും താത്പര്യം! പ്രോംപ്റ്റിങ്ങ് എന്നതു ശ്രദ്ധാപൂർവ്വം നിർവ്വഹിക്കേണ്ട ഒരു 'കല' യായിത്തീരുന്നു ഇവിടെ!

- ക്യൂ (Cue) കൊടുക്കുക എന്നാലെന്താണ്?

X എന്ന നടൻ ഒരു ആക്ഷൻ ചെയ്യുന്നു (ഉദാ: വീട്ടിൽ നിന്നുമിറങ്ങി പടി കടന്നു പുറത്തു പോകുന്നു). അടുത്ത ഷോട്ടിൽ വേറെ വീക്ഷണ കോണിൽ ഇതിന്റെ തുടർച്ച ചിത്രീകരിക്കണമെന്ന് കരുതുക. നടൻ മുമ്പത്തെ ഷോട്ടിൽ അവസാനം വന്നു നിന്ന അതേ സ്ഥാനത്തു നിന്നും ആക്ഷൻ ആരംഭിക്കുകയല്ല ചെയ്യുന്നത്. ഇങ്ങനെ ചെയ്താൽ നടത്തത്തിന്റെ തുടർച്ച അനുഭവപ്പെടുകയില്ലെന്നു മാത്രമല്ല നിശ്ചലാവസ്ഥയിൽ നിന്നും അയാൾ വീണ്ടും നടത്തമാരംഭിച്ചതായി തോന്നുകയും ചെയ്യും. ഈ പ്രശ്നം പരിഹരിക്കുന്നതിങ്ങനെയാണ്. ആദ്യത്തെ ഷോട്ടിൽ നടൻ അവസാനം വന്നു നിന്ന ഭാഗത്തു നിന്നും അൽപം പുറകോട്ടു മാറി നില്ക്കുന്നു. ഈ സ്ഥാനത്തു നിന്നും അയാൾ വീണ്ടും നടക്കുന്നു. ഇങ്ങനെ ആദ്യത്തെ ഷോട്ടിന്റെ അവസാനഭാഗം അല്പം ആവർത്തിക്കുന്നതിനെയാണ് ക്യൂ കൊടുക്കുക എന്നു പറയുന്നത്. ആവർത്തിക്കുന്ന ഭാഗം എഡിറ്റിങ്ങിൽ ഒഴിവാക്കപ്പെടുന്നു.

- ദൈർഘ്യമേറിയ ഷോട്ടുകൾ ചിത്രീകരിക്കുമ്പോൾ ഇൻസേർട്ടു ഷോട്ടുകളും (Insert shot) കട്ട് ഏവേ ഷോട്ടുകളും (Cut Away Shot) എടുത്തു വെക്കുന്നതെന്തിനാണ്?

ദൈർഘ്യമേറിയ ഷോട്ടുകൾ ചിത്രീകരിക്കുമ്പോൾ സാധാരണയായി കൂടെ ഇൻസേർട്ടു ഷോട്ടുകളും കട്ട് എവേ ഷോട്ടുകളും എടുത്തു വെക്കാറുണ്ട്. പ്രധാനഷോട്ടിനെ 'മുറിച്ച് ഇടയിൽ തിരുകിക്കയറ്റേണ്ടി വരാവുന്ന' ഷോട്ടുകളാണിവ. ചിത്രീകരണ സമയത്ത് ഏറെ ഫലപ്രദമായിത്തോന്നിയ ഷോട്ട് എഡിറ്റിങ്ങ് ടേബിളിൽ വെച്ച് അപഗ്രഥിക്കുമ്പോൾ അത്ര തന്നെ ഫലപ്രദമായി തോന്നണമെന്നില്ല. മാത്രവുമല്ല ചില അപാകതകൾ കണ്ടെത്തിയെന്നും വരാം. ഇത്തരം സന്ദർഭങ്ങളിൽ എടുത്തു പ്രയോഗിക്കുവാനുള്ളവയാണ് ഇൻസേർട്ടു ഷോട്ടുകളും കട്ട് ഏവേകളും. ഇൻസേർട്ട് ഷോട്ടുകളെ ചിത്രീകരണ വേളയിൽ INS എന്നു രേഖപ്പെടുത്തി വെയ്ക്കാറുണ്ട്. (INSERT എന്നതിന്റെ ചുരുക്ക രൂപം)

- ഒരേ ആംഗിളിലുള്ള ഷോട്ടുകളും ഒരേ സൈസിലുള്ള ഷോട്ടുകളും ഒരുമിച്ചു ചിത്രീകരിക്കേണ്ടതിന്റെ ആവശ്യകതയെന്ത്?

ഒരു സീനിൽ ഒരു ആംഗിളിലുള്ള ഷോട്ടുകളൊക്കെ ഒന്നിനു പിറകെ ഒന്നായി എടുക്കുകയാണ് പതിവ്. ക്യാമറ മാറ്റി പ്രതിഷ്ഠിക്കുവാനുള്ള സമയ നഷ്ടവും ബുദ്ധിമുട്ടും ഒഴിവാക്കുവാനാണിത്. ഒരു തവണ ക്യാമറ മാറ്റി പ്രതിഷ്ഠിച്ചു മറ്റൊരാംഗിളിൽ നിന്നും ഷോട്ടു ചിത്രീകരിക്കുവാൻ വെറും അരമണിക്കൂർ മാത്രം നഷ്ടമായെന്നു കരുതുക. നൂറുകണക്കിനു ഷോട്ടുകൾക്ക് ഇങ്ങനെ സംഭവിച്ചാൽ എത്ര മണിക്കൂർ നഷ്ടമാകും? എത്ര ദിവസങ്ങൾ ഷൂട്ടിങ്ങ് നീളും? ഓർക്കുക, സിനിമയിൽ മണിക്കൂറുകളുടെ വില പതിനായിരങ്ങളും ലക്ഷങ്ങളുമാണ്! അതിനാൽ ഒരേ ആംഗിളിലുള്ള ഷോട്ടുകൾ ഒന്നിനു പുറകെ ഒന്നായി എടുത്തു തീർത്തിട്ടേ ഛായാഗ്രാഹകന്മാർ മറ്റൊരാംഗിളിൽ നിന്നുമുള്ള ഷോട്ടുകൾ ചിത്രീകരിക്കാറുള്ളൂ.

ഉദാ:-

ആദിത്യ : അനൂപ്, നീ എങ്ങോട്ടാണ് പോകുന്നത്?

അനൂപ് : നീയറിഞ്ഞില്ലേ, ടൗൺഹാളിൽ ഒരു ചിത്ര പ്രദർശനം നടക്കുന്നുണ്ട്.

ആദിത്യ : ഏതു ചിത്രകാരന്റെ?

അനൂപ് : അമർനാഥിന്റെ.

ആദിത്യ : എങ്കിൽ ഞാനും വരാം, നിന്റെ കൂടെ.

ആദിത്യയും അനൂപും പരസ്പരം അഭിമുഖമായി നിന്നു സംസാരിക്കുകയാണെന്ന് കരുതുക. ആദിത്യയുടെ ഒന്നാമത്തേയും രണ്ടാമത്തേയും മൂന്നാമത്തേയും ഡയലോഗുകൾ ഒന്നിനു പുറകെ ഒന്നായി

ചിത്രീകരിക്കണം.. അതായത്, "അനൂപ് നീ എങ്ങോട്ടാണ് പോകുന്നത്?" "ഏതു ചിത്രകാരന്റെ?", "എങ്കിൽ ഞാനും വരാം, നിന്റെ കൂടെ" എന്നീ ഡയലോഗുകൾ പറയുന്ന ആദിത്യയുടെ ഷോട്ടുകൾ തുടർച്ചയായി ചിത്രീകരിക്കുക. ഇതിനുശേഷം അനൂപിന്റെ ഡയലോഗുകൾ. "നീയറിഞ്ഞില്ലേ, ടൗൺഹാളിൽ ഒരു ചിത്ര പ്രദർശനം നടക്കുന്നുണ്ട്", "അമർനാഥിന്റെ" എന്നീ ഡയലോഗുകൾ തുടർച്ചയായി ചിത്രീകരണം. ഇത് എഡിറ്റിങ്ങിലൂടെ വേണ്ട ക്രമത്തിലാക്കാവുന്നതേയുള്ളൂ.

ചില സന്ദർഭങ്ങളിൽ ക്ലോസപ്പ് ഷോട്ടുകൾക്കുശേഷം മറ്റു ക്ലോസപ്പ് ഷോട്ടുകൾ, മീഡിയം ഷോട്ടുകൾക്കുശേഷം മറ്റു മീഡിയം ഷോട്ടുകൾ, ലോങ്ങ് ഷോട്ടുകൾക്കു ശേഷം മറ്റു ലോങ്ങ് ഷോട്ടുകൾ എന്നിങ്ങനെ ചിത്രീകരിച്ചുവെന്നു വരാം. ലൈറ്റിങ്ങിന്റേയും ഉപയോഗിക്കുന്ന ലെൻസുകളുടേയും നൈരന്തര്യം പാലിക്കുവാനാണിത്. ലെൻസുകൾ ഇടയ്ക്കിടെ മാറ്റി സ്ഥാപിക്കുമ്പോഴും സമയനഷ്ടമാണുണ്ടാകുന്നത്.

- റഷസ് (Rushes) എന്നാലെന്ത്?

'റഷ് ചെയ്ത്' (തിരക്കിട്ട്) എടുക്കുന്ന പ്രിന്റ് ആണ് റഷസ്. സിനിമ ഫിലിമിൽ ഷൂട്ടു ചെയ്യപ്പെട്ടിരുന്ന കാലത്തു ഒരു ദിവസം ഷൂട്ടു ചെയ്ത ഫിലിമിനെ അന്നു തന്നെ പ്രോസസിങ്ങിനു വിധേയമാക്കി സംവിധായകനും ഛായാഗ്രാഹകനും മറ്റും കാണുന്ന പതിവുണ്ടായിരുന്നു. ഇത് എഡിറ്റു ചെയ്യപ്പെടാത്ത ഷോട്ടുകളാണ്. ചിത്രീകരണത്തിൽ പിഴവു സംഭവിച്ചിട്ടുണ്ടോ എന്നറിയുവാൻ റഷസ് കാണുന്നത് സഹായകമാകാറുണ്ടായിരുന്നു.

- ഷൂട്ടിങ്ങ് റേഷ്യോ (Shooting Ratio) എന്ന ആശയം എന്തിനെ സൂചിപ്പിക്കുന്നു?

ഒരു സിനിമാ ചിത്രീകരണത്തിൽ ആകെ ഷൂട്ടു ചെയ്യപ്പെടുന്ന ഷോട്ടുകളുടെ ദൈർഘ്യം നിങ്ങൾ തിയ്യറ്ററിൽ കാണുന്ന സിനിമയുടെ ദൈർഘ്യത്തിനേക്കാൾ വളരെ വളരെ കൂടുതലായിരിക്കാം. ആകെ നീളവും എഡിറ്റു ചെയ്യപ്പെട്ട സിനിമയുടെ നീളവും തമ്മിലുള്ള റേഷ്യോ ആണ് ഷൂട്ടിങ്ങ് റേഷ്യോ. ഒരു ചലച്ചിത്രത്തിന്റെ ശരാശരി പത്തു ടെയ്ക്കുകൾ എടുത്തപ്പോഴാണു ഒരു ഓ.കെ. ടെയ്ക്ക് ലഭിച്ചതെന്നു കരുതുക. ഷൂട്ടിങ്ങ് റേഷ്യോ 10:1 ആണ്. ആറു ഷോട്ടുകൾ ശരാശരി ചിത്രീകരിച്ചപ്പോൾ ഒരു ഷോട്ടു ഓ.കെ. ആയാൽ ഷൂട്ടിങ്ങ് റേഷ്യോ 6:1. ചിലവു വളരെ ചുരുക്കിയെടുക്കുന്ന ചില ഡോക്യുമെന്ററികളിലും പരീക്ഷണാത്മക ചിത്രങ്ങളിലും എടുക്കുന്ന ഏതാണ്ടെല്ലാ ടെയ്ക്കുകളും ഉപയോഗിക്കപ്പെടുന്നു. ഇവിടെ ഷൂട്ടിങ്ങ് റേഷ്യോ 1:1 എന്നതിലേക്കടുക്കുന്നതായി കാണാം.

- ഷൂട്ടിങ്ങ് കാണുവാൻ ലൊക്കേഷനിൽ പോയപ്പോൾ ഛായാഗ്രാഹകൻ സംവിധായകനോട് ഇങ്ങനെ പറയുന്നതു കേട്ടു. "അടുത്ത ഷോട്ട് ചീറ്റ് (cheat) ചെയ്തെടുക്കാം." ഛായാഗ്രാഹകനും സംവിധായകനും കൂടി എന്തു ചതിയാണ് ചെയ്യുന്നത്?

സിനിമ എന്ന കലയുടെ അടിസ്ഥാനം തന്നെ 'ചതി'യാണ്. ഒറ്റക്കൊറ്റയ്ക്ക് പരിഗണിച്ചാൽ 'നിശ്ചലങ്ങളായ' ദൃശ്യങ്ങളെ തുടർച്ചയായി കാണിച്ചും കൊണ്ടു ഒരു തരം വിഭ്രാന്തി (illusion) സൃഷ്ടിക്കലാണല്ലോ സിനിമ. നായിക വിഷാദിച്ചിരിക്കുമ്പോൾ അതാ പൊട്ടിപുറപ്പെടുന്നു വയലിനിൽ വിഷാദ സംഗീതം! ആരും വയലിൻ വായിക്കുന്നതായി സ്ക്രീനിൽ കാണുന്നുമില്ല! പശ്ചാത്തല സംഗീതത്തിന്റെ ഇത്തരം പ്രയോഗം ഒരർത്ഥത്തിൽ ഒരു തരം ചതിയല്ലേ?

ഫ്രെയിമിൽ നായകന്റെ മുഖം മാത്രം. നായികയെ നോക്കി പ്രേമപരവശനായി പറയുന്ന ഡയലോഗ്. ഇതു ചിത്രീകരിക്കുമ്പോൾ നായിക സ്ഥലത്തുണ്ടായിരിക്കണമെന്നു പോലുമില്ല! ചിലപ്പോൾ നായികയുടെ സ്ഥാനത്ത് 'ഡമ്മി ആർട്ടിസ്റ്റ്' ഉണ്ടായെന്നും വരാം. അതായത് നായിക നിൽക്കേണ്ട സ്ഥാനത്തു യൂണിറ്റു ബോയിയേയോ മറ്റോ നിർത്തുന്നു. ക്യാമറ ഓൺ ചെയ്യുമ്പോൾ നായകൻ യൂണിറ്റു ബോയിയെ നോക്കി ഡയലോഗു പറയുന്നു. യൂണിറ്റു ബോയി ഫ്രെയിമിൽ വരുന്നുമില്ല. ഇവിടെ യൂണിറ്റു ബോയ് എന്ന ഡമ്മി ആർട്ടിസ്റ്റ്, നായകന്റെ നോട്ടം തറഞ്ഞു നില്ക്കുവാനുള്ള ഒരുപകരണം മാത്രമാണ്!

കാശ്മീരിലെ മനോഹരമായ താഴ്വരയിലിരുന്നു സംസാരിക്കുന്ന നായികാ നായകന്മാരുടെ ലോങ്ങ്ഷോട്ടു കാണിച്ചിട്ട് പിന്നെ കാണിക്കുന്ന ക്ലോസ്സപ്പുകളൊക്കെ ഒരു പക്ഷേ കേരളത്തിൽ വെച്ചു ഷൂട്ടു ചെയ്യപ്പെട്ടതാകാം! ക്ലോസപ്പ് ഷോട്ടിൽ പശ്ചാത്തലം വെളിപ്പെടുന്നില്ല എന്ന യാഥാർത്ഥ്യത്തെ ഛായാഗ്രാഹകന്മാർ ഒരു 'മറ'യായി ഉപയോഗിക്കുകയാണിവിടെ.

ആഴമുള്ള കടലിലേക്കു ഒരാൾ അല്പാല്പം ഇറങ്ങുന്നതു ഷൂട്ടു ചെയ്തിട്ടു അയാൾ വെള്ളത്തിൽ മുങ്ങിത്താഴുന്നതു ചിത്രീകരിക്കുന്നത് ആഴം കുറഞ്ഞ, നിലയുള്ള വെള്ളത്തിലാകാം! വിദഗ്ദ്ധരായ എഡിറ്റർമാരുടെ കരവിരുതിനെയാണ് ഛായാഗ്രാഹകന്മാർ ഇവിടെ ഉപയോഗപ്പെടുത്തുന്നത്.

ന്യൂയോർക്കിലെ ഫൈവ്സ്റ്റാർ ഹോട്ടലിൽ ആഴ്ചകളോളം ചിത്രീകരണം നടത്തുവാനുള്ള ചിലവ് ഒന്നാലോചിച്ചു നോക്കൂ! എന്തിന് വെറുതെ പ്രൊഡ്യൂസർ കുത്തുപാളയെടുക്കണം? കുറച്ചു ലോങ്ങ് ഷോട്ടുകളെ യഥാർത്ഥത്തിൽ ന്യൂയോർക്കിലെ സ്റ്റാർ ഹോട്ടലിൽ ചിത്രീകരിച്ചിട്ടു സ്ഥലകാലങ്ങളെ സ്ഥാപിക്കുക. ക്ലോസപ്പുകളെല്ലാം ഷൂട്ടിങ്ങു സംഘം നാട്ടിൽ തിരിച്ചെത്തിയിട്ടു ചിത്രീകരിക്കുക. കഥാപാത്രങ്ങൾ സംസാരിച്ചിരിക്കുന്ന ഇന്റീരിയർ ക്ലോസപ്പ് ഷോട്ടുകളിൽ സാധാരണയായി

കാണപ്പെടുന്ന പശ്ചാത്തലം 'ഏതാനും ഇഞ്ച് ഭിത്തി' മാത്രമാണ്. ഈ ഏതാനും ഇഞ്ച് ഭിത്തി കേരളത്തിലെ ഒരു കെട്ടിടത്തിന്റേതാണോ അതോ ന്യൂയോർക്കിലെ സ്റ്റാർ ഹോട്ടലിന്റേതാണോ എന്നു പ്രേക്ഷകന് തിരിച്ചറിയാൻ കഴിയുന്നില്ല എന്ന യാഥാർത്ഥ്യമാണ് ഇവിടെ 'ചീറ്റിങ്ങ്' നടത്തുവാൻ ചലച്ചിത്രകാരന്മാരെ സഹായിക്കുന്നത്!

നായകന്റെ വീടിന്റെ മുൻഭാഗം, മുറ്റം, മതിൽ, വീട്ടിലേക്കുള്ള വഴി-ഇത്രയും കാര്യങ്ങളാണ് ചിത്രീകരിക്കേണ്ടതെന്നു വെയ്ക്കുക. ഇതിനായി പ്രൊഡക്ഷനിലുള്ളവർ ഒരു വീടു കണ്ടെത്തുന്നു. ഈ വീടിന്റെ അടുക്കളയാകാം നായികയുടെ വീടിന്റെ അടുക്കളയായി ഒരുപക്ഷേ ചിത്രീകരിക്കപ്പെടുന്നത്! 'ഒരു വീട് എന്ന സ്പേസി'നെ ഇവിടെ രണ്ടു കഥാപാത്രങ്ങൾക്കായി പകുത്തു കൊടുക്കുകയാണ്.

ഇനി ഇതിന്റെ വിപരീതാവസ്ഥ നോക്കാം. മീര എന്ന നായികയുടെ വീട്. വിശാലമായ ഡ്രോയിങ്ങ് റൂം ഉള്ള വീടാകണം എന്നാണ് തിരക്കഥയിലുള്ളത്. വീടിന്റെ പല വശങ്ങളിലായി ബാൽക്കണികളും വേണം. പ്രൊഡക്ഷനിലുള്ളവർ ഇത്തരത്തിൽ ഒരു വീടു കണ്ടെത്തുവാൻ ശ്രമിക്കുന്നു. ബാൽക്കണികളും വലിയ ഡ്രോയിങ്ങ് റൂമുമുള്ള നിരവധി വീടുകൾ അവർ കണ്ടെത്തി. പക്ഷേ, അതാ ഒരു പ്രശ്നം! അവയുടെ ഉടമസ്ഥരാരും വീടുകൾ ഷൂട്ടിങ്ങിനു നൽകുവാൻ തയ്യാറല്ല! അവസാനം കിട്ടിയ വീടാകട്ടെ ബാൽക്കണികളാൽ സമൃദ്ധം. പക്ഷേ ഡ്രോയിങ്ങ് റൂം അത്ര കണ്ട് വിശാലമല്ല! അവസാനം ബാൽക്കണി രംഗങ്ങൾ ചിത്രീകരിക്കുവാൻ ഇപ്പറഞ്ഞ വീടും ഡ്രോയിങ്ങ് റൂം രംഗങ്ങൾ ചിത്രീകരിക്കുവാൻ വിശാലമായ ഡ്രോയിങ്ങ് റൂം ഉള്ള മറ്റൊരു വീടും കണ്ടെത്തി! ഇവിടെ ഒരു കഥാപാത്രത്തിന്റെ വാസസ്ഥലം ഉണ്ടായത് രണ്ടു വ്യത്യസ്ത 'സ്പേസുകൾ' കൂടിച്ചേർന്നാണ്!

മലയാളികൾ നെഞ്ചേറ്റിയ ദൃശ്യം എന്ന ചിത്രം. രാജാക്കാട് എന്ന സ്ഥലത്തു നടക്കുന്ന കഥയായാണ് ദൃശ്യം ഇതൾ വിടർത്തുന്നത്. രാജാക്കാട് പൊലീസ് സ്റ്റേഷന് ഈ ചിത്രത്തിൽ ഒരു കഥാപാത്രത്തിന്റെ സ്ഥാനം കൈവരുന്നുമുണ്ട്. പക്ഷേ, ചിത്രത്തിന്റെ ഷൂട്ടിങ്ങുമായി ബന്ധപ്പെട്ടു ഫിലിം ക്രൂ രാജാക്കാട് സന്ദർശിച്ചിട്ടേയില്ല ! തൊടുപുഴക്കടുത്തു കൈപ്പ എന്ന സ്ഥലത്താണ് പൊലീസ് സ്റ്റേഷന്റെ സെറ്റിട്ടത്.

ദൃശ്യത്തിൽ മോഹൻലാലിന്റെ ജോർജ്ജുകുട്ടി എന്ന കഥാപാത്രം രാത്രിയിൽ സൈക്കിൾ ഓടിച്ചുപോകുന്ന രംഗമുണ്ട്. ഇതു പക്ഷേ ഷൂട്ടു ചെയ്തത് പകലാണ്! നട്ടുച്ചയേയും മറ്റും രാത്രിയാക്കി മാറ്റുന്ന വിദ്യയാണ് സിനിമക്കാരുടെ കയ്യിലുള്ളത്. 'ഡേ ഫോർ നൈറ്റ് ഫിൽട്ടർ' ക്യാമറയുടെ ലെൻസിന്റെ മുൻപിൽ ഘടിപ്പിച്ചിട്ടാണ് സിനിമക്കാർ പകലിനെ രാത്രിയാക്കുന്നത്!

സിനിമയുടെ ചിത്രീകരണത്തിൽ 'ചീറ്റിങ്ങ് ഇങ്ങനെ പലവിധം!

നിങ്ങളെന്താ, ആടിനെ പട്ടിയാക്കുകയാണോ എന്ന് സിനിമക്കാരോടു ചോദിക്കല്ലേ...!

(ചീറ്റിങ്ങ് എന്ന വാക്കിനെ ഒരു സാങ്കേതിക പദമായാണ് സിനിമക്കാർ ഉപയോഗിക്കുന്നത്.)

- ഗാനങ്ങളുടെ ചിത്രീകരണം നടത്തുന്നതെങ്ങനെ?

ഈ കാലഘട്ടത്തിൽ ഭൂരിഭാഗം ഗാനങ്ങളും നൃത്താവതരണത്തിന് വേണ്ടിയാണ് കമ്പോസ് ചെയ്യപ്പെടുന്നത്. നൃത്ത സംവിധായകൻ അല്ലെങ്കിൽ നൃത്തസംവിധായിക ഗാനങ്ങളെ നേരത്തെ പലതവണ കേട്ടു സ്റ്റെപ്പുകൾ ചിട്ടപ്പെടുത്തുന്നു. സംവിധായകൻ വ്യത്യസ്ത പഞ്ച് മാർക്കുകൾ (punch Marks) ക്കനുസരിച്ചാണ് ഒരു ഗാനത്തിന്റെ വിവിധ ഭാഗങ്ങൾ ചിത്രീകരിക്കുന്നത്. ഒരു ഗാനത്തിന്റെ പല ഭാഗങ്ങളെ (ഉപകരണമോ vocal ഓ)ചിത്രീകരണത്തിന്റെ സൗകര്യത്തിനായി കഷണങ്ങളാക്കി നമ്പറുകൾ കൊടുക്കുന്ന രീതിയാണ് 'പഞ്ച് മാർക്കിങ്ങ്'. നേരത്തേ റെക്കോഡ് ചെയ്യപ്പെട്ട ഗാനം ഒരു മോണിട്ടറിലൂടെ (Monitor) ഒഴുകിയെത്തുന്നു. ഇതിനനുസരിച്ചു അഭിനേതാക്കൾ ചുവടു വെക്കുന്നു. ഗാനത്തിന്റെ നേരത്തേ റെക്കോഡ് ചെയ്യപ്പെട്ട സ്പീഡും ചിത്രീകരണ സമയത്തെ 'പ്ലേ ബാക്കി'ന്റെ സ്പീഡും വളരെ കൃത്യമായിരിക്കണം. ഇല്ലെങ്കിൽ അവസാന ഘട്ടത്തിൽ തിരശ്ശീലയിൽ ദൃശ്യം കാണുമ്പോൾ നൃത്തത്തിന്റെ വേഗതയും ഗാനത്തിന്റെ വേഗതയും തമ്മിലുള്ള സിങ്ക്രണൈസേഷൻ (Synchronisation) നഷ്ടപ്പെട്ടിരിക്കാൻ സാദ്ധ്യതയുണ്ട്.

ഗാനരംഗങ്ങളിൽ നൃത്തത്തിനു പകരം സാധാരണ ദൃശ്യങ്ങളാണുള്ളതെങ്കിൽ ചിത്രീകരണത്തിൽ മേൽപ്പറഞ്ഞ സങ്കീർണ്ണതകളൊന്നുമുണ്ടാകുന്നതല്ല.

- ചില ദൃശ്യങ്ങൾ എന്തിനാണ് ഒന്നിലധികം ക്യാമറകൾ കൊണ്ടു ചിത്രീകരിക്കുന്നത്?

സാധാരണയായി സിനിമ ചിത്രീകരിക്കുന്നത് ഒരു ക്യാമറ ഉപയോഗിച്ചാണ്. ഒരു ക്യാമറയെത്തന്നെ വ്യത്യസ്ത സ്ഥലങ്ങളിൽ മാറ്റി മാറ്റി പ്രതിഷ്ഠിച്ചുംകൊണ്ടു ഷോട്ടുകൾ ചിത്രീകരിക്കുകയാണ് ചെയ്യുന്നത്. ഇതിൽ ലോങ്ങ് ഷോട്ടും മീഡിയം ഷോട്ടും ക്ലോസ്സപ്പും ഒക്കെ കാണും. എന്നാൽ ചില ആക്ഷനുകൾ ഒന്നിലധികം ക്യാമറകൾ ഉപയോഗിച്ചു ചിത്രീകരിക്കേണ്ടതായും വരാറുണ്ട്. ചില ഉദാഹരണങ്ങൾ നോക്കാം. ഒരു ലാത്തിച്ചാർജ്ജ് ആണ് സംഭവം. ലഹളയിലേർപ്പെട്ട ഒരു കൂട്ടം ആളുകളെ ഒരു സംഘം പൊലീസുകാർ ലാത്തിച്ചാർജ്ജു ചെയ്യുന്നു. പൊലീസുകാരായി അഭിനയിക്കുന്നതു ചില നടന്മാരാകാം. പക്ഷേ, ആൾക്കൂട്ടമെന്നത് എക്സ്ട്രാ നടീനടന്മാരോ യഥാർത്ഥത്തിലുള്ള ആൾക്കൂട്ടമോ ആകാം. ഇവരെക്കൊണ്ടു ആക്ഷനുകൾ കൃത്യമായി ചെയ്യിപ്പിച്ചെടുക്കുന്നത് ഏറെ ക്ലേശകരം തന്നെയാണ്. ചിലർ ചില ആക്ഷനുകൾ

ശരിയാക്കുമ്പോൾ മറ്റു ചിലർ തെറ്റിച്ചെന്നു വരാം. ഇക്കൂട്ടർ ആക്ഷൻ ശരിയാക്കുമ്പോൾ ആദ്യം പറഞ്ഞവരാകാം തെറ്റിക്കുന്നത്. നിരവധി റിഹേഴ്സലുകൾക്കൊടുവിൽ അവസാനം എല്ലാവരോടും ആക്ഷനുകൾ ഒത്തുവന്നുവെന്നു കരുതുക. ഒരു ക്യാമറയെ സ്ഥാനം മാറ്റി പലയിടത്തായി പ്രതിഷ്ഠിച്ചു ഈ രംഗം ചിത്രീകരിക്കാനൊക്കുമോ? ഇത്തരം സന്ദർഭങ്ങളിൽ ഒന്നിലധികം ക്യാമറകൾ ഉപയോഗിച്ചാണ് ദൃശ്യങ്ങൾ ചിത്രീകരിക്കാറുള്ളത്. മൂന്നു ക്യാമറകളാണ് ഉപയോഗിക്കുന്നതെന്നു കരുതുക. ഒരു ക്യാമറകൊണ്ടു ലോങ്ങ് ഷോട്ടുകളും മറ്റൊരു ക്യാമറ കൊണ്ടു മീഡിയം ഷോട്ടുകളും മൂന്നാമത്തെ ക്യാമറകൊണ്ടു ക്ലോസപ്പുകളും ആണ് ചിത്രീകരിക്കുന്നത്. ഒന്നിലധികം ക്യാമറകൾ കൊണ്ടുള്ള ചിത്രീകരണത്തെ മൾട്ടി ക്യാമറ ടെക്നിക് (Multi Camera Technique) എന്നാണ് പറയുന്നത്. ക്യാമറകളുടെ എണ്ണം രണ്ടോ, മൂന്നോ, അതിൽ കൂടുതലോ ആകാം. നിരവധി പേർ ചേർന്നുള്ള സംഘനൃത്തവും മറ്റും ചിത്രീകരിക്കുന്നത് മൾട്ടിക്യാമറ ടെക്നിക് ഉപയോഗിച്ചാണ്. ക്രിക്കറ്റ്, ഫുട്ബോൾ തുടങ്ങിയ കളികൾ നിരവധി ക്യാമറകൾ ഉപയോഗിച്ചു വ്യത്യസ്ത ആംഗിളുകളിൽ നിന്നുമുള്ള ദൃശ്യങ്ങൾ പകർത്തിയാണ് സംപ്രേഷണം ചെയ്യാറുള്ളതെന്ന് എവർക്കും അറിയാവുന്ന കാര്യമാണല്ലോ. കൺവൻഷനുകൾ, പരേഡുകൾ, കോൺസർട്ടുകൾ എന്നിവയൊക്കെ മൾട്ടി ക്യാമറ ടെക്നിക് ഉപയോഗിച്ചാണ് സാധാരണയായി ചിത്രീകരിക്കാറുള്ളത്.

- ഷൂട്ടിങ്ങിൽ ലൊക്കേഷൻ ഇംപ്രൊവൈസേഷനുള്ള (Location Improvisation) സ്ഥാനം എന്താണ്?

തിരക്കഥയിൽ എഴുതപ്പെട്ടിരിക്കുന്നതല്ലാതെ ലൊക്കേഷനിൽ സംഭവിക്കുന്ന യാദൃച്ഛികമായ കാര്യങ്ങളിൽ നിന്നുമുരുത്തിരിയുന്ന ചിത്രീകരണമാണ് ലൊക്കേഷൻ ഇംപ്രൊവൈസേഷൻ.

രസകരമായൊരു സംഭവമിതാ. വിശ്വപ്രസിദ്ധ ചലച്ചിത്രകാരനായ ബർഗ്മാൻ തന്റെ 'സെവൻത് സീൽ' ഷൂട്ട് ചെയ്തുകൊണ്ടിരിക്കുന്നു. ഒരു കൊടുങ്കാറ്റു രൂപപ്പെടുവാനുള്ള സാദ്ധ്യത മുന്നിൽക്കണ്ട ബർഗ്മാൻ ചിത്രീകരണം അവസാനിപ്പിച്ചു മടങ്ങുവാനൊരുങ്ങുകയാണ്. അതാ, ആകാശത്ത് 'വിചിത്രമായ രൂപഭാവങ്ങളോടെ' ഒരുമേഘം നിലകൊള്ളുന്നു! ബർഗ്മാന്റെ മനസ്സിൽ ഒരാശയം മുളപൊട്ടുന്നു. പക്ഷേ, ഭൂരിഭാഗം നടീനടന്മാരും മടങ്ങിക്കഴിഞ്ഞു. ബർഗ്മാൻ എന്തു ചെയ്തുവെന്നോ? അവിടെ ലഭ്യമായ കുറച്ചാളുകളെ വച്ച് ഒരു നൃത്തരംഗം വിദഗ്ധമായി ഷൂട്ടു ചെയ്തു! പിന്നീട് നിരൂപകർ വാഴ്ത്തിപ്പാടിയ 'മരണനൃത്തം' എന്ന സീൻ ഉണ്ടായത് ഇത്തരമൊരു യാദൃച്ഛികതയിൽ നിന്നുമാണ്!

എന്തിനേറെ "ഒരു അഡാർ ലൗ" എന്ന ചിത്രത്തിലെ പ്രിയ പ്രകാശ് വാര്യരുടെ "കണ്ണിറുക്കൽ" ലൊക്കേഷൻ ഇംപ്രൊവൈസേഷൻ ആണ്!

- സംവിധായകൻ 'പായ്ക്കപ്പ്' (Pack Up), ബ്രെയ്ക്ക്(Break), ഷിഫ്റ്റ് (Shift)എന്നൊക്കെ പറയുന്നതിന്റെ ഉദ്ദേശ്യമെന്ത്?

സെറ്റിലുള്ളവർ ഭക്ഷണത്തിനു പിരിയുമ്പോഴാണ് സാധാരണയായി സംവിധായകൻ 'ബ്രെയ്ക്' പറയുന്നത്. ഒരു ദിവസത്തെ മൊത്തം ഷൂട്ടിങ്ങു തീരുമ്പോൾ 'പായ്ക്കപ്പ്'എന്നും പറയുന്നു. എടുത്തു തീർക്കുവാൻ പ്ലാൻ ചെയ്ത എല്ലാ ഷോട്ടുകളും ചിത്രീകരിച്ചുവെന്ന് ഉറപ്പാക്കിയതിനു ശേഷമേ സംവിധായകൻ പായ്ക്കപ്പ് പറയുവാൻ പാടുള്ളൂ. ഒരു ലൊക്കേഷനിൽ നിന്നും അടുത്ത ലൊക്കേഷനിലേക്കു പോവുകയാണെങ്കിൽ സംവിധായകൻ 'ഷിഫ്റ്റ്' എന്നും പറയുന്നു.

- പിക്-അപ് ഷൂട്ടിങ്ങ് (Pick Up Shooting) എന്നാലെന്താണ്?

ചിത്രീകരിക്കപ്പെട്ട ഷോട്ടുകളിൽ കാര്യമായ അപാകതകളുണ്ടെങ്കിൽ ലൊക്കേഷനിൽ തിരിച്ചു ചെന്നു ഷൂട്ടു ചെയ്യുന്നതിനെയാണ് 'പിക് അപ് ഷൂട്ടിങ്ങ്' എന്ന് പറയുന്നത്. എഡിറ്റിങ്ങ് നിർവ്വഹിക്കുമ്പോഴാണ് ഗുരുതരമായ പിഴവുകൾ പലപ്പോഴും ശ്രദ്ധയിൽപ്പെടുന്നത്. ഇത്തരം സാഹചര്യങ്ങളിലാണ് പിക്-അപ് ഷൂട്ടിങ്ങ് ആവശ്യമായി വരുന്നത്. ചില സാഹചര്യങ്ങളിൽ എടുത്ത ഷോട്ടുകൾക്കു അപാകതകളില്ലെങ്കിലും പിക്-അപ് ഷൂട്ട് ആവശ്യമായി വരും. ചിത്രീകരിച്ച ഷോട്ടുകളെ ആശയപരമായി പിന്താങ്ങുവാൻ ചില ഷോട്ടുകൾ കൂടി വേണമെന്ന് പിന്നീട് ബോദ്ധ്യപ്പെട്ടാലാണിത്. പീറ്റർ ജാക്സൺ സംവിധാനം ചെയ്ത 'ദ ലോഡ് ഓഫ് ദ റിങ്ങ്സ് ട്രിലജി'യിലും അദ്ദേഹത്തിന്റെ തന്നെ 'ദ ഹോബിറ്റ് ട്രിലജി' യിലും പിക്-അപ് ഷോട്ടുകൾ ഉപയോഗിച്ചിട്ടുണ്ട്.

എഡിറ്റിങ്

The editor is juxtaposing-
Juxtaposing shots-no, emotions
flaws ever is he finding
And always is he mending
His creation at last flows
Without any flaws!

ഫിലിം ഇൻസ്റ്റിറ്റ്യൂട്ടിൽ എഡിറ്റിങ്ങ് കോഴ്സിന് അപേക്ഷിച്ച ഒരാൾക്കു കിട്ടിയതു സിനിമാട്ടോഗ്രാഫിയാണ്. തനിക്ക് എഡിറ്റിങ്ങിൽത്തന്നെ പ്രവേശനം നൽകണമെന്ന് അയാൾ പ്രിൻസിപ്പലിനോടു കേണപേക്ഷിക്കുന്നു. അയാളുടെ നിർബ്ബന്ധബുദ്ധി കണ്ട പ്രിൻസിപ്പൽ അയാളോടു ചോദിച്ചു. "താങ്കൾക്കെന്താ എഡിറ്റിങ്ങുമായി വല്ല മുൻബന്ധമുണ്ടോ?"

"ഉണ്ട് സർ, ഞാനൊരു ടെയ്‌ലറാണ്" -ഉടൻ വന്നു അയാളുടെ മറുപടി.

"താങ്കൾക്ക് എഡിറ്റിങ്ങിൽ അഡ്മിഷൻ നൽകപ്പെട്ടിരിക്കുന്നു!" പ്രിൻസിപ്പലിന്റെ മറുപടിയും പെട്ടെന്നായിരുന്നു!

Editing is all about cutting and stitching !

- ഒരു ഫിലിം എഡിറ്റർ അടിസ്ഥാനപരമായി എന്താണ് ചെയ്യുന്നത്?

വ്യത്യസ്ത സ്ഥലകാലങ്ങളിൽ ചിത്രീകരിക്കപ്പെട്ട ഷോട്ടുകളെ തുടർച്ച അഥവാ നൈരന്തര്യ(Continuity)ത്തോടെ ക്രമീകരിക്കുകയാണ് ഒരു എഡിറ്റർ അടിസ്ഥാനപരമായി ചെയ്യുന്നത്. സ്ക്രിപ്റ്റിലുള്ള എല്ലാ സംഭവങ്ങളേയും അതേ ക്രമത്തിൽ ചിത്രീകരിക്കുവാൻ കഴിഞ്ഞു കൊള്ളണമെന്നില്ല. ഒരുദാഹരണം നോക്കാം. ബ്യൂട്ടി പാർലറിലേക്കു പോകാൻ തയ്യാറെടുക്കുന്ന ഒരു യുവതി. സ്കൂട്ടറിന്മേൽ പാർലറിലേക്കു പോകുന്ന അവൾ. ബ്യൂട്ടിപാർലറിൽ എത്തിയ അവൾ ഫേഷ്യൽ ചെയ്യുകയാണ്. സ്ക്രിപ്റ്റിൽ ഈ ക്രമത്തിലാണ് കാര്യങ്ങൾ നടക്കുന്നതെങ്കിലും ഷൂട്ടിങ്ങിന്റെ സൗകര്യങ്ങൾക്കു വിധേയമാകാൻ വേണ്ടി ചിത്രീകരണത്തിൽ സംഭവങ്ങളുടെ ക്രമത്തെ മാറ്റിയെന്നു വരാം.

ഫേഷ്യൽ ചെയ്യുന്ന കഥാപാത്രത്തിന്റെ സീനുകൾ എടുത്തതിനു ശേഷം സ്കൂട്ടർ യാത്രയും അതിനുശേഷം യാത്രയ്ക്കുള്ള തയ്യാറെടുപ്പെന്ന ആദ്യഘട്ടവും ചിത്രീകരിച്ചുവെന്നു വരാം. ഇത്തരത്തിൽ മാറിക്കിടക്കുന്ന സീനുകളെ സ്ക്രിപ്റ്റിലെ ക്രമത്തിലേക്കു തിരികെ കൊണ്ടുവരണമല്ലോ. പലയിടങ്ങളിലായി ചിതറിക്കിടക്കുന്ന ഷോട്ടുകളെ നൈരന്തര്യത്തിലേക്ക് കൊണ്ടുവരികയെന്ന ദൗത്യമാണ് ഒരു ഫിലിം എഡിറ്റർ ചെയ്യുന്ന കാര്യങ്ങളിലൊന്ന്.

വ്യത്യസ്ത സ്ഥലകാലങ്ങളിൽ ചിത്രീകരിക്കപ്പെട്ട ഷോട്ടുകളെ സ്ക്രിപ്റ്റിലെ ക്രമത്തിനനുസരിച്ച് 'അടുക്കുക' മാത്രമാണോ ഒരു എഡിറ്ററുടെ ജോലി? സംഭവങ്ങളെ 'യാന്ത്രികമായി' ക്രമീകരിക്കുക മാത്രം ചെയ്തുകൊണ്ടു തയ്യാറാക്കപ്പെട്ട ഒരു സിനിമ പ്രേക്ഷകനു മുൻപിൽ ക്രിയാത്മകമായ വാതായനങ്ങൾ തുറന്നു കൊടുക്കുന്നില്ലെന്നതാണു സത്യം. ഒരു സീൻ ആരംഭിക്കേണ്ടത് ലോങ്ങ് ഷോട്ടിലൂടെയാണോ, ക്ലോസ്സപ്പിലൂടെയാണോ, മറ്റൊരു സീൻ ഡിസ്സോൾവ് (dissolve), ഫെയ്ഡ് (fade), വൈപ്പ് (wipe) തുടങ്ങിയ സങ്കേതങ്ങളിലൂടെ അവതരിപ്പിക്കണോ, ഷോട്ടുകളുടെ ദൈർഘ്യം കുറച്ച് എഡിറ്റിങ്ങിന്റെ വേഗത (pace) കൂട്ടണോ, ദൈർഘ്യം കൂട്ടി എഡിറ്റിങ്ങിന്റെ വേഗത കുറയ്ക്കണോ, പാരലൽ കട്ടിങ്ങിനോ (parallel cutting) മൊണ്ടാഷിനോ(Montage) സാദ്ധ്യതയുണ്ടോ, ഗ്രാഫിക്സ്(Graphics) ആവശ്യമാണോ തുടങ്ങി എത്രയെത്ര ചോദ്യങ്ങളാണ് എഡിറ്ററുടെ മുൻപിലുള്ളത്. വ്യത്യസ്ത ക്രമത്തിൽ

ചിത്രീകരിക്കപ്പെട്ട ഷോട്ടുകളെ സ്ക്രിപ്റ്റിൽ എഴുതപ്പെട്ട സംഭവങ്ങളുടെ ക്രമത്തിലേക്ക് തയ്യാറാക്കുന്ന ഒരു പ്രാഥമിക തലവും വ്യത്യസ്ത എഡിറ്റിങ്ങ് തത്ത്വങ്ങളുടെ ഔചിത്യപൂർവ്വമായ പ്രയോഗത്തിലൂടെ നേടിയെടുക്കുന്ന ഒരു ദ്വിതീയ തലവും എഡിറ്റിങ്ങിനുണ്ടെന്നു പറയാം.

(എഡിറ്റിങ്ങുമായി ബന്ധപ്പെട്ട സാങ്കേതിക പദങ്ങളെ ഇനിയുള്ള ഭാഗങ്ങളിൽ വിശദീകരിക്കുന്നുണ്ട്.)

- എഡിറ്റിങ്ങ് എന്ന കലയുടെ ഉപജ്ഞാതാവായി അറിയപ്പെടുന്നതാരാണ്? പിന്നീടതിനെ ഫലപ്രദവും സർഗ്ഗാത്മകവുമായി വളർത്തിയെടുത്തവർ ആരൊക്കെയാണ്?

എഡിറ്റിങ്ങ് എന്ന കലയുടെ ഉപജ്ഞാതാവായി അറിയപ്പെടുന്നത് അമേരിക്കൻ ചലച്ചിത്രകാരനായ എഡ്വിൻ.എസ്.പോർട്ടറാണ്. അമേരിക്കക്കാരനായ ഗ്രിഫിത്ത്, റഷ്യക്കാരായ കുളഷേവ്, പുഡോവ്കിൻ, ഐസൻസ്റ്റീൻ എന്നീ പ്രഗത്ഭമതികളായ ചലച്ചിത്രകാരന്മാരിലൂടെ എഡിറ്റിങ്ങ് വളർന്നു പുതിയൊരു മാനം കൈക്കൊണ്ടു എന്നു പറയാം.

പോർട്ടറുടെ പ്രസിദ്ധമായ ചിത്രമാണ് 'ദ ഗ്രെയ്റ്റ് ട്രെയിൻ റോബറി.' ഇതിൽ രണ്ടു വ്യത്യസ്ത സ്ഥലങ്ങളിലെടുത്ത ദൃശ്യങ്ങളെ മാറി മാറി കട്ടു ചെയ്തിട്ടും (Intercutting) നൈരന്തര്യ ബോധം നഷ്ടപ്പെടുത്താതെ സീനുകൾ അവതരിപ്പിക്കുവാൻ പറ്റുമെന്ന് പോർട്ടർ തെളിയിക്കുകയുണ്ടായി.

ഒരു കഥാപാത്രത്തിന്റെ മുഖത്തെ ക്ലോസ്സപ്പ് ആയി കാണിക്കുന്ന സമ്പ്രദായം ഗ്രിഫിത്തിന്റെ സംഭാവനയാണ്. ഇന്നത്തെ ആധുനിക സിനിമകളിൽ കാണുന്ന മറ്റു നിരവധി എഡിറ്റിങ്ങ് പാറ്റേണുകളും ഗ്രിഫിത്തിന്റെ തന്നെ സംഭാവനകളായുണ്ട്. 'മൊണ്ടാഷി'ന് അർത്ഥതലങ്ങളും പുതിയ മാനങ്ങളും നൽകിയതു വഴി ഐസൻസ്റ്റീൻ എഡിറ്റിങ്ങ് എന്ന കലയ്ക്കു സുപ്രധാന സംഭാവനകൾ നൽകി. മുകളിൽപ്പറഞ്ഞ ചലച്ചിത്ര പ്രതിഭകൾ നൽകിയ സംഭാവനകളിൽ നിന്നു വ്യത്യസ്തമായി കാര്യമായൊന്നും പിന്നീട് വന്നവർക്കു ചെയ്യുവാൻ കഴിഞ്ഞിട്ടില്ലെന്നതും ശ്രദ്ധേയമാണ്. മറ്റൊരു രീതിയിൽ പറയുകയാണെങ്കിൽ ഇന്നത്തെ ആധുനിക സിനിമകളിൽ നാം കാണുന്ന ഏതാണ്ടെല്ലാ എഡിറ്റിങ്ങ് പാറ്റേണുകളും പോർട്ടറും ഗ്രിഫിത്തും ഐസൻസ്റ്റീനും കുളഷേവും പുഡോവ്കിനും ഒക്കെ ചേർന്നു പരീക്ഷിക്കുകയും സ്ഥാപിക്കുകയും ചെയ്തവയാണ്.

- നൈരന്തര്യത്തോടെ ഒരു ചിത്രത്തെ എഡിറ്റു ചെയ്യുവാൻ എഡിറ്റർ അവലംബിക്കുന്ന നിയമങ്ങളും മാനദണ്ഡങ്ങളുമേവ?

വ്യത്യസ്ത ദിവസങ്ങളിൽ വ്യത്യസ്ത സമയങ്ങളിൽ ഷൂട്ടു ചെയ്യപ്പെടുന്ന ദൃശ്യങ്ങളെ കൂട്ടിയിണക്കുന്ന ഏറെ ക്ലേശകരമായ പ്രക്രിയയാണ്

എഡിറ്റിങ്ങ്. വ്യക്തവും കൃത്യവും ആയ നിയമങ്ങളിലൂടെ ഇത് നിർവ്വഹിക്കപ്പെട്ടില്ലെങ്കിൽ പ്രേക്ഷകന് നൈരന്തര്യത്തിലധിഷ്ഠിതമായ ആശയക്കുഴപ്പമനുഭവപ്പെടും.

ചില രസകരമായ ഉദാഹരണങ്ങളിലൂടെ നമുക്കു കടന്നു പോകാം. ഇന്ത്യയിൽ നിന്നൊരാൾ വിമാനത്തിൽ ന്യൂയോർക്കിലേക്കു പുറപ്പെടുകയാണ്. വിമാനത്താവളത്തിൽ നിന്നും പറന്നുയരുന്ന വിമാനത്തിന്റെ ദിശ സ്ക്രീനിൽ കാണിക്കുന്നത് വലത്തോട്ടാണെന്നു കരുതുക. ഇത് പ്രേക്ഷകനിൽ ദിശാപരമായൊരു കൺഫ്യൂഷൻ സൃഷ്ടിക്കും. നമ്മുടെ ചെറുപ്പം മുതൽ മനസ്സിൽ ദിശാസംബന്ധമായി രൂഢമൂലമായ ചില ധാരണകളുണ്ട്. ഭൂപടത്തെ അടിസ്ഥാനമാക്കിയുള്ളതാണത്. ഭൂപടത്തിന്റെ മുകൾഭാഗം വടക്കും കീഴ്ഭാഗം തെക്കും ഇടതു ഭാഗം പടിഞ്ഞാറും വലതുഭാഗം കിഴക്കുമാണല്ലോ. ഇന്ത്യയിൽ നിന്ന് ന്യൂയോർക്കിലേക്ക് പോകുന്ന വിമാനത്തെ ഇടത്തോട്ടുള്ള സ്ക്രീൻ ദിശയിൽ (Screen Direction) കാണിക്കുകയാണുചിതം. ന്യൂയോർക്കിലേക്ക് പോകേണ്ട കഥാപാത്രം ഒരു വേള ജപ്പാനിലേക്കോ മറ്റോ ആണ് യാത്ര തിരിച്ചതെന്നു പ്രേക്ഷകനു തോന്നരുതല്ലോ!

ഇനി മറ്റൊരുദാഹരണം നോക്കാം. ഒരു കഥാപാത്രം സ്ക്രീനിന്റെ വലതുഭാഗത്തേക്കു നടന്ന് അപ്രത്യക്ഷമാകുന്നു എന്നു കരുതുക. അയാൾ തന്റെ പ്രയാണം തുടരുന്നതായി അടുത്ത ഷോട്ടിൽ കാണിക്കണമെങ്കിൽ ഇടതുഭാഗത്തുനിന്നും അയാൾ സ്ക്രീനിലേക്കു പ്രവേശിക്കേണ്ടതാണ്. സ്ക്രീനിന്റെ വലതു ഭാഗത്തേക്കു പോയയാൾ അടുത്ത ഷോട്ടിൽ വലതുഭാഗത്തു നിന്നു തന്നെ സ്ക്രീനിലേക്കു പ്രവേശിച്ചാൽ തന്റെ ദൗത്യം ഉപേക്ഷിച്ചു മടങ്ങി വരികയാണെന്നാണ് പ്രേക്ഷകൻ കരുതുക.

ലൈൻ ഓഫ് ആക്ഷനും 180 ഡിഗ്രി നിയമവും

രണ്ടു വ്യക്തികൾ അഭിമുഖമായി നിന്നുകൊണ്ടോ ഇരുന്നുകൊണ്ടോ സംസാരിക്കുന്ന രംഗങ്ങൾ സിനിമയിൽ ധാരാളമായി പ്രത്യക്ഷപ്പെടാറുണ്ടല്ലോ? ഇത്തരം രംഗങ്ങളിൽ ഒരു വ്യക്തി സാധാരണയായി ഫ്രെയിമിന്റെ ഇടത്തു നിന്നും വലത്തോട്ടും മറ്റേ വ്യക്തി വലത്തു നിന്നും ഇടത്തോട്ടും ആയിരിക്കും നോക്കുക. ഈ രീതിയിലുള്ള ഒരു സീൻ അവസാനിക്കുന്നതു വരെ ക്യാമറ ഏതു സ്ഥാനത്തേക്ക് മാറ്റി വെച്ചാലും ഇടതു ഭാഗത്തുണ്ടായിരുന്നയാൾ ഇടതു ഭാഗത്തും വലതുഭാഗത്തുണ്ടായിരുന്നയാൾ വലതുഭാഗത്തും തന്നെയിരിക്കേണ്ടതാണ്. ക്യാമറയ്ക്ക് ആപേക്ഷികമായി കഥാപാത്രങ്ങളുടെ ഇടതു വലതു സ്ഥാനക്രമങ്ങൾ പെട്ടെന്നൊരു ഷോട്ടിൽ മാറുന്നത് നൈരന്തര്യത്തിൽ പെട്ടെന്നൊരു ചാട്ടം സൃഷ്ടിക്കാം. ഒരു ചിത്രത്തിന്റെ സഹായത്തോടെ ഇതു വ്യക്തമാക്കാം.

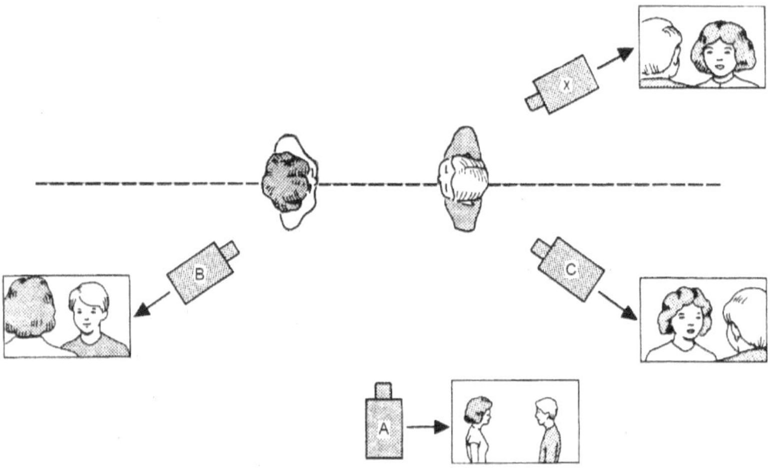

ചിത്രത്തിൽ ഒരു പെൺകുട്ടിയും ആൺകുട്ടിയും പരസ്പരം അഭിമുഖമായി നിന്നു കൊണ്ടു സംസാരിക്കുകയാണ്. A എന്ന സ്ഥാനത്തു ക്യാമറ വെച്ചും കൊണ്ടു ചിത്രീകരിച്ചപ്പോൾ പെൺകുട്ടി ഫ്രെയിമിന്റെ ഇടത്തും ആൺകുട്ടി വലത്തുമാണ്. അതുപോലെ B,C എന്നീ സ്ഥാനങ്ങളിലും പെൺകുട്ടി ഇടതു വശത്തും ആൺകുട്ടി വലതു വശത്തും വരുന്നതാണ്. എന്നാൽ X എന്ന സ്ഥാനത്തു ക്യാമറ വെച്ചു കൊണ്ടു ചിത്രീകരിച്ച ഷോട്ടിൽ ഈ ക്രമം മാറി മറിയുകയും ആൺകുട്ടി ഫ്രെയിമിന്റെ ഇടതുഭാഗത്തേക്കു വരികയും പെൺകുട്ടി വലതുഭാഗത്തായിപ്പോകുകയും ചെയ്തു. ഇതിന്റെ ഫലം, സിനിമ കണ്ടുകൊണ്ടിരിക്കുന്ന പ്രേക്ഷകനു നൈരന്തര്യത്തിൽ ചാട്ടമനുഭവപ്പെടുക എന്നതാണ്. ഇത്തരം രംഗങ്ങളിൽ നൈരന്തര്യത്തിന് കോട്ടം തട്ടാതിരിക്കാനെന്തു ചെയ്യണം? ആൺകുട്ടിയേയും പെൺകുട്ടിയേയും ബന്ധിപ്പിക്കുന്ന ഒരു നേർരേഖയുണ്ടെന്നു കരുതുക. ഈ സാങ്കല്പിക രേഖയെ 'ലൈൻ ഓഫ് ആക്ഷൻ' (Line of Action) എന്നു വിളിക്കാം. ഈ രേഖയുടെ ഒരു വശത്ത് (വ്യത്യസ്ത സ്ഥാനങ്ങളിൽ) ക്യാമറ വച്ച് ചിത്രീകരിച്ചാൽ കഥാപാത്രങ്ങളുടെ ഇടതു-വലതു സ്ഥാനക്രമം മാറില്ലല്ലോ? അതായത് ക്യാമറയുടെ ചലന സ്വാതന്ത്ര്യം 180° ആണെന്നു കാണുവാൻ കഴിയും. ഇതിൽ നിന്നാണ് 'ലൈൻ ഓഫ് ആക്ഷനും 180 ഡിഗ്രി നിയമവും' എന്ന ആശയം ഉരുത്തിരിഞ്ഞത്. ക്യാമറ ലൈൻ ഓഫ് ആക്ഷനെ മറികടന്നാൽ കഥാപാത്രങ്ങളുടെ ഇടതു-വലതു സ്ഥാനക്രമങ്ങൾ തെറ്റുകയും കാഴ്ചയുടെ ഒഴുക്കു തടസ്സപ്പെടുകയും നൈരന്തര്യ ഭംഗം സംഭവിക്കുകയും ചെയ്യും.

എന്നാൽ കഥാപാത്രങ്ങൾക്കു ചുറ്റും കറങ്ങിക്കൊണ്ട് അവരെ നിരീക്ഷിക്കുന്ന റൗണ്ട് ട്രോളിയുപയോഗിച്ചുള്ള ചലനമാണെങ്കിൽ കഥാപാത്രങ്ങളുടെ ഇടത് വലത് ആപേക്ഷിക സ്ഥാനക്രമങ്ങൾ സാവകാശത്തിൽ

മാത്രം മാറുന്നതായി കാണാം. സാവകാശത്തിലുള്ള ഈ മാറ്റം ദൃശ്യപരമായ ചാട്ടം സൃഷ്ടിക്കുന്നില്ല.

നോട്ടവുമായി ബന്ധപ്പെട്ട ദിശകൾ കൃത്യമായി എഡിറ്റു ചെയ്യപ്പെട്ടില്ലെങ്കിൽ തികഞ്ഞ ആശയക്കുഴപ്പമായിരിക്കും ഫലം. ഒരു ചിത്രത്തിന്റെ സഹായത്താൽ നമുക്കിതിനെ അപഗ്രഥിക്കാം.

(ലൈൻ ഓഫ് ആക്ഷനും 180 ഡിഗ്രിയും എന്ന നിയമത്തിന്റെ മറ്റൊരു പ്രയോഗം തന്നെയാണിനി വിവരിക്കുന്നത്.)

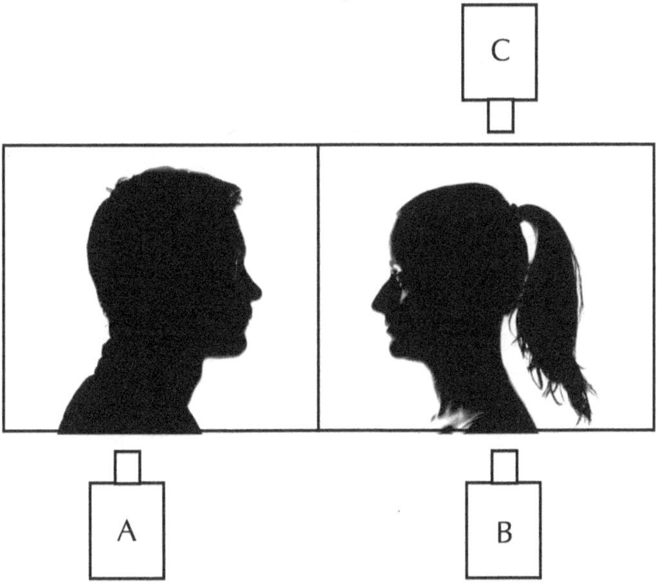

ചിത്രത്തിൽ പുരുഷൻ വലത്തോട്ടാണ് നോക്കുന്നത്. സ്ത്രീയാകട്ടെ, ഇടത്തോട്ടും. A എന്ന ക്യാമറാ പൊസിഷനിൽ ചിത്രീകരിച്ച ഷോട്ടും B എന്ന ക്യാമറ പൊസിഷനിൽ ചിത്രീകരിച്ച ഷോട്ടും ചേർത്തു വെച്ചാൽ എങ്ങനെയിരിക്കുമെന്നു നോക്കാം.

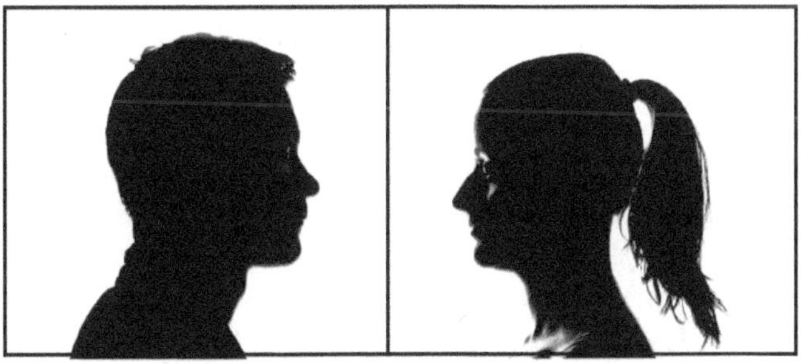

ഇനി A എന്ന ക്യാമറാ പൊസിഷനിൽ ചിത്രീകരിച്ച പുരുഷന്റെ ഷോട്ടും C എന്ന ക്യാമറാ പൊസിഷനിൽ ചിത്രീകരിച്ച സ്ത്രീയുടെ ഷോട്ടും ചേർത്തു വെച്ചു നോക്കാം.

എന്തൊരു വൈരുദ്ധ്യം അല്ലേ? പുരുഷനും സ്ത്രീയും മൂന്നാമതൊ രാളെ പ്രതീക്ഷയോടെ നോക്കി കാത്തിരിക്കുകയാണെന്ന തെറ്റായ ധാരണയല്ലേ ഷോട്ടുകളുടെ ഈ കോമ്പിനേഷൻ പ്രേക്ഷകനിൽ ചെലു ത്തുന്നത്? പുരുഷനും സ്ത്രീയും അഭിമുഖമായി നോക്കുന്നു എന്ന അടി സ്ഥാനാശയത്തിന് എവിടെയാണ് വിഘാതം സംഭവിച്ചത്? ഷോട്ട് C ആണിവിടെ വില്ലനായത്. ക്യാമറ എതിർ വശത്തേക്കു പോയപ്പോൾ സ്ത്രീ കഥാപാത്രത്തിന്റെ നോട്ടത്തിന്റെ ദിശ വലത്തോട്ടായിപ്പോകുന്നു.

എഡിറ്റിങ്ങ് ഫലപ്രദമായി നിർവ്വഹിക്കുവാൻ ഇങ്ങനെയുള്ള പല തത്ത്വങ്ങളേയും എഡിറ്റർമാർ കൂട്ടുപിടിക്കുന്നുണ്ട്.

- കണ്ടിന്യൂറ്റി എഡിറ്റിങ്ങ്(Continuity Editing) എന്നാലെന്താണ്?

സിനിമയിൽ സ്ഥലകാലങ്ങളുമായി ബന്ധപ്പെട്ട വിഭ്രാന്തി പ്രേക്ഷകന് അനുഭവപ്പെടാതിരിക്കണമെങ്കിൽ ഫിലിം എഡിറ്റർ അവയെ തുടർച്ച യോടുകൂടി സന്നിവേശിപ്പിച്ചിരിക്കണമെന്ന കാര്യം നാം കണ്ടു കഴിഞ്ഞു.

1900 നും 1910 നും ഇടയ്ക്കുള്ള കാലഘട്ടത്തിലാണ് ചലച്ചിത്രകാര ന്മാർ എഡിറ്റിങ്ങിനെ സിനിമകളിൽ ഫലപ്രദമായി ഉപയോഗിക്കാൻ തുട ങ്ങിയത്. അന്നുമുതൽ ഇന്നുവരെ ചലച്ചിത്രകാരന്മാർ ശ്രമിച്ചിട്ടുള്ളതു സ്ഥലകാലങ്ങളുടെ തുടർച്ചയിലധിഷ്ഠിതമായ, അവ്യക്തതകളില്ലാതെ പ്രേക്ഷകന് സുഗമമായി സിനിമ ആസ്വദിക്കാനുള്ള മാർഗ്ഗങ്ങളാണ്. ഒരു ഷോട്ടിൽ നിന്നും മറ്റൊരു ഷോട്ടിലേക്കുള്ള അനുക്രമമായ ഒഴുക്കിനെ നേടിയെടുക്കുവാൻ ലൈൻ ഓഫ് ആക്ഷനും 180 ഡിഗ്രിയും എന്ന നിയമം, ദൃഷ്ടിയുടെ ചേർച്ച തുടങ്ങിയ തത്ത്വങ്ങളെയെല്ലാം എഡിറ്റർമാർ കൂട്ടുപിടിക്കുന്നുണ്ട്. കഥാപാത്രങ്ങളുടെ സ്ഥാനങ്ങൾ, സ്ക്രീനിലെ ചലന ങ്ങളുടെ ദിശകൾ ഒരു ഷോട്ടിൽ നിന്നും മറ്റൊരു ഷോട്ടിലേക്കു കട്ടു

ചെയ്യുമ്പോഴുള്ള സമന്വയമായ ബന്ധം (Temporal Relationship) തുടങ്ങിയ നിരവധി കാര്യങ്ങളെ കണ്ടിന്യുറ്റി എഡിറ്റിങ്ങിൽ പരിഗണിക്കേണ്ടതുണ്ട്. നൈരന്തര്യം പാലിക്കുവാൻ എഡിറ്റർമാർ കയ്യാളുന്ന എല്ലാ സങ്കേതങ്ങളുടേയും പ്രയോഗത്തിലൂടെ ദൃശ്യങ്ങൾക്കു നൽകുന്ന ഒഴുക്കാണ് 'കണ്ടിന്യുറ്റി എഡിറ്റിങ്ങ്.'

- സിനിമാരംഗത്തെ ടെക്നീഷ്യന്മാർ കൊട്ടിഘോഷിക്കുന്നതുപോലെ ഏറെ പ്രാധാന്യമുള്ള കാര്യമാണോ എഡിറ്റിങ്ങ്?

"പടത്തിന്റെ ഷൂട്ടു കഴിഞ്ഞു, ഇനി എഡിറ്റിങ്ങ് ബാക്കിയുണ്ട്," "ചിത്രീകരണമെല്ലാം ഭംഗിയായി കഴിഞ്ഞു കിട്ടിയെന്നു പറഞ്ഞിട്ടെന്താ കാര്യം, എഡിറ്റിങ്ങ് മോശമായാൽ എല്ലാം കഴിഞ്ഞില്ലേ?", "എഡിറ്റിങ്ങ് ടേബിളിലാണ് സിനിമ യഥാർത്ഥത്തിൽ ജനിക്കുന്നത്", "നല്ലൊരെഡിറ്ററുടെ കയ്യിൽ സിനിമ ഭദ്രമാണ്","ഷോട്ടുകൾക്ക് അർത്ഥവും അർത്ഥതലവും ഉണ്ടാകുന്നത് എഡിറ്റിങ്ങിന് വിധേയമാകുമ്പോഴാണ്" തുടങ്ങി ഫിലിം മേക്കേഴ്സ് 'തട്ടിവിടുന്ന' വാചകങ്ങൾ നിരവധി കേട്ടിട്ടുണ്ട് നമ്മൾ. ഇവരൊക്കെ പറയുന്നതുപോലെ അത്രയ്ക്ക് പ്രാധാന്യമർഹിക്കുന്ന ഒന്നാണോ എഡിറ്റിങ്ങ് എന്നു ചിന്തിക്കാത്ത സിനിമാപ്രേമികൾ ഉണ്ടാകില്ല. ചിത്രീകരിക്കപ്പെട്ട ഷോട്ടുകൾ എഡിറ്റിങ്ങിന് വിധേയമാകുമ്പോൾ സംഭവിക്കുന്ന കാര്യങ്ങളെന്തെല്ലാമാണ്? O.K. അല്ലാത്ത ഷോട്ടുകളും തീരെ പ്രസക്തിയില്ലാത്ത ഷോട്ടുകളും ഒഴിവാക്കപ്പെടുന്നു. ഒരാശയം ഫലപ്രദമായി സ്ഥാപിക്കപ്പെട്ടിട്ടും ഷോട്ട് പിന്നേയും നീളുന്നുവെങ്കിൽ എഡിറ്റർ അതിനെ മുറിച്ചു മാറ്റുന്നു. ഇങ്ങനെ ആവശ്യമില്ലാത്തവയെ ഒഴിവാക്കുകയും ആവശ്യമുള്ളവയെ ചെത്തിമിനുക്കുകയും ചെയ്യുമ്പോൾത്തന്നെ 'കാര്യങ്ങൾക്ക്' ഒരടുക്കും ചിട്ടയും കൈവരുന്നു. യഥാർത്ഥ എഡിറ്റിങ്ങ് ഇനിയാണാരംഭിക്കുന്നത്. നേരത്തേ തീരുമാനിക്കപ്പെട്ട ഷോട്ടുകളുടെ ക്രമത്തെ ക്രിയാത്മകതയ്ക്കു വേണ്ടി എഡിറ്റർ മാറ്റി മറിച്ചുവെന്നു വരാം.(തീർച്ചയായും, സംവിധായകന്റെ അംഗീകാരത്തോടെ.) ക്ലാസ്സെടുക്കുന്ന അദ്ധ്യാപകന്റെ ഷോട്ട് ആദ്യം, വിദ്യാർത്ഥികളുടെ റിയാക്ഷൻ രണ്ടാമത്, ചുവരിൽ തൂക്കിയിട്ടിരിക്കുന്ന ചാർട്ടു മൂന്നാമത്- ഇങ്ങനെ വേണമോ അതോ വിദ്യാർത്ഥികളുടെ മുഖഭാവത്തെ വെളിപ്പെടുത്തുന്ന റിയാക്ഷൻ ഷോട്ട് ആദ്യം, അദ്ധ്യാപകന്റെ ഷോട്ട് രണ്ടാമത്, ചുവരിലെ ചാർട്ട് മൂന്നാമത് എന്ന ഒരു ക്രമത്തിലേക്കു പോകണമോ? ഇതു രണ്ടുമല്ലെങ്കിൽ മൂന്നാമതൊരു സാദ്ധ്യത-ചുവരിലെ ചാർട്ടിനെ നാടകീയമായി ആദ്യമങ്ങ് കാണിക്കുന്നു-ഇനി അദ്ധ്യാപകന്റെ ഷോട്ട്, മൂന്നാമതായി വിദ്യാർത്ഥികളുടെ മുഖഭാവങ്ങൾ- ഈ ക്രമം മതിയോ? ഇനിയും വ്യവസ്ത ക്രമങ്ങൾ സാദ്ധ്യമാണോ? ഒന്നു ചിന്തിച്ചു നോക്കൂ....

(ആകെ സാദ്ധ്യമാകുന്ന ക്രമങ്ങൾ 1. അദ്ധ്യാപകൻ, വിദ്യാർത്ഥികൾ, ചാർട്ട് 2. അദ്ധ്യാപകൻ, ചാർട്ട്, വിദ്യാർത്ഥികൾ 3. വിദ്യാർത്ഥികൾ, അദ്ധ്യാപകൻ, ചാർട്ട് 4. വിദ്യാർത്ഥികൾ, ചാർട്ട്, അദ്ധ്യാപകൻ 5. ചാർട്ട്,

അദ്ധ്യാപകൻ, വിദ്യാർത്ഥികൾ 6. ചാർട്ട്, വിദ്യാർത്ഥികൾ, അദ്ധ്യാപകൻ) നാലു വ്യത്യസ്ത ഷോട്ടുകളെ എത്ര തരത്തിൽ ക്രമീകരിക്കാം? പത്തു വ്യത്യസ്ത ഷോട്ടുകളേയോ? പെർമ്യൂട്ടേഷൻസ് ആൻഡ് കോമ്പിനേഷൻസ് തിയറി (Permutations and Combinations Theory) പ്രയോഗിച്ചു നോക്കിയാൽ ഞെട്ടിപ്പിക്കുന്ന എണ്ണമാണ് ലഭിക്കുക. നിരവധി സാദ്ധ്യതകളിൽ നിന്നുമാണ് എഡിറ്റർ ഒരു നിശ്ചിത ക്രമത്തെ തിരഞ്ഞെടുക്കുന്നത്. അഥവാ, ഇത്തരത്തിലുള്ള നിരവധി സങ്കീർണ്ണമായ പ്രക്രിയകളിലൂടെ കടന്നു വന്നിട്ടാണ് എഡിറ്റർമാർ സീനുകൾക്ക് അർത്ഥവും അർത്ഥതലങ്ങളും സൃഷ്ടിക്കുന്നത്.

ചിതറിക്കിടക്കുന്ന ഷോട്ടുകൾക്ക് നൈരന്തര്യം കൊടുക്കുകയും കഥയുടെ സൂക്ഷ്മാംശങ്ങളിലേക്കു ഫലപ്രദമായി കടന്നുചെല്ലുവാൻ പ്രേക്ഷകനെ Motivate ചെയ്യുന്നതുമൊക്കെ എഡിറ്റിങ്ങിന്റെ ധർമ്മങ്ങളാണ്.

ഒരു സിനിമയെ 'അതാക്കിത്തീർക്കുന്നതിൽ' എഡിറ്റർ വഹിക്കുന്ന പങ്ക് വലുതാണ്. എഡിറ്റർമാർ എഡിറ്റിങ്ങിന്റെ മഹത്വത്തെക്കുറിച്ചു വാതോരാതെ സംസാരിക്കട്ടെ. നമുക്ക് ക്ഷമയോടെ അതുകേൾക്കാം, അവരിൽ നിന്നു പഠിക്കുകയും ചെയ്യാം!

- വിഷ്വൽ ഷോട്ടുകൾ (Visual Shots), സൗണ്ട് ഷോട്ടുകൾ (Sound Shots) എഡിറ്റിങ്ങ്(Editing) എന്നിവ ചേർന്നാൽ സിനിമയായി- വിശദീകരിക്കാമോ?

അതേ, ഇവ മൂന്നിന്റേയും അർത്ഥപൂർണ്ണവും ഭാവനാപൂർണ്ണവുമായ സങ്കലനം തന്നെയാണ് സിനിമ. ക്യാമറ കൊണ്ടു ചിത്രീകരിക്കപ്പെടുന്ന ദൃശ്യഖണ്ഡങ്ങളെ (Shots)ത്തന്നെയാണ് വിഷ്വൽ ഷോട്ടുകൾ എന്നുപറയുന്നത്. ഒരു റെക്കോഡിങ്ങ് സിസ്റ്റം ഉപയോഗിച്ച് റെക്കോർഡ് ചെയ്ത വ്യത്യസ്ത തരം ശബ്ദങ്ങളുടെ ഖണ്ഡങ്ങളെയാണ് സൗണ്ട് ഷോട്ടുകൾ എന്നു വിളിക്കുന്നത്. പ്രേക്ഷകന് കാണുവാനും കേൾക്കുവാനും മനസ്സിലാക്കുവാനും വേണ്ടി വിഷ്വൽ ഷോട്ടുകളേയും സൗണ്ട് ഷോട്ടുകളേയും നൈരന്തര്യത്തോടുകൂടി വിളക്കിച്ചേർക്കുന്ന പ്രക്രിയയാണ് എഡിറ്റിങ്ങ്.

ഒരു ചലച്ചിത്രസംവിധായകൻ തന്റെ മുന്നിലുള്ള വസ്തുക്കളെ അല്ലെങ്കിൽ വ്യക്തികളെ അതുമല്ലെങ്കിൽ സംഭവങ്ങളെ നോക്കിക്കാണുന്ന കണ്ണ് ആണ് ക്യാമറ. സംവിധായകൻ കണ്ട അതേ കാര്യങ്ങൾത്തന്നെ പ്രേക്ഷകൻ തിയ്യറ്ററിലിരുന്നു കാണുന്നു. അതായത് ക്യാമറ ഇവിടെ പ്രേക്ഷകന്റേയും കണ്ണായിത്തീരുന്നു. അതുപോലെ മൈക്ക് എന്ന ഉപകരണം സംവിധായകന്റേയും പ്രേക്ഷകന്റേയും ചെവിയായിത്തീരുകയാണ്.

വിഷ്വൽ ഷോട്ടുകളേയും സൗണ്ട് ഷോട്ടുകളേയും നൈരന്തര്യത്തോടെ, അർത്ഥപൂർണ്ണമായി ബന്ധിപ്പിക്കുവാൻ ചലച്ചിത്ര സംവിധായകൻ

അവലംബിക്കുന്ന മാർഗ്ഗമാണ് എഡിറ്റിങ്ങ്. പ്രേക്ഷകനെ ചലച്ചിത്ര സംവിധായകനുമായി ബന്ധിപ്പിക്കുന്ന ഘടകങ്ങൾ ക്യാമറ, മൈക്ക്, എഡിറ്റിങ്ങ് എന്നീ ഘടകങ്ങളാണ്.

- സ്ഥലത്തിന്റേയും സമയത്തിന്റേയും കാലികമായ കേന്ദ്രീകരണം (Temporal Concentration of Space and Time) എന്നാലെന്താണ്?

ഒരു ക്രിയയെ(Action) സ്ക്രീനിലവതരിപ്പിക്കുവാനെടുക്കുന്ന സമയമാണ് സ്ക്രീൻ ടൈം(Screen Time). യഥാർത്ഥത്തിൽ ആ സംഭവം നടക്കുവാനെടുക്കുന്ന സമയമാണ് റിയൽ ടൈം(Real Time). പലപ്പോഴും ഈ രണ്ടു സമയങ്ങളും പൊരുത്തപ്പെട്ടു പോകണമെന്നില്ല. വീട്ടിൽ വന്ന അതിഥിക്ക് ചായ തയ്യാറാക്കുവാൻ അടുക്കളയിലേക്കുപോകുന്ന വീട്ടമ്മ അടുത്ത, ഷോട്ടിൽത്തന്നെ ചായയുമായി തിരിച്ചെത്തുമ്പോൾ സീരിയൽ പ്രേക്ഷകരായ സ്ത്രീകളിൽ ചിലർ ഇങ്ങനെ കമന്റ് പാസാക്കുന്നതു കേട്ടിട്ടുണ്ട് “ഓ, അവളുടെ ചായ ഒരു സെക്കന്റിനുള്ളിൽ തയ്യാറായി!”

ഇനി ചായയുണ്ടാക്കുന്നതൊക്കെ നീട്ടിപ്പരത്തിക്കാണിച്ചാലോ? ഉടൻ വരും കമന്റ് “ഈ സീരിയലിൽ അടുക്കളയും ചായയുണ്ടാക്കലും മാത്രമേയുള്ളൂ!” സിനിമയും ടെലിവിഷൻ പരിപാടികളുമൊക്കെ അവതരിപ്പിക്കുമ്പോൾ യഥാർത്ഥത്തിൽ ക്രിയ ചെയ്യുവാനെടുക്കുന്ന സമയത്തിലൂടെത്തന്നെ അവതരിപ്പിക്കുവാൻ കഴിഞ്ഞുകൊള്ളണമെന്നില്ല. എഡിറ്റിങ്ങിലൂടെ മാറ്റിമറിക്കപ്പെടുന്ന സ്ഥലകാലങ്ങളിലധിഷ്ഠിതമായ സിനിമയ്ക്ക് ഇങ്ങനെയാകാനേ കഴിയൂ. ഒരു കഥാപാത്രം അമേരിക്കയിലേക്ക് പോകുവാൻ തയ്യാറെടുക്കുന്നു. അടുത്തതായി പറക്കുന്ന വിമാനത്തിന്റെ ഷോട്ട്. അടുത്ത ഷോട്ടിൽ കഥാപാത്രം ലോസ് ആഞ്ചൽസ് അന്താരാഷ്ട്ര വിമാനത്താവളത്തിൽ എത്തിച്ചേർന്നു കഴിഞ്ഞു! (ദീർഘമായ വിമാനയാത്ര മുഴുവനും കാണിക്കുകയാണെന്ന് കരുതുക. ഒരു ദിവസം മുഴുവനും തിയ്യറ്ററിലിരുന്നു സിനിമ കാണുവാൻ പ്രേക്ഷകൻ വിധിക്കപ്പെടുകയെന്നതാകും ഫലം!) വ്യത്യസ്ത ക്രിയകളെ സ്ക്രീനിലവതരിപ്പിക്കുമ്പോൾ സ്ഥലകാലങ്ങളെ ഇത്തരത്തിൽ സമയത്തിലൂടെ ചുരുങ്ങലിന് (Compression of space and Time)വിധേയമാക്കുന്നതിനെയാണ് ‘സ്ഥലത്തിന്റെയും. സമയത്തിന്റെയും കാലികമായ കേന്ദ്രീകരണം’ എന്ന് പറയുന്നത്.

- ഫിലിം ടെക്നീഷ്യന്മാർ എഡിറ്റിങ്ങിനെക്കുറിച്ചു സംസാരിക്കുമ്പോൾ ജംപ് കട്ട്(Jump cut), മാച്ച് കട്ട് (match cut), ഇന്റർ കട്ടിങ്ങ് (Intercutting)എന്നെല്ലാം പറഞ്ഞു കേൾക്കാറുണ്ട് ഇവ എന്താണ്?

സ്ഥലകാലങ്ങളുടെ പെട്ടെന്നുള്ളൊരു മുന്നേറ്റമാണ് ജംപ് കട്ട്. പ്രഭാതത്തിൽ വീട്ടിൽ നിന്നും തന്റെ ഭാര്യയോടു യാത്ര പറഞ്ഞിറങ്ങുന്ന ഭർത്താവ്. അടുത്ത ഷോട്ടിൽ അയാൾ തന്റെ ഓഫീസിൽ കമ്പ്യൂട്ടറിനു മുമ്പിലിരുന്ന് ജോലി ചെയ്യുകയാണ്. ഇതൊരു ജംപ് കട്ട് ആണ്.

ഭാര്യയോട് യാത്ര പറഞ്ഞിറങ്ങുന്ന ഭർത്താവ് എന്ന കഥാപാത്രം ഗേറ്റ് കടന്നു റോഡിലേക്കു പ്രവേശിക്കുന്നതോ ബസ്സിൽ കയറുന്നതോ ഇറങ്ങുന്നതോ ഓഫീസിൽ എത്തുന്നതോ ഒന്നും സ്ക്രീനിൽ കാണുന്നില്ല. തുടക്കം കാണിച്ചിട്ടു മദ്ധ്യഭാഗത്തെ ഒഴിവാക്കി അവസാന ഭാഗത്തിലേക്ക് ഫലപ്രദമായി പ്രേക്ഷകനെ നയിക്കുകയാണ് ജംപ്കട്ടിൽ ചെയ്യുന്നത്.

ശ്രീ സത്യൻ അന്തിക്കാട് സംവിധാനം ചെയ്ത സമൂഹം എന്ന ചിത്രത്തിൽ, ഓഫീസിലിരുന്നു ജോലി ചെയ്യുന്ന സുഹാസിനിയുടെ കഥാപാത്രത്തെ അവിടെച്ചെന്നു കാണുന്ന സുരേഷ് ഗോപിയുടെ കഥാപാത്രം. ഏറെക്കാലം തമ്മിൽ കാണാതിരുന്നതിനുശേഷം പെട്ടെന്നൊരുനാൾ കണ്ടതിന്റെ സന്തോഷത്തിൽ ഇരുവരും മതിമറന്നു പൊട്ടിച്ചിരിക്കുന്നു - കട്ട്-ഇരമ്പിപ്പായുന്ന ബൈക്കിന്മേൽ സഞ്ചരിക്കുന്ന സുരേഷ്ഗോപിയും സുഹാസിനിയും. സിനിമകളിൽ നമ്മൾ കാണുന്ന സീനുകളെ സൂക്ഷ്മ നിരീക്ഷണം ചെയ്യുകയാണെങ്കിൽ ഇത്തരത്തിലുള്ള ധാരാളം ജംപ് കട്ടുകളെ കണ്ടെത്താനാവുന്നതാണ്.

ഒരു സീനിൽ ജംപ് കട്ട് ഉണ്ടെങ്കിൽ മഹാപരാധം സംഭവിച്ചു എന്ന മട്ടിൽ ചില ഗ്രന്ഥങ്ങളിൽ രേഖപ്പെടുത്തിയിരിക്കുന്നതു കാണാം. ഇതു വേറൊരു Senseലാണ്. എഡിറ്റിങ്ങ് വേളയിൽ സംഭവിക്കുന്ന പിഴവിൽനിന്നും ഉടലെടുക്കുന്ന അനാവശ്യമായ ചാട്ടമാകാമിത്. ഇതു കാണികൾക്ക് അരോചകവും സ്ഥലകാലങ്ങളെ സംബന്ധിച്ച കൺഫ്യൂഷൻ സൃഷ്ടിക്കുന്നതുമാകാം.

മാച്ച് കട്ട്

ജംപ് കട്ടിൽ നിന്നും തികച്ചും വ്യത്യസ്തമായ ഒരു എഡിറ്റിങ്ങ് രീതിയാണിത്. ജംപ് കട്ടിന്റെ വിപരീതമായ ഒരവസ്ഥയാണ് മാച്ച് കട്ട് എന്നു പറയാം. ഒരു റസ്റ്റോറന്റിൽ വെയിറ്ററെ കാത്തിരിക്കുന്ന ഒരാൾ. അയാളുടെ അരികിലെത്തുന്ന വെയിറ്റർ. അയാൾ ഓർഡർ കൊടുക്കുന്നു. വെയിറ്റർ തിരിച്ചു പോകുന്നു. വിവിധ ഭക്ഷണ പദാർത്ഥങ്ങളെ ട്രേയിൽ എടുത്തു വെയ്ക്കുന്ന വെയിറ്റർ. അയാൾ തിരികെ ഭക്ഷണത്തിന് ഓർഡർ ചെയ്തയാളുടെ അരികിലെത്തുന്നു. ഭക്ഷണം മേശപ്പുറത്തു വെയ്ക്കുന്നു. തിരികെപ്പോകുന്നു. ഭക്ഷണം ഓർഡർ ചെയ്തയാൾ കഴിച്ചു തുടങ്ങുന്നു. ഇത് മാച്ച് കട്ടിലൂടെ ഒരുക്കിയ ഒരു സീൻ ആണ്. ഇതിൽ സംഭവങ്ങളുടെ പരമ്പര തുടർച്ചയായ സ്ഥലകാലങ്ങളിലൂടെ മുന്നേറുന്നുവെന്നു പറയാം. മുകളിൽ കൊടുത്ത ഉദാഹരണത്തെ എങ്ങനെ ജംപ് കട്ടിലൂടെ അവതരിപ്പിക്കാം? റസ്റ്റോറന്റിലേക്ക് കയറിച്ചെല്ലുന്ന ഒരാൾ. അടുത്ത ഷോട്ടിൽ ക്യാഷ്കൗണ്ടറിൽ പണം നൽകി പുറത്തേക്കു കടക്കുന്ന അയാൾ. വെയിറ്റർ അയാളെ പരിചരിക്കുന്ന വിധത്തിനോ കഴിക്കുന്ന വിഭവങ്ങൾ എന്തൊക്കെയാണെന്നതിനോ തിരക്കഥയിൽ പ്രാധാന്യം നൽകിയിട്ടില്ലെങ്കിൽ ഈ വിധത്തിൽ ജംപ് കട്ട് അവതരിപ്പിക്കാവുന്നതാണ്. ജംപ് കട്ടിലൂടെയാണോ മാച്ച് കട്ടിലൂടെയാണോ ആക്ഷനുകളെ

അവതരിപ്പിക്കേണ്ടതെന്നത് കഥാസന്ദർഭത്തിനനുസരിച്ചു ചെയ്യേണ്ടതും സംവിധായകന്റെ വിവേചനാധികാരത്തിൽപ്പെടുന്ന കാര്യവുമാണ്.

ഇന്റർ കട്ടിങ്ങ്

ചേസ് ചെയ്യുന്നയാളിനേയും ചെയ്യപ്പെടുന്നയാളിനേയും മാറിമാറി കട്ടു ചെയ്ത് കാണിക്കുന്നത് ഇന്റർകട്ടിങ്ങ് ആണ്. ഇതിനെ ക്രോസ് കട്ടിങ്ങ് (Cross cutting) എന്നും വിളിച്ചു വരുന്നു. മറ്റൊരുദാഹരണം. ഒരു വീട്ടിൽ എല്ലാവരും പാട്ടുപാടി നൃത്തം ചെയ്ത് ആഘോഷത്തിലാണ്. അവിടുത്തെ കുടുംബനാഥനോട് പൂർവ്വ വൈരാഗ്യമുള്ളവർ പക ചോദിക്കാനായി വാഹനങ്ങളിൽ പാഞ്ഞടുക്കുകയാണ്. വീട്ടിൽ ആഘോഷം പൊടിപൊടിക്കുന്നതിന്റെ ദൃശ്യങ്ങൾ. വാഹനങ്ങൾ കുതിക്കുന്നു. വീണ്ടും വീട്ടിലെ അത്യാഹ്ളാദകരമായ ആഘോഷം. പാട്ടും നൃത്തവും കഴിയുമ്പോൾ വില്ലന്മാർ അവിടെ ചാടിവീഴുന്നു. രണ്ട് വ്യത്യസ്ത സ്പേസിൽ നടക്കുന്ന സംഭവങ്ങളെ മാറിമാറിക്കാണിച്ച് ആശയപരമായി പരസ്പരം ബന്ധിപ്പിക്കുന്നതാണ് ഇന്റർകട്ടിങ്ങ്.

ശ്രീ ഹരികുമാർ സംവിധാനം ചെയ്ത സുകൃതം എന്ന ചിത്രത്തിന്റെ അവസാന ഭാഗം. റെയിൽ പാളത്തിലൂടെ നടന്നു പോകുന്ന മമ്മൂട്ടിയുടെ കഥാപാത്രം-ട്രെയിൻ കുതിച്ചു പാഞ്ഞു വരുന്നു. കട്ട് ചെയ്തു കാണിക്കുന്നത് ഈ കഥാപാത്രത്തിന്റെ നേരത്തെ തയ്യാറാക്കി വച്ച മരണ വാർത്ത പ്രസ്സിൽ അച്ചടിക്കുന്നതിന്റെ ദൃശ്യം. വീണ്ടും പാളത്തിലൂടെ നടക്കുന്ന അയാൾ. Cut to പ്രസ്സിലെ ദൃശ്യം - Cut to പാളത്തിലൂടെയുള്ള അയാളുടെ നടത്തം- Cut to പ്രസ്സിലെ ദൃശ്യം.

ഷോട്ടുകളുടെ ദൈർഘ്യത്തെ കാച്ചിക്കുറുക്കി മുറിച്ചു തയ്യാറാക്കിയ ഒരു ഇന്റർ കട്ടിങ്ങ് പാറ്റേൺ നിങ്ങൾക്കിവിടെ കാണാൻ കഴിയും, (എഡിറ്റർ: ജി. മുരളി)

- മറ്റു എഡിറ്റിങ്ങ് തത്ത്വങ്ങളെക്കുറിച്ചു പ്രതിപാദിക്കാമോ?

കട്ട് ഇൻ (Cut in)

ഒരു വസ്തുവിനെ മൊത്തത്തിൽ കാണിച്ചിട്ട് അതിന്റെ സൂക്ഷ്മാംശത്തിലേക്ക് കട്ട് ചെയ്യുന്ന രീതിയാണിത്. ഒരു വ്യക്തിയുടെ ലോങ്ങ്ഷോട്ട് കാണിച്ചിട്ട് അയാളുടെ മുഖത്തിന്റെ ക്ലോസപ്പിലേക്ക് കട്ട് ചെയ്യുന്നത് കട്ട് ഇൻ ആണ്. ഒരു മരത്തെ പൂർണ്ണമായും കാണിച്ചിട്ട് അതിന്റെ ഒരു ശിഖരത്തിലേക്ക് കട്ട് ചെയ്യുന്നതും കട്ട് ഇൻ ആണ്.

കട്ട് എവേ (Cut Away)

ഒരു വ്യക്തിയെ കാണിച്ചിട്ട് അയാളിൽ നിന്നും അകന്ന ഒരു വസ്തുവിനെ കാണിക്കലാണിത്. ജനലിലൂടെ പുറത്തേക്കു നോക്കിയിരിക്കുന്ന ഒരാൾ. കട്ട് ചെയ്തു കാണിക്കുന്നത് പൂന്തോട്ടത്തിൽ വിടർന്നു നിൽക്കുന്ന മനോഹരമായ റോസപുഷ്പം.

പേസ് (Pace)

പേസ് എന്നാൽ വേഗത. എഡിററിങ്ങിന് അതിന്റേതായ ഒരു താളമുണ്ട്, വേഗതയുണ്ട് എന്നൊക്കെ പറയാം,ദൈർഘ്യമേറിയ ഷോട്ടുകൾ തുടർച്ച യായി സ്ക്രീനിൽ കാണിക്കുന്നുവെന്നു കരുതുക. അതായത് ഒരു ഷോട്ട് സ്ക്രീനിൽ പ്രത്യക്ഷപ്പെട്ടാൽ അത് മാറി അടുത്തതു വരണമെങ്കിൽ ഏറെ സമയമെടുക്കുമെന്നർത്ഥം. ഇതു മന്ദതാളത്തിനും കുറഞ്ഞ വേഗതയ്ക്കും വഴിയൊരുക്കുന്നു. ദൈർഘ്യം കുറഞ്ഞ ഷോട്ടുകൾ സ്ക്രീനിൽ തുടർച്ച യായി കാണിക്കപ്പെടുന്നുവെന്നു കരുതുക. അതായത് സ്ക്രീനിൽ ഒരു ഷോട്ട് പ്രത്യക്ഷപ്പെട്ടാൽ അതേറെ നേരം അവിടെ തങ്ങി നിൽക്കുന്നില്ല. പെട്ടെന്നു പെട്ടന്ന് ഷോട്ടുകൾ മാറി മാറി വരുന്നുവെന്നർത്ഥം. പെട്ടെന്ന് എന്ന ആശയം വേഗതയെയല്ലേ സൂചിപ്പിക്കുന്നത്? ഇത് കൂടിയ പേസ് ആണ്.

സ്ലോ പേസ് വേണോ, ഫാസ്റ്റ് പേസ് വേണോ എന്നതു വിഷയത്തെ ആസ്പദമാക്കിയിരിക്കുന്നു. കുട്ടികളെക്കുറിച്ചുള്ള ഒരു സിനിമയുടെ എഡി റ്റിങ്ങ് ഘടന ഫാസ്റ്റ് പേസിലൂടെയായിരിക്കണം. കുട്ടികളുടെ മുഖമുദ്ര യായ ചടുലതയെ നന്നായി വെളിപ്പെടുത്തുവാൻ ഇതു സഹായിക്കുന്നു. എന്നാൽ മന്ദബുദ്ധികളായ കുട്ടികളെക്കുറിച്ചുള്ള ഒരു സിനിമയാണെ ങ്കിലോ? സ്ലോ പേസ് ആണ് ഉചിതം. അവരുടെ തന്നെ കലാപ്രകടന ങ്ങളെ ചിത്രീകരിച്ച് എഡിറ്റ് ചെയ്യുമ്പോഴോ? ഫാസ്റ്റ് പേസിലൂടെ മന്ദ ബുദ്ധികളായ കുട്ടികൾക്കും ഒരു 'എനർജി ലെവൽ' ഉണ്ടെന്ന് പ്രേക്ഷ കനു മുന്നിൽ സ്ഥാപിക്കുവാൻ കഴിയുന്നതാണ്.

പാരലൽ ആക്ഷൻ (Parallel Action)

ഒരു യുവതി തന്റെ ഡ്രസ്സിങ്ങ് ടേബിളിനരികിലിരുന്ന് അണിഞ്ഞൊരു ങ്ങുന്ന ദൃശ്യം. ഇനി നമ്മൾ കാണുന്നത് ഒരു യുവാവ് തന്റെ വീടിനു മുൻപിലുള്ള തോട്ടത്തിലേക്കു പ്രവേശിക്കുന്നതാണ്. അയാൾ പൂക്കളി റുക്കാൻ തുടങ്ങുന്നു. യുവതി അണിഞ്ഞൊരുങ്ങുന്നതിന്റെ വിവിധ ദൃശ്യ ങ്ങൾ. യുവാവ് പൂക്കളിറുത്ത് ഒരു ബൊക്കെ(Bouquet) ഉണ്ടാക്കുന്ന തിന്റെ ദൃശ്യങ്ങൾ. യുവതി അണിഞ്ഞൊരങ്ങുന്നതിന്റെയും യുവാവ് ബൊക്കേ ഉണ്ടാക്കുന്നതിന്റേയും ദൃശ്യങ്ങൾ ഇടകലർന്ന് സ്ക്രീനിൽ കാണുമ്പോൾ പ്രേക്ഷകർ സ്വാഭാവികമായും എന്തനുമാനത്തി ലാണെത്തിച്ചേരുക? യുവാവ് യുവതിയെ കണ്ടുമുട്ടി താനുണ്ടാക്കിയ ബൊക്കെ അവൾക്ക് കൈമാറും! എന്നാൽ യുവതി തന്റെ കൂട്ടുകാരിക ളോടൊത്തു ചേരുകയും യുവാവ് തന്റെ സുഹൃത്തിന്റെ പിറന്നാൾ പാർട്ടിയിൽ ചേർന്നു സുഹൃത്തിന് ബൊക്കെ നൽകുകയുമാണുണ്ടായത്. കൂട്ടിമുട്ടുമെന്നു കരുതുന്ന രണ്ടു സംഭവങ്ങൾ കൂട്ടിമുട്ടാതെ സമാന്തര മായി സഞ്ചരിക്കുന്നു. ഇതാണ് പാരലൽ ആക്ഷൻ.

മൊണ്ടാഷ് (Montage)

മൊണ്ടാഷ് എന്ന ഫ്രഞ്ച് പദത്തിന്റെ വാച്യാർത്ഥം എഡിറ്റിങ്ങ് എന്നാണ്. എന്നാൽ പിന്നീടിത്, വളരെ ശക്തമായ ആശയസംവേദന ശേഷിയുള്ള ഒരു പ്രത്യേക എഡിറ്റിങ്ങ് ഘടനയെ സൂചിപ്പിക്കുവാനുള്ള പദമായിത്തീരുകയാണുണ്ടായത്. വ്യത്യസ്തതയുള്ള നിരവധി ഷോട്ടുകൾ ഒന്നിനു പുറകെ ഒന്നായ് ചുരുങ്ങിയ സമയത്തിനുള്ളിൽ സ്ക്രീനിൽ വന്നു പോകുന്നു. ഏതെല്ലാം രീതിയിലൊക്കെ വൈരുദ്ധ്യം പുലർത്താൻ കഴിയുമോ ആ രീതിയിലൊക്കെ വൈരുദ്ധ്യാത്മകമായിരിക്കണം മൊണ്ടാഷിലെ ഷോട്ടുകൾ. ഷോട്ടുകളുടെ ദൈർഘ്യം (Length of shots), ടോണുകളുടെ വ്യതിയാനങ്ങൾ(Tonal variations), സ്ക്രീനിലെ ചലനത്തിന്റെ ദിശ (Screen Directoin) തുടങ്ങിയ എന്തുമാകാം ഈ വൈരുദ്ധ്യങ്ങൾ. വൈരുദ്ധ്യാത്മകമായ അവസ്ഥകളുടെ ക്രിയാത്മകവും കലാപരവും സംവേദനക്ഷമവുമായ സങ്കലനം ആണല്ലോ ഏതു കലയും. തികഞ്ഞ വൈരുദ്ധ്യത്തിലധിഷ്ഠിതമായ ഷോട്ടുകളുടെ സങ്കലനത്തിലൂടെ മൊണ്ടാഷ് പ്രേക്ഷകനുമായി ഗാഢമായ സംവേദനമാണ് നടത്തുന്നത്. ആശയപരവും ചിന്താപരവും വൈകാരികവുമായ അനുഭവതലത്തിലേക്ക് അത് പ്രേക്ഷകനെ ഞൊടിയിടകൊണ്ടു ചെന്നെത്തിക്കുന്നു. സിനിമയുടെ മാസ്റ്റേഴ്സിൽ ഒരാളും ചലച്ചിത്ര സൈദ്ധാന്തികനുമായ ഐസൻസ്റ്റീനാണ് മൊണ്ടാഷിനെ തന്റെ ചലച്ചിത്രങ്ങളിലൂടെ ശക്തമായി അവതരിപ്പിച്ച് അതിനെ ഒരു ‘ചിന്താധാര’യായി വളർത്തിയെടുത്തതെന്ന് പറയാം. ലോക ക്ലാസ്സിക്കുകളിൽ ഒന്നായി വാഴ്ത്തപ്പെട്ടു പോരുന്ന ‘ബാറ്റിൽഷിപ്പ് പൊട്ടം കിൻ’ എന്ന ഐസൻസ്റ്റീൻ ചിത്രത്തിലെ ‘ഒഡേസ്സ പടവുകൾ’ എന്ന സ്വീക്വൻസ് ശക്തമായ മൊണ്ടാഷ് അവതരണത്തിന്റെ ഉത്തമോദാഹരണമായി എക്കാലവും പരിഗണിക്കപ്പെട്ടുവരുന്നു. (ഐസൻസ്റ്റീന്റെ രണ്ടാമത്തെ ചിത്രമായ ബാറ്റിൽഷിപ്പ് പൊട്ടംകിൻ 1926 ജനുവരി 1 ന് മോസ്കോവിലെ ബോൾഷോയ് തിയ്യറ്ററിലാണ് ആദ്യം പ്രദർശിപ്പിക്കപ്പെട്ടത്).

പൊട്ടംകിൻ എന്ന ചിത്രത്തിലെ നാലാം ഭാഗമാണ് ‘ഒഡേസ്സയിലെ പടവുകൾ’. കപ്പലിൽ പുഴുവരിക്കുന്ന പഴകിയ മാംസം വിളമ്പിയതിൽ നാവികർക്കുണ്ടാകുന്ന അസംതൃപ്തി. ഈ അസംതൃപ്തിയെ പടിപടിയായി വളർത്തിയെടുക്കുന്നു. അതൊരു കലാപമായി മാറുകയാണ്. ഒടുവിൽ വാക്കുലിൻ ചുക്ക് എന്ന നാവികൻ വെടിയേറ്റു മരിക്കുന്നു. കപ്പൽ ഒഡേസ്സ തീരത്തടുക്കുന്നു. വാക്കുലിന് ആദരാഞ്ജലികളർപ്പിക്കാനെത്തുന്ന ജനക്കൂട്ടത്തിനു നേരെ പട്ടാളം പെട്ടന്ന് വെടിവെയ്പ്പു തുടങ്ങുന്നു. ഭയചകിതരായി പടവുകളിറങ്ങി ഓടുന്ന ജനക്കൂട്ടത്തന്റെ ക്ലോസ്സപ്പും പടവുകളിലൂടെ തെന്നിവീഴുന്ന ജനക്കൂട്ടത്തിന്റെ ലോങ്ങ് ഷോട്ടും. (ജനക്കൂട്ടത്തിന്റെ ക്ലോസ്സപ്പ്, ലോങ്ങ് ഷോട്ട്- ഇവയിലെ വൈരുദ്ധ്യത്തെ ശ്രദ്ധിക്കുക) താളാത്മകമായി പടവുകളിറങ്ങുന്ന പട്ടാളക്കാരുടെ കാലുകളുടെ ക്ലോസ്സപ്പ്. ചിതറിയോടുന്ന ജനത്തിന്റെ ഷോട്ടുകൾ. (പട്ടാളക്കാരുടെ

അളന്നുമുറിച്ച ചലനങ്ങളും ജനങ്ങളുടെ നിയതമല്ലാത്ത ചലനങ്ങളും തമ്മിലുള്ള വൈരുദ്ധ്യത്തെ ശ്രദ്ധിക്കുക) വൈരുദ്ധ്യാത്മകമായ അവസ്ഥകളുടെ സങ്കലനത്തിൽ നിന്നും പ്രേക്ഷകന്റെ പിരിമുറുക്കം വർദ്ധിക്കുന്നു. ഒരമ്മ തന്റെ മരിച്ച കുഞ്ഞിനെ കയ്യിലേന്തി പടവുകൾ കയറുന്നു- പട്ടാളക്കാർ പടവുകൾ ഇറങ്ങുന്നു, പടവുകളിലൂടെ താഴോട്ടിറങ്ങി ഓടുന്ന ജനക്കൂട്ടം, കുഞ്ഞിനെയേന്തി പതുക്കെ പടവുകൾ കയറുന്ന അമ്മ - (പടവുകളിലൂടെ മുകളിലോട്ടും കീഴോട്ടുമുള്ള ചലനങ്ങളുടെ വൈരുദ്ധ്യാത്മകമായ പാറ്റേണിനെ ശ്രദ്ധിക്കുക) കുഞ്ഞിനെ കിടത്തിയ ഒരു കൈ വണ്ടി പടവുകളിലൂടെ തെന്നി പെട്ടന്നു താഴേക്കു കുതിക്കുന്ന ഷോട്ടിലെത്തുമ്പോൾ പ്രേക്ഷകന്റെ മനസ്സിലേക്ക്, ഒഡേസ്സ പടവുകളിൽ ജനക്കൂട്ടത്തിനു നേരെ പട്ടാളക്കാർ നടത്തിയ വെടിവെപ്പ് ഒരാഘാതമായി പടർന്നു കയറുകയാണ്. അതേ, മൊണ്ടാഷ് ശക്തവും പൂർണ്ണവുമായ ഒരാഖ്യാന ഘടനയായി മാറുകയാണിവിടെ.

ഒറ്റൊയ്ക്കൊറ്റയ്ക്കു പരിഗണിച്ചാൽ ആശയപരമോ ഭാവപരമോ ആയ നിലനിൽപില്ലാത്ത ഷോട്ടുകൾ ക്രിയാത്മകമായ തുടർച്ചയിലൂടെ സന്നിവേശിക്കപ്പെടുമ്പോൾ ശക്തമായ ഭാവാർത്ഥതലങ്ങൾ സൃഷ്ടിക്കപ്പെടുകയാണ് മൊണ്ടാഷിലൂടെ.

മിസെൻ സീൻ (Mise-en-Scene)

മൊണ്ടാഷിന്റെ നേർ വിപരീതമായ ഒരവസ്ഥയാണ് മിസെൻസീൻ. മിസെൻ സീൻ എന്ന വാക്കിന്റെ അർത്ഥം 'രംഗത്തവതരിപ്പിക്കൽ' എന്നാണ്. നാടകത്തിൽ ആക്ഷനുകൾ എഡിറ്റിങ്ങിന്റെ ഇടപെടലുകളില്ലാതെ രംഗത്തവതരിപ്പിക്കപ്പെടുകയാണല്ലോ ചെയ്യുന്നത്. അതുപോലെ എഡിറ്റിങ്ങിന്റെ ഇടപെടലില്ലാതെ ആക്ഷനുകൾ ഒരു ഷോട്ടിൽത്തന്നെ അവതരിപ്പിക്കപ്പെടുന്നതാണ് മിസെൻ സീൻ. ഫ്രഞ്ച് ചലച്ചിത്ര സൈദ്ധാന്തികനായിരുന്ന ആന്ദ്രേ ബാസിൻ ആയിരുന്നു ഇതിന്റെ വക്താവ്. എഡിറ്റിങ്ങിന്റെ ഇടപെടൽ യഥാർത്ഥമല്ലാത്ത അവസ്ഥ സൃഷ്ടിക്കുന്നുവെന്നാണ് ബാസിൻ വാദിച്ചത്, സാഹസികമായ ആക്ഷനുകൾ ചെയ്യാൻ കഴിഞ്ഞിരുന്ന ചില നടന്മാർ തങ്ങളുടെ ആക്ഷനുകളെ മിസെൻസീൻ രീതിയിൽ ചിത്രീകരിക്കുവാൻ ചലച്ചിത്ര സംവിധായകരെ അക്കാലത്ത് പ്രേരിപ്പിച്ചിരുന്നുവത്രെ. എഡിറ്റിങ്ങ് ഇല്ലാതെ ഒറ്റ ഷോട്ടിൽ ചെയ്യപ്പെടുന്ന സാഹസിക ക്രിയകൾക്ക് വിശ്വസനീയത കൂടുമല്ലോ!

- സ്ട്രെയ്റ്റ് കട്ട്(Straight Cut), ഗ്രാജ്വൽ കട്ട്(Gradual Cut) എന്നിവ തമ്മിലുള്ള വ്യത്യാസമെന്താണ്?

സ്ട്രെയ്റ്റ് കട്ടിൽ ഒരു ഷോട്ട് കട്ട് ചെയ്യപ്പെട്ട് അടുത്ത ഷോട്ട് ദൃശ്യമാകുന്നു. ഇത് വേഗത്തിൽ നടക്കുന്ന ഒരു മാറ്റമാണ്. എന്നാൽ ഗ്രാജ്വൽ കട്ടിൽ ഒരു ഷോട്ട് പെട്ടെന്ന് അവസാനിച്ച് അടുത്തതു തുടങ്ങുകയല്ല

പ്രത്യുത ഒന്നിൽ നിന്നും മറ്റൊന്നിലേക്കുള്ള മാറ്റം ക്രമാനുഗതമായ (Transitional) വിധത്തിലാണ് നടക്കുന്നത്. ഇതു മൂന്നു തരത്തിലാണുള്ളത്. 1. ഡിസ്സോൾവ്(Dissolve) 2. ഫെയ്ഡ്(Fade), 3.വൈപ്പ്(Wipe).

- ഒപ്റ്റിക്കൽ ഇഫക്ട്സ് (Optical Effects)എന്നാലെന്താണ്? ഇവ എന്തിനാണ് സിനിമയിൽ ഉപയോഗിക്കുന്നത്?

ഡിസ്സോൾവ്, ഫെയ്ഡ്, വൈപ്പ്, എന്നിവയെ ചേർത്ത് വിളിക്കുന്ന പേരാണ് ഒപ്റ്റിക്കൽ ഇഫക്ട്സ്. പെട്ടന്നുള്ള മാറ്റത്തെ ഒഴിവാക്കി കാഴ്ചയുടെ സുഖം പ്രദാനം ചെയ്യുവാനാണ് ഒപ്റ്റിക്കൽ ഇഫക്റ്റ്സ് സിനിമയിൽ ഉപയോഗിക്കുന്നത്.

ഡിസ്സോൾവ്

ഇതിനെ മിക്സ്(Mix)എന്നും പറയും. ഒരുദാഹരണത്തിലൂടെ ഇതു വ്യക്തമാക്കാം. ഒരു മുക്കുവൻ തന്റെ കുടിലിൽ മീൻ പിടിക്കുവാനുള്ള വല നന്നാക്കുകയാണ്. ഈ ദൃശ്യത്തോടൊപ്പം തന്നെ കടലിൽ മുക്കുവൻ വലയെറിയുന്നതിന്റെ ദൃശ്യം കൂടിക്കലരുന്നു. വല നന്നാക്കുന്ന ആദ്യത്തെ ദൃശ്യം ക്രമേണ ഇല്ലാതാകുന്നു. കടലിൽ വലയെറിയുന്ന ദൃശ്യം നിലനിൽക്കുന്നു. അതായത്, ഡിസ്സോൾവിനു മൂന്നു ഘട്ടങ്ങളുണ്ട്.

1. സ്ക്രീനിൽ ദൃശ്യമാകുന്ന ഒരു ഷോട്ട്.

2. ഇതുമായി കൂടിക്കലരുന്ന മറ്റൊരു ഷോട്ട്. അല്പ സമയം രണ്ട് ഷോട്ടും ഒരുമിച്ചു കാണുന്നു.

3. ആദ്യത്തെ ഷോട്ട് ഇല്ലാതാകുന്നതോടൊപ്പം രണ്ടാമത്തെ ഷോട്ട് നിലനിൽക്കുന്നു.

ഡിസ്സോൾവിന് സിനിമയിൽ നിന്നു നല്ലൊരുദാഹരണമിതാ.

അന്തരിച്ച പ്രശസ്ത ചലച്ചിത്രകാരനായിരുന്ന ശ്രീ പത്മരാജന്റെ 'കൂടെവിടെ' എന്ന ചിത്രം: തന്റെ സഹോദരൻ മരിച്ചുവെന്നറിയുന്ന ആലീസ്(സുഹാസിനിയുടെ കഥാപാത്രം). ആലീസിന്റെ മുഖം. മരിച്ച സഹോദരന്റെ ശവമഞ്ചം വഹിച്ചുകൊണ്ടുള്ള വിലാപയാത്രയുടെ ദൃശ്യം ആലീസിന്റെ മുഖത്തിന്റെ ദൃശ്യത്തിന്മേൽ കൂടിക്കലരുന്നു. മുഖം ക്രമേണ അപ്രത്യക്ഷമാകുന്നു. വിലാപയാത്രയുടെ ദൃശ്യം സ്ക്രീനിൽ തുടരുകയും ചെയ്യുന്നു. മരണവാർത്തയറിയുന്ന ആലീസിന്റെ മുഖത്തിന്റെ ദൃശ്യത്തിൽ നിന്നും പെട്ടെന്നു ശവമഞ്ചം വഹിച്ചുകൊണ്ടുള്ള വിലാപയാത്രയിലേക്കു കട്ടു ചെയ്യുന്നതിനു പകരം മൃദുവായ ഒരു മാറ്റമാണ് നാം ദർശിക്കുന്നത്. ആലീസ് മരണവാർത്തയറിയുന്ന സമയവും വിലാപയാത്ര നടക്കുന്ന സമയവും തമ്മിൽ ഒരു പാലത്തിലെന്ന പോലെ ബന്ധിപ്പിക്കപ്പെട്ടിരിക്കുന്നു.

ശ്രീ കെ.ടി.എൻ കോട്ടൂർ എന്ന സ്വാതന്ത്ര്യ സമര സേനാനിയുടെ ജീവചരിത്രത്തെ ആസ്പദമാക്കി പ്രശസ്തചലച്ചിത്ര സംവിധായകൻ

ശ്രീ രഞ്ജിത്ത് സംവിധാനം ചെയ്ത 'ഞാൻ' എന്ന ചിത്രം ഡിസ്സോൾവുകളിലൂടെ ഇതൾ വിടർത്തുന്ന ഒരു ചിത്രമാണെന്നു പറയാം.

കോട്ടൂർ എന്ന ഗ്രാമത്തിലേക്കു പാർട്ടി പ്രവർത്തകന്റെ കൂടെ രവി എന്ന കഥാപാത്രം ബൈക്കിൽ സഞ്ചരിക്കുന്നതിന്റെ വിവിധ ദൃശ്യങ്ങളിലാണ് ഡിസ്സോൾവുകളുടെ സമൃദ്ധി നാം ആദ്യമായി കണ്ടു തുടങ്ങുന്നത്. ബൈക്ക് യാത്ര പൂർണ്ണമായി കാണിക്കാതെയും ഷോട്ടുകൾ കട്ട് ചെയ്യാതെയും ഡിസ്സോൾവുകളിലൂടെയാണ് അവതരിപ്പിക്കപ്പെട്ടിട്ടുള്ളത്. അന്ധയായ പെൺകുട്ടിയുമായുള്ള കോട്ടൂരിന്റെ വിവാഹം, ഗർഭച്ഛിദ്രം നടത്താൻ വേണ്ടി പേറ്റിച്ചി കുങ്കിയുടെ മരുന്നു കലക്കൽ, വല്ല്യമ്മയുടെ മരണവും തുടർന്നുള്ള രംഗങ്ങളും അവസാന രംഗങ്ങളിൽ ഭാര്യയുടെ കൈപിടിച്ചു നടക്കുന്ന കോട്ടൂർ, ഭാര്യയുടെ കാഴ്ചപ്പാടിൽ പടിപ്പുര കടന്നു പുറത്തേക്കു പോകുന്ന കോട്ടൂർ തുടങ്ങിയ രംഗങ്ങളിലെല്ലാം ഡിസ്സോൾവുകളുടെ സമൃദ്ധി തന്നെയാണ് നാം കാണുന്നത്. ഗതകാല സമരനായകന്റെ ജീവിതത്തെ ചടുലമായി കട്ട് ചെയ്യുന്ന ഷോട്ടുകളിലൂടെ അവതരിപ്പിക്കാതെ 'സാവകാശം വിടരുന്ന സ്ഥലകാലങ്ങളിലൂടെ'യാണ് അവതരിപ്പിച്ചിട്ടുള്ളത്.

ഫെയ്ഡ്

ഫെയ്ഡ് ഇൻ (Fade In) എന്നും ഫെയ്ഡ് ഔട്ട്(Fade Out) എന്നും ഇതിനെ രണ്ടായി തരം തിരിക്കാവുന്നതാണ്. ഒരു ഷോട്ടിന്റെ ആരംഭത്തിൽ വെളിച്ചമില്ലാത്ത അവസ്ഥയും ക്രമേണ വെളിച്ചത്തോടൊപ്പം വസ്തുക്കൾ ഷോട്ടിൽ ദൃശ്യമാകുകയും ചെയ്യുന്ന അവസ്ഥയാണ് ഫെയ്ഡ്-ഇൻ. ഒരു സീനിന്റെ ആരംഭത്തിൽ ഫെയ്ഡ് -ഇൻ പലപ്പോഴും ചലച്ചിത്രങ്ങളിൽ കാണാൻ കഴിയും.

സ്ക്രീനിലെ വെളിച്ചം ക്രമേണ ഇല്ലാതാകുകയും ഇരുട്ട് സ്ക്രീനിൽ വ്യാപിക്കുകയും ചെയ്യുന്ന പ്രക്രിയയാണ് ഫെയ്ഡ്-ഔട്ട്. ഒരു സീനിന്റെ അവസാനത്തിലാണു സാധാരണ ഫെയ്ഡ്-ഔട്ട് അവതരിപ്പിക്കാറ്. ഫെയ്ഡ് -ഔട്ടിൽ അവസാനിക്കുന്ന സീൻ ഫെയ്ഡ്-ഇന്നിൽ ആരംഭിച്ചിരിക്കണമെന്നില്ല. മറിച്ച് ഫെയ്ഡ്-ഇന്നിൽ ആരംഭിച്ച സീൻ ഫെയ്ഡ് -ഔട്ടിൽ അവസാനിച്ചിരിക്കണമെന്നുമില്ല.

വൈപ്പ്

ഒരു രേഖ സ്ക്രീനിൽ പ്രത്യക്ഷപ്പെടുകയും ദൃശ്യത്തെ തുടച്ച് മാറ്റുകയും ചെയ്യുന്നു. തുടച്ച് മാറ്റുന്നതോടൊപ്പം പുതിയ ദൃശ്യം സ്ക്രീനിൽ പ്രത്യക്ഷപ്പെടുകയും ചെയ്യുന്നു. ഇതിനെയാണ് വൈപ്പ് എന്നു പറയുന്നത്. സാധാരണയായി ഇടത്തുനിന്നും വലത്തോട്ടാണു രേഖ സഞ്ചരിക്കാറുള്ളതെങ്കിലും വലത്തു നിന്നും ഇടത്തോട്ടോ, കോണോട് കോണോ ആകാവുന്നതാണ്. ചില സന്ദർഭങ്ങളിൽ മുകളിൽ നിന്നു താഴേക്കോ താഴെ നിന്നു മുകളിലേക്കോ വൈപ്പ് കാണപ്പെടാറുണ്ട്. ഡിസൈനുകളുള്ള ഒരു രേഖയാണ് ചലിക്കുന്നതെങ്കിൽ അതിനെ 'ഡിസൈൻ

വൈപ്പ്' എന്നു വിളിക്കുന്നു. ഫീച്ചർ ഫിലിമുകളിൽ വൈപ്പിന്റെ പ്രയോഗം കുറവാണെങ്കിലും ഡോക്യുമെന്ററികളിലും ആഡ് ഫിലിമുകളിലും ന്യൂസ് റീലിലുമൊക്കെ ഇവയുടെ പ്രയോഗം താരതമ്യേന കൂടുതലായുണ്ട്. കുറോസവയുടെ 'സെവൻ സമുറായ്' എന്ന ചിത്രത്തിൽ പല ദൃശ്യങ്ങളിലും വൈപ്പ് കാണുവാൻ കഴിയും.

ദൃശ്യം എന്ന സിനിമയിൽ മോഹൻലാലിനെ പൊലീസ് ചോദ്യം ചെയ്യുന്ന സീനുകളിലും അനുബന്ധ സീനുകളിലും വൈപ്പുകൾ പ്രയോഗിക്കപ്പെട്ടിട്ടുണ്ട്. ഒരു സീനിൽ നിന്നും വേറൊരു സീനിലേക്കുള്ള സ്ഥലപരമായ വ്യത്യാസത്തെ അടയാളപ്പെടുത്തുവാനാണിത്.

ഐറിസ് ഇൻ (Iris In), ഐറിസ് ഔട്ട് (Iris Out) എന്നിവ എന്താണ്?

സ്ക്രീനിൽ നാം കാണുന്നത് ഒരു ചെറിയ വൃത്തം. അത് പെട്ടന്നു വലുതാകുന്നു. വൃത്തം വലുതാകുന്നതോടൊപ്പം അതിൽ ഒരു ദൃശ്യം രൂപപ്പെടുന്നു. ഇതാണ് ഐറിസ് ഇൻ. ഇതിന്റെ വിപരീതമാണ് ഐറിസ് ഔട്ട്. സ്ക്രീനിൽ ദൃശ്യം കണ്ടുകൊണ്ടിരിക്കെ വലിയൊരു വൃത്തം രൂപപ്പെടുന്നു. ഈ വൃത്തം ക്ഷണനേരം കൊണ്ടു ചുരുങ്ങുന്നു, അതോടൊപ്പം ദൃശ്യം ഇല്ലാതാകുന്നു.

മോബിഡിക്ക് എന്ന തിമിംഗലത്തെ വേട്ടയാടുന്നതിനെ പ്രമേയമാക്കിയ 'അഹാബ്' എന്ന വിദേശ ചിത്രത്തിൽ ഇതിന്റെ ധാരാളം ഉദാഹരണങ്ങൾ കണ്ടെത്താൻ കഴിയും. രണ്ടായാലും പഴയകാല ചിത്രങ്ങളിലാണ് ഇവയുടെ പ്രയോഗം കൂടുതൽ കാണാൻ കഴിയുക. ആധുനിക സിനിമകൾ ഐറിസ് ഇൻ, ഐറിസ് ഔട്ട് എന്നീ സങ്കേതങ്ങളോട് പുറം തിരിഞ്ഞു നിൽക്കുകയാണ്.

- രണ്ട് ഷോട്ടുകൾ തമ്മിലുള്ള 'ഗ്രാഫികമായ ചേർച്ച'(Graphic Similarity) എന്നതു കൊണ്ട് എന്താണുദ്ദേശിക്കുന്നത്?

ഫ്രെയിമിൽ നാം കാണുന്നത് ഇരുട്ടിലേക്കു തുറിച്ചു നോക്കുന്ന രണ്ടു കണ്ണുകൾ. (ക്ലോസ്സപ്പ്)അടുത്ത ഷോട്ടിൽ ഒരു കാറിന്റെ രണ്ടു ഹെഡ് ലൈറ്റുകൾ. കണ്ണുകൾ സ്ഥിതി ചെയ്തിരുന്ന അതേ സ്ഥാനത്താണ് കാറിന്റെ ഹെഡ് ലൈറ്റുകൾ ഇപ്പോൾ സ്ഥിതി ചെയ്യുന്നത്. ഇത് ഒരുതരം ഗ്രാഫികമായ ചേർച്ചയ്ക്കു വഴിയൊരുക്കുന്നു. ഇത്തരം എഡിറ്റിങ്ങ് രീതി ചിലപ്പോൾ ഒരു കൗതുകം മാത്രമാകാം ഉണർത്തുന്നത്. എന്നാൽ ചിലപ്പോൾ ആശയത്തെ ഊട്ടി ഉറപ്പിക്കുന്നതിൽ കാര്യമായ പങ്കുവഹിച്ചുവെന്നും വരാം. ചില ഉദാഹരണങ്ങൾ നോക്കാം. ഏലിയൻസ് (Aliens) എന്ന ഇംഗ്ലീഷ് ചിത്രത്തിൽ റിപ്ലി (Ripley) എന്ന സ്ത്രീ കഥാപാത്രം ഉറങ്ങുകയാണ്. അവളുടെ മുഖത്തിന്റെ ക്ലോസ്സപ്പ്. ഒരു ഡിസ്സോൾവിലൂടെ അവളുടെ മുഖവും ഭൂമിയുടെ ദൃശ്യവും ഗ്രാഫികമായ ചേർച്ചയിലൂടെ സംയോജിപ്പിക്കപ്പെടുന്നു. അവളുടെ മുഖം ഇല്ലാതാകുന്നു- മുഖം സ്ഥിതി ചെയ്തിരുന്ന അതേ സ്ഥലത്താണ് ഇപ്പോൾ ഭൂമിയുടെ ദൃശ്യം കാണപ്പെടുന്നത്.

ഇനി മറ്റൊരുദാഹരണം. സത്യജിത്ത് റേയുടെ 'അപ്പുവിന്റെ ലോകം' അവസാനിക്കുന്നതിങ്ങനെയാണ്. സിനിമ പ്രദർശിപ്പിക്കപ്പെടുന്ന ഒരു സ്ക്രീൻ. സ്ക്രീനിന്റെ രൂപത്തെ അനുസ്മരിപ്പിക്കും വിധത്തിൽ ദീർഘ ചതുരാകൃതിയിലുള്ള ഒരു ജനൽ- ഇത് ഒരു വാഹനത്തിന്റേതാണ്. അപ്പുവും അവന്റെ ഭാര്യയും കൂടി വാഹനത്തിൽ സഞ്ചരിക്കുന്നു. അവർ തിയ്യറ്ററിൽ നിന്നും വീട്ടിലേക്കു മടങ്ങുകയാണ്. ഗ്രാഫികമായ ചേർച്ചയിലൂടെ ഷോട്ടുകൾ എഡിറ്റ് ചെയ്യപ്പെടുന്നതിന് ഇങ്ങനെ നിരവധി ഉദാഹരണങ്ങൾ ചൂണ്ടിക്കാണിക്കുവാൻ കഴിയുന്നതാണ്.

- സൂപ്പർ ഇംപോസിഷൻ (Super Imposition) എന്നാലെന്താണ്?

ഒരു ദൃശ്യത്തിന്മേൽത്തന്നെ മറ്റു പല ദൃശ്യങ്ങളും കാണിക്കുന്ന രീതിയാണ് 'സൂപ്പർ ഇംപോസിഷൻ'.

ഒരു കഥാപാത്രത്തിന്റെ ഏറ്റവും അടുത്ത ബന്ധമുള്ള ഒരാൾ കൊല ചെയ്യപ്പെട്ടുവെന്നു കരുതുക. അയാളുടെ മുഖത്തിന്റെ നിശ്ചല ദൃശ്യത്തിന്റെയൊപ്പം കൊലപാതകത്തിന്റെ വിവിധ ദൃശ്യങ്ങൾ സംയോജിപ്പിക്കുന്നത് സൂപ്പർ ഇംപോസിഷൻ ആണ്. ഭൂതപ്രേതാതികളെ സ്ക്രീനിൽ അവതരിപ്പിക്കുമ്പോഴും ഈ ടെക്നിക് ഫലപ്രദമായി പ്രാവർത്തികമാക്കപ്പെടാറുണ്ട്. ചില ഫിലിം ക്യാമറകളിൽ ചിത്രീകരണ സമയത്തുതന്നെ ഇതു ചെയ്യുവാൻ കഴിയുമായിരുന്നു എന്നിരിക്കേ മറ്റു ചില ക്യാമറകളിൽ ഇതിനുള്ള സൗകര്യം ഉണ്ടായിരുന്നുമില്ല. ഇത്തരം സാഹചര്യങ്ങളിൽ പോസ്റ്റ് പ്രൊഡക്ഷൻ വേളയിലാണ് സൂപ്പർ ഇംപോസിഷൻ ചെയ്തിരുന്നത്. രണ്ടു വ്യത്യസ്ത ഫിലിം ഖണ്ഡങ്ങളിൽ നിന്നു വരുന്ന ദൃശ്യങ്ങൾ 'ഒപ്റ്റിക്കൽ പ്രിന്റർ'(Optical Printer) എന്ന ഉപകരണത്തിലൂടെ സംയോജിപ്പിക്കപ്പെടുകയാണ് ചെയ്യുന്നത്. ടൈറ്റിലുകളും മറ്റും ഇത്തരത്തിൽ ധാരാളമായി സൂപ്പർ ഇംപോസ് ചെയ്യപ്പെടാറുണ്ടായിരുന്നു. ആധുനിക കാലഘട്ടത്തിൽ കംമ്പ്യൂട്ടർ അധിഷ്ഠിതമായാണ് ഇത്തരം കാര്യങ്ങൾ ചെയ്യുന്നത്.

സിനിമയുടെ ചരിത്രത്തിൽത്തന്നെ സ്ഥാനം പിടിച്ചിട്ടുള്ള വിശ്രുത ചലച്ചിത്രകാരനായ ജോർജ് മെലീസ് ഈ സങ്കേതത്തെ ക്രിയാത്മകമായി ഉപയോഗിച്ചിട്ടുള്ളയാളാണ്.

- ഫ്രീസിങ്ങ് (Freezing), സ്പ്ലിറ്റ് സ്ക്രീൻ (Split Screen) എന്നിവ എന്താണെന്നു വിശദീകരിക്കാമോ?

സാഹചര്യങ്ങളാൽ കുറ്റവാളിയാക്കപ്പെട്ട ഒരു കഥാപാത്രത്തെ കേന്ദ്രീകരിച്ചു നീങ്ങുന്ന സിനിമയെക്കുറിച്ചു മനസ്സിൽ വിഭാവനം ചെയ്തു നോക്കൂ... സമൂഹം, വ്യക്തി, വ്യക്തിയെ കുറ്റവാളിയാക്കി രൂപപ്പെടുത്തുന്നതിൽ കുടുംബപരവും സാമൂഹികവുമായ ഘടകങ്ങൾക്കുള്ള പങ്ക് എന്നിങ്ങനെയുള്ള 'ദാർശനിക തലങ്ങളെ' അപഗ്രഥിച്ചു മുന്നേറി സിനിമ

അവസാനിക്കുന്നു. അവസാനത്തെ ഷോട്ടിൽ പ്രധാന കഥാപാത്രം ഓഡിയൻസിനു നേരെ കൈചൂണ്ടി 'മരവിച്ചതു പോലെ' നിൽക്കുമ്പോൾ ഡയലോഗ് 'എന്നെ കുറ്റവാളിയാക്കിയത് നിങ്ങളൊക്കെയടങ്ങുന്ന സമൂഹമാണ്' തുടർന്ന് 'സമൂഹമാണ്...സമൂഹമാണ്' എന്നിങ്ങനെ പ്രതിദ്ധ്വനി മുഴങ്ങുകയും ചെയ്യുന്നു.

ഇപ്പറഞ്ഞ കഥാസന്ദർഭത്തിൽ, നായകൻ കൈ ചൂണ്ടി നിൽക്കുന്ന ഷോട്ടിലെ ഒരു ഫ്രെയിം മാത്രം ആവർത്തിച്ചു കാണിച്ചു കൊണ്ടാണ് മരവിച്ചതു പോലെയുള്ള ദൃശ്യാനുഭവം പ്രദാനം ചെയ്യുന്നത്. ഫ്രീസ് ഷോട്ട് എന്നാണിതിന് പേര്. ഒരു നിശ്ചിത കഥാസന്ദർഭത്തെ ഊന്നിപ്പറയുന്നതിനാണല്ലോ ഇവിടെ ഫ്രീസിങ്ങിനെ ഉപയോഗിച്ചത്. 'ടൈറ്റിലുകൾ' കാണിക്കുവാനും ഈ രീതി ഉപയോഗിച്ചു വരാറുണ്ട്. കഥാസന്ദർഭങ്ങളിൽ ഊന്നൽ കൊടുക്കേണ്ടിടത്തു ഫ്രീസ് ചെയ്യുമ്പോൾ കഥയിലെ തുടർച്ചയായി ഒഴുകുന്ന സ്ഥലകാല സങ്കല്പങ്ങൾ മരവിപ്പിക്കപ്പെടുകയാണ് ചെയ്യുന്നത്.

സ്പ്ലിറ്റ് സ്ക്രീൻ

ഒരു കഥാപാത്രം ഫോൺ ചെയ്യുന്നു. മറ്റൊരു കഥാപാത്രം കോൾ അറ്റൻഡു ചെയ്യുന്നു. സ്ക്രീനിനെ രണ്ടായി പകുത്തു ഒരു പകുതിയിൽ ഫോൺ ചെയ്യുന്നയാളും മറ്റേ പകുതിയിൽ അറ്റൻഡു ചെയ്യുന്നയാളും. ഇത്തരത്തിൽ ഫ്രെയിമിനെ രണ്ടോ അതിലധികമോ ആയി വിഭജിച്ച് ഒരേ സമയം വിവിധ ദൃശ്യങ്ങൾ സ്ക്രീനിൽ കാണിക്കുക എന്ന ടെക്നിക് ആണ് 'സ്പ്ലിറ്റ് സ്ക്രീൻ'. ഇതു കമ്പ്യൂട്ടറിന്റെ സഹായത്താൽ ചെയ്യുന്ന ഒന്നാണ്. വ്യത്യസ്ത സ്ഥലങ്ങളിൽ നടക്കുന്ന സംഭവങ്ങളെ ഒരുമിച്ചു കാണിക്കുവാനുപയോഗിക്കുന്ന ഈ ടെക്നിക് ആധുനിക സിനിമകളിൽ കൂടുതലായി കണ്ടുവരുന്നു. പ്രേമം എന്ന ചിത്രത്തിൽ സ്പ്ലിറ്റ് സ്ക്രീൻ ഉപയോഗിക്കപ്പെട്ടിട്ടുണ്ട്.

- ആക്ഷനുകൾ കാണിക്കുന്നതിനിടെ റിയാക്ഷനിലേക്ക് കട്ട് ചെയ്യേണ്ടതിന്റെ പ്രാധാന്യമെന്താണ്?

ആക്ഷൻ തുടർച്ചയായി അല്പനേരം കാണിച്ചാൽ റിയാക്ഷനിലേക്ക് കട്ട് ചെയ്യണമെന്നാണ് എഡിറ്റിങ്ങിന്റെ നിയമം. ഇങ്ങനെ ചെയ്തില്ലെങ്കിൽ ആക്ഷനെ വീക്ഷിച്ചു കൊണ്ടിരിക്കുന്ന ഒരാൾ/ആളുകൾ ഇല്ലെന്നാണ് പ്രേക്ഷകന് തോന്നുക. ബാംഗ്ലൂർ ഡേയ്സിലെ ഇന്റർവ്യൂ രംഗം. കൃഷ്ണൻ P.P. ചോദ്യങ്ങൾക്ക് ഉത്തരം പറഞ്ഞു കൊണ്ടേയിരിക്കുകയാണ്. ഏറെ നേരം അയാളെ സ്ക്രീനിൽ കാണിച്ചതിന് ശേഷം പിന്നെ കട്ട് ചെയ്യുന്നത് കേട്ടിരിക്കുന്ന ബോർഡ് അംഗങ്ങളുടെ ക്ലോസപ്പിലേക്കാണ്.

'Action must be followed by reaction' അതാണ് എഡിറ്റിങ്ങിലെ നിയമം.

- സീക്വൻസ് ഷോട്ട് (Sequence Shot) എന്നാലെന്താണ്?

ഒരു സീക്വൻസ് മുഴുവനും ഒറ്റ ഷോട്ടിലാണ് കാണിക്കുന്നതെങ്കിൽ അതിനെയാണ് സീക്വൻസ് ഷോട്ട് എന്നു വിളിക്കുന്നത്. സാധാരണയായി ഒരു സീക്വൻസ് ഉണ്ടാകുന്നത് പല ഷോട്ടുകൾ കൂടിച്ചേർന്നാണ്. എന്നാൽ വേറിട്ട വഴികളിലൂടെ ചിന്തിക്കുന്ന ചില സംവിധായകരുടെ പരീക്ഷണ ചിത്രങ്ങളിലും മറ്റുമാണ് ഒരു ഷോട്ട് കൊണ്ട് ഒരു സീക്വൻസ് മുഴുവനുമുള്ള ആക്ഷനുകളെ അവതരിപ്പിക്കുന്നതായി കാണുവാൻ കഴിയുകയുള്ളൂ. സീക്വൻസ് ഷോട്ട് എന്ന ഈ ആശയം 'മിസ്സെൻ-സീൻ' എന്ന ആശയത്തിന്റെ വകഭേദമാണെന്ന് കണ്ടെത്തുവാൻ കഴിയും.ഒരു ആശയത്തെ അല്ലെങ്കിൽ ആക്ഷനുകളുടെ ശ്രേണിയെ കട്ടുകളൊന്നും കൂടാതെ അവതരിപ്പിക്കുന്നതാണല്ലോ മിസെൻ സീൻ. എന്നാൽ സീക്വൻസ് ഷോട്ട് എന്ന ആശയം സീക്വൻസിനേയും ഷോട്ടിനേയും ബന്ധിപ്പിച്ചു കൊണ്ടുള്ള കേവലം ഒരു നിർവ്വചനം എന്ന തലത്തിൽ ഒതുങ്ങി നില്ക്കുന്നു.

- ഫിലിമിൽ ചിത്രീകരണം നടത്തിയിരുന്ന കാലത്ത് എഡിറ്റിങ്ങിനുപയോഗിച്ചിരുന്ന ഉപകരണങ്ങളും അനുബന്ധ ഉപകരണങ്ങളും ഏവ?

ഫിലിം എഡിറ്റു ചെയ്യുവാനുപയോഗിച്ചിരുന്ന യന്ത്രങ്ങളാണ് മൂവിയോളയും സ്റ്റീൻ ബക്കും. ഇതിൽ അമേരിക്കൻ നിർമ്മിതമായ മൂവിയോളയാണ് കൂടുതൽ പ്രചാരത്തിലുണ്ടായിരുന്നത്.1929 മുതൽ ഫിലിം എഡിറ്റർമാർ മൂവിയോളയെ ഉപയോഗിച്ചിരുന്നു. അപ് റൈറ്റ്(Up Right), ഫ്ളാറ്റ് ബെഡ് (Flat Bed) എന്നിങ്ങനെ രണ്ടിനങ്ങളിൽപ്പട്ട മൂവിയോളകളുണ്ടായിരുന്നു. കുത്തനെ നില്ക്കുന്ന തരത്തിൽ സാങ്കേതികമായി പാകപ്പെടുത്തിയത് അപ് റൈറ്റും, തിരശ്ചീനമായ വിധത്തിൽ മേശമേൽ ഉറപ്പിക്കപ്പെട്ട തരത്തിലുള്ളത് ഫ്ളാറ്റ് ബെഡും ആണ്. യൂറോപ്യൻ നിർമ്മിത ഫ്ളാറ്റ് ബെഡ് എഡിറ്റിങ്ങ് യന്ത്രമായിരുന്നു സ്റ്റീൻ ബക്ക്.

അനുബന്ധ ഉപകരണങ്ങളിൽ പ്രധാനം സ്പ്ലൈസർ(Splicer) ആയിരുന്നു. ഫിലിം ഖണ്ഡങ്ങളെ ചേർത്തൊട്ടിക്കുവാനാണ് സ്പ്ലൈസർ ഉപയോഗിച്ചിരുന്നത്.

എഡിറ്റർ മുറിച്ചു മാറ്റുന്ന ഫിലിം ഖണ്ഡങ്ങൾ സൂക്ഷിക്കുവാനുള്ള(പിന്നീട് ഇത്തരം ഫിലിം കഷ്ണങ്ങൾ ആവശ്യമായി വന്നേക്കാം) ട്രിം ബിൻ(Trim Bin), വാൾ കട്ട്സ് റാക്ക്(Wall Cuts rack) എന്നിവ എഡിറ്റിങ്ങ് മുറിയിലുണ്ടായിരിക്കും.

ഫിലിമിൽ വിവരങ്ങൾ രേഖപ്പെടുത്തുവാനുള്ള മാർക്കിങ്ങ് പെൻസിലുകൾ, സൗണ്ട് ഫിലിമിലെ ചെറിയ ശബ്ദങ്ങളെ മായ്ച്ചുകളയുവാനുള്ള മാഗ്നറ്റിക് ഇറേസിങ്ങ് പെൻസിലുകൾ (Magnetic Erasing pencils), ഫിലിം കാനുകളിൽ പതിക്കുവാനുള്ള ലേബലുകൾ, കൈകളിൽ ധരിക്കുവാനുള്ള ഗ്ലൗസ്സുകൾ(Gloves)എന്നിവയും എഡിറ്റിങ്ങ് മുറിയിലെ ഉപകരണങ്ങളായിരുന്നു.

- സ്പോട്ട് എഡിറ്റിങ്ങിന്റെ (Spot Editing) സാദ്ധ്യതകൾ എന്തെല്ലാം?

പരമ്പരാഗത ഫിലിം എഡിറ്റിങ് ശൈലിയിൽനിന്നും തികച്ചും വിഭിന്നമായ എഡിറ്റിങ്ങ് രീതിയാണ് സ്പോട്ട് എഡിറ്റിങ്ങ്. ഫിലിമിൽ സിനിമ ഷൂട്ട് ചെയ്യപ്പെട്ടിരുന്ന കാലത്ത് ഷൂട്ടിങ് പൂർത്തിയാക്കിയതിനുശേഷം എഡിറ്റിങ്ങ് ആരംഭിക്കുകയായിരുന്നുവല്ലോ പതിവ്. ഡിജിറ്റൽ ഫിലിം മേക്കിങ്ങിന്റെ ഈ കാലഘട്ടത്തിൽ എഡിറ്റിങ്ങ് ആരംഭിക്കുന്നത് ഷൂട്ടിംഗ് വേളയിൽത്തന്നെയാണ്. ഒരു ദിവസം ഷൂട്ട് ചെയ്ത ദൃശ്യങ്ങളെ ഫലപ്രദമായി ക്രമീകരിക്കുകയാണ് സ്പോട്ട് എഡിറ്റർ ചെയ്യുന്നത്. പ്രത്യേകം ഓർക്കുക - സ്പോട്ട് എഡിറ്റിങ്ങ് എഡിറ്റിങ്ങിന്റെ പൂർണ്ണതയല്ല - അതിന്റെ പ്രാഥമിക തലം മാത്രമാണ്. സ്പോട്ട് എഡിറ്റർ ക്രമപ്പെടുത്തിയ ഷോട്ടുകളെ ഡയറക്ടറും യഥാർത്ഥ എഡിറ്ററും കൂടിച്ചേർന്ന് വിശദമായ പരിശോധനയ്ക്ക് വിധേയമാക്കി പിന്നീട് അന്തിമ എഡിറ്റിങ്ങ് നിർവ്വഹിക്കുകയാണ് ചെയ്യുന്നത്.

ഒരു സ്പോട്ട് എഡിറ്ററുടെ 'Work environment' AC റൂമിലിരുന്ന് ചെയ്യുന്ന സുഖപ്രദമായ ഒരു പണിയല്ല. അന്താരാഷ്ട്ര തലത്തിൽ പ്രഗദ്ഭനായ ഒരു സ്പോട്ട് എഡിറ്ററുടെ വാചകങ്ങളിതാ - "സ്പോട്ട് എഡിറ്റിങ്ങിൽ എന്നെ ഏറ്റവും കഷ്ടപ്പെടുത്തുന്നത് ഞാനിരിക്കുന്ന കസേര തന്നെയാണ്!" ഒരൊറ്റ കസേരയിലിരുന്നു പ്രതികൂല സാഹചര്യങ്ങളിൽ മണിക്കൂറുകളോളമിരുന്ന് ചെയ്യുന്ന ജോലി ഏറെ ക്ലേശകരം തന്നെ! കാലാവസ്ഥാവ്യതിയാനങ്ങൾ, അന്തരീക്ഷത്തിലെ പൊടി എന്നിവയെല്ലാം സഹിച്ചുകൊണ്ട് വേണം ഒരു സ്പോട്ട് എഡിറ്റർ പണിയെടുക്കേണ്ടത്!

'എന്നു നിന്റെ മൊയ്തീൻ', 'ജവാൻ ഓഫ് വെള്ളിമല', 'മെമ്മറീസ്', 'കളിമണ്ണ്' തുടങ്ങിയ ചിത്രങ്ങളുടെ സ്പോട്ട് എഡിറ്ററായ ഷമീർ മുഹമ്മദ് പറയുന്നു "ഒരു ദിവസം ഷൂട്ടു ചെയ്ത ദൃശ്യങ്ങളെ ചെത്തി മിനുക്കി പാകപ്പെടുത്തലാണ് എന്റെ ജോലി. ഇതു ഡയറക്ടറുടെ പണി എളുപ്പമുള്ളതാക്കുന്നു. "

സ്പോട്ട് എഡിറ്റിങ്ങിന്റെ സാദ്ധ്യതകൾ ചലച്ചിത്ര നിർമ്മാണത്തിന്റെ ക്ലേശങ്ങളെ ഏറെ ലഘൂകരിക്കുന്നുണ്ട്.

- ഓഫ് ലൈൻ എഡിറ്റിങ്ങും (Offline Editing) ഓൺ ലൈൻ എഡിറ്റിങ്ങും (Online Editing)തമ്മിലുള്ള വ്യത്യാസമെന്താണ്?

ആധുനിക കാലഘട്ടത്തിലെ കമ്പ്യൂട്ടർ അധിഷ്ഠിത എഡിറ്റിങ്ങിന്റെ പൊരുൾ തേടിപ്പോയാൽ പലപ്പോഴും "ഇരുട്ടുമുറിയിൽ ഇല്ലാത്ത കറുത്ത പൂച്ചയെ തേടുന്ന" അനുഭവമാണ് ഒരാൾക്കുണ്ടാവുക. റഫറൻസ് ഗ്രന്ഥങ്ങൾ വേണ്ടത്ര ലഭ്യമാകണമെന്നില്ല. ഇന്റർനെറ്റിലൊന്നു പരതിയാൽ നിരവധി വിവരങ്ങൾ ലഭിക്കുമെങ്കിലും ഈ വിവരങ്ങളെല്ലാം കൂടിച്ചേർന്ന്

വ്യക്തതയ്ക്കു പകരം സങ്കീർണ്ണതയും ആശയക്കുഴപ്പവുമാണ് പലപ്പോഴും ഉണ്ടാകുന്നത്.

ഇനി വിഷയത്തിലേക്ക് വരാം. പഴഞ്ചൊല്ലിൽ പൂച്ച ഇല്ലെങ്കിലും നമുക്ക് മുൻപിൽ ഇപ്പോൾ രണ്ടു പൂച്ചകളുണ്ട്. 'ഓഫ് ലൈൻ പൂച്ചയും ഓൺ ലൈൻ പൂച്ചയും!' അവ തമ്മിലുള്ള വ്യത്യാസങ്ങളാണ് നമുക്കറിയേണ്ടത്. നീണ്ട വിശദീകരണങ്ങളേക്കാൾ താരതമ്യങ്ങളിലൂടെ മനസ്സിലാക്കുവാൻ ശ്രമിക്കുന്നതാണെളുപ്പം.

ഓഫ് ലൈൻ എഡിറ്റിങ്ങ്	ഓൺലൈൻ എഡിറ്റിങ്ങ്
ഒറിജിനൽ ഡാറ്റയെ ഉപയോഗിക്കാതെ പകർത്തപ്പെട്ട ഡാറ്റയെ മാത്രം ഉപയോഗിക്കുന്നു. ഒറിജിനൽ ഡാറ്റയ്ക്ക് മാറ്റങ്ങളോ കേടുകളോ സംഭവിക്കുന്നില്ല. ലോ റസല്യൂഷൻ ഡാറ്റയാണ് ഉപയോഗിക്കുന്നത്.	ഒറിജിനൽ ഹൈ റസല്യൂഷൻ ഫോർമാറ്റിലുള്ള ഡാറ്റ ഉപയോഗിക്കുന്നു.
വില കുറഞ്ഞ ഉപകരണങ്ങൾ ഉപയോഗിക്കുന്നു. ചെലവ് കുറവായതിനാൽ കൂടുതൽ സമയമെടുത്തു ചെയ്യാം.	വില കൂടിയ High End ഉപകരണങ്ങളിൽ ചെയ്യപ്പെടുന്നു. ചെലവേറിയതിനാൽ വേഗത്തിൽ ചെയ്തു തീർക്കേണ്ടി വരാം.
Edit Decision List (EDL) തയ്യാറാക്കപ്പെടുന്നു. Time Code കൊടുത്ത് ഷോട്ടുകളുടെ ദൈർഘ്യം തീരുമാനിക്കുന്നു.	EDLനെ ആസ്പദമാക്കി എഡിറ്റിങ്ങിന് പൂർണ്ണത നൽകുന്നു.
കട്ടുകൾ, ഡിസ്സോൾവുകൾ, ഫെയ്ഡുകൾ മുതലായവ പ്രയോഗിക്കപ്പെടുന്നു.	വിഷ്വൽ ഇഫെക്ട്സ്, കളർ കറക്ഷൻസ്, ഗ്രാഫിക്സ് എന്നിവ പ്രയോഗിക്കപ്പെടുന്നു.
മിനുക്കുപണികൾക്കു വിധേയമാകുന്ന 'ഫൈനൽ കട്ടിന്റെ' മുന്നോടിയായി തയ്യാറാക്കപ്പെടുന്ന 'റഫ് കട്ട്' (ഏകദേശ എഡിറ്റിങ് പദ്ധതി) ആണ് ഓഫ് ലൈൻ എഡിറ്റിങ്ങ്.	മിനുക്കുപണികൾക്കു വിധേയമാക്കി പ്രദർശനയോഗ്യമാക്കുന്നു.

പ്രായോഗികമായി പറയുകയാണെങ്കിൽ ഓഫ്‌ലൈൻ എഡിറ്റിങ്ങും ഓൺലൈൻ എഡിറ്റിങ്ങും തമ്മിലുള്ള അതിർവരമ്പ് പലപ്പോഴും നേർത്തില്ലാതാകുന്നതായി കാണുവാൻ കഴിയും.

- ലീനിയർ എഡിറ്റിങ്ങ്(Linear Editing), നോൺ ലീനിയർ എഡിറ്റിങ്ങ് (Non-Linear Editing) എന്നിവ എന്താണ്?

കുറച്ചു കാലം മുൻപ് പാട്ടു കേൾക്കാനും സിനിമ കാണാനും കാസറ്റു കൾ ഉപയോഗിച്ചിരുന്നില്ലേ? ഒന്നാമത്തെ പാട്ട് കഴിഞ്ഞ് അവസാനത്തെ പാട്ട് വേണമെങ്കിൽ 'ഫാസ്റ്റ് ഫോർവേഡ്' ചെയ്യേണ്ടേ? രണ്ടാമത്തേയും മൂന്നാമത്തേയും നാലാമത്തേയും ഒക്കെ പാട്ടിലൂടെ ടേപ്പ് ഓടിയിട്ടല്ലേ അവസാനത്തിലേത്തുകയുള്ളൂ? ഇത് ലീനിയർ ആയിട്ടുള്ള കാര്യമാണ്. എന്നാൽ C.Dയോ? ഒരു പാട്ട് അല്ലെങ്കിൽ അതിന്റെ ഒരു ഭാഗം എവിടെ നിന്നു വേണമെങ്കിലും തിരഞ്ഞെടുക്കാം അല്ലേ? ഇത് നോൺ ലീനിയ റുമാണ്. ലൈൻ പോലുള്ളത് ലീനിയർ. ഷോട്ടുകളെ ഒരു നേർ രേഖയി ലെന്ന പോലെ വിളക്കിച്ചേർക്കുന്നതാണ് ലീനിയർ എഡിറ്റിങ്ങ്. ഒരു സിനി മയിൽ നാം കാണുന്ന ആദ്യ സീനിലെ ആദ്യ ഷോട്ടിനു ശേഷം എഡി റ്റർ രണ്ടാമത്തെ ഷോട്ടിനെ കൂട്ടിച്ചേർക്കുന്നു. രണ്ടാമത്തെ ഷോട്ടിനു ശേഷം മൂന്നാമത്തെ, മൂന്നാമത്തേതിനു ശേഷം നാലാമത്തേത് എന്നി ങ്ങനെ. എന്നാൽ നോൺ ലീനിയർ എഡിറ്റിങ്ങിൽ ഇത്തരത്തിലുള്ള ക്രമാനുഗതമായ ഘടിപ്പിക്കലല്ല നടക്കുന്നത്. ചിത്രത്തിന്റെ അവസാന ഭാഗമോ മദ്ധ്യഭാഗമോ ആദ്യം എഡിറ്റ് ചെയ്യപ്പെടാം. ഉദാഹരണത്തിലൂടെ ഇത് വ്യക്തമാക്കാം. 'ആമേൻ' എന്ന ചിത്രത്തിന്റെ ക്ലൈമാക്സിൽ വ്യത്യസ്ത ബാന്റ് സംഘങ്ങൾ വാദ്യോപകരണങ്ങൾ വായിച്ചുകൊണ്ട് പരസ്പരം മാറ്റുരയ്ക്കുകയാണല്ലോ ചെയ്യുന്നത്. ലീനിയർ എഡിറ്റിങ്ങി ലാണെങ്കിൽ മറ്റെല്ലാ സീനുകൾക്കും ശേഷം അവസാനമാണ് എഡിറ്റർ ഈ സീനിനെ എഡിറ്റ് ചെയ്യുന്നത്. അതും ഷോട്ടുകളെ നമ്മൾ സ്ക്രീനിൽ കാണുന്ന ക്രമത്തിൽത്തന്നെ എഡിറ്റ് ചെയ്യുന്നു. എന്നാൽ നോൺ ലീനിയർ എഡിറ്റിങ്ങിൽ ഈ ക്ലൈമാക്സ് സീനിനെ എഡിറ്റർക്ക് വേണമെങ്കിൽ ആദ്യം തന്നെ എഡിറ്റിങ്ങിന് വിധേയമാക്കാം. കൊച്ചച്ചൻ എന്ന കഥാപാത്രത്തെ അവതരിപ്പിക്കുന്ന ഭാഗമോ മറ്റേതെങ്കിലും ഭാഗമോ ആദ്യമായി എഡിറ്റിങ്ങിന് വിധേയമാക്കാവുന്നതാണ്. (യഥാർത്ഥത്തിൽ ഈ ചിത്രത്തിന്റെ എഡിറ്റർ ഏതു ക്രമത്തിലാണ് എഡിറ്റിങ്ങ് നിർവ്വഹി ച്ചത് എന്നതിന് ഇവിടെ പ്രസക്തിയില്ല) ആദ്യമായി എഡിറ്റിങ്ങിന് ഏതു സീൻ തിരഞ്ഞെടുക്കണം, പിന്നെ ഏതു സീനിലേക്ക് പ്രവേശിക്കണം എന്നി വയെല്ലാം എഡിറ്റർ തീരുമാനിക്കുന്നത് സാങ്കേതികത, പ്രായോഗികത എന്നിവയിലൂന്നികൊണ്ടാണ്.

ചിത്രീകരിക്കപ്പെട്ടിട്ടുള്ള ഷോട്ടുകളെ എഡിറ്റിങ്ങ് സ്റ്റുഡിയോ യിലെ കമ്പ്യൂട്ടർ ഹാർഡ് ഡിസ്കിലേക്ക് പകർത്തുന്നു. കമ്പ്യൂട്ടറിൽ ശേഖരിക്കപ്പെടുന്ന ഈ ഷോട്ടുകളെ 'ഏതിനെ എവിടെ നിന്നുമെടുത്ത്

കൈകാര്യം ചെയ്യുവാൻ' സാധിക്കുന്നു. ഈ അനായാസത നോൺ ലീനിയർ എഡിറ്റിങ്ങിന് സുഗമമായി വഴിയൊരുക്കുന്നു. എഡിറ്റിങ്ങ് ലീനിയർ ആണോ നോൺ ലീനിയർ ആണോ എന്നു ചോദിച്ചിരുന്ന ഒരു കാലമുണ്ടായിരുന്നു. എന്നാൽ ഇന്ന് എഡിറ്റിങ്ങ് എന്നാൽ നോൺ-ലീനിയർ തന്നെയാണ്.

- ആവിഡ്(Avid), എഫ്. സി. പി(Final Cut Pro) തുടങ്ങിയ നോൺ ലീനിയർ എഡിറ്റിങ്ങ് സോഫ്റ്റ് വെയറുകളെക്കുറിച്ച് വിശദീകരിക്കാമോ?

ആധുനിക ടെക്നോളജി എഡിറ്റിങ്ങിന് സംഭാവന ചെയ്ത വരങ്ങളാണ് ആവിഡും, F.C.P.യും എന്നു പറയാം.രണ്ടും നോൺ ലീനിയർ എഡിറ്റിങ്ങ് രീതികളാണ്. ആവിഡിൽ ഉപയോഗിക്കുന്ന സോഫ്റ്റ് വെയറുകൾ Filim Composer, Mojo Card തുടങ്ങിയവയാണ്. FCP യിൽ Cinema Tools ആണ് പ്രധാനമായും ഉപയോഗിക്കുന്നത്.

FCP യാണിന്ന് കൂടുതൽ പ്രചാരം നേടിയിട്ടുള്ളത്. മൊത്തം എഡിറ്റ് ചെയ്യപ്പെടുന്ന സിനിമകളിലും സീരിയലുകളിലും ഭൂരിഭാഗവും FCP യിലാണ് നിർവ്വഹിക്കപ്പെടുന്നത്. മാക്കിന്റോഷ് ഓപ്പറേറ്റിങ്ങ് സിസ്റ്റത്തിൽ പ്രവർത്തിക്കുന്ന ഇതിൽ മിനി ഡി.വി(Mini D.V) മുതൽ ഹൈ ഡെഫനിഷൻ(H.D അഥവാ High Definition) വരെയുള്ള ഫോർമാറ്റുകൾ പ്രവർത്തിപ്പിക്കാൻ കഴിയും. ഒരേ സമയം പതിനാറോളം വ്യത്യസ്ത ദൃശ്യങ്ങളെ 'റിയൽ ടൈം മൾട്ടി കാം'(Real Time Multi cam) എന്ന സംവിധാനത്തിലൂടെ പ്രവർത്തിപ്പിച്ചു കണ്ടിട്ടാണ് ഇതിൽ എഡിറ്റിങ്ങ് നിർവ്വഹിക്കുന്നത്. ഇതിനു പുറമെ 24 ചാനൽ ഹൈ റസല്യൂഷൻ ഓഡിയോ കാപ്ചറിങ്ങ് (24 channel high resolution audio capturing), ഓൺ സ്ക്രീൻ മൾട്ടി ട്രാക്ക് മിക്സിങ്ങ് (On Screen Multitrack mixing) ബാലൻസിങ്ങി (Balancing), കളർ കറക്ഷൻ (colour Correction) തുടങ്ങിയ സൗകര്യങ്ങളും F.C.P.യിലുണ്ട്.

- എഡിറ്റിങ്ങുമായി ബന്ധപ്പെട്ടു കുളഷേവ് നടത്തിയ പ്രധാന പരീക്ഷണങ്ങളേവ?

എഡിറ്റിങ്ങിന്റെ ക്രിയാത്മകതയുമായി ബന്ധപ്പെട്ട, കൗതുകകരവും ചിന്തോദ്ദീപകവുമായ നിരവധി പരീക്ഷണങ്ങൾ നടത്തിയ ഒരാളായിരുന്നു റഷ്യൻ ചലച്ചിത്രകാരനായിരുന്ന ലെവ് കുളഷേവ്. അദ്ദേഹം നടത്തിയ പരീക്ഷണങ്ങളിൽ പ്രധാനപ്പെട്ട രണ്ടെണ്ണമാണ് താഴെ വിവരിക്കുന്നത്.

മോഷുകിൻ എന്ന നടന്റെ പ്രത്യേക ഭാവങ്ങളൊന്നുമില്ലാത്ത മുഖം. ഇതിനെ നമുക്ക് ഷോട്ട് - 1 എന്നു വിളിക്കാം. ഇനി അദ്ദേഹം മൂന്നു വ്യത്യസ്ത ഷോട്ടുകൾ ചിത്രീകരിക്കുകയാണ് ചെയ്യുന്നത്. സൂപ്പു നിറച്ചു വെച്ച ഒരു കപ്പിന്റെ ദൃശ്യം. ഇതിനെ നമുക്കു ഷോട്ടു-2 എന്നു വിളിക്കാം. സുന്ദരിയായ ഒരു പെൺകുട്ടിയുടെ ദൃശ്യത്തെ ഷോട്ട്-3 എന്നും ഒരു

ശവമഞ്ചത്തിന്റെ ദൃശ്യത്തെ ഷോട്ട്-4 എന്നും കരുതുക. ഷോട്ട് - 1നെ (നിർവ്വികാരമായ മുഖം) ഷോട്ട്-2 മായി (സൂപ്പു നിറച്ച കപ്പ്) ചേർത്തു അദ്ദേഹം കാണികളെ കാണിച്ചപ്പോൾ അവരുടെ പ്രതികരണമിതായിരുന്നു."തീർച്ചയായും കഥാപാത്രത്തിന്റെ ദാഹത്തെയാണ് അത് സൂചിപ്പിക്കുന്നത്." ഒന്നാമത്തെ ഷോട്ടിനെ മൂന്നാമത്തെ ഷോട്ടുമായി (സുന്ദരിയായ പെൺകുട്ടി) ചേർത്തവതരിപ്പിച്ചപ്പോൾ "കഥാപാത്രത്തിന്റെ പ്രണയമെന്നും, അതേ ഒന്നാമത്തെ ഷോട്ടിനെ നാലാമത്തെ ഷോട്ടുമായി (ശവമഞ്ചം) ചേർത്തവതരിപ്പിച്ചപ്പോൾ "പ്രിയപ്പെട്ട ആരുടേയോ വേർപാടിൽ ആ കഥാപാത്രമനുഭവിക്കുന്ന ദുഃഖം" എന്നുമാണ് കാണികൾ പ്രതികരിച്ചത്. ഇവിടെ ശ്രദ്ധിക്കേണ്ട ഒരു കാര്യമുണ്ട്. നടന്റെ പ്രത്യേക ഭാവപ്രകടനം ഒന്നും തന്നെയില്ലാത്ത ആദ്യ ഷോട്ട് വ്യത്യസ്ത ഷോട്ടുകളുമായി ചേരുമ്പോൾ തികച്ചും ഭിന്നമായ ആശയങ്ങളാണ് പ്രേക്ഷകനു മുന്നിൽ ഉരുത്തിരിയുന്നത്. ഒരു ഷോട്ട് ഏതിലേക്കു കട്ടു ചെയ്യപ്പെടുന്നു എന്നതിലാണ് എഡിറ്റിങ്ങിലെ നിർണ്ണായമായ വശം എന്ന ആശയത്തെ കുളഷേവിന്റെ പരീക്ഷണം സ്ഥാപിക്കുകയാണ് ചെയ്യുന്നത്.

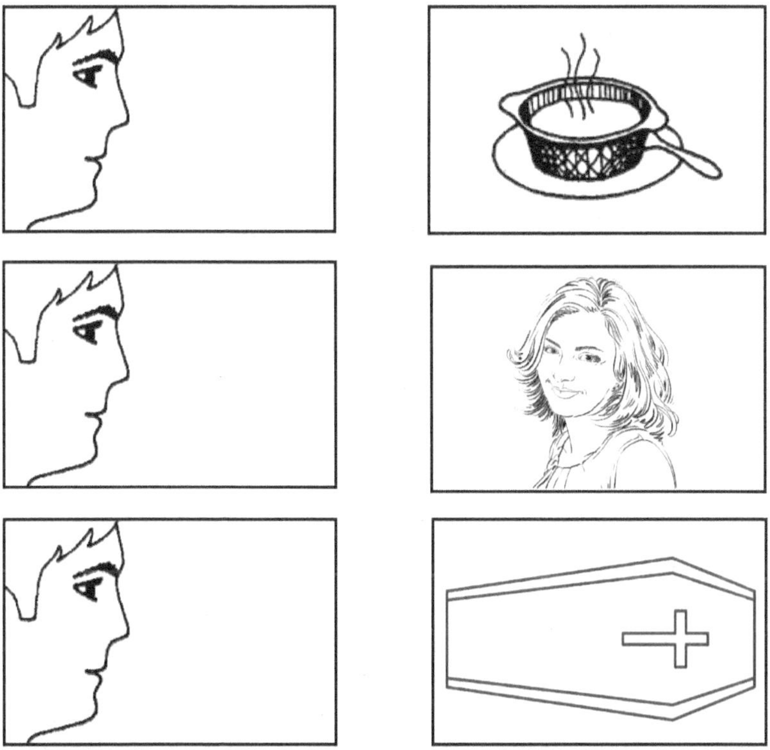

കുളഷേവിന്റെ മറ്റൊരു പരീക്ഷണത്തെ അപഗ്രഥിച്ചു നോക്കാം. ഷോട്ട് -1 ൽ നാം കാണുന്നതു ഒരു നടന്റെ പുഞ്ചിരിച്ചുകൊണ്ടിരിക്കുന്ന മുഖമാണ്. ഷോട്ട്-2 ചൂണ്ടപ്പെട്ട ഒരു തോക്കിന്റേതാണ്. ഷോട്ട് 3 അതേ നടന്റെ ഭയന്ന മുഖവും.

ചിത്രം 1

ഷോട്ട്-1 ന് ശേഷം ഷോട്ട്-2, ഷോട്ട്-2ന് ശേഷം ഷോട്ട് -3 എന്ന ക്രമത്തിൽ എഡിറ്റു ചെയ്തപ്പോൾ (ചിത്രം 1 നോക്കുക). തോക്ക് കണ്ടു ഭയപ്പെടുന്ന ഒരു കഥാപാത്രത്തേയാണ് നമുക്കു ലഭിച്ചത്. എന്നാൽ ഇതിനെ വിപരീതമായ ക്രമത്തിൽ (ചിത്രം 2 നോക്കുക) സന്നിവേശിച്ചപ്പോൾ തോക്കിനെപ്പോലും പുഞ്ചിരിയോടെ നേരിടുന്ന കഥാപാത്രത്തെയാണ് ലഭിച്ചത്.

ചിത്രം 2

ഇവിടെ ഒരു കാര്യം പ്രത്യേകം ശ്രദ്ധിക്കേണ്ടതുണ്ട്. മൂന്നേ മൂന്നു വ്യത്യസ്ത ഷോട്ടുകളാണ് കുളഷേവിന്റെ പക്കൽ 'അസംസ്കൃത വസ്തുക്കളായി' ഉണ്ടായിരുന്നത്. അവയുടെ അവതരണത്തിന്റെ ക്രമത്തെ വിപരീതമാക്കിയപ്പോൾ അവ പ്രദാനം ചെയ്യുന്ന അർത്ഥവും വിപരീതമാകുകയാണുണ്ടായത്. ചിത്രീകരിക്കപ്പെട്ട ഷോട്ടുകളുടെ വിഭിന്നക്രമത്തിലുള്ള എഡിറ്റിങ്ങിലൂടെ അർത്ഥത്തെയും ഭാവത്തെയും മാറ്റിമറിക്കാൻ കഴിയുന്ന ഈ 'മാജിക്' തന്നെയാണ് എഡിറ്റിങ്ങിന്റെ നട്ടെല്ലായി വർത്തിക്കുന്നത്.

- ഐസൻസ്റ്റീൻ വിഭാവനം ചെയ്ത മൊണ്ടാഷിനെക്കുറിച്ചു കൂടുതൽ പ്രതിപാദിക്കാമോ?

A എന്ന ഷോട്ടും B എന്ന ഷോട്ടും കൂടിച്ചേരുമ്പോൾ C എന്ന പുതിയ മാനമാണ് കൈവരുന്നത് (A+B=C).ഇങ്ങനെ രൂപപ്പെടുന്ന അർത്ഥതലം ശക്തവും പ്രേക്ഷകനെ ചിന്താപരമായ മേച്ചിൽ പുറങ്ങളിലേക്ക് നയിക്കുന്നതുമായിരിക്കും. സാധാരണ ഗണിത ശാസ്ത്ര നിയമങ്ങളനുസരിച്ചു

ഒന്നും ഒന്നും രണ്ടാണല്ലോ. എന്നാൽ മൊണ്ടാഷിലിത് രണ്ടല്ല. രണ്ടിനേക്കാൾ കൂടുതലായ ഒന്നാണ്. അതു പത്തോ നൂറോ അധിലധികമോ ആകാം.

ഐസൻസ്റ്റീൻ മൊണ്ടാഷിനെ അഞ്ചു തരത്തിലുള്ള വക ഭേദങ്ങളായി നിർവചിച്ചിട്ടുണ്ട്. മെട്രിക് മൊണ്ടാഷ് (Metric Montage), റിഥമിക് മൊണ്ടാഷ് (Rhythmic Montage), ടോണൽ മൊണ്ടാഷ് (Tonal Montage) ഓവർ ടോണൽ മൊണ്ടാഷ് (Over tonal Montage), ഇന്റലക്ച്വൽ മൊണ്ടാഷ് (Intellectual Montage) എന്നിവയാണവ. കൂട്ടിച്ചേർക്കപ്പെടുന്ന ഷോട്ടുകളുടെ വ്യത്യസ്ത ദൈർഘ്യമെന്ന വൈരുദ്ധ്യാത്മകതയാണ് മെട്രിക് മൊണ്ടാഷിന്റെ അടിത്തറ. ഫ്രെയിമുകളിലെ ചലനങ്ങളുടെ വിരുദ്ധാവസ്ഥകളാണ് റിഥമിക് മൊണ്ടാഷിനാധാരം. കളർ ടോണുകൾ (ബ്ലാക് ആൻഡ് വൈറ്റും ആകാം), ഷോട്ടുകളിലെ ഗ്രാഫികമായ രൂപഘടനകൾ എന്നിവയെ പരമാവധി പ്രയോജനപ്പെടുത്തുന്ന മൊണ്ടാഷ് രൂപമാണ് ടോണൽ മൊണ്ടാഷ്. പ്രമുഖമായ ടോണിന് ഗ്രാഫിക തലത്തിലുള്ള ഓവർ ടോണുകളുമായുള്ള സംഘർഷത്തെയാണ് ഓവർടോണൽ മൊണ്ടാഷ് എന്നു വിളിക്കുന്നത്. സംഗീതത്തിൽ ഒരു അടിസ്ഥാന സ്വരത്തോടൊപ്പം ഓവർ ടോണുകളും അണ്ടർ ടോണുകളും സൃഷ്ടിക്കപ്പെടുന്നുണ്ടല്ലോ. അടിസ്ഥാന സ്വരത്തെ വികലമാക്കാതെ ഇവയെ സംഗീതാത്മകമായി ഉപയോഗിക്കുന്നതുപോലെയാണ് ഒരു ചലച്ചിത്രകാരൻ ഓവർ ടോണൽ മൊണ്ടാഷിനെ ഉപയോഗിക്കുന്നത്. ഷോട്ടുകളുടെ കൂടിച്ചേരലിലൂടെ ദൃശ്യതലം ധൈഷണികമായ ഒരവസ്ഥയിലേക്കുയരുന്നതാണ് ഇന്റലക്ച്വൽ മൊണ്ടാഷ്'. 'ഒഡേസ്സ സീക്വൻസി'ലെ അവസാനത്തിൽ ദൃശ്യമാകുന്ന സിംഹപ്രതിമകളുടെ ദൃശ്യങ്ങൾ ഇതിനുദാഹരണമായി എടുക്കാവുന്നതാണ്. ഉറങ്ങുന്ന സിംഹം, ഉണരുന്ന സിംഹം, അലറുന്ന സിംഹം എന്നീ ഷോട്ടുകളെ വിളക്കിച്ചേർത്തു സൃഷ്ടിച്ചെടുത്തിരിക്കുന്ന മൊണ്ടാഷ് ഘടനയെ കൂട്ടിച്ചേർത്തിരിക്കുന്നത് ഒഡേസ്സ പടവുകളിൽ വേട്ടയാടപ്പെടുന്ന ജനങ്ങളുടെ ദൃശ്യത്തോടാണ്. 'മർദ്ദിത ജനതയുടെ ഉയിർത്തെഴുന്നേല്പ്' എന്ന ആശയത്തിലേക്കു പ്രേക്ഷകനെ നയിക്കുന്നതിൽ ഈ ഇന്റലക്ച്വൽ മൊണ്ടാഷ് ഘടന കാര്യമായ അടിത്തറ പാകുന്നുണ്ട്.

മൊണ്ടാഷിന്റെ വകഭേദങ്ങളിലൂടെ ഒരു ചലച്ചിത്രത്തെ അപഗ്രഥിക്കണമെങ്കിൽ ആ ചലച്ചിത്രം ആശയപരവും സാങ്കേതികവും ആയ ഔന്നത്യം പുലർത്തേണ്ടതുണ്ട്. തട്ടിക്കൂട്ടിയെടുത്ത ഒരു സിനിമയെ മൊണ്ടാഷിന്റെ വകഭേദങ്ങളുമായി ബന്ധിപ്പിക്കുവാൻ ശ്രമിക്കുന്നതു പാഴ്‌വേലയാകും.

- മൊണ്ടാഷിന്റെ പ്രയോഗം ക്ലാസ്സിക്ക് ചിത്രങ്ങളിൽ മാത്രം ഒതുങ്ങി നില്ക്കുന്ന ഒന്നാണോ? ജനപ്രിയ സിനിമകളിൽ ഇതിനെ ഫലപ്രദമായി ഉപയോഗിക്കാറില്ലേ?

മൊണ്ടാഷിന്റെ പ്രയോഗം ക്ലാസ്സിക് ചിത്രങ്ങളിൽ മാത്രം ഒതുങ്ങി നില്ക്കുന്നില്ലെന്നു പറയാം. ശ്രീ ഐ.വി. ശശി സംവിധാനം ചെയ്ത 'അനുബന്ധം' എന്ന ചിത്രത്തിൽ നിന്നുമൊരു രംഗം. സ്കൂളില്ലാതിരുന്ന ഗ്രാമത്തിൽ ഒരു സ്കൂൾ വരുന്നു. കുട്ടികളുടെ യാത്രാസൗകര്യത്തിനായി അധികൃതർ ഒരു വാൻ വാങ്ങുന്നു. ഒരു ദിവസം-ഒരു കുട്ടി ഡ്രൈവറുടെ സീറ്റിൽ കയറിപ്പറ്റുന്നു. മറ്റൊരു കുട്ടി ഓടി വന്ന് വാനിന് പുറത്ത് അള്ളിപ്പിടിച്ച് നിൽക്കുന്നു. അവൻ മറ്റു കുട്ടികളേയും വാനിലേക്ക് വിളിച്ച് കയറ്റുകയാണ്. ഇപ്പോൾ കൂടുതൽ കുട്ടികൾ വാനിന്മേൽ അള്ളിപ്പിടിച്ച് നില്ക്കുന്നുണ്ട്. ഡ്രൈവറുടെ സീറ്റിലുള്ള കുട്ടി വാൻ സ്റ്റാർട്ട് ചെയ്യുന്നു. അത് നീങ്ങിത്തുടങ്ങുന്നു. നീങ്ങിത്തുടങ്ങുന്ന വാനിന്റെ ചക്രം, ഡ്രൈവറുടെ സീറ്റിലിരിക്കുന്ന കുട്ടിയുടെ പരിഭ്രമം, ചിതറിയോടുന്ന കുട്ടികൾ തുടങ്ങിയ ദൃശ്യങ്ങളുടെ വ്യത്യസ്ത ആംഗിളുകളിലുള്ള ഷോട്ടുകളുടെ ഫാസ്റ്റ് കട്ടിങ്ങിലൂടെ പ്രേക്ഷകനെ ആകാംക്ഷയുടെ മുൾമുനയിൽ നിർത്തുന്ന ഒരു മൊണ്ടാഷ് നെയ്തെടുക്കപ്പെട്ടിരിക്കുന്നു. വാനിനടിയിൽപ്പെട്ട് ഒരു കുട്ടി മരിക്കുന്ന ഷോട്ടോട് കൂടി മൊണ്ടാഷ് അവസാനിക്കുന്നു എഡിറ്റിങ്ങിന്റെ 'പേസ്' സാധാരണ നില കൈവരിക്കുന്നു.

ലാത്തിച്ചാർജ്ജ് പോലുള്ള സംഘർഷഭരിതമായ രംഗങ്ങൾ ഇത്തരത്തിൽ മൊണ്ടാഷിലൂടെ ചലച്ചിത്രങ്ങളിൽ ഫലപ്രദമായി അവതരിപ്പിക്കപ്പെടാറുണ്ട്.

- മൊണ്ടാഷ് എന്ന ചിത്രസംയോജന രീതി പ്രാവർത്തികമാക്കുവാൻ ഐസൻസ്റ്റീനെ സഹായിച്ചതെന്താണ്?

ജപ്പാനീസ് ഭാഷയിലെ ലിപികളിൽ നിന്നാണ് ഐസൻസ്റ്റീൻ ഇതിനുള്ള പ്രചോദനമുൾക്കൊണ്ടത്. കണ്ണിന്റേയും ജലത്തിന്റേയും ചിത്രലിപികൾ ചേർത്തു വെയ്ക്കുമ്പോൾ ജപ്പാനീസ് ഭാഷയിൽ കരയുക എന്നർത്ഥമാണ് കിട്ടുന്നത്. നായയുടേയും വായയുടേയും ചിത്രലിപികൾ ചേർത്തുവയ്ക്കുകയാണെങ്കിൽ കുരയ്ക്കുക എന്നും പക്ഷിയുടേയും വായയുടേയുമാണെങ്കിൽ പാടുക എന്നും കുട്ടിയുടേയും വായയുടേയുമാണെങ്കിൽ കരയുക എന്ന് അർത്ഥവുമാണ് ലഭിക്കുന്നത്.വായ എന്ന ആശയം നായയോട് ചേരുമ്പോൾ കുരയ്ക്കലും അതേ വായ തന്നെ പക്ഷിയോട് ചേരുമ്പോൾ പാടലും കുട്ടിയോട് ചേരുമ്പോൾ കരച്ചിലുമാണല്ലോ. ഒരേ ആശയം വ്യത്യസ്ത ആശയങ്ങളോട് ചേരുമ്പോൾ തികച്ചും ഭിന്നമായ ആശയങ്ങളാണ് ലഭിക്കുന്നത്. മൊണ്ടാഷിന്റെ അടിത്തറയും ഇതുതന്നെയാണല്ലോ-ഒറ്റയ്ക്കൊറ്റയ്ക്ക് പരിഗണിക്കുമ്പോൾ അർത്ഥപൂർണ്ണതയില്ലാത്ത ഷോട്ടുകൾ വേണ്ടവണ്ണം കൂടിച്ചേരുമ്പോൾ അർത്ഥതലങ്ങൾ ലഭിക്കുന്നു. ഒരു നടന്റെ മുഖത്തിന്റെ ഒരേയൊരു ഷോട്ടു വ്യത്യസ്ത ഷോട്ടുകളുമായി ചേർക്കുമ്പോൾ വിവിധ ആശയങ്ങൾ ലഭിക്കുന്ന കുളഷേവിന്റെ പരീക്ഷണം നാം കണ്ടു കഴിഞ്ഞു.

● സ്ഥലകാല അവിച്ഛിന്നം (Time Space Continuum) എന്നാലെന്താണ്?

പ്രശാന്തിന്റെ കൂട്ടുകാരൻ വിജീഷിന് പറ്റിയ അമളിയിൽ നിന്നും തുടങ്ങാം. പ്രശാന്തിന്റെ വിവാഹമായിരുന്നു. ക്ഷണക്കത്തെല്ലാം നേരത്തേ വിജീഷിന്റെ വീട്ടിൽ കൊണ്ടുവന്ന് കൊടുക്കുകയും ചെയ്തിരുന്നു. ഗംഭീരമായ ക്ഷണവും നടന്നു. വിവാഹസൽക്കാരം നടക്കുന്ന അന്നപൂർണ്ണ ഹാളിൽ വിജീഷ് നേരത്തേ എത്തിച്ചേർന്നു. പക്ഷേ ആരേയും കാണുന്നില്ല. താൻ നേരത്തേ എത്തിയതു കൊണ്ടാണു ആരേയും കാണാത്തത് എന്നാണ് വിജീഷ് കരുതിയത്. ഏറെ നേരം കഴിഞ്ഞിട്ടും ആരേയും കണ്ടില്ല താനും! എന്തോ ഒരു പന്തികേട് തോന്നിയ വിജീഷിന് പിന്നീടാണ് മനസ്സിലായത് വിവാഹം ഒരാഴ്ച മുൻപേ നടന്നുവെന്ന്! 'സമൃദ്ധമായ സദ്യ' സ്വപ്നം കണ്ട വിജീഷ് അടുത്തുണ്ടായിരുന്ന തട്ടുകടയിൽ അവശേഷിച്ചിരുന്ന ഉണ്ടം പൊരിയും ചായയും കഴിച്ച് 'തൃപ്തനായി' വീട്ടിലേക്കു മടങ്ങി!

ഈയൊരു അനുഭവത്തോടെ, തിയ്യതി തെറ്റിയാൽ സദ്യ തരപ്പെടില്ലെന്ന യാഥാർത്ഥ്യം വിജീഷിന് മനസ്സിലായി. വിവാഹത്തിൽ പങ്കെടുക്കാത്തതിന് കൂട്ടുകാരന്റെ കയ്യിൽ നിന്നും പഴി കേൾക്കേണ്ടി വന്നത് വേറെയും!

വിജീഷ് തന്റെ കൂട്ടുകാരൻ അനൂപിന്റെ വിവാഹം വന്നപ്പോൾ ക്ഷണക്കത്തിൽ തിയ്യതി പ്രത്യേകം ശ്രദ്ധിച്ചു. ഇത്തവണ കൃത്യദിവസം കൃത്യസമയത്തു തന്നെ വിജീഷ് കല്യാണ ഹാളിലെത്തി. ഇതെന്താണ് പ്രശാന്തിന്റെ വിവാഹത്തിന് പോയതിന്റെ തനിയാവർത്തനം പോലെയോ? ആരെയും കാണുന്നില്ലല്ലോ? പിന്നീടാണ് താൻ തെറ്റായി മറ്റൊരു ഹാളിലാണ് എത്തിച്ചേർന്നതെന്ന് വിജീഷിന് മനസ്സിലായത്. 'താലി ഓഡിറ്റോറിയ'ത്തിൽ എത്തിച്ചേരുന്നതിന് പകരം വിജീഷ് എത്തിയത് 'മാലു ഓഡിറ്റോറിയ'ത്തിലായിരുന്നു! അബദ്ധം പറ്റിയ കഥ അനൂപ് അറിഞ്ഞപ്പോൾ അയാളുടെ കമന്റ്:- "മോനെ വിജീഷേ, നിനക്ക് പറ്റിയെന്നു പറഞ്ഞാൽ പോരെ? അതബദ്ധമാണെന്ന് എനിക്കറിഞ്ഞുകൂടെ?"

ആദ്യത്തെ തവണ വിജീഷ് എത്തേണ്ട സ്ഥലത്ത് എത്തിയിരുന്നു. പക്ഷേ തിയ്യതി(കാലം) തെറ്റിപ്പോയി, രണ്ടാമത്തെ തവണ വിജീഷ് തിയ്യതി തെറ്റിച്ചില്ല- പക്ഷേ സ്ഥലം മാറിപ്പോയി! സ്ഥലകാലങ്ങൾ ഒത്തുചേരുമ്പോൾ മാത്രമാണ് നമുക്ക് ഒരനുഭവം ഉണ്ടാകുന്നുള്ളൂ!

നമ്മളെല്ലാവരും യാത്രകൾ ചെയ്യാറുണ്ടല്ലോ? യാത്ര എന്നാലെന്താണ്? നമ്മൾ 'സ്ഥലത്തി'ലൂടെ സഞ്ചരിക്കുന്നു- ഈ പ്രക്രിയ സമയത്തിലൂടെ കടന്നു പോകുന്നു!

കത്തെഴുതുന്നതിനു മുമ്പ് നമ്മൾ സ്ഥലവും തിയ്യതിയും എഴുതാറുണ്ട്. സ്ഥലം,സ്ഥലം തന്നെ-തിയ്യതിയെന്നാൽ 'കാല'വും!

സ്ഥലവും കാലവും വ്യത്യസ്ത കാര്യങ്ങളാണെങ്കിലും അവ പലപ്പോഴും ഒന്നു ചേർന്ന് ഒരു പുഴ പോലെ ഒഴുകുകയാണെന്നു തോന്നും!

ഒന്നു ചേർന്നൊഴുകുവാനുള്ള സ്ഥലകാലങ്ങളുടെ ഈ കഴിവിനെ, പ്രവണതയെ ആണ് സ്ഥല-കാല അവിച്ഛിന്നം എന്നു വിളിക്കുന്നത്.

വാൽക്കഷ്ണം

ഈ വാചകങ്ങൾ 'കടലാസ്സ് എന്ന സ്പേസിൽ'എഴുതപ്പെട്ടിരിക്കുന്നു. നിങ്ങൾ സമയത്തിലൂടെ (കാലത്തിലൂടെ) കടന്നു പോയി അവയെ വായിച്ചു പൂർത്തീകരിച്ചിരിക്കുന്നു!

(ഓ, ഇതിലുമുണ്ടോ സ്ഥലകാല സങ്കല്പങ്ങൾ?)

● സിനിമ സ്ഥലകാലങ്ങളെ പെട്ടെന്നു കീഴടക്കുന്നു. എങ്ങനെ?

കുളഷേവിന്റെ ഒരു പരീക്ഷണം ഇങ്ങനെയാണ്.ലോകത്തിന്റെ വ്യത്യസ്ത ഭാഗങ്ങളിലുള്ള നാലു സ്ത്രീകളിൽ ഒരാളുടെ മുഖം ,മറ്റൊരാളുടെ കൈകൾ,ഇനിയൊരു സ്ത്രീയുടെ കാലുകൾ, മറ്റൊരു സ്ത്രീയുടെ ഉടൽ എന്നിവ കൂട്ടിച്ചേർത്തു 'പുതിയ ഒരു സ്ത്രീക്ക്' കുളഷേവ് രൂപം നൽകി! (ഡിജിറ്റൽ കയ്യാങ്കളിയൊന്നും ഇല്ലാതിരുന്ന ഒരു കാലഘട്ടത്തിലാണിതെന്ന ഓർമ്മ വേണം!) അതായത് വ്യത്യസ്ത സ്ഥലങ്ങളിൽ വ്യത്യസ്ത കാലങ്ങളിൽ ഷൂട്ടു ചെയ്ത ഷോട്ടുകൾ കൂട്ടിച്ചേർത്തപ്പോൾ ഒരു പൂർണ്ണമായ ആശയമായി!

വിമാനത്തിലൊരാൾ പുറപ്പെടുന്നതു കാണിച്ചിട്ട് അടുത്ത ഷോട്ടിൽ അയാൾക്കെത്തിച്ചേരേണ്ടിടത്ത് അയാൾ എത്തുന്നതായാണ് കാണിക്കുന്നത്! ഒരു സ്ത്രീയും പുരുഷനും വിവാഹിതരാകുന്നത് കാണിച്ചിട്ട് പിന്നെ നാം സ്ക്രീനിൽ കാണുന്നത് അവർ തങ്ങളുടെ കുഞ്ഞിനെയും കളിപ്പിച്ചിരിക്കുന്നതാണ്!

സിനിമ ഒരു ഒരൊഴുക്കാണ്, ഒരു ചാട്ടമാണ്,ഒന്നിൽ നിന്നും മറ്റൊന്നിലേക്കുള്ള പ്രയാണമാണ്- സിനിമ സ്ഥലകാലങ്ങളെ പെട്ടെന്നു കീഴടക്കുന്നു.

● എഡിറ്റിങ്ങിന് കാര്യമായ പ്രസക്തിയില്ലാത്ത ചിത്രങ്ങളുണ്ടോ?

ഉണ്ട്. ഷോട്ടുകളുടെ എണ്ണം കുറവായിട്ടുള്ള ചിത്രങ്ങളിൽ എഡിറ്റിങ്ങിന് പ്രാധാന്യം കുറയുന്നു. 1904നു മുമ്പിറങ്ങിയിട്ടുള്ള മിക്ക ചിത്രങ്ങളും 'ഒറ്റ ഷോട്ട്' ചിത്രങ്ങളാണ്. പരീക്ഷണാത്മക ചിത്രങ്ങളിൽ പലതിലും ഷോട്ടുകളുടെ എണ്ണം തുലോം കുറവാണ്. ഷോട്ടുകളുടെ എണ്ണം തീരെ കുറയുക എന്നത് എഡിറ്റിങ്ങിന്റെ പ്രാധാന്യത്തെ വല്ലാതെ കുറയ്ക്കുകയാണ് ചെയ്യുന്നത്. മറിച്ച് കൂടുതൽ ഷോട്ടുകളുള്ള ചിത്രങ്ങളിൽ എഡിറ്റിങ്ങിന് വളരെയേറെ സാദ്ധ്യതകൾ തുറക്കുകയും ചെയ്യുന്നു. ഒരു ഷോട്ടിൽ നിന്നും അടുത്ത ഷോട്ടിലേക്കുള്ള ചേർച്ച, വൈരുദ്ധ്യം- ഇവയൊക്കെയാണല്ലോ എഡിറ്റിങ്ങിന്റെ അടിത്തറ.ഷോട്ടുകളുടെ എണ്ണം കൂടുമ്പോൾ എഡിറ്റിങ്ങിന്റെ സാദ്ധ്യതകളും വർദ്ധിക്കുന്നു.(ഷോട്ടുകളുടെ എണ്ണം കൂടുതലായിട്ടുള്ള എല്ലാ ചിത്രങ്ങളുടേയും എഡിറ്റിങ്ങ് മഹത്തരമാണെന്ന്

ഇതിനർത്ഥമില്ല). മൈക്കൽ സ്നോയുടെ 'ലാ റീജ്യൻ സെൻടാൾ' ആൻഡീവാർഹോളിന്റെ 'ഈറ്റ്, സ്ലീപ്പ് ആൻഡ് എംപയർ' തുടങ്ങിയ ചിത്രങ്ങളിൽ എഡിറ്റിങ്ങിന് കാര്യമായ പ്രസക്തിയില്ല. പക്ഷേ അവ സിനിമയുടെ മാനദണ്ഡങ്ങൾ വെച്ച് തീരെ മോശമാണെന്ന് ആരും അഭിപ്രായപ്പെട്ടിട്ടുമില്ല!

- പഴയ സിനിമകളേക്കാൾ ആധുനിക കാലഘട്ടത്തിലെ സിനിമകൾ കൂടുതൽ ചടുലമാകുന്നതിൽ എഡിറ്റിങ്ങിനുള്ള പങ്ക് എന്താണ്?

പഴയ കാലഘട്ടത്തിൽ 'സമയമെത്രയായി' എന്നൊരാൾ ചോദിച്ചാൽ മറുപടി 'എട്ടുമണി കഴിഞ്ഞു','പന്ത്രണ്ടരയാകാൻ പോകുന്നു' എന്നിങ്ങനെയായിരിക്കും. എന്നാൽ ഇന്നോ? 'എട്ടുമണിയാകാൻ മൂന്നു മിനിറ്റ്','ഒരുമണി കഴിഞ്ഞു പതിമൂന്നു മിനിറ്റ്' എന്നിങ്ങനെയായി സമയം പറച്ചിൽ. ജീവിതം അത്രമേൽ തിരക്കേറിയതായിക്കഴിഞ്ഞു. ഡയൽ കറക്കുന്ന പഴയ ഫോണൊക്കെ പോയി മറഞ്ഞിട്ട് കാലമെത്രയായി? ഓരോ നമ്പറും കറക്കി അതു പൂർവ്വസ്ഥാനത്ത് തിരിച്ചെത്തുവാനുള്ള സമയം നമുക്കില്ലാതായപ്പോൾ ബട്ടണുകളിൽ അമർത്തുന്ന പുതിയ ടെക്നോളജി നമ്മൾ കണ്ടുപിടിച്ചു. പണ്ടത്തെ സിനിമയിൽ വയലിന്റെ ഇപ്പുറത്തുള്ള വീട്ടിൽ നിന്നും അപ്പുറത്തുള്ള തന്റെ കൂട്ടുകാരനെ കാണാൻ പോകുന്ന ഒരു കഥാപാത്രമുണ്ടന്നിരിക്കട്ടെ. ആശാൻ തന്റെ വീട്ടിൽ വസ്ത്രം മാറുന്നതിന്റെ ഷോട്ടുകൾ തൊട്ട് പടിയിറങ്ങുന്നതും പാടത്തിന്റെ വരമ്പിലൂടെ മന്ദം മന്ദം നടന്നു നീങ്ങുന്നതും പക്ഷികൾ ആകാശത്ത് പറക്കുന്നതും ഒക്കെ വിസ്തരിച്ച് കാണിച്ചിട്ടായിരിക്കും കൂട്ടുകാരന്റെ വീട്ടിലെത്തിച്ചേരുന്നത് കാണുക. ഇന്നാണെങ്കിലോ? വീട്ടിൽ നിന്നുമിറങ്ങുന്ന ഷോട്ട് കാണിച്ചതിനു ശേഷം കൂട്ടുകാരന്റെ വീട്ടിലിരുന്ന് അവനുമായി സംസാരിക്കുന്ന കഥാപാത്രത്തെയാകും കാണിക്കുക. ജനലിലൂടെയോ, വാതിലിലൂടെയോ പശ്ചാത്തലത്തിൽ 'പാവം വയൽ' ദൃശ്യമായെങ്കിൽ ഭാഗ്യം! ജീവിതം തിരക്കുള്ളതായതിനനുസരിച്ച് സിനിമയ്ക്കും തിരക്കു കൂടി. ഇന്നത്തെ സിനിമയിൽ ഷോട്ടുകളുടെ എണ്ണം പഴയകാലഘട്ടത്തിനേക്കാൾ കൂടുതലാണ്. ഷോട്ടുകളുടെ എണ്ണം കൂടിയെന്നു വെച്ചാൽ എഡിറ്റിങ്ങിന്റെ 'പേസ്' കൂടിയെന്നർത്ഥം.

ചില കണക്കുകൾ നോക്കൂ...

1930 നും 1960നുമിടയ്ക്ക് ഹോളിവുഡ് ചിത്രങ്ങളിലുണ്ടായിരുന്ന ശരാശരി ഷോട്ടുകളുടെ എണ്ണം=300 മുതൽ 500 വരെ.

ഈ കാലഘട്ടത്തിലെ സിനിമകളിൽ= 1500 ഓളം

ആക്ഷൻ ചിത്രങ്ങളിൽ = 2000 മുതൽ 3000 വരെ.

ആർമഗെഡ്ഡൻ (Armaggeddon) പോലെയുള്ള ചിത്രങ്ങളിൽ 3700 ന് മുകളിലാണ് ഷോട്ടുകളുടെ എണ്ണം!

- ഒരു സിനിമ ശ്രദ്ധാപൂർവ്വം എഡിറ്റ് ചെയ്യപ്പെട്ടില്ലെങ്കിൽ ഉണ്ടാകുന്ന കോട്ടങ്ങളെന്തൊക്കെയാണ്?

ഒരു സിനിമ ശ്രദ്ധാപൂർവ്വം എഡിറ്റ് ചെയ്യപ്പെട്ടാൽ ഉണ്ടാകുന്ന നേട്ടങ്ങൾ എന്തൊക്കെയാണ് എന്ന ചോദ്യത്തിന്റെ വിപരീതമായി ഇതിനെ കണക്കാക്കാം(നാണയത്തിന്റെ മറുവശം എന്നൊക്കെ പറയുന്ന പോലെ) വ്യത്യസ്ത സ്ഥലകാലങ്ങളിലെടുക്കുന്ന ഷോട്ടുകളെ നൈരന്തര്യത്തോടു കൂടി എഡിറ്റ് ചെയ്തില്ലെങ്കിൽ സ്ഥലകാലങ്ങളിലൂന്നിക്കൊണ്ടുള്ള ആശയക്കുഴപ്പമാകും ഫലം. കഥാപാത്രങ്ങൾ എവിടെനിന്നാണ് വന്നത്, എങ്ങോട്ടാണ് പോയത്, എവിടെയാണ് സ്ഥിതി ചെയ്യുന്നത് , എന്തു പരിണാമങ്ങളാണ് അവർക്ക് സംഭവിച്ചത്, കഥാപാത്രങ്ങൾ തമ്മിലുള്ള ബന്ധം തുടങ്ങിയ എല്ലാ കാര്യങ്ങളിലും തികഞ്ഞ ആശയക്കുഴപ്പമാണ് സംജാതമാകുക. ഷോട്ടുകളെ വേണ്ടത്ര കാച്ചിക്കുറുക്കാതിരുന്നാൽ തികഞ്ഞ ബോറടിയാകും ഉണ്ടാകുന്നത്. സംവിധായകൻ മനസ്സിൽ വിഭാവനം ചെയ്ത സിനിമയുടെ പൂർണ്ണത എഡിറ്റിങ്ങിലൂടെയാണല്ലോ സംഭവിക്കുന്നത്. എഡിറ്റിങ്ങ് കാര്യക്ഷമമായി നിർവ്വഹിക്കപ്പെട്ടില്ലെങ്കിൽ ഈ പൂർണ്ണതയ്ക്ക് പകരം അപൂർണ്ണതയാണ് ഉണ്ടാകുന്നത്. ആശയ സാക്ഷാത്കാരത്തിന്റെ, പൂർണ്ണതയുടെ, സൗന്ദര്യാത്മകതയുടെ, ഭാവതലങ്ങളുടെ സമഞ്ജസമായ സമ്മേളനമാണ് മോശമായ, വികലമായ എഡിറ്റിങ്ങിലൂടെ ഒരു ചലച്ചിത്രത്തിന് നഷ്ടമാകുന്നത്.

സംഗീതം

When...
You see a lovely flower
Your spirits evolve!

When...
You see a meandering river
Your soul desires to flow with it!

When...
You see the rainbow
With vibrant hues
You want to be the different colours in it!

When...
You watch a ballet
That is vivacious
You want to dance like the ballerina!

When...
You listen to mellifluous music
Your heart rises to heaven....!

രാഗാധിഷ്ഠിതമായി മാത്രമേ ദക്ഷിണാമൂർത്തി സ്വാമി ഗാനങ്ങൾ കംപോസ് ചെയ്തിരുന്നുള്ളൂ. അദ്ദേഹം ട്യൂണിട്ട ഒരു ഗാനം. ഒരാൾ ഈ ഗാനത്തെക്കുറിച്ച് അദ്ദേഹത്തോടു ചോദിച്ചു:

"സ്വാമി, ഈ ഗാനം ചിട്ടപ്പെടുത്തിയിട്ടുള്ളത് ഏതു രാഗത്തിലാണ്?"

"സിനിമാരാഗം!" സ്വാമിയുടെ ഉത്തരം.

- സംഗീതം, സംഗീതസംവിധാനം എന്നിവയുമായി ബന്ധപ്പെട്ടു സാധാരണയായി ഉപയോഗിക്കപ്പെടുന്ന പദങ്ങളെ വ്യാഖ്യാനിക്കാമോ?

സംഗീതസംവിധായകൻ (Music Director)

സംഗീതം ചിട്ടപ്പെടുത്തുന്നയാൾ. ഗാനങ്ങളോ പശ്ചാത്തല സംഗീതമോ ആകാം. ബാബുരാജ്, ദേവരാജൻ, ജോൺസൺ, രവീന്ദ്രൻ, ജെറി അമൽദേവ്, എം ജയചന്ദ്രൻ തുടങ്ങിയവരെല്ലാം സംഗീത സംവിധായകരാണ്.

ഗാനരചയിതാവ് (Lyricist)

ഗാനങ്ങൾ രചിക്കുന്നയാൾ. വയലാർ, പി. ഭാസ്കരൻ, ശ്രീകുമാരൻ തമ്പി, ഒ.എൻ.വി, യൂസഫലി കേച്ചേരി തുടങ്ങിയവർ.

കമ്പോസ് ചെയ്യുക (Compose)

മനുഷ്യശബ്ദം, ഉപകരണങ്ങളുടെ സ്വരങ്ങൾ, സ്പെഷ്യൽ ഇഫക്റ്റുകൾ തുടങ്ങിയ വ്യത്യസ്ത ഘടകങ്ങളെ ചേർത്തു സംഗീതത്തെ ചിട്ടപ്പെടുത്തുക.

ഗായകർ (Singers)

ഗാനങ്ങളാലപിക്കുന്നവർ. യേശുദാസ്, പി ജയചന്ദ്രൻ, എസ്. ജാനകി, പി സുശീല, ചിത്ര, ശ്രേയാ ഘോഷാൽ തുടങ്ങിയവർ.

സംഗീതോപകരണ വിദഗ്ദ്ധന്മാർ (Instrumentalists)

സംഗീതോപകരണങ്ങൾ കൈകാര്യം ചെയ്യുന്ന വിദഗ്ദ്ധരാണിവർ. ജനാർദ്ദനൻ മിട്ട (സിത്താർ), റെക്സ് ഐസക് (വയലിൻ), എമിൽ ഐസക് (ഗിറ്റാർ), ഗുണസിങ്ങ് (ഫ്ളൂട്ട്), പാർത്ഥസാരഥി (വീണ), നവീൻ (ഫ്ളൂട്ട്), ശേഖർ (ചെല്ലോ) തുടങ്ങിയവർ സിനിമാഗാനങ്ങളുടെ പിന്നണിയിൽ പ്രവർത്തിച്ചിരുന്ന പ്രഗത്ഭരാണ്.

സോളോ (Solo)

ഒരു ഗായകൻ അല്ലെങ്കിൽ ഒരു ഗായികയുടെ മാത്രം ആലാപനത്തെ യാണ് സോളോ എന്ന് പറയുന്നത്. ഒരുപകരണം മാത്രമുപയോഗിച്ചുള്ള സംഗീതവുമാകാം.

ഡ്യുയറ്റ്(Duet)

രണ്ടു ഗായകർ ആലപിക്കുന്ന ഗാനം. സാധാരണയായി ഒരു പുരുഷ ശബ്ദവും ഒരു സ്ത്രീ ശബ്ദവും. രണ്ട് ഉപകരണങ്ങൾ ഉപയോഗിച്ചുള്ള സംഗീതവുമാകാം.

കോറസ്സ് (Chorus)

സംഘമായുള്ള ഗാനാലാപനത്തെ ആണ് കോറസ്സ് എന്നു പറയുന്നത്.

കൗണ്ടർ മെലഡി (Counter Melody)

ഗായകനോ ഗായികയോ പാടുമ്പോൾ ചിലപ്പോൾ ഉപകരണ സംഗീതം സമാന്തരവും വ്യത്യസ്തവുമായി മുന്നേറുന്നത് കേൾക്കാം. ഇതിനെയാണ് കൗണ്ടർ മെലഡി എന്നു പറയുന്നത്. നമ്മുടെ സിനിമ ഗാനങ്ങളിൽ കൗണ്ടർ മെലഡി വായന സാധാരണമാണ്.

റെക്കോർഡിങ് (Recording)

ശബ്ദത്തെ ആലേഖനം ചെയ്യുന്ന പ്രക്രിയ.

റെക്കോർഡിസ്റ്റ് (Recordist)

ശബ്ദലേഖനം നടത്തുന്നയാൾ

മിക്സിങ്(Mixing)

പല ട്രാക്കുകളിലായി ആലേഖനം ചെയ്യപ്പെട്ട ശബ്ദങ്ങളെ ശ്രവണ സുഖം നൽകുന്ന വിധത്തിൽ സമന്വയിപ്പിക്കൽ.

മിക്സർ (Mixer)

മിക്സിങ്ങ് നിർവഹിക്കുന്നത് ഈ ഉപകരണത്തിന്റെ സഹായ ത്താലാണ്.

ട്രാക്ക് പാടൽ (Track singing)

പ്രധാന ഗായകനോ, ഗായികയ്ക്കോ പകരം മറ്റൊരു ഗായകനോ ഗായികയോ താൽക്കാലികമായി പാടുന്ന പ്രക്രിയ.

മെലഡി(Melody)

മെലഡി എന്നാൽ ഈണം, ട്യൂൺ, രാഗം എന്നെല്ലാമർത്ഥം. വേഗതയേറിയ സംഗീതത്തിൽ നിന്നും വേഗത കുറഞ്ഞതും ഭാവസാന്ദ്രമായതുമായ സംഗീതത്തെ വേർതിരിച്ചു കാണിക്കുവാൻ ഈ പദം ഉപയോഗിക്കാറുണ്ട്.

കോഡ് (Chord)

ഒന്നിലധികം നോട്ടുകൾ ചേർച്ചയോടെ ഒരുമിച്ചു വായിക്കുന്നതാണ് കോഡ്. ചേർച്ചയില്ലെങ്കിൽ ഡിസ്കോഡ് (dischord) ആണ്. മേജർ (Major), മൈനർ(Minor), ഡോമിനന്റ് സെവൻത്(Dominant seventh), മേജർ സെവൻത്(Major seventh), മൈനർ സെവൻത് (Minor seventh), സിക്സ്ത്(Sixth), സസ്പെൻഡഡ് ഫോർത്ത് (Suspended fourth) തുടങ്ങി വിവിധ തരം കോഡുകളുണ്ട്.

ഡൈനാമിക്സ് (Dynamics)

ഉച്ചത്തിലാണോ പതുക്കെയാണോ നാം ഒരു സ്വരം കേൾപ്പിക്കുന്നത്; ഈ ആശയമാണ് ഡൈനാമിക്സ്. സ്വരത്തിന്റെ ഉച്ചനീചത്വങ്ങളിലൂടെ സംഗീതത്തിൽ ഭാവം സൃഷ്ടിക്കപ്പെടുന്നു.

സ്കെയിൽ (Scale),

തിരഞ്ഞെടുക്കപ്പെട്ട സ്വരങ്ങളുടെ ആരോഹണവും (Ascending),അവരോഹണവും (Descending), ചേർത്ത് ഒരു സ്കെയിൽ ഉണ്ടാകുന്നു. മേജർ (Major),മൈനർ(Minor) എന്നീ രണ്ടുതരം സ്കെയിലുകളാണു പാശ്ചാത്യസംഗീതത്തിൽ ഇപ്പോൾ ഉള്ളത്.

ഒക്ടേവ് (Octave)

എട്ടു സ്വരങ്ങളുടെ ഒരു കൂട്ടമാണ് ഒക്ടേവ്.

സ്റ്റാഫ് (Staff) അല്ലെങ്കിൽ സ്റ്റേവ് (Stave)

പാശ്ചാത്യസംഗീതത്തിൽ നോട്ടുകൾ രേഖപ്പെടുത്തുന്നത് സ്റ്റാഫ് അല്ലെങ്കിൽ സ്റ്റേവിന്മേലാണ്. ഇത് അഞ്ചു വരകളും നാല് ഇടകളും (spaces) ചേർന്നതാണ്.

ക്ലെഫ് (Clef)

ജി. ക്ലെഫ് അഥവാ ട്രെബിൾ ക്ലെഫ് (Treble clef) ഉയർന്ന ശ്രുതിയെ സൂചിപ്പിക്കുമ്പോൾ എഫ്. ക്ലെഫ് അഥവാ ബെയ്സ് ക്ലെഫ് (Bass clef)

താഴ്ന്ന ശ്രുതിയെ സൂചിപ്പിക്കുന്നു. പിയാനോ, ഇലക്ട്രോണിക് കീബോർഡ് എന്നിവയ്ക്ക് രണ്ടു ക്ലെഫുകളും ഉപയോഗിക്കുമ്പോൾ ഗിറ്റാർ, വയലിൻ, ഫ്ളൂട്ട് മുതലായവയുടെ സംഗീതത്തിൽ ജി.ക്ലെഫ് മാത്രമേ ഉപയോഗിക്കുന്നുള്ളു.

താളം (Rhythm)

കൃത്യമായ ഇടവേളകളിൽ സംഗീതത്തിന് നൽകപ്പെടുന്ന ഊന്നൽ.

ടൈം (Time)

താളം എന്ന പദം പൊതുവിൽ ഉപയോഗിക്കുമ്പോൾ ടൈം എന്ന പദം വ്യക്തമായ താളനിബന്ധനയെ സൂചിപ്പിക്കാനാണ് സാധാരണയായി ഉപയോഗിക്കുന്നത്. $\frac{3}{4}$ Time, $\frac{4}{4}$ Time എന്നിങ്ങനെ.

ഹാർമ്മണി (Harmony)

സ്വരങ്ങളുടെ ചേർച്ചയാണ് ഹാർമണി. ഒന്നിലധികം സ്വരങ്ങൾ ചേർച്ചയോടെ ആലപിക്കപ്പെടുമ്പോൾ അല്ലെങ്കിൽ ഉപകരണങ്ങളിൽ വായിക്കപ്പെടുമ്പോൾ പറഞ്ഞറിയിക്കാനാകാത്ത ഒരു വികാര പ്രപഞ്ചം സൃഷ്ടിക്കപ്പെടുന്നു. പാശ്ചാത്യസംഗീതത്തിൽ ഒഴിച്ചുകൂടാനാകാത്ത ഒന്നാണ് ഹാർമ്മണി.

വ്യത്യസ്ത ഭാഗങ്ങളായുള്ള ഗാനാലാപനം (Parts singing)

നാലു വ്യത്യസ്ത ഭാഗങ്ങളായി ഗാനമാലപിക്കുന്ന ഈ ശൈലി പാശ്ചാത്യസംഗീതത്തിൽ നന്നായി വേരൂന്നിയ ഒരു സമ്പ്രദായമാണ്. ഉയർന്ന സ്ത്രീ ശബ്ദത്തെ 'സൊപ്റാനോ' (Soprano) എന്നു വിളിക്കുമ്പോൾ താഴ്ന്ന സ്ത്രീ ശബ്ദത്തെ 'കൊൺട്രാൽറ്റോ' (contralto) അല്ലെങ്കിൽ ഓൾട്ടോ (Alto) എന്നു വിളിക്കുന്നു. പുരുഷന്മാരുടെ ഉയർന്ന ശബ്ദത്തെ ടെനർ (Tenor) എന്നും പുരുഷന്മാരുടെ താഴ്ന്ന ശബ്ദത്തെ ബെയ്സ് (Bass)എന്നും പറയുന്നു (ചിലർ Bass എന്ന വാക്കിനെ ബാസ് എന്ന് ഉച്ചരിക്കാറുണ്ട്. ബെയ്സ് ആണു ശരി.)

കണ്ടക്റ്റിങ്ങ് (Conducting)

സംഗീതാലാപനത്തിന്റെ അല്ലെങ്കിൽ ഉപകരണ സംഗീതത്തിന്റെ താളം, ശബ്ദത്തിന്റെ ഉയർച്ചതാഴ്ച്ചകൾ, ആര് എപ്പോൾ എങ്ങനെ തുടങ്ങണം തുടങ്ങിയ കാര്യങ്ങൾ കൈകൾ കൊണ്ടോ 'ബാറ്റൺ' (Baton) എന്ന വടി കൊണ്ടോ നിയന്ത്രിക്കുന്നതിനെ കണ്ടക്റ്റിങ്ങ് എന്ന് പറയുന്നു. ഗായകർ മാത്രമുള്ളപ്പോൾ കൈകൾ കൊണ്ടും സിംഫണി

ഓർക്കസ്ട്ര (Symphony orchestra)യും മറ്റുപകരണ സംഗീത കച്ചേരി കൾ ബാറ്റൺ കൊണ്ടുമാണ് സാധാരണയായി നിയന്ത്രിക്കാറ്. പാശ്ചാത്യ രാജ്യങ്ങളിൽ കണ്ടക്റ്റിങ്ങ് എന്ന വിഷയത്തിൽ ഉപരിപഠനം നടത്തു വാനുള്ള അവസരമുണ്ട്.

- സിനിമയിൽ ഗാനങ്ങൾ വേണമെന്നുണ്ടോ?

മുൻപൊരിക്കൽ ഒരു സംഗീത സംവിധായകനോട് 'സിനിമയിൽ പാട്ടുകൾ വേണമെന്നുണ്ടോ' എന്നു ചോദിച്ചപ്പോൾ അദ്ദേഹത്തിന്റെ മറുപടി "സിനിമയിൽ കുതിരയെ കാണിക്കണമോ എന്ന് ചോദിച്ചാൽ ആവശ്യമാണെങ്കിൽ കാണിക്കണം, ആവശ്യമില്ലെങ്കിൽ വേണ്ട" എന്നായിരുന്നു. സരസമായ മറുപടിയിലൂടെ തന്റെ ആശയം വ്യക്തമാക്കു കയായിരുന്നു അദ്ദേഹം. സിനിമയിൽ ഒരു പ്രത്യേക സിറ്റ്വേഷനിൽ ഗാനം വേണമെന്ന് അതിന്റെ സംവിധായകന് തോന്നിയാൽ ഉൾപ്പെടുത്തണം. ഗാനം ആവശ്യമില്ലെന്ന് സംവിധായകനു തോന്നിയാൽ മറിച്ചും.

ഭൂരിഭാഗം വിദേശ ഭാഷാ ചിത്രങ്ങളിലും ഗാനങ്ങളില്ലെന്ന കാര്യം ഓർക്കുമല്ലോ. എന്നാൽ ഇന്ത്യൻ ഭാഷകളിലിറങ്ങുന്ന ചിത്രങ്ങളിൽ ധാരാളം ഗാനങ്ങളുണ്ടാകാറുണ്ട്. ആദ്യകാല മലയാള സിനിമകളിലെ ഗാനങ്ങളുടെ എണ്ണം കേട്ടാൽ നാം അന്തം വിട്ടുപോകും. ആദ്യ മലയാള ശബ്ദചിത്രമായ ബാലനിൽ ഇരുപത്തിമൂന്നു പാട്ടുകളും ജ്ഞാനാംബിക യിൽ പതിന്നാലും, പ്രഹ്ലാദയിൽ ഇരുപത്തിനാലും സ്ത്രീയെന്ന സിനിമ യിൽ പതിന്നാലും, ജീവിതനൗകയിൽ പതിമൂന്നും പാട്ടുകളാണു ണ്ടായിരുന്നത്!

ഏറ്റവുമധികം ഗാനങ്ങളുള്ള ഇന്ത്യൻ സിനിമയാണ് 'ഇന്ദ്രസഭ'. 1932ൽ മദൻ തിയ്യറ്റേഴ്സിന്റെ ബാനറിൽ പുറത്തിറങ്ങിയ ഈ ചിത്രത്തിൽ എഴു പത്തൊന്നു ഗാനങ്ങൾ ഉണ്ടായിരുന്നു! ജെ.ജെ. മദൻ സംവിധാനം നിർവ്വഹിച്ച ഈ ചിത്രത്തിൽ മാസ്റ്റർ നിസാർ, ജഹാനാരാ കജ്ജൻ എന്നിവരായിരുന്നു ഗായകർ. നമ്മുടെ നാട്ടിൽ മുൻകാലങ്ങളിൽ പ്രചാരത്തിലുണ്ടായിരുന്ന നൃത്ത നാടകങ്ങളിൽ ധാരാളം ഗാനങ്ങളു ണ്ടായിരുന്നു. ഇതിന്റെ തുടർച്ചയെന്നോണമാകാം ആദ്യകാല സിനിമകളിൽ ഗാനങ്ങളെ ധാരാളമായി ഉൾപ്പെടുത്തിയിരുന്നത്. നമ്മുടെ ചലച്ചിത്രങ്ങൾ പാശ്ചാത്യശൈലികളെ ധാരാളമായി അനുകരി ക്കുന്നുണ്ടെങ്കിലും ഗാനങ്ങളെ ഒഴിവാക്കുന്ന കാര്യത്തിൽ ഈ പാത പിന്തുടരുന്നില്ലെന്നു കാണാം.

- സിനിമയ്ക്കു വേണ്ടിയുള്ള സംഗീത സംവിധാനമെന്നാൽ ഗാനങ്ങൾ ട്യൂൺചെയ്യൽ മാത്രമാണോ?

അല്ല. പശ്ചാത്തല സംഗീതം ചിട്ടപ്പെടുത്തുന്നതും സംഗീത സംവിധാ നത്തിൽപ്പെടുന്നു.

- റെക്കോഡിങ്ങ് സ്റ്റുഡിയോ സന്ദർശിക്കാനിടയായപ്പോൾ വാദ്യോപകരണ വിദഗ്ധന്മാരുടെ നോട്ടുകൾ കാണാനിടയായി. ഇതിൽ $\frac{3}{4}$, $\frac{4}{4}$, $\frac{6}{8}$ എന്നൊക്കെ കാണുകയുണ്ടായി. സംഗീതത്തിൽ ഗണിതശാസ്ത്രമുണ്ടോ?

തീർച്ചയായും. സംഗീതത്തിൽ ഗണിതവുമുണ്ട്. $\frac{3}{4}$, $\frac{4}{4}$, $\frac{6}{8}$ എന്നിവയെല്ലാം വ്യത്യസ്ത താളങ്ങളെ സൂചിപ്പിക്കുന്നു. "ടൈം സിഗ്നേച്ചർ"(Time Signature) എന്നാണിവയെ പറയുന്നത്. 'നോട്ടം' എന്ന സിനിമയിലെ 'പച്ചപ്പനം തത്തേ പുന്നാരപ്പൂമുത്തേ', 'നിത്യ വിശുദ്ധയാം കന്യാമറിയമേ....' എന്നീ ഗാനങ്ങൾ $\frac{3}{4}$ എന്ന താളത്തിൽ ചിട്ടപ്പെടുത്തിയവയാണ്. 'മാണിക്യവീണയുമായെൻ', 'നീ മധു പകരൂ...,' 'വസീഗര' എന്ന ഗാനങ്ങൾ $\frac{4}{4}$ ലും 'വൈശാഖ സന്ധ്യേ', 'കുടമുല്ലപ്പൂവിനും മലയാളിപ്പെണ്ണിനും', 'മഞ്ഞണിക്കൊമ്പിൽ' തുടങ്ങിയ ഗാനങ്ങൾ $\frac{6}{8}$ താളത്തിലും ചിട്ടപ്പെടുത്തിയവയാണ്.

ഈ താളങ്ങളെക്കുറിച്ചു വിശദമായി മനസ്സിലാക്കണമെന്നുണ്ടെങ്കിൽ മ്യൂസിക്കൽ നോട്ടുകളെപ്പറ്റി അല്പം അറിഞ്ഞിരിക്കണം.

ഉദാ:

G. ക്ലെഫ് എന്ന ചിഹ്നത്തിന് നേരെയുള്ള നോട്ടുകളെല്ലാം ക്വാർട്ടർ നോട്ടുകളാണ് (quarter Notes) (ഇവയെ Crotchets എന്നും പറയും)

ഇനി മറ്റൊരുദാഹരണം

മുകളിൽ കാണുന്ന നോട്ടുകളെല്ലാം എയ്റ്റ്ത്ത് നോട്ടുകൾ (Eighth Notes) ക്വേവറുകൾ (Quavers) ആണ്.

$\frac{3}{4}$, $\frac{4}{4}$ തുടങ്ങി അടിയിൽ 4 വരുന്ന താളങ്ങളിൽ ഒരു ക്വാർട്ടർ നോട്ടിനെ ഒരു ബീറ്റായി കണക്കാക്കുന്നു. അടിയിൽ 8 വരുന്ന താളങ്ങളിൽ ഒരു എയ്റ്റ്ത് നോട്ടിനെയാണ് ഒരു ബീറ്റ് ആയി കണക്കാക്കുന്നത്.

$\frac{3}{4}$ എന്ന താളത്തിൽ മൂന്നു ബീറ്റുകൾ കൂടിച്ചേരുമ്പോൾ ഒരു മെഷർ (Measure) ഉണ്ടാകുന്നു.

ഉദാ:

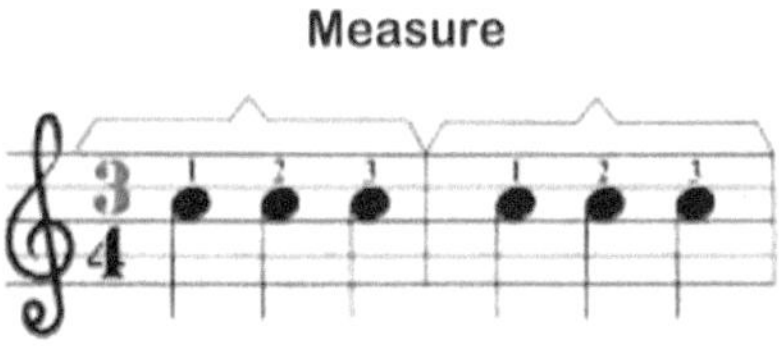

മൂന്നു ബീറ്റുകൾക്ക് ശേഷമുള്ള കുത്തനെയുള്ള വര ബാർലൈൻ (Bar line) ആണ്. അടുത്ത മൂന്നു ബീറ്റുകൾക്ക് ശേഷമുള്ള വരയും ബാർ ലൈൻ ആണ്. ആദ്യത്തെ ബാർ ലൈൻ വരെയുള്ള ഭാഗം ആദ്യത്തെ മെഷറും ആദ്യത്തെ ബാർലൈൻ മുതൽ രണ്ടാമത്തെ ബാർലൈൻ വരെയുള്ള ഭാഗം രണ്ടാമത്തെ മെഷറും ആണ്. ചുരുക്കിപ്പറഞ്ഞാൽ, ഒരു മെഷറിൽ മൂന്നു ബീറ്റുകൾ എന്ന രീതിയിൽ ആവർത്തിച്ചുവരുന്ന താളഘടനയാണ് $\frac{3}{4}$. അതുപോലെ ഒരു മെഷറിൽ നാലു ബീറ്റുകൾ വരുന്ന താളഘടനയാണ് $\frac{4}{4}$. ഇതിനെ Common Time അഥവാ C എന്നും സൂചിപ്പിക്കാറുണ്ട്.

താഴെ കൊടുത്തിരിക്കുന്ന ഉദാഹരണം നോക്കുക

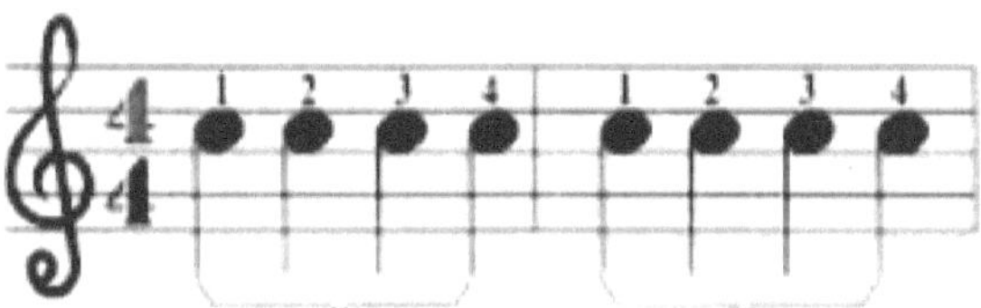

$\frac{6}{8}$ താളത്തിലുള്ള സംഗീതത്തിന്റെ ഉദാഹരണം താഴെ കൊടുത്തിരിക്കുന്നു

ആറു ബീറ്റുകൾ ഒരു മെഷറിൽ വരുന്ന താളഘടനയാണ് $\frac{6}{8}$. ഉദാഹരണത്തിൽ നിന്നു ഇതു മനസ്സിലായല്ലോ. അതുപോലെ ഏഴു ബീറ്റുകൾ ഒരു മെഷറിൽ വരുന്ന താളമാണ് $\frac{7}{8}$.

$\frac{5}{8}$, $\frac{9}{8}$, $\frac{6}{4}$, $\frac{3}{2}$ തുടങ്ങിയ താളങ്ങളുമുണ്ട്.

- റീ - റെക്കോർഡിംഗ് (Re-Recording) എന്നാലെന്താണ്?

ഒരു സിനിമയുടെ പശ്ചാത്തല സംഗീതം റെക്കോഡ് ചെയ്യുന്നതിനെയാണ് റീ - റെക്കോർഡിംഗ് എന്നു വിളിക്കുന്നത്. സിനിമ ചിത്രീകരിക്കുന്നതിനു മുമ്പ് സാധാരണയായി ഗാനങ്ങൾ റെക്കോഡ് ചെയ്തിട്ടുണ്ടാകും. എന്നാൽ പശ്ചാത്തല സംഗീതം റെക്കോർഡ് ചെയ്യുന്നത് ചിത്രത്തിന്റെ അവസാനഘട്ടത്തിലാണ്. 'സിറ്റ്വേഷന്'നുസരിച്ച് കൈകാര്യം ചെയ്യേണ്ട ഒന്നാണല്ലോ പശ്ചാത്തല സംഗീതം. അതിനാൽ സംഗീത സംവിധായകൻ ദൃശ്യങ്ങൾ കാണുകയും അതോടൊപ്പമുള്ള സംഭാഷണങ്ങൾ കേൾക്കുകയും ചെയ്ത് എവിടെയൊക്ക പശ്ചാത്തല സംഗീതം വേണം, എവിടെയൊക്കെ വേണ്ട എന്നു തീരുമാനിക്കുന്നു. 'തീം മ്യൂസിക്' വേണമെങ്കിൽ അതിനെ പ്രത്യേകം ചിട്ടപ്പെടുത്തുന്നു. ഒരു സംഗീത ശകലത്തിന്റെ ദൈർഘ്യം (എത്ര മെഷർ അല്ലെങ്കിൽ ബാർ), ഏതെല്ലാം ഉപകരണങ്ങൾ അതിൽ ഉപയോഗിക്കണം, ഏതു വികാരത്തെ അതു പ്രതിഫലിപ്പിക്കണം എന്നെല്ലാം സംഗീത സംവിധായകൻ സംവിധായകന്റെ നിർദ്ദേശത്തിനനുസരിച്ച് തീരുമാനിക്കുന്നു. അതനുസരിച്ച് സംഗീതത്തെ ചിട്ടപ്പെടുത്തി സംഗീതസംവിധായകൻ ഉപകരണ വിദഗ്ധന്മാർക്ക് പറഞ്ഞുകൊടുക്കുന്നു. ശബ്ദശാസ്ത്രത്തിന്റെ (Accoustics) നിബന്ധനകൾക്കനുസരിച്ച് പ്രത്യേകം തയ്യാറാക്കപ്പെട്ട സ്റ്റുഡിയോവിൽ വെച്ച് ഇതു റെക്കോർഡ് ചെയ്യപ്പെടുന്നു.

- 'ട്രാക്ക് പാടുക' എന്നാലെന്താണ്?

മുൻകാലങ്ങളിൽ ചലച്ചിത്ര ഗാനങ്ങൾ റെക്കോർഡ് ചെയ്യപ്പെട്ടിരുന്ന വിധം നോക്കാം. ഇതിൽനിന്നും ട്രാക്ക് പാടുക എന്ന ആശയത്തിലേക്ക് എത്തിച്ചേരുവാൻ കഴിയുന്നതാണ്. ചലച്ചിത്ര സംവിധായകൻ പറഞ്ഞുകൊടുക്കുന്ന കഥാസന്ദർഭത്തിനനുസരിച്ച് ഗാനരചയിതാവ് ഗാനം എഴുതുന്നു. ഇതിനനുസരിച്ച് ഈണം നൽകുന്ന സംഗീതസംവിധായകൻ. നിശ്ചിത ദിവസം സ്റ്റുഡിയോയിൽ എത്തിച്ചേരുന്ന ഗായകൻ അല്ലെങ്കിൽ ഗായികയും വാദ്യോപകരണ വിദഗ്ദ്ധരും സംഗീത സംവിധായകനും മറ്റും. എല്ലാവരും കൂടി ചേർന്ന് പലതവണ ഗാനം റിഹേഴ്സൽ നോക്കുന്നു. സംഗീതസംവിധായകന്റെ നിർദേശപ്രകാരം സൗണ്ട് റെക്കോർഡിസ്റ്റ് ഗാനം റെക്കോഡ് ചെയ്യുന്നു പിന്നീട് സിനിമാലോകം തിരക്കേറിയതായി തീർന്നു. പ്രശസ്ത ഗായകർക്ക് പലപ്പോഴും

വാദ്യോപകരണ വിദഗ്ദ്ധരോടൊപ്പം നിശ്ചിത ദിവസം റെക്കോഡിംഗിന് എത്തിച്ചേരുവാൻ കഴിയാത്ത വിധം തിരക്കു വർധിച്ചു. ഇത്തരം സന്ദർഭങ്ങളിൽ പ്രധാന ഗായകനോ ഗായികയ്ക്കോ പകരം മറ്റൊരു ഗായകനോ ഗായികയോ ഉപകരണങ്ങളോടൊപ്പം പാട്ടുപാടി ഗാനം റെക്കോഡ് ചെയ്യും. പ്രധാന ഗായകനോ ഗായികയോ വന്നെത്തുന്ന ദിവസം അവരുടെ ശബ്ദം റെക്കോഡ് ചെയ്തു ഉപകരണ സംഗീതത്തോടൊപ്പം 'മിക്സ്' ചെയ്തു സംഗീതസംവിധായകൻ വിഭാവന ചെയ്ത ഗാനത്തെ സൃഷ്ടിക്കുന്നു. അപ്രധാന ഗായകർ പാടുന്നതിന് ചില പ്രത്യേക ട്രാക്കുകളിൽ റെക്കോർഡ് ചെയ്യുകയും പ്രധാന ഗായകരുടെ ശബ്ദം റെക്കോർഡ് ചെയ്യപ്പെട്ടതിന് ശേഷം അപ്രധാന ഗായകരുടെ ശബ്ദത്തെ ഒഴിവാക്കുകയും ചെയ്യുന്ന ഈ പ്രക്രിയയാണ് ട്രാക്ക് പാടൽ. ട്രാക്ക് പാടിപ്പാടി തങ്ങളുടെ ശബ്ദത്തെ സംഗീതസംവിധായകരുടെ ശ്രദ്ധയിൽപ്പെടുത്തി അവസരങ്ങൾ നേടി യെടുത്ത് പ്രശസ്തരായിട്ടുള്ളവരും ഉണ്ട്.

പിന്നണി ഗായിക എന്ന നിലയിൽ പേരെടുത്തിട്ടും ധാരാളം ഗാനങ്ങൾ ട്രാക്ക് പാടിയിട്ടുള്ള ഗായികയാണ് പി മാധുരി. ഇതിൽ ഭൂരിഭാഗവും പി. സുശീലയ്ക്കു വേണ്ടിയായിരുന്നു എന്നതാണ് കൗതുകകരം!

- പല്ലവി, അനുപല്ലവി, ചരണം എന്നീ വാക്കുകൾ എന്തിനെ സൂചിപ്പിക്കുന്നു?

പല വ്യത്യസ്ത ഭാഗങ്ങൾ കൂടിച്ചേർന്നാണ് സാധാരണയായി ഒരു ചലച്ചിത്ര ഗാനം കമ്പോസ് ചെയ്യപ്പെടുന്നത്. ഒരു പഴയ ചലച്ചിത്ര ഗാനത്തെ ഉദാഹരണമായെടുത്ത് ഇതിനെ വിശദീകരിക്കാം. "മാണിക്യവീണയുമായെൻ മനസ്സിന്റെ താമരപ്പൂവിലുണർന്നവളേ..." എന്ന യേശുദാസ് ഗാനം ഏവർക്കും സുപരിചിതമാണല്ലോ. ഇതിന്റെ ആരംഭത്തിൽതന്നെ നാം കേൾക്കുന്നത് ഉപകരണ സംഗീതം ആണ്. ഇതിനെ സാധാരണയായി "ഇൻട്രോഡക്ടറി മ്യൂസിക് (Introductory Music) അല്ലെങ്കിൽ 'ഇൻട്രോഡക്ഷൻ' അല്ലെങ്കിൽ 'ഇൻട്രോ' എന്നൊ ക്കെയാണ് സംഗീതജ്ഞന്മാർ വിളിക്കുന്നത്. ഉപകരണ സംഗീത ശകല ത്തിനുശേഷം അതാ വരുന്നു യേശുദാസിന്റെ ശബ്ദം "മാണിക്യവീണയു മായെൻ...." ഇതാണ് പല്ലവി. ഇതിനുശേഷം ഉപകരണ സംഗീതമാണ്. ഇതിനെ Ist ഇന്റർല്യൂഡ് (Interlude) എന്നാണ് വിളിക്കുന്നത്.

ഇതിനുശേഷം യേശുദാസ് വീണ്ടും പാടുന്നു "...എൻ മുഖം കാണുമ്പോൾ നിൻ കൺമുനകളിൽ...." ഈ ഭാഗത്തെ അനുപല്ലവി എന്നു പറയുന്നു. ഇതിനുശേഷമുള്ള ഉപകരണ സംഗീത ഭാഗത്തെ സെക്കന്റ് ഇന്റർല്യൂഡ് എന്നാണ് വിളിക്കുന്നത്. " മഞ്ഞു പൊഴിഞ്ഞല്ലോ മാമ്പു കൊഴിഞ്ഞല്ലോ പിന്നെയും പൊൻവെയിൽ വന്നല്ലോ" എന്നു തുടങ്ങുന്ന ഗാന ഭാഗത്തെ ചരണം എന്നു വിളിക്കുന്നു. (ചില ഗാന ങ്ങൾക്ക് ഒന്നിലധികം ചരണങ്ങൾ ഉണ്ടായെന്നുവരാം.) അനുപല്ലവിക്കും

ചരണത്തിനും ശേഷം പല്ലവി ആവർത്തിക്കുന്ന പതിവുണ്ട്. ചില ഗാനങ്ങൾ ആരംഭിക്കുന്നത് താളത്തിന്റെ അകമ്പടിയില്ലാതെ മൂളലോട് (Humming) കൂടിയോ താളമില്ലാത്ത ആലാപനത്തോടുകൂടിയോ ആകാം. ഇതിനെ വിരുത്തം (Recitative) എന്നു പറയുന്നു.

ഒരു ഗാനത്തിൽ ഗായകന്റേയോ ഗായികയുടെയോ ശബ്ദം മാത്രമാണുള്ളതെങ്കിലോ? ആ ഗാനം വിരസമായാണ് ശ്രോതാവിനനുഭവപ്പെടുക. അതിനാലാണ് മനുഷ്യ ശബ്ദത്തെയും ഉപകരണങ്ങളെയും ഒന്നിടവിട്ട് ഒരു ഗാനത്തിൽ സംഗീത സംവിധായകൻ അവതരിപ്പിക്കുന്നത്.

ഓർക്കുക - പല്ലവി, അനുപല്ലവി, ചരണം - ഇവയെല്ലാം മനുഷ്യ ശബ്ദവും Ist Interlude, IInd Interlude മുതലായവയെല്ലാം ഉപകരണങ്ങളുടെ നാദവുമാണ്.

- രചിക്കപ്പെട്ട ഗാനത്തെ ആസ്പദമാക്കി ട്യൂൺ ഉണ്ടാക്കുന്നതാണോ അതോ ട്യൂൺ ഉണ്ടാക്കപ്പെട്ടതിനു ശേഷം ഗാനരചന നടത്തുന്നതാണോ അഭികാമ്യം?

ഏറെ ചർച്ച ചെയ്യപ്പെട്ട ഒരു കാര്യമാണിത്. ആദ്യകാലങ്ങളിൽ ഗാനരചനയ്ക്കു ശേഷമായിരുന്നു ട്യൂണുകൾ ഉണ്ടാക്കപ്പെട്ടിരുന്നത്. സംഗീതത്തിനനുസരിച്ച് ഗാനരചന നടത്തേണ്ടി വരുന്നതിനെക്കുറിച്ച് അക്കാലത്ത് ചിന്തിക്കാൻപോലും കഴിയുമായിരുന്നില്ല. ഗാനങ്ങൾ രചിക്കപ്പെട്ടു കഴിഞ്ഞാൽ അവയിലെ വരികളും വാക്കുകളും സംഗീത സംവിധായകനിൽ ഭാവങ്ങൾ ഉണർത്തുകയും അതയാളെ ഉചിതമായ ട്യൂൺ ഉണ്ടാക്കുന്നതിന് സഹായിക്കുകയും ചെയ്യുന്നു. ഇതായിരുന്നു ആ കാലഘട്ടത്തിലെ ചിന്താഗതി. പിന്നീട് സിനിമ എന്ന വ്യവസായം അടിമുടി മാറ്റത്തിന് വിധേയമായി. പഴയ സമവാക്യങ്ങൾ പലതും പൊളിച്ചെഴുതപ്പെട്ടു. തിരക്കിട്ട സിനിമാ വ്യവസായത്തിൽ ഏതാദ്യം ചെയ്തു എന്നതിന്റെ പ്രസക്തിയേക്കാൾ ഉപയോക്താവിന്റെ കയ്യിൽ ഉൽപന്നം സമയബന്ധിതമായി എത്തിക്കുക എന്നതിനു പ്രാധാന്യം കൈവന്നു. ചില സാഹചര്യങ്ങളിൽ ട്യൂണിടൽ ആദ്യം നിർവഹിക്കുന്നതാണ് പ്രായോഗികമെങ്കിൽ അതിൽ തെറ്റില്ലെന്നായി. (ആദ്യമാദ്യം പലർക്കും ഇതുൾക്കൊള്ളാൻ കഴിഞ്ഞില്ലെങ്കിലും)

സിനിമയിലെ ഗാനരചന എന്നാലെന്താണ്? സംവിധായകൻ പറഞ്ഞുകൊടുക്കുന്ന സന്ദർഭത്തിനനുസരിച്ച് ഗാനരചയിതാവ് ചിട്ടപ്പെടുത്തുന്ന വാക്കുകൾ -ഈ വാക്കുകൾ എന്താണ്? സിനിമയിലെ ഒരു പ്രത്യേക സന്ദർഭത്തിനനുസരിച്ച് കെട്ടിപ്പടുക്കുന്ന വികാരങ്ങളാണവ. ഗാനരചനയ്ക്കു ശേഷമാണ് ട്യൂണിടൽ നിർവഹിക്കപ്പെടുന്നതെങ്കിൽ ഈ 'വികാരങ്ങളെ' സംഗീത സംവിധായകൻ തന്റെ നോട്ടുകളെകൊണ്ട് പൊലിപ്പിക്കുന്നു. ഇനി സംഗീതസംവിധാനമെന്നതെന്താണ് എന്നു നോക്കാം. കഥാസന്ദർഭത്തിനനുസരിച്ച് സംവിധായകൻ നൽകുന്ന

നിർദ്ദേശങ്ങൾ മനസ്സിലാക്കി സംഗീത സംവിധായകൻ നോട്ടുകൾ ചിട്ടപ്പെടുത്തുന്നു. സംഗീത സംവിധായകൻ ചിട്ടപ്പെടുത്തുന്ന നോട്ടുകൾ 'വികാരങ്ങളാണ്'. സംഗീതം ചിട്ടപ്പെടുത്തപ്പെട്ടതിന് ശേഷമാണ് ഗാനരചന നടക്കുന്നതെങ്കിൽ ഗാനരചയിതാവ് ഈ വികാരങ്ങളെ തന്റെ വാക്കുകളിലൂടെ പൊലിപ്പിക്കുന്നു! ഗാനരചനയ്ക്കു ശേഷം ട്യൂണിടുന്നതിന്റെ വിപരീത പ്രക്രിയയാണ് ട്യൂണിട്ടതിനു ശേഷം ഗാനരചനയെന്നത് എങ്കിലും ഭാവത്തെ ഭാവം കൊണ്ട്, വികാരങ്ങളെ വികാരങ്ങൾ കൊണ്ട് സാന്ദ്രമാക്കുക എന്ന കാര്യത്തിൽ അവ രണ്ടു സമാനങ്ങളാണ്. പ്രശസ്ത സംഗീത സംവിധായകൻ ശ്രീ. ജെറി അമൽ ദേവിന്റെ വാക്കുകൾ ശ്രദ്ധിക്കൂ... "രചിക്കപ്പെട്ട ഗാനത്തെ ട്യൂണാക്കി മാറ്റുന്നതും ട്യൂൺ ആദ്യം ഉണ്ടാക്കിയതിനുശേഷം ഗാനരചന നിർവഹിക്കുന്നതും ശരി തന്നെ. എങ്കിലും ചില ഗാനരചയിതാക്കൾ ഗാനരചനയ്ക്കുശേഷം ട്യൂണിടുന്ന പ്രക്രിയ നിർവ്വഹിക്കപ്പെടണമെന്നാഗ്രഹിക്കുന്നവരാണ്. തങ്ങൾ എഴുതിയ ഓരോ വാക്കിന്റെയും ഭാവം സംഗീതത്തിൽ പ്രതിഫലിക്കണം എന്ന ആഗ്രഹമാണിതിന് പിന്നിൽ."

- സംഗീതത്തിനനുസരിച്ച് ഗാനങ്ങൾ രചിക്കപ്പെട്ടതിന് ചില ഉദാഹരണങ്ങൾ ചൂണ്ടിക്കാണിക്കാമോ?

പ്രഗദ്ഭ സംവിധായകനായ ഫാസിലിന്റെ ജനപ്രിയ സിനിമയായ 'പപ്പയുടെ സ്വന്തം അപ്പൂസി'ന്റെ ഗാനരചനയ്ക്ക് വേണ്ടി ശ്രീ. ബിച്ചു തിരുമല ഹോട്ടൽ മുറിയിലെത്തുന്നു. അവിടെ ബിച്ചു തിരുമലയെ കാത്തിരുന്നത് ഇളയരാജ പാടിവച്ച 'ലാലല്ല ലാലല്ല' ട്യൂണുകൾ അടങ്ങിയ കാസറ്റ്! ഈ ട്യൂണുകൾക്കനുസരിച്ച് ബിച്ചു രചിച്ച ഗാനമാണ് 'ഓലത്തുമ്പത്തിരുന്നൂയലാടും ചെല്ലപ്പൈങ്കിളീ എന്റെ ബാലഗോപാലനെ എണ്ണ തേപ്പിക്കുമ്പം പാടെടീ ' എന്ന ഗാനം.

ഈ ഗാനത്തെക്കുറിച്ചുള്ള രസകരമായ ഒരു സംഭവം ഇതാ. ഗാനരചന നിർവഹിച്ചു ഉദ്ദേശ്യം ഒരു കൊല്ലം കഴിഞ്ഞുള്ള കാലഘട്ടം. ബ്രിട്ടീഷുകാരനായ ഒരു സായിപ്പും കുടുംബവും ബിച്ചുവിനെ സന്ദർശിക്കുവാൻ വരുന്നു. ഓലത്തുമ്പത്തിരുന്നൂയലാടും... എന്ന ഗാനത്തെക്കുറിച്ച് കേട്ടും മനസ്സിലാക്കിയുമാണ് അവരുടെ വരവ്. തന്റെ മകന് ഏറെ പ്രിയപ്പെട്ട ഒരു ഗാനം എന്നുപറഞ്ഞ് സായിപ്പ് ഗിറ്റാറിന്റെ തന്ത്രികളെ തഴുകി ഒരു ഇംഗ്ലീഷ് ഗാനം പാടി.

Singing and singing on top of a pine tree
Oh! Nightingale, When I'm oiling my baby
Will you be able to sing a song?

പാട്ടു കേട്ട ബിച്ചു തിരുമല അന്തം വിട്ടിരുന്നു! തന്റെ വരികളുമായി അതിനുള്ള സാമ്യം എങ്ങനെ വന്നു?

സംഗീതം സാർവ്വലൗകികമാണ്, ഗാനരചനയും. പ്രഗദ്ഭ ഗാന രചയിതാവായ നമ്മുടെ ബിച്ചു തിരുമലയ്ക്കും ഇംഗ്ലീഷിൽ ഗാനങ്ങൾ രചിക്കുന്ന ഒരു ഗാനരചയിതാവിനും ഒരേ ആശയങ്ങൾ മനസ്സിലുദി ച്ചെന്ന് വരാം. 'പ്രതിഭാധനന്മാർ ഒരുപോലെ ചിന്തിക്കുന്നു' എന്നാണല്ലോ പ്രമാണം!

സംഗീത പ്രേമികൾക്ക് ഹിറ്റ് ഗാനങ്ങൾ സമ്മാനിച്ച ഒരു മുൻകാല ചിത്രമാണ് മാന്യശ്രീ വിശ്വാമിത്രൻ. മലയാള ഭാഷ അന്ന് അത്രക്ക് വശമില്ലാതിരുന്ന ആളായിരുന്നു അതിന്റെ സംഗീത സംവിധായകനായ ശ്യാം. ട്യൂൺ ആദ്യമുണ്ടാക്കുക എന്നതായിരുന്നു അദ്ദേഹത്തിന്റെ രീതി. ഗാനരചയിതാവകട്ടെ സാക്ഷാൽ പി. ഭാസ്കരനും. ട്യൂണിനനുസരിച്ച് ഗാനരചന നിർവഹിക്കാൻ അദ്ദേഹത്തിനു തീരെ താത്പര്യമില്ലെന്നാണ് ശ്യാമിന്റെ ധാരണ. പക്ഷേ ശ്യാമിനെ അമ്പരപ്പിച്ചും കൊണ്ട് ഭാസ്കരൻ മാഷ് ഗാനങ്ങൾ രചിക്കുന്നു. അങ്ങനെ പിറവിയെടുത്ത ആ ഹിറ്റ് ഗാനങ്ങളാണ് 'ഹാ, സംഗീത മധുരനാദം', 'കേട്ടില്ലേ കോട്ടയത്തൊരു മൂത്ത പുള്ളേച്ചൻ', 'കനവു നെയ്തൊരു കൽപിത കഥയി'ലെ തുടങ്ങി യവ!

'സന്മനസ്സുള്ളവർക്ക് സമാധാനം 'എന്ന ചിത്രത്തിലെ 'പവിഴമല്ലി പൂത്തുലഞ്ഞ നീലവാനം' എന്ന ഹിറ്റ് ഗാനം. സംഗീതസംവിധായ കനായ ശ്രീ. ജെറി അമൽദേവ് ഗാനരചയിതാവായ മുല്ലനേഴി മാഷെ കാണാൻ തൃശൂരിനടുത്ത് ഒല്ലൂരിലെത്തുന്നു. അദ്ദേഹം വീട്ടിലില്ല, സ്കൂളി ലാണെന്ന വിവരമനുസരിച്ച് സംഗീതസംവിധായകൻ സ്കൂളി ലെത്തുന്നു. അവിടെയും അദ്ദേഹത്തെ കാണുവാൻ കഴിയുന്നില്ല. പിന്നീട് ഒരു ഹോട്ടൽ മുറിയിൽ വച്ച് അദ്ദേഹത്തെ കാണുവാനുള്ള സാഹചര്യ മൊരുങ്ങി. തന്റെ ട്യൂണിനനുസരിച്ച് ഒരു സ്കൂൾ മാസ്റ്റർ വിദഗ്ധമായി ഗാനം രചിക്കുമോ എന്ന ശങ്കയിലാണ് ശ്രീ ജെറി അമൽ ദേവ് മുല്ലനേഴി മാഷെ സമീപിച്ചത്. മാഷ് ട്യൂൺ മൂളുവാനാവശ്യപ്പെടുന്നു. സംഗീത സംവിധായകൻ ട്യൂൺ മൂളുന്നു. 'ഒന്നുകൂടി മൂളാമോ' എന്ന് മാഷ്. രണ്ടാമത് ട്യൂൺ കേട്ടതിനു ശേഷം മാഷ് പേനയെടുത്ത് എഴുതുന്നു. "പവിഴമല്ലി പൂത്തുലഞ്ഞ നീലവാനം...." എന്ന ഗാനം. തന്റെ ട്യൂണിനനു സരിച്ച് ഉടൻ പിറന്ന ഗാനത്തിന്റെ കാവ്യ ഭംഗിയിൽ സംഗീത സംവിധായ കൻ മതി മറന്നിരുന്നു!

എന്തിനേറെ, ജനഹൃദയങ്ങൾ കവർന്ന "ചെമ്മീനിലെ" ഗാനങ്ങൾ സലീൽ ചൗധരി ട്യൂണിട്ടതിനു ശേഷം വയലാർ എഴുതിയവയാണ്!

- പാട്ടുകളെ സിനിമയിൽ ഔചിത്യപൂർവം എങ്ങനെ അവതരിപ്പിക്കാം?

പണ്ടത്തെ ജനപ്രിയ സിനിമകളിൽ ഒഴിച്ചുകൂടാൻ വയ്യാത്ത ഘടക മായിരുന്നു 'മരം ചുറ്റി പ്രേമം'. നായകനും നായികയും മരങ്ങൾക്ക് ചുറ്റും

'ഓടിയും, ചാടിയും, നടന്നും, തൊന്നി നീങ്ങിയും' തങ്ങളുടെ പ്രണയത്തെ 'ഫലപ്രദമായി കൈമാറിയിരുന്ന' രംഗങ്ങളാൽ സമൃദ്ധമായിരുന്നു മലയാള സിനിമകൾ. ഇത്തരം രംഗങ്ങളിൽ അഭിനയിച്ചിരുന്നതിന്റെ പേരിൽ പ്രശസ്ത നടൻ പ്രേംനസീറിനെ ചിലർ വിമർശിക്കുകയും ചെയ്തിരുന്നു. അതൊരു സ്നേഹപൂർവമുള്ള വിമർശനമായി വേണം കരുതുവാൻ. കാരണം അത്തരത്തിൽ വിമർശിച്ചവരൊക്കെ അദ്ദേഹത്തിന്റെ അതുപോലെയുള്ള രംഗങ്ങൾ കാണുവാൻ തിയ്യറ്ററിൽ നേരത്തെ സ്ഥലം പിടിച്ചിരുന്നുവെന്നതാണ് വാസ്തവം! മരം ചുറ്റി പ്രേമമെന്നത് ഗാനരംഗങ്ങളുടെ ഏറ്റവും സാധാരണമായ ഒരവതരണ രീതിയായിരുന്നുവെന്ന് കാണുവാൻ കഴിയും. എന്നാൽ ഗാനങ്ങളെ വെറുമൊരു 'എന്റർടെയ്ൻമെന്റി'ന് വേണ്ടി മാത്രം ഉപയോഗിക്കുന്നതിൽ നിന്നും ഉയർന്ന തലങ്ങളിലേക്ക് എത്തിക്കുവാനും കഴിയും. കഥാപാത്രങ്ങളുടെ പ്രത്യേക മാനസിക ഭാവങ്ങൾ പ്രകടിപ്പിക്കുക, കഥയുടെ വളർച്ചയിലേക്കും വികാസ പരിണാമങ്ങളിലേക്കും വെളിച്ചം വീശുക, ഒരു കഥാപാത്രത്തിന്റെ വളർച്ചയെ കാണിക്കുക (ബാല്യകൗമാരയൗവ്വന വാർദ്ധക്യങ്ങളിലൂടെയുള്ള കഥാപാത്രത്തിന്റെ വളർച്ച), കാലഘട്ടത്തിൽ വന്ന മാറ്റത്തെ സൂചിപ്പിക്കുക, ടൈറ്റിലുകൾ കാണിക്കുമ്പോൾത്തന്നെ പാട്ടിലൂടെ കഥയുടെ 'മൂഡി'നെ സ്ഥാപിക്കുക തുടങ്ങി ഗാനങ്ങൾക്ക് നിരവധി ധർമ്മങ്ങൾ സിനിമയിൽ നിർവഹിക്കുവാൻ കഴിയും.

- ഗാനങ്ങളെ പൂർണ്ണമായി മാത്രമേ സിനിമയിൽ അവതരിപ്പിക്കുവാൻ പാടുള്ളൂ എന്നുണ്ടോ?

സാധാരണയായി ചലച്ചിത്ര സംവിധായകർ ഗാനങ്ങളെ പൂർണ്ണമായാണ് തങ്ങളുടെ ചലച്ചിത്രങ്ങളിൽ ഉൾപ്പെടുത്താറുള്ളത്. എന്നാൽ ചില സന്ദർഭങ്ങളിൽ ഗാനങ്ങളെ ഭാഗികമായി ഉൾപ്പെടുത്തുന്നതിൽ തെറ്റില്ല. (ഉദാ: നായിക ഒരു പ്രത്യേക സന്ദർഭത്തിൽ ആലപിച്ച ഗാനത്തെ നായകൻ ഓർക്കുന്നത് പലപ്പോഴും അപൂർണ്ണമായ ഗാനത്തിലൂടെയായിരിക്കും), കവിതയുടെ ഏതാനും വരികൾ മാത്രം, ഹമ്മിങ്ങ്, വാക്കുകൾ ഇല്ലാതെ സംഗീതോപകരണങ്ങൾ ഉപയോഗിച്ച് സൃഷ്ടിക്കപ്പെടുന്ന ബിറ്റുകൾ എന്നിവയെ സിനിമകളിൽ കാണാനാകും.

- ഏതുതരം ചിത്രങ്ങളാണ് മ്യൂസിക്കലുകൾ (Musicals) എന്നറിയപ്പെടുന്നത്?

സംഗീതത്തിന്, പ്രത്യേകിച്ച് ഗാനങ്ങൾക്ക് വർദ്ധിച്ച പ്രാധാന്യം നൽകപ്പെടുന്ന സിനിമകളാണ് മ്യൂസിക്കലുകൾ. ഇത്തരം ചിത്രങ്ങളിൽ കഥാപാത്രങ്ങൾ പലപ്പോഴും സംസാരിക്കുന്നതു തന്നെ ഗാനങ്ങളിലൂടെയായിരിക്കും. 'ദ സൗണ്ട് ഓഫ് മ്യൂസിക്ക്', 'മൈ ഫെയർ ലേഡി', 'ചിറ്റി,

ചിറ്റീ, ബാങ്ങ്, ബാങ്ങ്', 'ഫ്രാങ്കി ആൻഡ് ജോണി', 'വെസ്റ്റ് സൈഡ് സ്റ്റോറി' എന്നീ ചിത്രങ്ങൾ ഈ വിഭാഗത്തിൽപ്പെടുന്നവയാണ്.

മ്യൂസിക്കൽ എന്ന ഈ ചലച്ചിത്രശാഖ ഇന്ത്യൻ സിനിമയിൽ കാര്യമായി വേരൂന്നിയിട്ടില്ലെന്നതാണ് വാസ്തവം.

- ഗാനങ്ങൾക്ക് പ്രാധാന്യം നൽകി നിർമ്മിക്കപ്പെട്ടിട്ടുള്ള ദക്ഷിണേന്ത്യൻ സിനിമകൾ ഏവ?

ഗാനങ്ങൾക്കു പ്രാധാന്യം നല്കി നിർമ്മിക്കപ്പെട്ടിട്ടുള്ള നിരവധി ദക്ഷിണേന്ത്യൻ ചിത്രങ്ങളുണ്ട്. എങ്കിലും ഗാനങ്ങൾ ചലച്ചിത്രാഖ്യാനത്തിന്റെ നിർണ്ണായക ഘടകമായി വർത്തിക്കുന്ന സിനിമകളുടെ എണ്ണം ചുരുക്കമാണെന്നു പറയാം. ചില ഉദാഹരണങ്ങൾ താഴെ കൊടുക്കുന്നു. "ശങ്കരാഭരണം, 'സാഗരസംഗമം, 'സ്വാതി തിരുനാൾ', 'ഭരതം'.

- തീം മ്യൂസിക് (Theme Music) ഒരു സിനിമയിൽ എന്ത് ധർമ്മമാണ് നിർവ്വഹിക്കുന്നത്?

ഒരു സിനിമയിലെ ചില പ്രത്യേക സിറ്റ്വേഷനുകളിലെ ഭാവത്തെ പൊലിപ്പിച്ചു കാണിക്കുവാനാണ് തീം മ്യൂസിക് ഉപയോഗിക്കുന്നത്. ഒരു യുവാവും യുവതിയും പരസ്പരം കണ്ടുമുട്ടുന്നു. അവരിൽ പ്രണയം ഉടലെടുക്കുന്നു. ഈ രംഗത്തിന്റെ ഭാവത്തെ വർദ്ധിപ്പിച്ചു കാണിക്കുവാനുള്ള ഒരു പശ്ചാത്തല സംഗീത ശകലം നാം കേൾക്കുന്നു. അവർ പല തവണ കണ്ടുമുട്ടുമ്പോഴും ഈ സംഗീത ശകലമാണ് സൗണ്ട് ട്രാക്കിലുള്ളത്. പ്രണയത്തേയും സന്തോഷത്തേയും ധ്വനിപ്പിക്കുന്ന ഈ സംഗീതം അവർ വേർപിരിയുമ്പോൾ നാം കേൾക്കുന്നത് ദുഃഖഭാവത്തോടെയാണ്. ആദ്യം അവതരിപ്പിച്ച തീം മ്യൂസിക്കിനെ വേഗത (Tempo) കുറച്ചവതരിപ്പിച്ചോ, അതിനെ വ്യത്യസ്ത സംഗീതോപകരണങ്ങളിലൂടെ അവതരിപ്പിച്ചോ ആകാം സംഗീതസംവിധായകർ ഈ ഫലം നേടിയെടുക്കുന്നത്. കാമുകീ കാമുകന്മാരുടെ കണ്ടുമുട്ടലുകൾക്ക് കീബോർഡും ഗിറ്റാറുമാണ് ഉപയോഗിച്ചതെന്ന് കരുതുക. വേർപിരിയലിന് ഒരുപക്ഷേ അതേ സംഗീതം തന്നെ വയലിനിലോ വീണയിലോ ആകാം നാം കേൾക്കുന്നത്. ഏതുപകരണങ്ങൾ ഏതു രീതിയിൽ ഉപയോഗിക്കണമെന്നതിന് സംഗീത സംവിധായകന്റെ വിവേചന ബുദ്ധി മാത്രമാണ് മാനദണ്ഡം. കൃത്യമായ നിയമങ്ങൾ ഇതിനില്ല. ചില ചിത്രങ്ങളിൽ 'ഹമ്മിങ്ങി'ലൂടെയോ, ഹമ്മിങ്ങും ഉപകരണങ്ങളും ചേർന്ന വിധത്തിലോ ആകാം തീം മ്യൂസിക്. ചില ഇന്ത്യൻ ക്ലാസ്സിക് ചിത്രങ്ങളിൽ രാഗാധിഷ്ഠിതമായ തീം മ്യൂസിക് അവതരിപ്പിക്കപ്പെട്ടിട്ടുണ്ട്. ഋത്വിക് ഘട്ടക് സംവിധാനം ചെയ്ത 'കോമൾ ഗാന്ധാർ' എന്ന ചിത്രം. ഇതിൽ രണ്ടു ബംഗാളുകളുടെ ഏകീകരണമാണ് വിഷയം. നായികാ നായകന്മാർ കണ്ടുമുട്ടുമ്പോൾ

കേൾക്കുന്ന തീം മ്യൂസിക്കിനായി ഉപയോഗിച്ചിട്ടുള്ളത് 'കലാവതി' രാഗ മാണ്. ഇതിനെക്കുറിച്ചു ഋത്വിക് ഘട്ടക്ക് പറയുന്നത് കേൾക്കൂ...." ഇതു കേവലം യാദൃച്ഛികതയല്ല. കാമുകീകാമുകന്മാർ വേർപിരിയുമ്പോഴും ഇതേ രാഗത്തെ വിദഗ്ധമായി ഉപയോഗപ്പെടുത്താൻ കഴിയുമെന്നതി നാലാണ് അങ്ങനെ ചെയ്തിട്ടുള്ളത്. അപ്പോൾ അതൊരു സമ്പൂർണ്ണ പ്രസ്താവന പോലെയായിത്തീരുന്നു."

- 'സോങ്ങ് പഞ്ചിങ്ങ്' (Song punching) എന്നാലെന്താണ്?

ഗാനങ്ങളെ ഷൂട്ടിങ്ങിനു മുൻപായി വരികളും ഉപകരണ സംഗീതശകല ങ്ങളുമായി എഴുതി തയ്യാറാക്കുന്നതാണ് സോങ്ങ് പഞ്ചിങ്ങ്. സംവിധാന സഹായികളിൽ പരിചയ സമ്പന്നനായ ഒരാളാണ് ഇതു സാധാരണയായി നിർവ്വഹിക്കാറുള്ളത്. ഗാനത്തിന്റെ ഒരു വരിക്കോ, ഒരു ഖണ്ഡത്തിനോ, ഉപകരണ സംഗീത ശകലത്തിനോ ഒരു പഞ്ച് നമ്പർ (punch Number) കൊടുക്കുന്നു. ഷൂട്ടിങ്ങ് സമയത്തു ക്ലാപ്പു ബോർഡിൽ ഏതു വരികളാണ് ചിത്രീകരിക്കുന്നതെന്നറിയാൻ ഈ നമ്പറുകളാണെഴുതുന്നത്. (ഷോട്ട് നമ്പർ എഴുതുന്നതിനു പകരം).

- ഡിജിറ്റൽ സംഗീതത്തിന്റെ ഗുണങ്ങളും ദോഷങ്ങളുമെന്താണ്?

ഗുണങ്ങൾ

1. യാഥാർത്ഥ ഓർക്കസ്ട്രായുടെ സഹായമില്ലാതെത്തന്നെ സംഗീതം സൃഷ്ടിക്കുവാൻ കഴിയുന്നു.
2. അധികം പ്രചാരത്തിലില്ലാത്ത ഉപകരണങ്ങളുടെ ശബ്ദങ്ങളെ സംഗീ തത്തിൽ ഉൾപ്പെടുത്താനാകുന്നു.
3. സംഗീതത്തിനു കൃത്യമായ ടൈമിങ്ങും ഫലപ്രദമായ 'ഡൈനാമി ക്സും' നൽകുവാൻ കഴിയുന്നു.
4. തെറ്റുകൾ വേഗത്തിൽ തിരുത്താനാകുന്നു.
5. കുറഞ്ഞ ചെലവ്.

ദോഷങ്ങൾ.

1. ഇന്റർനെറ്റിൽ നിന്നും ലഭ്യമായ സംഗീത ശകലങ്ങളെ യാന്ത്രിക മായി കൂട്ടിച്ചേർക്കുന്ന അനാരോഗ്യകരമായ പ്രവണത.
2. കാര്യമായ സംഗീതജ്ഞാനമില്ലാത്തവർപോലും സംഗീത സംവിധാ യകരായി അറിയപ്പെടുന്നു.

ശബ്ദം

Once, there lived two sound recordists.
The One, merely recorded sound
The other saw with his inner eye
'The colours of sound and silence!'
He did ever 'design' the sound
His movies by critics recognised as 'Sound!'

'ആക്ഷൻ ഹീറോ ബിജു', 'പ്രേമം' തുടങ്ങിയ ജനപ്രിയ സിനിമകളിൽ ശബ്ദലേഖനം പ്രധാനമായും നിർവ്വഹിച്ചിട്ടുള്ളത് "സിങ്ക് സൗണ്ട്" (Sync sound) സമ്പ്രദായമനുസരിച്ചാണ്. ഈ സമ്പ്രദായമനുസരിച്ച് ഡബ്ബിങ്ങ് ഒഴിവാക്കപ്പെടുകയും ലൊക്കേഷനിൽ റെക്കോർഡു ചെയ്യപ്പെടുന്ന ഡയലോഗുകളെ സിനിമയിൽ ഉപയോഗിക്കുകയും ചെയ്യും. ക്ലേശകരമായ ഈ പ്രക്രിയയ്ക്കു ചില തയ്യാറെടുപ്പുകളൊക്കെയുണ്ട്. ഷൂട്ടിങ്ങ് നടക്കുന്ന സ്ഥലത്തിനരികിലുള്ള വീട്ടിലെ കുഞ്ഞു അലറിക്കരഞ്ഞാൽ, കാക്ക കരഞ്ഞാൽ, വാഹനങ്ങൾ ഇരമ്പിപ്പാഞ്ഞാൽ, വർക്ക്ഷാപ്പിൽ നിന്നും ശബ്ദങ്ങൾ പുറപ്പെട്ടാലൊക്കെ ചിത്രീകരണം മുടങ്ങും. ഷോട്ടെടുക്കുന്നതിനു മുമ്പു കരയുന്ന കുഞ്ഞിനെ അകറ്റി നിർത്തുവാനും വാഹനങ്ങളെ തടയുവാനും വർക്ക്ഷോപ്പിലെ കഠിന ശബ്ദങ്ങളെ നിയന്ത്രിക്കുവാനുമൊക്കെയായി ഇപ്പോൾ സിനിമയിൽ ചില ആളുകളുണ്ട്. പുതിയതായി രംഗപ്രവേശം ചെയ്ത ഈ വിഭാഗം ആളുകളാണ് 'സൗണ്ട് കട്ടേഴ്സ്!'

- സൗണ്ട് എൻജിനിയറിങ്ങ് എന്നാലെന്താണ്? ഇതിൽ ഏതെല്ലാം വിഭാഗ ങ്ങളുണ്ട്?

ഒരു ചലച്ചിത്രത്തിൽ ആവശ്യമായ ശബ്ദങ്ങളെയെല്ലാം ലേഖനം ചെയ്ത് അവയെ വേണ്ടവിധം സംയോജിപ്പിച്ചു ചലച്ചിത്രത്തിന്റെ ഭാവ തീവ്രതയെ ഉയർത്തുന്ന വിധത്തിൽ അവതരിപ്പിക്കുന്ന സാങ്കേതികത്വമാണ് 'സൗണ്ട് എൻജിനിയറിങ്ങ്'. ഇതിൽ ആറു വിഭാഗങ്ങളാണ് പ്രധാനമായും ഉള്ളത്.

1. ചിത്രീകരണ സമയത്തെ ശബ്ദലേഖനം.

സിങ്ക് സൗണ്ട് റെക്കോഡിങ്ങ് (Sync sound recording) എന്ന ശബ്ദ ലേഖന സമ്പ്രദായമാണെങ്കിൽ ലൊക്കേഷനിൽ ലേഖനം ചെയ്യപ്പെടുന്ന ശബ്ദം തന്നെ സിനിമയിൽ ഉപയോഗിക്കുന്നു. (സംഭാഷണവും പശ്ചാത്തല ശബ്ദങ്ങളും) സിങ്ക് സൗണ്ട് അല്ലാതെയുള്ള റെക്കോഡിങ്ങ് സമ്പ്ര ദായവുമുണ്ട്.

2. ഡബ്ബിങ്ങ് (Dubbing)

നടന്റെയോ നടിയുടെയോ ഭാവങ്ങൾക്കനുസരിച്ചു സ്റ്റൂഡിയോയിൽ സംഭാഷണങ്ങൾ ലേഖനം ചെയ്യുന്ന രീതി. (ഈ സമ്പ്രദായമനുസരിച്ചു ഷൂട്ടിങ്ങ് വേളയിൽ റെക്കോഡു ചെയ്യപ്പെടുന്ന സംഭാഷണങ്ങൾ യഥാർത്ഥ സൗണ്ട് ട്രാക്കിൽ ഉപയോഗിക്കപ്പെടുന്നില്ല).

3. സൗണ്ട് ഇഫെക്ട്സ്(Sound effects)

ശബ്ദത്തിന്റെ പ്രത്യേക ഇഫെക്ടുകളെ റെക്കോഡ് ചെയ്യലാണിത്.

4. സൗണ്ട് എഡിറ്റിങ്ങ് (Sound editing)

ദൃശ്യങ്ങൾക്കനുസരിച്ചു ശബ്ദത്തെ ക്രമീകരിക്കലാണിത്.

5. മ്യൂസിക് റെക്കോഡിങ്ങ് (Music recording)

ഗാനങ്ങൾ, പശ്ചാത്തല സംഗീതം എന്നിവ റെക്കോഡ് ചെയ്യലാണിത്.

6. ഫൈനൽ സൗണ്ട് മിക്സിങ്ങ് (final sound mixing)

ലേഖനം ചെയ്യപ്പെട്ട എല്ലാതരം വ്യത്യസ്ത ശബ്ദങ്ങളേയും സാങ്കേതികത്തികവോടെ മിശ്രണം ചെയ്യൽ.

- എക്കൂസ്റ്റിക്സ്(Accoustics) എന്ന പദം എന്തിനെ സൂചിപ്പിക്കുന്നു?

ശബ്ദത്തെക്കുറിച്ചു പ്രതിപാദിക്കുന്ന ശാസ്ത്രശാഖയാണ് എക്കൂസ്റ്റിക്സ്. ഇതിൽ വിവിധ മാദ്ധ്യമങ്ങളിലൂടെയുള്ള ശബ്ദത്തിന്റെ സഞ്ചാരം, മനുഷ്യനു കേൾക്കാൻ സാധിക്കുന്ന ശബ്ദങ്ങൾ, കേൾക്കാൻ സാധിക്കാത്ത ശബ്ദങ്ങൾ എന്നിവയെക്കുറിച്ചെല്ലാം വിശദമായി പഠിക്കാനാകും. ശബ്ദത്തിന്റെ ഉത്പാദനം (production), പ്രേഷണം (transmission), സ്വീകരണം (Reception), പ്രയോഗം (Application) തുടങ്ങിയവയെക്കുറിച്ചെല്ലാമുള്ള പഠനം ഇതിൽ ഉൾപ്പെടുന്നു.

- ഫ്രീക്വൻസി (Frequency), ലൗഡ് നെസ്സ് (Loudness) എന്നിവ തമ്മിലുള്ള വ്യത്യാസങ്ങൾ ഏവ?

ഉയർന്ന ശ്രുതിയിൽ ഗാനമാലപിക്കുക, താഴ്ന്ന ശ്രുതിയിൽ ഗാനമാലപിക്കുക എന്നെല്ലാം കേട്ടിട്ടില്ലേ? ചുരുക്കിപ്പറഞ്ഞാൽ സ്വരത്തിന്റെ ഉയർച്ചതാഴ്ചയാണ് ശ്രുതി എന്നു പറയാം. ശ്രുതി എന്ന വാക്കിനെ ഇംഗ്ളീഷിൽ "Pitch" എന്നാണ് പറയുന്നത്. ഈ ആശയത്തെ ശാസ്ത്രീയ പരിവേഷം ചാർത്തിയാൽ ലഭിക്കുന്നതാണ് "ഫ്രീക്വൻസി" അഥവാ ആവൃത്തി എന്ന പദം. ഒരു സെക്കന്റിൽ ഒരു വസ്തു എത്ര തവണ കമ്പനം ചെയ്യുന്നുവെന്നതിന്റെ എണ്ണമാണ് ഫ്രീക്വൻസി. ഫ്രീക്വൻസി കൂടിയാൽ ശ്രുതി കൂടിയെന്നും കുറഞ്ഞാൽ ശ്രുതി കുറഞ്ഞുവെന്നുമാണ് അർത്ഥം. ഫ്രീക്വൻസിയുടെ യൂണിറ്റ് 'ഹെർട്സ്' (Hertz ചുരുക്കത്തിൽ Hz) ആണ്. മനുഷ്യർക്കു കേൾക്കാവുന്ന ശബ്ദത്തിന്റെ ആവൃത്തിയുടെ റേഞ്ച് 20Hz മുതൽ 20,000Hz വരെയാണ്. നായ്ക്കളും വവ്വാലുകളുമൊക്കെ ഇതിലും ഉയർന്ന ആവൃത്തിയുള്ള ശബ്ദങ്ങൾ കേൾക്കുന്നുണ്ടെന്നതാണു വാസ്തവം. കൃത്യമായി ട്യൂൺ ചെയ്യപ്പെട്ട ഒരു പിയാനോയുടെ 'മിഡിൽ ഒക്ടേവിലെ' (Middle Octave) A എന്ന നോട്ടിന്റെ ഫ്രിക്വൻസി 440Hz ആയിരിക്കും. എട്ടു സ്വരങ്ങളുടെ ഒരു കൂട്ടത്തെയാണു സംഗീതത്തിൽ 'ഒക്ടേവ്' എന്നു പറയുന്നത്.

ശബ്ദ തരംഗത്തിൽ ഉണ്ടാക്കപ്പെട്ട മർദ്ദത്തിന്റെ അളവിനെയാണ് ലൗഡ്നസ്സ് അഥവാ വോള്യം (Volume) എന്നു പറയുന്നത്. ഇത് ഡെസിബെൽ (Decibel അഥവാ dB) എന്ന യൂണിറ്റു കൊണ്ടാണ് അളക്കുന്നത്. രണ്ടു ശബ്ദങ്ങളുടെ വോള്യത്തിനെ ആപേക്ഷികമായി താരതമ്യം ചെയ്യുവാനാണു ഡെസിബെൽ എന്ന യൂണിറ്റു ഉപയോഗിക്കുന്നത്. പറയാം. ഒരു നിശ്ചിത ശബ്ദത്തിന്റെ വോള്യം 10 dB ഉയർന്നാൽ നമുക്കതു ഇരട്ടിയായതായാണനുഭവപ്പെടുക. സാധാരണയായി ശബ്ദത്തെ താരതമ്യം ചെയ്യുന്നത് 'ത്രെഷോൾഡ്' (threshold) എന്ന ആശയത്തെ മുൻനിർത്തിയാണ്. മനുഷ്യരുടെ സംഭാഷണം ത്രെഷോൾഡിനു മുകളിൽ ഏകദേശം

65dB ആണ്. 130dB ന് മുകളിലുള്ള ശബ്ദം നമ്മുടെ ചെവികൾക്കു വേദനാജനകമായിരിക്കും. ഒരു ജെറ്റ് വിമാനം നാം നിൽക്കുന്നതിന്റെ നൂറ് അടി ദൂരത്തിനുള്ളിലൂടെ കടന്നു പോകുന്ന ശബ്ദമാണ് 130dB!

- ഡൈനാമിക് റേഞ്ച് (Dynamic Range) എന്നാലെന്താണ്?

ഏറ്റവും കുറഞ്ഞ ശബ്ദവും കൂടിയ ശബ്ദവും തമ്മിലുള്ള അന്തരമാണു ഡൈനാമിക് റേഞ്ച്. ഒരു സിംഫണി ഓർക്കസ്ട്രയുടെ ഡൈനാമിക് റേഞ്ച് 80 dB ആണ്. അതായത് ഒരു വയലിനിസ്റ്റ് മൃദുവായി വയലിൻ വായിക്കുമ്പോഴുണ്ടാകുന്ന ശബ്ദവും മുഴുവൻ ഗ്രൂപ്പും ഒന്നു ചേർന്നു ഉറക്കെ ഉപകരണങ്ങൾ വായിക്കുമ്പോഴുണ്ടാകുന്ന ശബ്ദവും തമ്മിലുള്ള വ്യത്യാസമാണ് 80dBഎന്നർത്ഥം.

ഒരു സൗണ്ട് റെക്കോഡിങ്ങ് സിസ്റ്റത്തെ സാങ്കേതികമായി വിലയിരുത്തുവാൻ ഡൈനാമിക് റേഞ്ച് എന്ന പദമാണുപയോഗിക്കുന്നത്. നല്ലൊരു മാഗ്നറ്റിക് ടേപ്പ് റെക്കോഡറിന്റെ ഡൈനാമിക് റേഞ്ച് 70dB ആണ്. അതായത് ഡിസ്റ്റോർഷൻ (distortion) ഇല്ലാതെ റെക്കോർഡ് ചെയ്യപ്പെട്ട ഉയർന്ന ശബ്ദവും ടേപ്പ് നോയ്സ് (Tape noise അഥവാ hiss) എന്ന താഴ്ന്ന ശബ്ദവും തമ്മിലുള്ള റേഞ്ച് ആണിത്.

മനുഷ്യന്റെ ചെവിയുടെ ഡൈനാമിക് റേഞ്ച് 130dB ആണ്. മനുഷ്യൻ കേൾക്കുന്ന ചെറിയ ശബ്ദവും ചെവികൾക്കു വേദനയുളവാകുന്ന ശബ്ദവും തമ്മിലുള്ള അന്തരമാണിത്.

- സിഗ്നൽ ടു നോയ്സ് റേഷ്യോ (signal to noise ratio) എന്താണ്?

ഒരു ടേപ്പ്റെക്കോഡറിന്റെ ഡൈനാമിക് റേഞ്ച് ചിലപ്പോൾ സിഗ്നൽ ടു നോയ്സ് (s/n) റേഷ്യോ എന്നറിയപ്പെടാറുണ്ട്. നമ്മൾ യഥാർത്ഥത്തിൽ വ്യക്തമായി റെക്കോഡ് ചെയ്യുവാനാഗ്രഹിക്കുന്ന ശബ്ദം ആണു S അഥവാ സിഗ്നൽ. നോയ്സ് അഥവാ n എന്നത് ടേപ്പ് ഓടുന്നതിന്റെ ശബ്ദമോ, മൈക്രോഫോൺ, റെക്കോഡർ, ആംപ്ലിഫയർ എന്നിവയുടെ സർക്യൂട്ടിൽ നിന്നും അനാവശ്യമായി ഉണ്ടാകുന്ന ചെറിയ ശബ്ദമോ ആകാം.

- ALC യും AGCയും എന്താണെന്നു വിശദീകരിക്കാമോ?

ALC എന്നാൽ Automatic level control ഉം AGCയെന്നാൽ Automatic Gain Controlഉം ആണ്. ഇതു രണ്ടും ഒന്നു തന്നെയാണ്. നേരത്തേ തീരുമാനിക്കപ്പെട്ട ഒരു റെക്കോർഡിങ്ങ് ലെവലിൽ (Pre-determined recording level) ശബ്ദങ്ങൾ റെക്കോഡ് ചെയ്യപ്പെടുകയാണു ചെയ്യുന്നത്. റെക്കോർഡറിലേക്കു വരുന്ന ശബ്ദസിഗ്നലുകൾ വളരെ

ദുർബ്ബലമാണെങ്കിൽ അവ 'ബൂസ്റ്റ്' (Boost) ചെയ്യപ്പെടുകയും അത്യുച്ചത്തിലാണെങ്കിൽ അവ വെട്ടിച്ചുരുക്കപ്പെടുകയും ചെയ്യുന്നു. ഇതു നിർമ്മാണ വേളയിലുള്ള ക്രമീകരണമായതിനാൽ സൗണ്ട് റെക്കോഡിസ്റ്റിനു ഇതിൽ കാര്യമായൊന്നും ചെയ്യാനില്ല. ALC അഥവാ AGC ഭൂരിഭാഗം സന്ദർഭങ്ങളിലും ഒരനുഗ്രഹമാണെങ്കിലും ചില സന്ദർഭങ്ങളിൽ അവയ്ക്ക് പരിമിതികളുണ്ട്. ഒരു അടുക്കളയിൽ നടക്കുന്ന സംഭാഷണങ്ങൾ റെക്കോഡ് ചെയ്യുകയാണെന്നു കരുതുക. വ്യക്തികൾ സംസാരിച്ചു കൊണ്ടിരിക്കുമ്പോൾ റെക്കോഡർ അതിന്റെ ജോലി ഭംഗിയായി നിർവ്വഹിക്കും. പക്ഷേ, അവർ സംസാരം നിർത്തിയാൽ റഫ്രിജറേറ്ററിന്റെ ഇരമ്പമായിരിക്കും ഉച്ചത്തിൽ റെക്കോഡ് ചെയ്യപ്പെടുന്നത്! സെമി ഓട്ടോമാറ്റിക് ലെവൽ കൺട്രോൾ (Semi automatic level control) ഉള്ള റെക്കോഡിങ്ങ് സിസ്റ്റമോ പൂർണ്ണമായും മാന്വൽ (Fully manual) ആയിട്ടുള്ള റെക്കോഡിങ്ങ് സിസ്റ്റമോ ഉപയോഗിക്കുകയാണിതിനുള്ള പോംവഴി. എങ്കിൽപ്പിന്നെ എന്തിനാണ് ALC എന്നൊരു ചോദ്യം ഇവിടെ ഉത്ഭവിക്കുന്നു. നിങ്ങളുടെ റെക്കോഡറിന്റെ ALC, നിങ്ങൾക്ക് രേഖപ്പെടുത്തുവാനുള്ള ശബ്ദങ്ങളുടെ 'റേഞ്ചി'നനുസരിച്ചു കൃത്യമായി പ്രതികരിക്കുന്നുണ്ടെങ്കിൽ നിങ്ങൾക്കതുപയോഗിക്കാമല്ലോ!

- ഡിജിറ്റൽ ഓഡിയോ (Digital Audio) എന്നാലെന്താണ്?

ശബ്ദവുമായി ബന്ധപ്പെട്ടതും ഡിജിറ്റൽ സാങ്കേതിക വിദ്യയനുസരിച്ചു നിർവ്വഹിക്കപ്പെടുന്നതുമായ ഒരു ശബ്ദലേഖന പുനരുല്പാദന സമ്പ്രദായമാണ് ഡിജിറ്റൽ ഓഡിയോ. ഡിജിറ്റൽ സിഗ്നലുകളുപയോഗിച്ചു ശബ്ദത്തെ റെക്കോഡ് ചെയ്യുക, എഡിറ്റ് ചെയ്യുക, കൃത്രിമമായി ഉണ്ടാക്കുക, പ്ലേ ബാക്ക് (play back) ചെയ്യുക തുടങ്ങിയവയാണ് ഇതിൽ പ്രധാനമായും ഉൾപ്പെടുന്നത്.

- ഡിജിറ്റൽ ഓഡിയോയുടെ പ്രവർത്തനരീതിയെക്കുറിച്ചു വിവരിക്കാമോ?

വിവിധ ഘട്ടങ്ങൾ താഴെപ്പറയുന്നവയാണ്.

1. സ്രോതസ്സി(Source)ൽ നിന്നുമുത്ഭവിക്കുന്ന ശബ്ദതരംഗങ്ങൾ മൈക്രോഫോണിൽ പതിക്കുന്നു. മൈക്രോഫോൺ അവയെ അനലോഗ് വൈദ്യുത തരംഗങ്ങളാക്കുന്നു.
2. അനലോഗ് ടു ഡിജിറ്റൽ കൺവർട്ടറിന്റെ (Analogue to digital converter - ADC) സഹായത്താൽ വൈദ്യുത തരംഗങ്ങളെ ഡിജിറ്റൽ രൂപത്തിലാക്കുന്നു. ഇവയെ ഡിസ്കിലോ ടേപ്പിലോ രേഖപ്പെടുത്തുന്നു.

3. ഡിജിറ്റൽ ശബ്ദഫയലുകളെ അനലോഗ് വൈദ്യുത തരംഗങ്ങളാക്കി സ്പീക്കറിലേക്കയയ്ക്കുന്നു. ഇതിനായി ഡിജിറ്റൽ ടു അനലോഗ് കൺവർട്ടർ (Digital to analogue converter DAC) ഉപയോഗിക്കുന്നു.
4. സ്പീക്കറിനുള്ളിലെ ഡയഫ്രം കമ്പനം ചെയ്തു തത്തുല്യമായ ശബ്ദങ്ങൾ പുറപ്പെടുവിക്കുന്നു.

- DAT എന്നാലെന്താണ്?

Digital Audio Tape എന്ന വാക്കുകളുടെ ആദ്യാക്ഷരങ്ങൾ ചേർന്നാണ് DAT ഉണ്ടായത്. ആദ്യകാലങ്ങളിൽ ഇറങ്ങിയിരുന്ന ടേപ്പുകൾ അനലോഗ് സംവിധാനത്തിൽ വിവരങ്ങളെ (datas) രേഖപ്പെടുത്തിയിരുന്നവയാണ്. പിന്നീട് ഡിജിറ്റൽ ടെക്നോളജി കടന്നു വന്നതോടെ ടേപ്പിൽ ഡിജിറ്റലായി ശബ്ദത്തെ റെക്കോഡ് ചെയ്യാമെന്നായി. ഡിജിറ്റലായി ശബ്ദം റെക്കോഡ് ചെയ്യപ്പെട്ട ടേപ്പ് ആണ് ഡിജിറ്റൽ ഓഡിയോ ടേപ്പ് അഥവാ ഡാറ്റ്. ഈ ഫോർമാറ്റ് ആദ്യമായി വിപണിയിലിറക്കിയത് ഇലക്ട്രോണിക്സ് രംഗത്തെ അതികായന്മാരായ സോണിയാണ്. കാസറ്റിന്റെ വീതി 3.78 മി.മീറ്ററും ടേപ്പു ചലിക്കുന്ന വേഗത 4.7 സെ.മീ/സെക്കന്റും ആണ്. ഒമ്പത് ട്രാക്കുകൾ ഉള്ളതിൽ ഒരെണ്ണത്തിൽ 'കൺട്രോൾ സിഗ്നലുകളും' മറ്റു എട്ടെണ്ണത്തിൽ ശബ്ദത്തിന്റെ ഡിജിറ്റൽ സിഗ്നലുകളുമാണ് റെക്കോഡ് ചെയ്യപ്പെട്ടിരിക്കുന്നത്.

- യഥാർത്ഥ ശബ്ദതരംഗം (Orginal sound waves), അനലോഗ് ശബ്ദതരംഗം (Analogue sound waves), ഡിജിറ്റൽ ശബ്ദ തരംഗം (Digital sound waves)എന്നിവയെ ഗ്രാഫികമായി എങ്ങനെ പ്രതിനിധീകരിക്കാം?

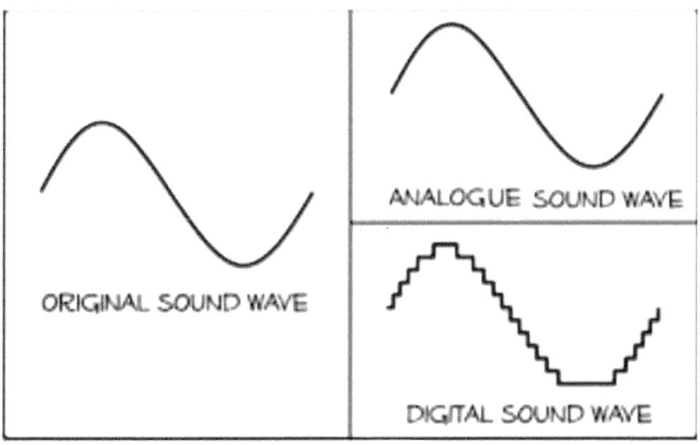

- അനലോഗ് റെക്കോഡിങ്ങും ഡിജിറ്റൽ റെക്കോഡിങ്ങും തമ്മിലുള്ള വ്യത്യാസങ്ങൾ എന്തെല്ലാമാണ്?

വ്യത്യാസങ്ങൾ താഴെ പട്ടികയായി കൊടുത്തിരിക്കുന്നു.

അനലോഗ്	ഡിജിറ്റൽ
1. ശബ്ദതരംഗങ്ങളെ സ്വാഭാവികമായി പകർത്തുന്നു.	1. ശബ്ദതരംഗങ്ങൾ ഡിജിറ്റലായി രൂപാന്തരപ്പെടുന്നു.
2.*ഒരു വേവ് ഫോമി (wave form)ൽ അല്ലെങ്കിൽ ഫ്രീക്വൻസിയിൽ അടങ്ങിയിട്ടുള്ള വ്യതിയാനങ്ങൾ (transients) പൂർണ്ണമായും രേഖപ്പെടുത്തപ്പെടുന്നു.	2. ചില ചെറിയ വ്യതിയാനങ്ങൾ രേഖപ്പെടുത്തപ്പെടുന്നില്ല.
3. സൗണ്ട് റെക്കോഡിങ്ങ്, എഡിറ്റിങ്ങ്, മിക്സിങ്ങ് എന്നിവയെ കാര്യക്ഷമമാക്കുവാനുള്ള സാദ്ധ്യതകൾ കുറവാണ്.	3. സാദ്ധ്യതകൾ കൂടുതലാണ്. ആവൃത്തി മാറ്റുക, എഫക്ടുകൾ നൽകുക എന്നിവയെല്ലാം എളുപ്പമാണ്.
4. ഫ്രീക്വൻസി റെസ്പോൺസ് കുറവാണ്.	4. കൂടുതലാണ്.
5. ഡൈനാമിക് റേഞ്ചു കുറവാണ്.	5. കൂടുതലാണ്.
6. നോയ്സ് (Noise), ഡിസ്റ്റോർഷൻ(distortion) എന്നിവ കൂടുതൽ	6. കുറവാണ്.
7. ഓരോ തവണ കോപ്പി ചെയ്യുമ്പോഴും ശബ്ദത്തിനു ഗുണ നഷ്ടം സംഭവിക്കുന്നു.	7. ഗുണ നഷ്ടമില്ലാതെ എത്ര തവണ വേണമെങ്കിലും കോപ്പി ചെയ്യാം.

* ഒരു വയലിനും പുല്ലാങ്കുഴലും ഒരേ ശ്രുതിയിൽ വായിച്ചാലും രണ്ടിന്റെയും വേവ് ഫോമുകൾ തമ്മിൽ വ്യത്യാസമുണ്ട്. ഒരു നിശ്ചിത സ്വരത്തിൽ നിന്നും മറ്റൊന്നിലേക്കുള്ള വ്യതിയാനങ്ങളിൽ രണ്ട് ഉപകരണങ്ങൾ തമ്മിൽ മാറ്റങ്ങളുണ്ടാകും. ഈ വ്യതിയാനങ്ങൾ സൂക്ഷ്മമായി ഡിജിറ്റലിൽ റെക്കോഡ് ചെയ്യപ്പെടുന്നില്ല.

- അനലോഗ് ശബ്ദലേഖനം തുടർച്ചയായതും ഡിജിറ്റൽ ശബ്ദലേഖനം ഇടവിട്ടുള്ളതുമാണ്. അങ്ങനെയാണെങ്കിൽ ഡിജിറ്റൽ സംഗീതത്തിന് ആസ്വാദ്യത കുറയില്ലേ?

അനലോഗ് ശബ്ദതരംഗങ്ങൾ തുടർച്ചയായുള്ളവയാണ്. തുടർച്ചയെന്നാൽ അത് അനന്തമാണ് (Infinity). കമ്പ്യൂട്ടറിന് അനന്തതയെ കൈകാര്യം ചെയ്യുവാനുള്ള കഴിവില്ല. അതിനാൽ ഡിജിറ്റൽ ശബ്ദലേഖനത്തിൽ ശബ്ദത്തിന്റെ സിഗ്നലുകളെ കഷണങ്ങളാക്കുന്നു. ഈ കഷണങ്ങളെ 'സാമ്പിളുകൾ'എന്നാണ് പറയുന്നത്. ഇവയെ ബൈനറി രൂപത്തിൽ - പൂജ്യങ്ങളും ഒന്നുകളുമായി - രേഖപ്പെടുത്തുന്നു. ഈ സാമ്പിളുകളുടെ എണ്ണം തീരെ കുറഞ്ഞാൽ മാത്രമേ സംഗീതം മുറിയുന്നതായി നമുക്കനുഭവപ്പെടുകയുള്ളൂ.

- ശബ്ദലേഖനത്തിന് ഉപയോഗിച്ചുവരുന്ന ഉപകരണങ്ങളേതെല്ലാമാണ്?

ശബ്ദലേഖനത്തിനുപയോഗിക്കുന്ന പ്രധാന ഉപകരണങ്ങൾ മൈക്രോഫോണുകൾ, റെക്കോഡറുകൾ എന്നിവയാണ്.

മൈക്രോഫോൺ

മൈക്രോഫോണുകളുടെ പ്രവർത്തനത്തിന്റെ പൊതുതത്ത്വമിതാണ്. ശബ്ദം മൈക്രോഫോണിനുള്ളിലുള്ള ഒരു ഡയഫ്രത്തിന്മേൽ വന്നു പതിക്കുന്നു. പതിക്കുന്ന ശബ്ദത്തിന്റെ മർദ്ദത്തിന്റെ വ്യത്യാസമനുസരിച്ച് ഈ ഡയഫ്രം ചലിക്കുന്നു. ഈ ഡയഫ്രത്തിനോടു ചേർന്ന് ഒരു കോയിൽ (Coil) ഒരു കാന്തിക മണ്ഡലത്തിൽ സ്ഥിതി ചെയ്യുന്നതിനാൽ 'ഇൻഡക്ഷൻ തത്ത്വ'മനുസരിച്ചു ഒരു 'ഓൾട്ടർനേറ്റിങ്ങ് കറന്റ്' ഉൽപാദിപ്പിക്കപ്പെടുകയും അതു കോയിലിലെ വയറുകളിലൂടെ പ്രവഹിക്കുകയും ചെയ്യുന്നു. അങ്ങനെ ശബ്ദത്തിലെ വ്യതിയാനങ്ങൾ ഇലക്ട്രിക് വ്യതിയാനങ്ങൾ അഥവാ വോൾട്ടേജ് ആയി മാറുന്നു. ഈ വോൾട്ടേജ് മൈക്രോഫോണിൽ നിന്നും ആംപ്ലിഫയറിലേക്കു പ്രവഹിക്കുകയും അവിടെ വെച്ചു ശക്തിപ്രാപിക്കുകയും ചെയ്യുന്നു. ശക്തി പ്രാപിച്ച ഈ വൈദ്യുത തരംഗങ്ങൾ റെക്കോഡറിലെ മാഗ്നറ്റിക് ഹെഡ്ഡിലെത്തിച്ചേർന്ന് റെക്കോഡ് ആകുന്നു.

റെക്കോഡർ

ലോകമെമ്പാടും സിനിമയിൽ ശബ്ദലേഖനത്തിനു പ്രധാനമായും ഉപയോഗിച്ചിരുന്നത് നാഗ്രാ (Nagra) എന്ന കമ്പനിയുടെ റെക്കോഡറാണ്.

മറ്റു കമ്പനികൾ ഇറക്കുന്ന റെക്കോഡറുകളേക്കാൾ നാഗ്രയുടെ ഉയർന്ന നിലവാരം തന്നെയാണിതിനുകാരണം. 15 മിനിറ്റു നേരത്തേക്കു തുടർച്ചയായി റെക്കോഡിങ്ങ് നടത്താവുന്നതും 600 അടി നീളമുള്ളതുമായ ടേപ്പ് ആണ് സാധാരണയായി ഇതിൽ ഉപയോഗിച്ചിരുന്നത്. 134 മി.മീറ്റർ വ്യാസമുള്ള സ്പൂളുകളിലാണ് ഇതു സാധാരണയായി ഘടിപ്പിച്ചിട്ടുണ്ടാകുക. 1200 അടി നീളമുള്ളതും കനം കുറഞ്ഞതുമായ ടേപ്പുകൾ ഘടിപ്പിക്കാവുന്ന സ്പൂളുകൾ ലഭ്യമായിരുന്നു. ശബ്ദലേഖനം ഈ കാലഘട്ടത്തിൽ ഡിജിറ്റലായപ്പോൾ മറ്റു കമ്പനികളുടെ റെക്കോഡറുകളും പ്രചാരത്തിൽ വന്നു.

- വ്യത്യസ്തതരം മൈക്രോഫോണുകളെക്കുറിച്ചു വിശദീകരിക്കാമോ?

ശബ്ദലേഖകന്മാർ പ്രധാനമായും മൂന്നു തരം മൈക്കുകളാണുപയോഗിക്കുന്നത്. അവ താഴെപറയുന്നവയാണ്.

ഡൈനാമിക് (Dynamic) അഥവാ മൂവിങ്ങ് കോയിൽ (Moving coil) മൈക്രോഫോണുകൾ.

ഗായകർ, അമച്വർ ശബ്ദലേഖകന്മാർ, ചില പ്രൊഫഷനലുകൾ എന്നിവർ ഇത്തരം മൈക്കുകൾ ഉപയോഗിക്കുന്നു. ബാറ്ററികളോ, മറ്റുതരത്തിലുള്ള വൈദ്യുതിയോ ഇവയുടെ പ്രവർത്തനത്തിനാവശ്യമില്ല. ഇത്തരം മൈക്രോഫോണുകൾ ദീർഘകാലം നല്ല രീതിയിൽ പ്രവർത്തിക്കുന്നവയും കൈകൾ കൊണ്ടു പിടിക്കുമ്പോൾ അനാവശ്യശബ്ദം പുറപ്പെടുവിക്കാത്തവയുമാണ്.

കണ്ടൻസർ മൈക്രോഫോണുകൾ (Condenser microphones)

സിനിമയിൽ ശബ്ദലേഖനത്തിന് പ്രധാനമായും ഉപയോഗിക്കുന്നതിത്തരം മൈക്കുകളാണ്. ഇവ ഡൈനാമിക് മൈക്കുകളേക്കാൾ സൂക്ഷ്മതയോടെ കൈകാര്യം ചെയ്യപ്പെടേണ്ടവയും വില കൂടിയവയുമാണ്.

ശബ്ദതരംഗങ്ങളെ വൈദ്യുത തരംഗങ്ങളാക്കി മാറ്റുവാൻ ഇത്തരം മൈക്കുകളിൽ 'കപ്പാസിറ്റർ' ഉപയോഗിക്കപ്പെടുന്നു. കപ്പാസിറ്ററിന് കണ്ടൻസർ എന്നും പേരുണ്ട്. ഇത്തരം മൈക്രോഫോണുകളുടെ പ്രവർത്തനത്തിന് ബാറ്ററിയുടെ ആവശ്യമുണ്ട്.

റിബൺ അല്ലെങ്കിൽ വെലോസിറ്റി മൈക്രോഫോണുകൾ (Ribbon or velocity microphones)

എല്ലാ ശബ്ദതരംഗങ്ങളോടും ഒരേ പ്രതികരണം (Response) പുലർത്തുന്നു എന്നതാണ് ഇവയുടെ സാങ്കേതിക പ്രത്യേകത. വലിപ്പം കൂടിയ ഇവ സൗണ്ട് റെക്കാഡിങ്ങ് സ്റ്റുഡിയോകളിൽ ഒരു കാലത്തു ധാരാളമായി ഉപയോഗിക്കപ്പെട്ടിരുന്നെങ്കിലും ഇപ്പോൾ ഉപയോഗം താരതമ്യേന കുറവാണ്.

അലുമിനിയം കൊണ്ടോ ഡ്യുറാലുമിനിയം കൊണ്ടോ ഉണ്ടാക്കിയ ഒരു കനംകുറഞ്ഞ തകിട് രണ്ടു ശക്തമായ കാന്തങ്ങൾക്കിടയിൽ ഘടിപ്പിച്ചിരിക്കുന്നു. ഈ തകിടിനെയാണ് റിബൺ എന്നു പറയുന്നത്. റിബണിൽ ചെറിയ മടക്കുകൾ ഉണ്ടായിരിക്കും. ശബ്ദതീവ്രതയുടെ വ്യത്യാസങ്ങൾക്കനുസരിച്ച് റിബൺ ചലിക്കുന്നു. വൈദ്യുത-കാന്തിക പ്രേരണ (Electro magnetic induction)തത്ത്വമനുസരിച്ച് റിബണിൽ വൈദ്യുതിയുടെ വ്യതിയാനങ്ങൾ ഉണ്ടാക്കപ്പെടുന്നു.

റിബണിന്റെ ചലനത്തിന്റെ വേഗതയ്ക്കനുസരിച്ചാണ് ഔട്ട്പുട്ട് (output) ലഭിക്കുന്നത് എന്നതുകൊണ്ട് ഇതിനെ വെലോസിറ്റി മൈക്ക് എന്നും പറയാറുണ്ട്. ഇത്തരം മൈക്കുകൾ സാധാരണയായി രണ്ടുവശങ്ങളിൽ നിന്നും ശബ്ദതരംഗങ്ങളെ സ്വീകരിക്കുന്ന 'ബൈ ഡയറക്ഷണൽ' മൈക്കുകളാണ്.

- ശബ്ദത്തെ സ്വീകരിക്കുന്ന ദിശയെ അടിസ്ഥാനമാക്കി മൈക്രോഫോണുകളെ എങ്ങനെ തരംതിരിച്ചിരിക്കുന്നു?

ശബ്ദത്തെ സ്വീകരിക്കുന്ന ദിശയെ അടിസ്ഥാനമാക്കി മൈക്രോഫോണുകളെ പ്രധാനമായും മൂന്നായി തരംതിരിച്ചിരിക്കുന്നു.

1. യൂണി ഡയറക്ഷണൽ മൈക്രോഫോണുകൾ (Unidirectional microphones) അഥവാ ഡയറക്ഷണൽ മൈക്രോഫോണുകൾ (Directional microphones)

ഒരു ദിശയിൽ നിന്നും മാത്രം വരുന്ന ശബ്ദത്തെ റെക്കോഡ് ചെയ്യുന്നതിനാണിതുപയോഗിക്കുന്നത്. അതായത്, വശങ്ങളിൽ നിന്നും വരുന്ന ശബ്ദങ്ങളെ ഇവ കാര്യമായി സ്വീകരിക്കുന്നതേയില്ല. ചുരുക്കിപ്പറഞ്ഞാൽ വശങ്ങളിൽ നിന്നും വരുന്ന ശബ്ദങ്ങളെ തിരസ്കരിച്ച്, മൈക്രോഫോണിനു മുന്നിൽ നിന്നും വരുന്ന ശബ്ദത്തെ കൂടുതൽ വ്യക്തതയോടെ ലേഖനം ചെയ്യുവാനാണ് ഉത്തരം മൈക്കുകൾ ഉപയോഗിക്കുന്നത്. പാർശ്വങ്ങളിൽ നിന്നുമുള്ള ശബ്ദങ്ങളെ ഇത്തരം മൈക്കുകൾ സ്വീകരിക്കാത്തതിനാൽ അഭിനേതാക്കൾ കൂടുതൽ ചലിച്ചു കൊണ്ടുള്ള ഷോട്ടുകൾ ചിത്രീകരിക്കുവാൻ ഇവ അനുയോജ്യമല്ല.

2. ഓമ്നി ഡയറക്ഷണൽ മൈക്രോഫോണുകൾ (Omni directional microphones)

ഇത്തരം മൈക്രോഫോണുകൾ എല്ലാ ദിശകളിൽ നിന്നും വരുന്ന ശബ്ദങ്ങളെയും സ്വീകരിക്കുന്നു. 'ഓമ്നി' എന്ന വാക്കു തന്നെ സൂചിപ്പിക്കുന്നത് 'എല്ലാം' എന്നാണല്ലോ. ഇത്തരം മൈക്കുകൾ അവയ്ക്കു ചുറ്റും 360°യിൽ നിന്നും ശബ്ദതരംഗങ്ങളെ സ്വീകരിക്കുന്നു. കഥാപാത്രങ്ങളുടെ എണ്ണം കൂടുമ്പോഴും അവരുടെ ചലനങ്ങൾ വ്യത്യസ്ത ദിശയിലായിരിക്കുമ്പോഴുമെല്ലാം ഇത്തരം മൈക്കുകളാണ് ഉപയോഗിക്കുന്നത്. ഇവയുടെ ന്യൂനത, പാർശ്വങ്ങളിൽ നിന്നും വരുന്ന അനാവശ്യ ശബ്ദങ്ങൾ ഉണ്ടെങ്കിൽ അവയേയും സ്വീകരിക്കുന്നു എന്നതാണ്.

3. ബൈ ഡയറക്ഷണൽ മൈക്രോഫോൺ (Bi-directional micro-phones)

അഭിമുഖ സംഭാഷണങ്ങൾ റെക്കോഡ് ചെയ്യുവാൻ സാധാരണയായി ഇത്തരം മൈക്രോഫോണുകൾ ആണ് ഉപയോഗിക്കുന്നത്. കാരണം ഇവ രണ്ടു വ്യത്യസ്ത ദിശകളിൽ നിന്നും വരുന്ന ശബ്ദങ്ങളെ സൂക്ഷ്മത യോടെ സ്വീകരിക്കുന്ന തരത്തിൽ സാങ്കേതികമായി ക്രമീകരിക്കപ്പെട്ടവ യാണ്.

- ചിത്രീകരണം നടത്തേണ്ട ഫ്രെയിമിനരികിലേക്ക് മൈക്രോഫോണിനെ കൊണ്ടു വരുവാൻ ഉപയോഗിക്കുന്ന ഉപകരണമേത്?

ബൂം (Boom)എന്ന കുഴൽ രൂപത്തിലുള്ള ഉപകരണമാണിതിനുപയോ ഗിക്കുന്നത്. ഫിഷ്പോൾ (fish pole) എന്നും ഇതിനു പേരുണ്ട്. അലുമി നിയം കൊണ്ടുണ്ടാക്കപ്പെട്ടിട്ടുള്ള ഇത് മടക്കാവുന്നതും മടക്കാൻ കഴി യാത്തതുമായ രണ്ടു തരത്തിൽ ലഭ്യമാണ്.

- ഫോളികൾ (foleys)എന്നാലെന്ത്? ശബ്ദലേഖനത്തിൽ അവയ്ക്കുള്ള സ്ഥാനമെന്താണ്?

ചലച്ചിത്രങ്ങളിൽ ധാരാളമായി നാം കേൾക്കുന്ന ശബ്ദങ്ങളില്ലേ? വാതിൽ അടയ്ക്കുന്നതും തുറക്കുന്നതുമായ ശബ്ദം, കാലടി ശബ്ദങ്ങൾ, കുതിര ക്കുളമ്പടി, വെടി പൊട്ടുന്ന ശബ്ദം മുതലായവ. ഇത്തരം ശബ്ദ ഇഫെ ക്ടുകളെയാണ് ഫോളികൾ എന്നു പറയുന്നത്. ജാക്ക് ഫോളി എന്ന പ്രതിഭാധനനായ വ്യക്തിയാണ് മുൻകാലങ്ങളിൽ ഹോളിവുഡ്ഡിൽ ഇത്തരം ശബ്ദ ഇഫെക്ടുകളെ ഫലപ്രദമായി സൃഷ്ടിച്ച് റെക്കോഡ് ചെയ്തിരു ന്നത്. ഫോളികൾ റെക്കോഡ് ചെയ്യുവാൻ പ്രത്യേകം സജ്ജമാക്കപ്പെട്ട സ്റ്റുഡിയോകൾ വരെയുണ്ട്. ഇവയെ 'ഫോളിസ്റ്റേജ്' എന്നു വിളിക്കുന്നു.

- പൈലറ്റ് ട്രാക്ക് (pilot track) അഥവാ ഗൈഡ് ട്രാക്ക് (Guide track) എന്നാലെന്താണ്?

സിനിമ ചിത്രീകരിക്കപ്പെടുന്ന സമയത്ത് റെക്കാഡ് ചെയ്യപ്പെടുന്ന ശബ്ദപഥമാണിത്. ഒരു റഫറൻസിനുവേണ്ടി മാത്രമാണ് ഈ ശബ്ദ രേഖ സാധാരണയായി ഉപയോഗിക്കുന്നത്. ഡബ്ബിങ്ങിന്റെ സമയത്ത് ഡബ്ബിങ്ങ് ആർട്ടിസ്റ്റ് ഈ പൈലറ്റ് ട്രാക്ക് കേട്ടതിനുശേഷമാണ് വേണ്ട ഭേദഗതികൾ വരുത്തി യഥാർത്ഥ സംഭാഷണങ്ങൾ ഉരുവിടുന്നത്.

- ഈക്വലൈസേഷൻ (Equalisation) എന്ന പദംകൊണ്ട് എന്താണുദ്ദേ ശിക്കുന്നത്?

മിക്സിങ്ങ് (Mixing) തന്നെയാണ് 'ഈക്വലൈസേഷൻ'. വ്യത്യസ്ത ശബ്ദപഥങ്ങളിൽ രേഖപ്പെടുത്തപ്പെട്ട ശബ്ദങ്ങളെ ഓരോന്നിന്റെയും പ്രാധാന്യമനുസരിച്ചും കേൾവി സുഖമനുസരിച്ചും ക്രമീകരിക്കലാണിത്.

● സിങ്ക് സൗണ്ട് (sync sound) എന്നാലെന്താണ്?

Synchronised എന്നതിന്റെ ചുരുക്കരൂപമാണ് 'sync'. Synchronised എന്നു വെച്ചാൽ ഒരുമിച്ചുള്ള എന്നർത്ഥം. ഷൂട്ടിംഗ് സമയത്ത് നടീനടന്മാർ ഉരുവിടുന്ന സംഭാഷണങ്ങളെ റെക്കോഡ് ചെയ്യാറുണ്ടെങ്കിലും ഡബ്ബിങ്ങിലൂടെ അവയ്ക്ക് പകരം കൂടുതൽ വ്യക്തതയുള്ള സംഭാഷണങ്ങൾ ലേഖനം ചെയ്യുകയാണ് പതിവ്. എന്നാൽ സൗണ്ട് റെക്കോഡിങ്ങിന്റെ ടെക്നോളജി പുരോഗമിച്ചപ്പോൾ ലൊക്കേഷനിൽ റെക്കോഡ് ചെയ്യുന്ന സംഭാഷണങ്ങൾ തന്നെ തിയ്യറ്ററിൽ പ്രേക്ഷകനെ കേൾപ്പിക്കാമെന്നായി. സിങ്ക് സൗണ്ട് എന്ന ശബ്ദലേഖന സമ്പ്രദായമാണിത്. മറ്റൊരു സാഹചര്യത്തിൽ (ഡബ്ബിങ്ങ് സമയത്ത്) പുനർസൃഷ്ടിക്കപ്പെടുന്ന സംഭാഷണങ്ങളേക്കാൾ വൈകാരികമായ സാന്ദ്രതയും തുടർച്ചയും ഇതിനുണ്ടായിരിക്കുമെന്നതാണിതിന്റെ നേട്ടം. ലൊക്കേഷനിൽ രേഖപ്പെടുത്തപ്പെടുന്ന ശബ്ദത്തിന്റെ അപാകതകളെ മികവുറ്റ സൗണ്ട് ഡിസൈനർമാർ പരിഹരിക്കുകയാണ് ചെയ്യുന്നത്. മലയാളികളുടെ അഭിമാനവും ഓസ്കാർ അവാർഡ് ജേതാവായ ശ്രീ. റസൂൽ പൂക്കുട്ടി സിങ്ക് സൗണ്ട് റെക്കോഡിങ്ങിൽ അതിനിപുണനായാണ് അറിയപ്പെടുന്നത്. അദ്ദേഹം സിങ്ക് സൗണ്ട് സമ്പ്രദായത്തിൽ ശബ്ദലേഖനം നടത്തിയ ഹിന്ദി ചിത്രങ്ങളാണ് 'ബ്ലാക്കും', 'ലഗാനും.' സിങ്ക് സൗണ്ട് റെക്കോഡിങ്ങ് എന്ന സ്വാഭാവികമായ ഈ ശബ്ദലേഖന രീതി ഇന്ത്യൻ സിനിമയിൽ വേരൂന്നുന്ന കാലം വിദൂരമല്ലെന്നു പ്രത്യാശിക്കാം.

● ഡൈജറ്റിക് സൗണ്ട് (Diegetic Sound), നോൺ ഡൈജറ്റിക് സൗണ്ട് (Non-Diegetic Sound), ഇന്റേണൽ ഡൈജറ്റിക് സൗണ്ട് (Internal diegetic sound), എക്സ്റ്റേണൽ ഡൈജറ്റിക് സൗണ്ട് (external diegetic sound) - ഇവ തമ്മിലുള്ള വ്യത്യാസങ്ങളെന്ത്?

ശബ്ദത്തിന്റെ ഉറവിടം സ്ക്രീനിൽ ഉണ്ടെങ്കിൽ അതാണ് ഡൈജറ്റിക് സൗണ്ട്. കഥാപാത്രങ്ങളുടെ ഡയലോഗുകൾ, സ്ക്രീനിൽ കാണുന്ന വസ്തുക്കളിൽ നിന്നും പുറപ്പെടുന്ന ശബ്ദങ്ങൾ (വാതിലടയുന്നതിന്റെ ശബ്ദം, കാർ ഓടുന്നതിന്റെ ശബ്ദം മുതലായവ), ഒരു കഥാപാത്രം സംഗീതോപകരണം വായിക്കുന്നതായി കാണിക്കുന്നുണ്ടെങ്കിൽ അതിൽ നിന്നും പുറപ്പെടുന്ന ശബ്ദം - ഇവയെല്ലാം ഡൈജറ്റിക് ശബ്ദങ്ങളാണ്. നോൺ ഡൈജറ്റിക് ശബ്ദത്തിന്റെ ഉറവിടം നാം സ്ക്രീനിൽ കാണുന്നില്ല. പശ്ചാത്തല സംഗീതം, അവതാരകനെ സ്ക്രീനിൽ കാണിക്കാതെ കേൾപ്പിക്കുക മാത്രം ചെയ്യുന്ന കമന്ററി എന്നിവയെല്ലാം ഇതിന്റെ ഉദാഹരണങ്ങളാണ്.

ഡൈജറ്റിക് ശബ്ദത്തെ രണ്ടായി തരം തിരിക്കാം. ഇന്റേണൽ ഡൈജറ്റിക് ശബ്ദവും എക്സ്റ്റേണൽ ഡൈജറ്റിക് ശബ്ദവും. ഒരു കഥാപാത്രത്തിന്റെ ആത്മഗതം ഇന്റേണൽ ഡൈജറ്റിക് ശബ്ദത്തിനുദാഹരണമാണ്. കഥാപാത്രം മനസ്സിൽ പറയുന്നതാണെങ്കിലും പ്രേക്ഷകനെ ശബ്ദം

കേൾപ്പിക്കാതിരിക്കുവാൻ കഴിയില്ല. കഥാപാത്രത്തിന്റെ ആത്മനിഷ്ഠമായ (subjective) ഈ അവസ്ഥയിൽ, കഥാപാത്രം വായ തുറക്കാത്തതിനാൽ 'ബാഹ്യമായ ശബ്ദം' എന്ന ആശയത്തിനിവിടെ പ്രസക്തിയില്ല. മറിച്ച് ആന്തരികമായ ശബ്ദം എന്ന ആശയത്തിനു പ്രസക്തിയുള്ളതിനാലാണ് ഇതിനെ ഇന്റേണൽ ഡൈജറ്റിക് സൗണ്ട് എന്നു വിളിക്കുന്നത്.

കഥാപാത്രങ്ങൾ സാധാരണ രീതിയിൽ 'വായ തുറന്നു സംസാരിക്കുന്നതിൽ' ബാഹ്യമായ എന്ന ആശയത്തിനു പ്രസക്തിയുള്ളതിനാൽ ഇത്തരം ശബ്ദങ്ങളെ എക്സ്റ്റേണൽ ഡൈജറ്റിക് ശബ്ദങ്ങൾ എന്നു വിളിക്കുന്നു. (സ്ക്രീനിൽ ഉറവിടം കാണാതാകുന്ന മറ്റു ശബ്ദങ്ങളും ഈ വിഭാഗത്തിൽപ്പെടുന്നുണ്ട്)

ഇന്റേണൽ ഡൈജറ്റിക് സൗണ്ടിനേയും നോൺ ഡൈജറ്റിക് സൗണ്ടിനേയും ചേർത്തു പലപ്പോഴും വോയ്സ് ഓവർ (voice over) എന്നു പറയാറുണ്ട്.

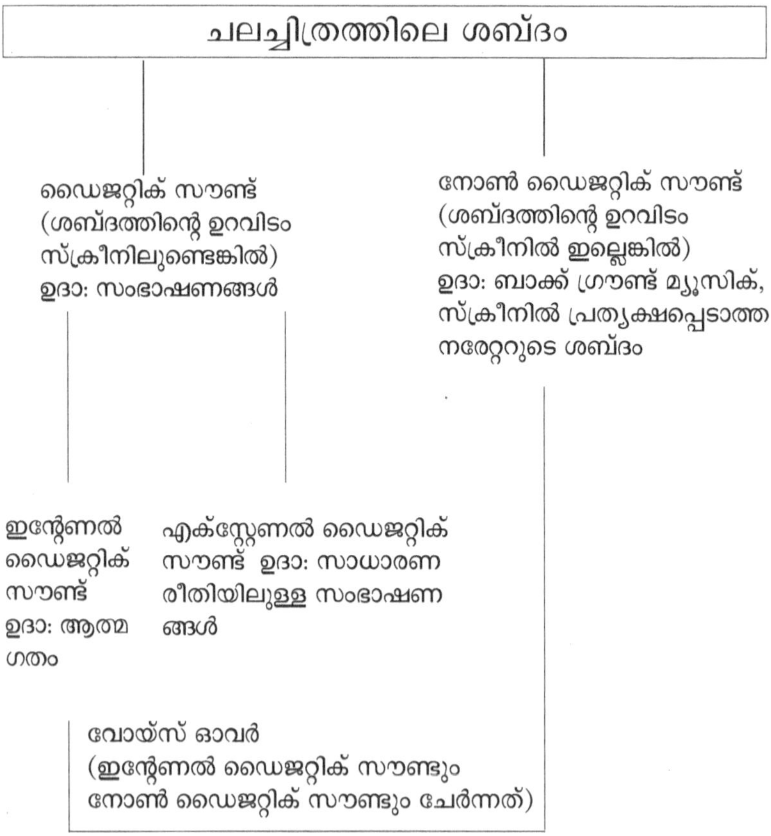

- ഓവർ ലാപ്പിങ്ങ് സൗണ്ട് ((Overlapping sound) എന്നാൽ എന്താണ്?

ഒരു സീനിലെ ബാക്ഗ്രൗണ്ട് മ്യൂസിക്കോ സംഭാഷണമോ മറ്റോ അടുത്ത സീനിലേക്കു നീളുന്നതിനെയാണ് ഓവർലാപ്പിങ്ങ് സൗണ്ട് എന്നതുകൊണ്ടുദ്ദേശിക്കുന്നത്. (സാധാരണയായി ഒരു സീൻ അവസാനിക്കുന്നതോടെ ആ സീനിലെ ബാക്ഗ്രൗണ്ട് മ്യൂസിക്കും സംഭാഷണങ്ങളും മറ്റും അവസാനിക്കുകയാണല്ലോ ചെയ്യുന്നത്.) ചില പ്രത്യേക ഇഫെക്ടുകൾ നേടിയെടുക്കുവാൻ വേണ്ടിയാണ് ശബ്ദത്തെ ഇങ്ങിനെ ഓവർലാപ് ചെയ്യുന്നത്.

- സൗണ്ട് മൊണ്ടാഷി (Sound Montage) നെ ക്രിയാത്മകമായി എങ്ങനെ അവതരിപ്പിക്കാം?

ശബ്ദത്തെ അടുത്ത സീനിലേക്ക് ഓവർലാപ്പ് ചെയ്യുകയും ഈ ഓവർലാപ്പിങ്ങിനെ ഫലപ്രദമായി ഉപയോഗപ്പെടുത്തുന്നതുമാണ് സൗണ്ട് മൊണ്ടാഷ്. ഒരുദാഹരണത്തിലൂടെ ഇതു വ്യക്തമാക്കാം. ഒരാൾ മറ്റൊരാളെ കുത്തിക്കൊലപ്പെടുത്തുന്നു. കൊല ചെയ്യപ്പെട്ടയാളുടെ അലറിക്കരച്ചിൽ. അടുത്ത ഷോട്ടിൽ ഘാതകൻ തീവണ്ടിയിൽ യാത്ര ചെയ്യുകയാണ്. കൊല്ലപ്പെട്ട വ്യക്തിയുടെ അലറിക്കരച്ചിൽ തീവണ്ടിയിൽ യാത്ര ചെയ്തു രക്ഷപ്പെടാൻ ശ്രമിക്കുന്ന ഘാതകന്റെ ഷോട്ടിലേക്കു ഓവർലാപ്പ് ചെയ്യുകയാണ്. താൻ ചെയ്ത ക്രൂരകൃത്യത്തിന്റെ ഓർമ്മകൾ അയാളെ ഇപ്പോൾ വേട്ടയാടിക്കൊണ്ടിരിക്കുകയാണോ?

- ചലച്ചിത്രങ്ങളിൽ ഡബ്ബിങ്ങ് എങ്ങനെയാണ് നിർവഹിക്കപ്പെടുന്നത്?

ഷൂട്ട് ചെയ്യപ്പെട്ട ദൃശ്യങ്ങൾ ഡബ്ബിങ്ങ് തിയ്യറ്ററിലെ സ്ക്രീനിൽ പ്രദർശിപ്പിക്കപ്പെടുന്നു. ഇതു പല തവണ സൂക്ഷമമായി കണ്ടതിനു ശേഷമാണ് ഡബ്ബിങ്ങ് ആർട്ടിസ്റ്റ് സംഭാഷണങ്ങൾ ഉരുവിടുന്നത്. ഡബ്ബിങ്ങ് ആർട്ടിസ്റ്റിന്റെ മുമ്പിൽ ഒരു മേശമേൽ മൈക്രോഫോണും ഡബ്ബിങ്ങ് സ്ക്രിപ്റ്റും തയ്യാറാക്കി വെച്ചിരിക്കും. ഡബ്ബ് ചെയ്യാനുള്ള സംഭാഷണ ശകലങ്ങളെ മാത്രമായി എഴുതി തയ്യാറാക്കിയിട്ടുള്ള സ്ക്രിപ്റ്റിനെയാണ് ഡബ്ബിങ്ങ് സ്ക്രിപ്റ്റ് എന്നു പറയുന്നത്.

ഒരു 'ക്യൂ ലൈറ്റ്' തെളിയുമ്പോഴാണ് ഡബ്ബിങ്ങ് ആർട്ടിസ്റ്റ് സംഭാഷണങ്ങൾ ഉരുവിട്ടു തുടങ്ങുന്നത്. സംഭാഷണം ഉരുവിട്ടു തുടങ്ങുന്നതിനുള്ള അടയാളമായി സ്ക്രീനിന് താഴെയുള്ള ഫൂട്ടേജ് കൗണ്ടറിൽ തെളിയുന്ന ചുവന്ന അക്കങ്ങളെയും ആശ്രയിക്കാവുന്നതാണ്.

വൈകാരികമായ ഭാവഭേദങ്ങളോടെ ഡബ്ബിങ്ങ് ആർട്ടിസ്റ്റ് സംഭാഷണങ്ങൾ ഇരുവിടുമ്പോൾ 'ലിപ് മൂവ്മെന്റുകളും' സ്ക്രീനിലെ ദൃശ്യങ്ങളും തമ്മിൽ പൊരുത്തപ്പെടുന്നുണ്ടോയെന്നു ഒരു ടെക്നീഷ്യൻ (സാധാരണയായി അസിസ്റ്റന്റ് ഡയറക്ടർ) പരിശോധിച്ചു കൊണ്ടിരിക്കും. സംവിധായകനും ശബ്ദലേഖകനും ഒരു മോണിറ്ററിൽ ഇതെല്ലാം കാണുകയും

കേൾക്കുകയും ചെയ്യുന്നുണ്ടായിരിക്കും. ശബ്ദലേഖകൻ ശബ്ദങ്ങളുടെ വ്യതിയാനങ്ങളെ പരിശോധിക്കുമ്പോൾ സംവിധായകൻ സംഭാഷണങ്ങളുടെ ഭാവവ്യതിയാനങ്ങളേയും വൈകാരിക സാന്ദ്രതയേയുമാണ് പരിശോധിക്കുന്നത്.

ഡബ്ബിങ്ങുമായി ബന്ധപ്പെട്ട ചില പ്രയോഗങ്ങൾ വളരെ രസകരമാണ്. ചില വാക്കുകൾ ശ്രദ്ധിക്കുക – 'അപ്പൻ, കപ്പ, കാമുകി, മൃദുലം – ഈ വാക്കുകൾ ഉച്ചരിക്കുമ്പോൾ ചുണ്ടുകൾ തമ്മിൽ ചേരുന്നുണ്ട്. ഡബ്ബിങ്ങ് ആർട്ടിസ്റ്റുകൾ ഇതിനു പറയുന്നത് 'ലിപ്' (lip) ഉണ്ട് എന്നാണ്. അവൻ, അവൾ, ദേവത, നാളെ തുടങ്ങിയ വാക്കുകളിലോ? ലിപ് ഇല്ലാതാനും!

- ആധുനികമായ ശബ്ദപുനരുല്പാദന സമ്പ്രദായങ്ങളേതെല്ലാമാണ്?

ഡോൾബി ഡിജിറ്റൽ (Dolby digital), ഡോൾബി അറ്റ്മോസ് (Dolby atmos), D.T.S., ഓറോ 3 D (Auro 3D) തുടങ്ങിയ സമ്പ്രദായങ്ങളിലൂടെയാണ് ഈ കാലഘട്ടത്തിൽ തിയ്യറ്ററുകളിൽ ശബ്ദത്തെ പുനർനിർമ്മിക്കുന്നത്. ശബ്ദത്തിന്റെ നേരിയ വ്യതിയാനങ്ങളെപ്പോലും വ്യക്തമായും സ്ഫുടമായും കേൾപ്പിക്കുവാൻ പര്യാപ്തമാണ് ഇവ.

- D.T.S ന്റെ പൂർണ്ണരൂപമെന്താണ്? ഇതിന്റെ പ്രത്യേകതകളെന്തെല്ലാമാണ്?

ഡിജിറ്റൽ തിയ്യറ്റർ സിസ്റ്റം (Digital Theatre System) എന്നാണിതിന്റെ പൂർണ്ണരൂപം. ആധുനിക കാലഘട്ടത്തിൽ എങ്ങും എല്ലാം ഡിജിറ്റൽ ആണല്ലോ. തിയ്യറ്ററുകളിലെ ശബ്ദസംവിധാനവും കാലോചിതമായി പരിഷ്കരിക്കപ്പെട്ട് ഡിജിറ്റൽ രൂപത്തിലായി. ഫലം, വ്യക്തതയാർന്ന 'ഹൈ ഫിഡലിറ്റി' (High Fidelity) ശബ്ദത്തിലൂടെ പ്രേക്ഷകന് സിനിമ ആസ്വദിക്കാമെന്നായി. സ്ക്രീനിൽ ഒരു പട്ടി കുരച്ചാൽ പെട്ടെന്ന് നമ്മൾ ഞെട്ടിപ്പോയെന്നു വരാം. ടെലിഫോണിന്റെ മണിയടി പെട്ടെന്നു കേട്ടാൽ റിഫ്ളക്സ് ആക്ഷൻ (Reflex action) പോലെ ഫോണെടുക്കാൻ നമ്മൾ കൈ നീട്ടും! അത്രയ്ക്ക് സ്വാഭാവികമായതും വ്യക്തതയാർന്നതുമായ ശബ്ദമാണ് ആധുനികമായ ഈ ടെക്നോളജി നമുക്കു പ്രദാനം ചെയ്തത്. പക്ഷേ, കേവലം ശബ്ദകോലാഹലത്തിനു വേണ്ടി മാത്രം ഈ ടെക്നോളജിയെ ഉപയോഗിക്കുന്ന സംവിധായകരും ഉണ്ടെന്നതാണ് സങ്കടകരം.

ഡോൾബി ഡിജിറ്റൽ, S D D S തുടങ്ങിയ കമ്പനികൾ വികസിപ്പിച്ചെടുത്ത ഡിജിറ്റൽ സൗണ്ട് ട്രാക്ക് സ്റ്റാൻഡാർഡ് ആണ് D.T.S.

- ഡോൾബി സൗണ്ട് സിസ്റ്റത്തിന്റെ സവിശേഷതകൾ എന്തെല്ലാമാണ്?

ശബ്ദവുമായി ബന്ധപ്പെട്ട ഉപകരണങ്ങൾ ഉണ്ടാക്കുന്ന അമേരിക്കയിലെ പ്രശസ്തമായ കമ്പനിയാണ് ഡോൾബി ലബോറട്ടറീസ് ഇൻകോർപ്പറേറ്റഡ്. ശബ്ദത്തെ 'കണ്ടറിഞ്ഞ്' അതുമായി ബന്ധപ്പെട്ട സങ്കേതങ്ങൾ വികസിപ്പിച്ചുവെന്നതാണ് ഈ കമ്പനിയുടെ പ്രധാന നേട്ടം. ഇത് അത്ര എളുപ്പമുള്ള കാര്യമല്ല. ശബ്ദത്തിന്റെ ഗതിവിഗതികളെ നിരവധി വർഷങ്ങളോളം ഗവേഷണം ചെയ്തും ശബ്ദവുമായി ബന്ധപ്പെട്ട ഉപകരണങ്ങൾ വർഷങ്ങളോളം ഉണ്ടാക്കിയുമുള്ള പരിചയത്തിൽ നിന്നുമാണ് കമ്പനി ഈ നേട്ടം കൈവരിച്ചിട്ടുള്ളത്.

ശബ്ദത്തെ റെക്കോഡ് ചെയ്തു വീണ്ടും കേൾപ്പിക്കുമ്പോൾ സാധാരണ സംഭവിക്കുന്ന ഒരു പ്രശ്നമാണു നല്ല ശബ്ദത്തോടൊപ്പം 'ചീത്ത ശബ്ദവും' (Noise) കേൾക്കുക എന്നത്. പ്രേക്ഷകന്റെ ചെവിയിൽ വന്നെത്തേണ്ട വ്യക്തതയാർന്ന ശബ്ദത്തിന്റെ നിലവാരത്തെ കുറയ്ക്കുന്ന 'നോയ്സി'നെ വലിയൊരു പരിധി വരെ ഒഴിവാക്കുവാൻ കഴിയുന്നു എന്നതാണ് ഡോൾബി സിസ്റ്റത്തിന്റെ പ്രധാനപ്പെട്ട നേട്ടങ്ങളിലൊന്ന്.

- സിനിമയുടെ ശബ്ദപഥം (Sound Track) ഫിലിമിന്റെ ഏതു ഭാഗത്തായാണ് കാണപ്പെടുന്നത്?

ഫിലിമിന്റെ ഇടതുവശത്തു ദ്വാരങ്ങളോട് (Sprockets) ചേർന്നാണു ശബ്ദപഥം ക്രമീകരിക്കപ്പെട്ടിരിക്കുന്നത്.

- പ്രകാശ രശ്മികളേക്കാൾ വേഗത കുറവാണല്ലോ ശബ്ദതരംഗങ്ങൾക്ക്. അങ്ങനെയാണെങ്കിൽ സ്ക്രീനിൽ ദൃശ്യം കാണുന്നതോടൊപ്പം തന്നെ അവയിൽ നിന്നും പുറപ്പെടുന്ന ശബ്ദം എങ്ങനെയാണ് നാം കേൾക്കുന്നത്?

ഫിലിം ടെക്നോളജിയെ അടിസ്ഥാനമാക്കി വ്യാഖ്യാനിച്ചാൽ ഇതെളുപ്പം മനസ്സിലാക്കാം. പ്രകാശത്തിന്റെ പ്രവേഗ (velocity) ത്തിനേക്കാൾ താരതമ്യേന കുറഞ്ഞ പ്രവേഗമാണ് ശബ്ദത്തിന്റേത്. എങ്കിലും ദൃശ്യം കാണുന്നതോടൊപ്പം അതിൽ നിന്നും പുറപ്പെടുന്ന ശബ്ദം നമ്മൾ കേൾക്കുന്നുമുണ്ട്. ദൃശ്യത്തിന്റെയും ശബ്ദത്തിന്റേയും പ്രവേഗങ്ങൾ തമ്മിലുള്ള ഈ അന്തരത്തെ (Disparity) സാങ്കേതികമായി എങ്ങനെ 'കറക്ട്' ചെയ്യുന്നു? യഥാർത്ഥത്തിൽ സംഭവിക്കുന്നതിതാണ്. ഒരു ഫ്രെയിം സ്ക്രീനിൽ പ്രത്യക്ഷപ്പെടുന്നതിന്റെ $19^1/_2$ ഫ്രെയിം മുൻപിലായി ശബ്ദത്തെ ക്രമീകരിക്കുന്നു. അഥവാ ശബ്ദം പുറപ്പെട്ട് $19^1/_2$ ഫ്രെയിം കഴിഞ്ഞാണ് ആ ശബ്ദത്തിന്റെ ഉറവിടമായിട്ടുള്ള ദൃശ്യം നമ്മൾ കാണുന്നത്. (ഓടുന്ന നായയ്ക്ക് ഒരു മുഴം മുമ്പേ എറിയണം എന്നല്ലേ പ്രമാണം!)

- ചലച്ചിത്രങ്ങളിൽ ശബ്ദത്തെ ലാവണ്യപരമായി ഉപയോഗിച്ചിട്ടുള്ള സന്ദർഭങ്ങളെക്കുറിച്ചു വിശദീകരിക്കാമോ?

സിനിമയിലെ ശബ്ദത്തെക്കുറിച്ചു പറയുമ്പോഴൊക്കെ നിരൂപകന്മാർ പരാതിപ്പെടാറുള്ള ഒരു കാര്യമാണു ശബ്ദത്തിന്റെ അമിതമായ ഉപയോഗം. ശബ്ദപഥത്തെ ക്രിയാത്മകമായി ഉപയോഗിക്കാതെ ബഹളമയമായി ഉപയോഗിക്കുകയാണ് ഭൂരിഭാഗം സംവിധായകരും ചെയ്യുന്നത്. ഇതിന് അപവാദമില്ലെന്നല്ല. പ്രഗത്ഭരായ ചില സംവിധായകർ തങ്ങളുടെ സിനിമകളിൽ ശബ്ദത്തെ ക്രിയാത്മകമായി ഉപയോഗിച്ചിരിക്കുന്നതെങ്ങനെയെന്നു നോക്കാം.

കുറോസവയുടെ 'ഇക്കുറു' എന്ന ചിത്രം. നായകനായ വത്തനാബെ ഡോക്ടറെക്കണ്ടതിനുശേഷം മടങ്ങുകയാണ്. തനിക്ക് കാൻസറാണെന്ന യാഥാർത്ഥ്യം അയാളെ വല്ലാതെ അലട്ടുന്നുണ്ട്. റോഡിലൂടെ അയാൾ നടക്കുന്നു. തന്റെ മാനസികവ്യഥമൂലം റോഡിലൂടെ പാഞ്ഞു പോകുന്ന വാഹനങ്ങളുടെ ശബ്ദം അയാൾ കേൾക്കുന്നതേയില്ല. (ഇപ്പോൾ സിനിമയുടെ സൗണ്ട് ട്രാക്കിൽ നിന്നും വാഹനങ്ങളുടെ ശബ്ദങ്ങളെ ബോധപൂർവ്വം ചോർത്തിക്കളഞ്ഞിരിക്കുകയാണ്) ഒരു കാർ അയാളുടെ ദേഹത്തു മുട്ടാൻ പോകുന്നു. കാർ പെട്ടെന്നു ബ്രേക്കിട്ടു നിർത്തുന്നു. ഇതിന്റെ ശബ്ദം അയാളെ ചിന്തയിൽ നിന്നുമുണർത്തുകയാണ് ചെയ്യുന്നത്. ഈ ശബ്ദത്തോടെ സൗണ്ട് ട്രാക്ക് വീണ്ടും സജീവമായി. കാർ മുട്ടാൻ വരുന്നതു വരെയുള്ള അല്പനേരം ശബ്ദത്തെ ശബ്ദപഥത്തിൽ നിന്നും മാറ്റി നിർത്തുന്നതു വഴി വത്തനാബെയുടെ ഹൃദയവികാരങ്ങളിലേക്ക് പ്രേക്ഷകൻ കൂടുതൽ ശ്രദ്ധയൂന്നുകയാണ് ചെയ്യുന്നത്. ശബ്ദമില്ലെങ്കിൽ നമ്മുടെ ശ്രദ്ധ മുഴുവനും ദൃശ്യത്തിൽ കേന്ദ്രീകരിക്കപ്പെടുമല്ലോ.

പഴയൊരു ഹിന്ദി ചിത്രത്തിൽ നായകനും നായികയും ബധിരരാണ്. അവർക്കൊരു കുഞ്ഞു പിറക്കുന്നു. 'കിലുക്ക' മെന്ന കളിപ്പാട്ടം കിലുക്കി കുഞ്ഞിനെ അവർ കളിപ്പിക്കുന്നു. കളിപ്പാട്ടം കിലുക്കുമ്പോഴൊന്നും കുഞ്ഞു പ്രതികരിക്കുന്നേയില്ല. തങ്ങളെപ്പോലെ കുഞ്ഞിനും ബധിരത ബാധിച്ചിട്ടുണ്ടോ എന്നു മാതാപിതാക്കൾക്ക് ആധി കയറുന്നു. അവർ കുഞ്ഞിനെ ഡോക്ടറുടെ അരികിലേക്കു കൊണ്ടുപോകുന്നു. കുഞ്ഞിന്റെ കയ്യിലുള്ള കിലുക്കം വാങ്ങി ഡോക്ടർ കിലുക്കി നോക്കുന്നു. അപ്പോഴാണു മനസ്സിലാകുന്നത്, അതിൽ തരികളില്ല! മാതാപിതാക്കളുടെ ആധിക്ക് അങ്ങനെ അറുതിയാകുന്നു.

ഋത്വിക് ഘട്ടക്കിന്റെ 'മേഘെ ധക്കേതാര' എന്ന ചിത്രത്തിലെ ചില ഉദാഹരണങ്ങൾ. ഒരു സ്ത്രീ കഥാപാത്രത്തിന്റെ വിഷമം പ്രകടിപ്പിക്കുവാൻ പശ്ചാത്തലത്തിലെ ചാട്ടവാറടി ശബ്ദത്തെ ഉപയോഗിച്ചിരിക്കുന്നത് വളരെ സവിശേഷമായ ഒരനുഭവമാണ്. മറ്റൊരു രംഗത്ത് അമ്മയും മകളുമാണുള്ളത്. അമ്മയ്ക്കു മകൾ ഒരാളുമായി പ്രണയത്തിലാകുന്നതു ചിന്തിക്കുവാൻ പോലുമാകുന്നില്ല. അവരുടെ സംഭാഷണരംഗത്ത് എണ്ണ തിളയ്ക്കുന്ന ശബ്ദമാണ് കേൾക്കുന്നത്. മറ്റൊരു സന്ദർഭത്തിൽ മകൾ വേരൊരിടത്താണ്. എണ്ണ തിളയ്ക്കുന്ന ശബ്ദം

ഇവിടെ ആവർത്തിക്കപ്പെടുന്നു. അവളുടെ മനസ്സിലെ സംഘർഷത്തെ അതു വെളിപ്പെടുത്തുന്നില്ലേ?

'സ്വയംവരം' എന്ന ചിത്രത്തിലെ അറക്കവാളിന്റെ ശബ്ദവും 'എലിപ്പത്തായ'ത്തിലെ കല്ലുകടിക്കുന്ന രംഗവും ശബ്ദത്തിന്റെ ക്രിയാത്മകതയെ വേണ്ടുവോളം വെളിപ്പെടുത്തുന്നുണ്ട്.

ശബ്ദപഥത്തെ അനാവശ്യമായി മുഖരിതമാക്കുകയല്ല വേണ്ടത്, മറിച്ച് ക്രിയാത്മകമായി രൂപപ്പെടുത്തുകയാണ് വേണ്ടതെന്നു മുകളിൽ കൊടുത്തിട്ടുള്ള ഉദാഹരണങ്ങളിൽ നിന്നും മനിസ്സിലാക്കാമല്ലോ.

- ശ്രീ റസൂൽ പൂക്കുട്ടിക്ക് ഓസ്കാർ അവാർഡു നേടിക്കൊടുത്ത ചിത്രമേതാണ്? ഇതിന്റെ സംവിധായകനാര്?

സ്ലം ഡോഗ് മില്യനെയർ (slum dog millionaire) സംവിധായകൻ ബ്രിട്ടീഷുകാരനായ ഡാനി ബോയൽ.

- ഓസ്കാർ അവാർഡ് ലഭിക്കത്തക്കവണ്ണം ശ്രീ. റസൂൽ പൂക്കുട്ടി എന്താണ് ചെയ്തത്?

ചലച്ചിത്ര രംഗത്തെ അത്യുന്നത ബഹുമതിയായ ഓസ്കാർ ഒരാളെത്തേടി വരണമെങ്കിൽ ആ വ്യക്തിക്ക് ഒരു പ്രേത്യേക മേഖലയിൽ എത്രത്തോളം വൈദഗ്ധ്യം വേണമെന്നത് ഏവർക്കും അറിയാവുന്ന ഒരു യാഥാർത്ഥ്യമാണ്. സ്ലം ഡോഗ് മില്ല്യനെയറിന്റെ ചിത്രീകരണ വേളയിൽ നിരവധി പ്രതിസന്ധികളെയാണ് ശ്രീ. റസൂൽപൂക്കുട്ടി നേരിട്ടത്. അവയെയെല്ലാം മറികടന്നു ശബ്ദലേഖനത്തിന് പൂർണ്ണതയും പ്രത്യേക ഒരു മാനവും നൽകുവാൻ കഴിഞ്ഞു എന്നതാണ് അദ്ദേഹം കൈവരിച്ച നേട്ടം.

ശ്രീ റസൂലിന്റെ തന്നെ വാക്കുകൾ കേൾക്കൂ "ഈ ചിത്രം ഇത്രയും വലിയ വിജയമാകുമെന്നു തുടക്കത്തിൽ എനിക്കറിയില്ലായിരുന്നു. നിരവധി ക്യാമറകൾ കൊണ്ടു ചിത്രീകരിച്ചിരുന്നതിനാൽ ശബ്ദലേഖനം ഏറെ ക്ലേശകരമായിരുന്നു. ജനസാന്ദ്രത ഏറെയുള്ള മുംബൈ നഗരത്തിലെ ധാരാവി, അന്ധേരി, വക്കോല സ്റ്റേഷൻ, ജൂഹുവിലെ തെരുവുകൾ തുടങ്ങിയ സ്ഥലങ്ങളിലൊക്കെ ചിത്രീകരണം നടത്തേണ്ടതുണ്ടായിരുന്നു. ഇവിടുത്തെ ജനങ്ങളുടെ സാധാരണ ജീവിതത്തെ ഒട്ടും തന്നെ ബാധിക്കാതെയായിരുന്നു ചിത്രീകരണം നടത്തേണ്ടിയിരുന്നത്. മുംബൈ നഗരത്തിന്റെ ശബ്ദം അതേപടിയാണീ ചിത്രത്തിൽ പ്രതിഫലിക്കുന്നത്. ഈ ചിത്രത്തിന്റെ ഷൂട്ടിങ്ങ് എന്നെ സംബന്ധിച്ചിടത്തോളം ഒരു പഠനം തന്നെയായിരുന്നു."

ഈ സിനിമയിലെ ടെലിവിഷൻ ഷോയുടെ ചിത്രീകരണം ഒമ്പതു ടെലിവിഷൻ ക്യാമറകൾ കൊണ്ടാണു നിർവ്വഹിച്ചത്. ഷോ നടന്നുകൊണ്ടിരിക്കുമ്പോൾത്തന്നെ അതിനെ സിനിമയായി ചിത്രീകരിക്കുകയും വേണം. ഡിജിറ്റൽ ക്യാമറയിലാണ് ഇതു ചെയ്തത്. ഡിജിറ്റൽ

ക്യാമറകളിൽ നിന്നും ടെലിവിഷൻ ക്യാമറകളിൽ നിന്നും വരുന്ന ശബ്ദത്തെ തത്സമയം പതിനെട്ടോളം ട്രാക്കുകളിലായി റെക്കോഡ് ചെയ്യുകയെന്ന അതീവ ക്ലേശകരമായ ജോലിയാണ് ശ്രീ റസൂൽ കുറ്റമറ്റതായി ചെയ്തത്. ഷൂട്ടിങ്ങിന്റെ ഒരു ഘട്ടത്തിൽ ക്യാമറയുടെ താഴെ ഘടിപ്പിച്ചിരുന്ന ഒരുപകരണം അല്പം കൂടുതൽ ശബ്ദമുണ്ടാക്കിക്കൊണ്ടിരുന്നു. ഈ ശബ്ദത്തെ നിയന്ത്രിക്കുവാൻ റസൂൽ എന്താണ് ചെയ്തതെന്നോ? ശബ്ദത്തെ നിയന്ത്രിക്കുവാൻ സാധാരണയായി ഉപയോഗിച്ചു വരുന്ന ബ്ലിംപ് (blimp) എന്ന ഉപകരണത്തെ ഈ ആവശ്യത്തിനു വേണ്ടി പ്രത്യേകം ഡിസൈൻ ചെയ്തു!

- മലയാള സിനിമയിലെ ആദ്യ ശബ്ദലേഖകനാര്?

മലയാളത്തിലെ ആദ്യത്തെ ശബ്ദ സിനിമ ബാലൻ (സംവിധാനം നൊട്ടാണി) ആണല്ലോ. ഇതിന്റെ ശബ്ദലേഖനം നിർവഹിച്ചിട്ടുള്ളത് ഒരു മലയാളിയല്ല. ഈശ്വർസിങ്ങ് എന്ന സർദാർജിയാണ് ആ ചിത്രത്തിന്റെ സൗണ്ട് റെക്കോഡിസ്റ്റ്.

- പ്രഗത്ഭരായ മറ്റു ശബ്ദലേഖകരെക്കുറിച്ചു പറയാമോ?

റസൂൽ പൂക്കുട്ടി

'സ്ലം ഡോഗ് മില്ല്യനെയർ' എന്ന സിനിമയിലെ ശബ്ദലേഖനത്തിന് ഓസ്കാർ, ബാഫ്റ്റ, കാസ് എന്നീ അവാർഡുകൾ നേടിയ'ശബ്ദ മാന്ത്രികൻ'. ഗജിനി എന്ന സിനിമയിലെ ശബ്ദമിശ്രണത്തിന് IIFA (Indian Internatioal Film Academy) അവാർഡ് അദ്ദേഹത്തെ തേടിയെത്തി.

1995 ൽ പൂനെയിലെ ഫിലിം ആൻഡ് ടെലിവിഷൻ ഇൻസ്റ്റിറ്റ്യൂട്ട് ഓഫ് ഇന്ത്യയിൽ നിന്നും സൗണ്ട് റെക്കോഡിങ്ങ് ആൻഡ് സൗണ്ട് എൻജിനീയറിങ്ങ് എന്ന വിഷയത്തിൽ ഡിഗ്രിയെടുത്തു. സിങ്ക് സൗണ്ട് റെക്കോഡിങ്ങിൽ അഗ്രഗണ്യൻ. പത്മശ്രീ അവാർഡ് ജേതാവ്.

നാരാ കൊല്ലേരി (നാരായണൻ കൊല്ലേരി)

1950ൽ പാരീസിലെത്തി ശബ്ദലേഖനം പഠിച്ച് അവിടുത്തെ 'പോസ്തെ' സ്റ്റുഡിയോയിൽ ജോലി നോക്കി. 1975ൽ ഇറങ്ങിയ 'ബ്ലാക്ക് മൂൺ' എന്ന ചിത്രത്തിന്റെ ശബ്ദലേഖനത്തിന് ഫ്രാൻസിലെ പരമോന്നത ചലച്ചിത്ര പുരസ്കാരമായ സീസർ അവാർഡ് ലഭിക്കുകയുണ്ടായി. ഗൊദാർദ്, ലൂയി ബുനുവൽ തുടങ്ങിയ മാസ്റ്റേഴ്സിനുവേണ്ടിയും നാരായണൻ ശബ്ദലേഖനം നിർവ്വഹിച്ചിട്ടുണ്ട്.

കൃഷ്ണ ഇളമൺ

മലയാളത്തിലെ ആദ്യത്തെ റിയലിസ്റ്റിക് സിനിമയായ ന്യൂസ് പേപ്പർ ബോയിയുടെ ശബ്ദലേഖകൻ. ശ്രീ. ഇളമൺ ആദ്യമായി ശബ്ദലേഖനം

നിർവ്വഹിച്ച മലയാള ചിത്രം 'തിരമാല' യാണ്. അതിനു മുൻപ് മുംബൈ കേന്ദ്രമായി പ്രവർത്തിച്ച ശ്രീ ഇളമൺ നിരവധി പ്രഗത്ഭന്മാർക്കു വേണ്ടി ശബ്ദലേഖനം നിർവഹിച്ചു. ഇതിൽ പ്രശസ്തനായ ശാന്താറാമും പെടും. ലൈലാ മജ്നു, ജൂഗ്നു, മുഗൾ-ഇ-അസം എന്നീ ചിത്രങ്ങളിൽ അദ്ദേഹം സഹകരിച്ചിട്ടുണ്ട്.

ശാന്തി നികേതനിൽ നിന്നും ബി.എ. ഇക്കണോമിക്സിൽ ഡിഗ്രിയെടുത്ത അദ്ദേഹം മുംബൈയിലെ അബ്ദുല്ല ഫാസൽബോയ് ടെക്നിക്കൽ ഇൻസ്റ്റിട്ട്യൂട്ടിൽ നിന്നും ശബ്ദലേഖനത്തിൽ ഡിപ്ലോമയും കരസ്ഥമാക്കിയിരുന്നു. മലയാള സിനിമയിലെ ആദ്യകാല ശബ്ദലേഖകരിൽ പ്രമുഖനാണ് ഈ കാരണവർ.

ദേവദാസ്

പൂനെ ഇൻസ്റ്റിറ്റ്യൂട്ട് ബിരുദധാരി. അടൂർ ഗോപാലകൃഷ്ണന്റെ സഹപാഠിയായിരുന്ന ദേവദാസ് അദ്ദേഹത്തിന്റെ അഞ്ചു ചലച്ചിത്രങ്ങൾക്കു ശബ്ദലേഖനം നിർവ്വഹിച്ചിട്ടുണ്ട്. ഇതിൽ മൂന്നെണ്ണത്തിനു ദേശീയ പുരസ്കാരം ലഭിക്കുകയുണ്ടായി. തിരുവനന്തപുരത്തെ ചിത്രാഞ്ജലി സ്റ്റുഡിയോയിൽ ചീഫ് സൗണ്ട് എൻജിനീയറായിരുന്നു.

കൃഷ്ണനുണ്ണി ടി.

ചിത്രാഞ്ജലി സ്റ്റുഡിയോയിൽ ഇരുപത്തഞ്ചുവർഷം ജോലി ചെയ്ത ശേഷം 2008 ജൂണിൽ ചീഫ് സൗണ്ട് എൻജീനിയറായി വിരമിച്ചു. പൂനെ ഫിലിം ഇൻസ്റ്റിറ്റ്യൂട്ടിൽ നിന്നും ശബ്ദലേഖനത്തിൽ ബിരുദമെടുത്തിട്ടുണ്ട്.

അനന്തരം, പിറവി, ദേശാടനം എന്നീ സിനിമകൾക്കു പ്രസിഡന്റിന്റെ അവാർഡ് നേടിയിട്ടുണ്ട്.

ഹരികുമാർ മാധവൻനായർ

പൂനെ ഫിലിം ഇൻസ്റ്റിറ്റ്യൂട്ടിൽ നിന്നും സൗണ്ട് റെക്കോഡിങ്ങിൽ ഉള്ള ബിരുദത്തിനു പുറമെ ഇലക്ട്രിക്കൽ എൻജിനീയറിങ്ങിൽ ബി.ടെക്. ബിരുദവും നേടിയിട്ടുണ്ട്. ലൊക്കേഷൻ സൗണ്ട് റെക്കോഡിങ്ങിൽ വിദഗ്ധൻ. മികച്ച ശബ്ദലേഖകനുള്ള സംസ്ഥാന, ദേശീയ അവാർഡുകൾ നിരവധി തവണ ലഭിച്ചിട്ടുണ്ട്. ഇന്ത്യയിലെ മിക്ക ഭാഷകളിലെയും സിനിമകൾക്കു ശബ്ദലേഖനം നിർവ്വഹിക്കുവാനുള്ള അവസരം ലഭിക്കുകയുണ്ടായി.

HMVരഘു (രഘുനാഥൻ)

പ്രസിദ്ധമായ 'His Masters Voice'(HMV)എന്ന റെക്കോഡ് കമ്പനിക്ക് വേണ്ടി ദീർഘകാലം റെക്കോഡിസ്റ്റ് ആയി പ്രവർത്തിച്ചു. അക്കാലത്തു നമ്മുടെ നാട്ടിൽ ലഭ്യമായിരുന്ന ടെക്നോളജിയുടെ പരിമിതികളെ

മറികടന്നുകൊണ്ടു വിദേശ രാജ്യങ്ങളിലെ റെക്കോഡിങ്ങ് നിലവാരം നേടിയെടുത്ത പ്രഗത്ഭനായ റെക്കോഡിസ്റ്റ്.

കൗശിക്

സംഗീത സംവിധാന രംഗത്തെ അസാമാന്യ പ്രതിഭയായിരുന്ന നൗഷാദ് ഈണം നൽകിയ ഏതാണ്ടെല്ലാ ഗാനങ്ങളുടേയും ആത്മാവ് നഷ്ടപ്പെടുത്താതെ റെക്കോഡിങ്ങ് നിർവ്വഹിച്ച ശബ്ദശില്പി.

ശർമ്മ

ലക്ഷ്മികാന്ത് - പ്യാരേലാലിന്റെ നിരവധി ഗാനങ്ങൾക്കു ശബ്ദ ലേഖനം നിർവ്വഹിച്ച പ്രതിഭ.

മുകുൾ ബോസ്

നിശ്ശബ്ദ സിനിമ ശബ്ദത്തെ പുൽകുവാനാരംഭിച്ച കാലഘട്ടത്തിലെ പ്രത്ഭനായ റെക്കോഡിസ്റ്റ്.

ഡോക്യുമെന്ററി സിനിമ

Forget the phantasmagorical imageries
Delve into the reality
Think about documenteries
That lives in the history!

● ഡോക്യുമെന്ററി സിനിമയെ നിർവ്വചിക്കാമോ?

മെനഞ്ഞെടുത്ത കഥാപ്രാത്രങ്ങളില്ലാതെ, യാഥാർത്ഥ്യത്തെ ക്യാമറ കൊണ്ട് ചിത്രീകരിച്ച് അവതരിപ്പിക്കുന്നതാണ് ഡോക്യുമെന്ററി സിനിമ എന്നു പറയാമോ? അങ്ങിനെയാണെങ്കിൽ സൂപ്പർ മാർക്കറ്റുകളിലെ നിരീക്ഷണ ക്യാമറകളിൽ ചിത്രീകരിക്കപ്പെടുന്ന ദൃശ്യങ്ങൾ ഡോക്യുമെന്ററി സിനിമയാകേണ്ടതല്ലേ? ഇവിടെ മെനഞ്ഞെടുത്ത കഥാപാത്രങ്ങളില്ല, യാഥാർത്ഥ്യമാണ് ചിത്രീകരിക്കപ്പെടുന്നതുതാനും. ഇനി "ഫീച്ചർ ഫിലിമിന്റെ വിപരീതമാണ് ഡോക്യുമെന്ററി" എന്നു പറഞ്ഞാലോ? ഈ ആശയം ഒരിടത്തും എത്തുന്നില്ലതാനും. ഡോക്യുമെന്ററി സിനിമയെ നിർവ്വചനത്തിൽ ഒതുക്കാതെ പ്രായോഗികമായി മനസ്സിലാക്കുന്നതാണഭികാമ്യം.

● എന്താണ് ഡോക്യുമെന്ററി സിനിമ?

'യാഥാർത്ഥ്യത്തെക്കുറിച്ചുള്ള സിനിമ'യാണ് ഡോക്യുമെന്ററി എന്നു ചുരുക്കിപ്പറയാം. പ്രാധാന്യമർഹിക്കുന്ന ഒരു സംഭവം, സ്ഥലം, വ്യക്തി എന്നിവയെക്കുറിച്ചൊക്കെ ഡോക്യുമെന്ററി സിനിമയെടുക്കാം. തൃശൂർ പൂരത്തെക്കുറിച്ചോ, മലയാറ്റൂർ തിരുനാളിനെക്കുറിച്ചോ, അറിയപ്പെടുന്ന കഥകളി ആചാര്യനെക്കുറിച്ചോ, കോവളം, കുമരകം തുടങ്ങിയ ടൂറിസ്റ്റ് കേന്ദ്രങ്ങളെക്കുറിച്ചോ, എൻഡോസൾഫാൻ പ്രശ്നത്തെക്കുറിച്ചോ ഒക്കെ ഡോക്യുമെന്ററിയെടുക്കാം. ഫീച്ചർ ചിത്രത്തിലേതു പോലെ മെനഞ്ഞെടുത്ത ഒരു കഥ ഡോക്യുമെന്ററിയിലില്ല. 'ഡോക്യുമെന്ററി ജീവിതത്തിന്റെ പച്ചയായ ആവിഷ്കാരമാണ്' എന്നാണ് പറയപ്പെടുന്നത്. ഒരു ഡോക്യുമെന്ററി ചലച്ചിത്രകാരൻ തന്റെ സൃഷ്ടിയെ ചരിത്രത്തിൽ അടയാളപ്പെടുത്തുകയാണ് ചെയ്യുന്നത്. യാഥാർത്ഥ്യത്തെ അവതരിപ്പിക്കുന്നതാണ് ഡോക്യുമെന്ററി എന്നു പറഞ്ഞല്ലോ. ഒരു സംഭവത്തെ വെറുതെയങ്ങു ക്യാമറകൊണ്ടു ചിത്രീകരിച്ചാൽ മാത്രം അതു നല്ലൊരു ഡോക്യുമെന്ററിയാകണമെന്നില്ല. ഡോക്യുമെന്ററിയിൽ ഭാവനാ പൂർണ്ണമായ അവതരണ രീതിയുണ്ടാകണം. പ്രേക്ഷകനെ യാഥാർത്ഥ്യത്തിലേക്കടുപ്പിക്കുന്നതും അതുമായി താദാത്മ്യപ്പെടുത്തുന്നതുമായ ആശയവിനിമയത്തിന്റെ ഒരു തലമുണ്ടാകണം അതിൽ. ഡോക്യുമെന്ററിയിൽ ക്യാമറയുടേയും

എഡിറ്റിങ്ങിന്റേയുമെല്ലാം സാദ്ധ്യതകളെ സംവിധായകൻ കലാപരമായും സാങ്കേതികമായും ഉപയോഗപ്പെടുത്തുന്നുണ്ട്. പക്ഷേ അവയെല്ലാം തന്നെ 'യാഥാർത്ഥ്യത്തെ അവതരിപ്പിക്കുന്നതിന് സഹായകമാകുക' എന്ന ചട്ടക്കൂടിൽ ഒതുങ്ങി നിൽക്കുന്നു എന്നു മാത്രം.

- ഡോക്യുമെന്ററി ചിത്രങ്ങളെ 'ഷോർട്ട് ഫിലിം' എന്ന വിഭാഗത്തിൽ ഉൾപ്പെടുത്തുവാൻ കഴിയുമോ?

'കൂളായതു കുളം' എന്നു പണ്ടാരോ പറഞ്ഞതുപോലെ 'ഷോർട്ട്' ആയ ഫിലിമാണ് ഷോർട്ട് ഫിലിം. ദൈർഘ്യം കുറഞ്ഞ ഏതൊരു സിനിമയും ഷോർട്ട് ഫിലിമാണ്. അതു ഡോക്യുമെന്ററിയോ ഫീച്ചർ ഫിലിമോ പരീക്ഷണാത്മക ചിത്രമോ ആയിക്കൊള്ളട്ടെ. അക്കാദമി ഓഫ് മോഷൻ പിക്ച്ചർ ആർട്ട്സ് ആൻഡ് സയൻസ് ഷോർട്ട് ഫിലിമിനെ നിർവ്വചിക്കുന്നതിങ്ങനെയാണ് "An original motion picture that has a running time of 40 minutes or less, including all credits"(ക്രെഡിറ്റ് ടൈറ്റിലുകളടക്കം നാല്പതു മിനിറ്റോ അതിൽ കുറവോ ദൈർഘ്യമുള്ള ഒറിജിനൽ ചലച്ചിത്രം).

ലോകമെമ്പാടുമുള്ള ചലച്ചിത്രകാരന്മാർ നാല്പതു മിനിറ്റ് എന്ന സമയദൈർഘ്യത്തെ ഒരു അതിർവരമ്പായി എപ്പോഴും കണക്കാക്കുന്നില്ലെന്നതാണ് വാസ്തവം.

- പ്രശസ്തമായ ചില ഡോക്യുമെന്ററി ചിത്രങ്ങളെക്കുറിച്ച് പ്രതിപാദിക്കാമോ?

ഫ്രഞ്ച് ചലച്ചിത്രകാരിയായ ആഗ്നസ് വർദയുടെ പ്രസിദ്ധമായ ഡോക്യുമെന്ററിയാണ് 'The Gleaners and I'. തെരുവിൽ അലഞ്ഞു നടന്നു സാധനങ്ങൾ പെറുക്കുന്നവരെക്കുറിച്ചുള്ളതാണ് ഈ ചിത്രം. നമ്മുടെ നാട്ടിൽ റോഡിൽ ചുറ്റിക്കറങ്ങി നടന്നു സാധനങ്ങൾ പെറുക്കുന്നവരോടുള്ള മനോഭാവം എന്തായിരിക്കും? ഈ സിനിമ കണ്ടു നോക്കൂ... ഇതിൽ സാമ്പത്തിക ശേഷിയുള്ളവനും വിദ്യാസമ്പന്നനും ഒക്കെ അവരവർക്കു വേണ്ട സാധനങ്ങൾ റോഡരികിൽ നിന്നും എടുക്കുന്നുണ്ട്. മറ്റുള്ളവർ ഉപേക്ഷിച്ച വസ്തുക്കളിൽ നിന്നും അവനവനു വേണ്ടുന്നതിനെ തിരഞ്ഞെടുക്കുന്നതിനെയാണ് 'Gleaning' എന്നു പറയുന്നത്. ഈ ചിത്രത്തിൽ ഗ്ലീനിങ്ങിനെ മഹത്വവല്ക്കരിക്കുകയാണ് ആഗ്നസ് വർദ എന്ന ചലച്ചിത്രകാരി ചെയ്യുന്നത്. 'ഗ്ലീനിങ്ങ്' ഒരു സമാന്തര ജീവിത രീതിയായി വരെ മാറുന്നുണ്ട് ഈ ചിത്രത്തിൽ. ഒരു ദൃശ്യത്തിൽ സംവിധായിക പ്രത്യക്ഷപ്പെട്ട് ഗ്ലീനിങ്ങ് നടത്തുന്നുമുണ്ട്. ഒരു ചലച്ചിത്രകാരിയായ താൻ 'യാഥാർത്ഥ്യത്തിന്റെ ഖണ്ഡങ്ങൾ' പെറുക്കുകയാണ് എന്നാണ് ഈ ദൃശ്യം കൊണ്ട് സംവിധായിക സൂചിപ്പിക്കുന്നത്.

ബർട്ട് ഹാൻസ്ട്രയുടെ 'ഗ്ലാസ്' എന്ന വിഖ്യാത ഡോക്യുമെന്ററി ചിത്രം ഗ്ലാസ്സ് നിർമ്മിക്കുന്നതിന്റെ വിവിധ വശങ്ങളെക്കുറിച്ചാണ് പ്രതിപാദിക്കുന്നത്. ഇതിൽ നിരൂപകരുടെ പ്രശംസ ഏറെ പിടിച്ചു പറ്റിയ ഒരു രംഗമുണ്ട്. ഒരു ഫാക്ടറിയിൽ ചില്ലു കൊണ്ടുണ്ടാക്കപ്പെട്ട കുപ്പികൾ ഒരു ബെൽട്ടിലൂടെ നീങ്ങുകയാണ്. ഒരു യന്ത്രക്കൈ അവയെ ഓരോന്നോരോന്നായി മറ്റൊരിടത്തേക്ക് മാറ്റി സ്ഥാപിക്കുന്നു. യന്ത്രക്കൈ വന്നു പിടിമുറുക്കുമ്പോൾ ഒരു കുപ്പി പൊട്ടുന്നു. പുറകെ ബെൽറ്റിലൂടെ നീങ്ങുന്ന കുപ്പികൾ കൂട്ടിയിടിച്ചു തകരുന്നു. വ്യവസായിക വിപ്ലവത്തിന്റെ ഫലമായി ഉൽപ്പന്നങ്ങളുടെ ഉൽപാദനം വർദ്ധിച്ചാലും യന്ത്രങ്ങളെ അമിതമായി ആശ്രയിക്കുന്നതു തകർച്ചയിലേക്കു നയിക്കാം എന്നാകാം സംവിധായകൻ ഈ രംഗം കൊണ്ടുദ്ദേശിക്കുന്നത് എന്ന് നിരൂപകന്മാർ രേഖപ്പെടുത്തി. ഡോക്യുമെന്ററി ചിത്രങ്ങളുടെ കൂട്ടത്തിൽ 'ഒരു കവിത പോലെ മനോഹരം' എന്നും 'ഒരു മുത്തുപോലെ തിളങ്ങുന്നു' എന്നുമാണ് നിരൂപകന്മാർ ഇതിനെ വാഴ്ത്തിയിട്ടുള്ളത്.

രാത്രിയും മൂടൽമഞ്ഞും! കാല്പനിക ഭാവം ഉണർത്തുന്ന വാക്കുകൾ അല്ലേ? എന്നാൽ ഹതഭാഗ്യരായ ആയിരക്കണക്കിനാളുകൾക്ക് അവ കരച്ചിലിന്റേയും പീഡനത്തിന്റേയും വേദനയുടേയും പ്രതീകമാവുകയാണുണ്ടായത്. വിഖ്യാത സംവിധായകനായ അലൻ റെനേയുടെ ഡോക്യുമെന്ററി ചിത്രത്തിന്റെ പേരാണ് രാത്രിയും മൂടൽമഞ്ഞും (Night and Fog). 1955 ൽ ഇറങ്ങിയ ഈ ചിത്രം നാസി കോൺസൺട്രേഷൻ ക്യാമ്പുകളിൽ നടമാടിയ കൊടും ഭീകരതകളിലേക്കാണ് വെളിച്ചം വീശുന്നത്.

ഹിറ്റ്ലർക്ക് ആധിപത്യമുള്ള പ്രദേശങ്ങളിൽ നിന്നും ജൂതന്മാർ കൂട്ടത്തോടെ അറസ്റ്റു ചെയ്യപ്പെടുന്നു. പട്ടാളക്കാരാൽ അറസ്റ്റു ചെയ്യപ്പെട്ടു കൊണ്ടു പോകപ്പെടുമ്പോൾ അവരുടെ ചിന്ത ഇതായിരുന്നു "എന്തോ തെറ്റിദ്ധാരണ മൂലമാണ് ഞങ്ങളെ അറസ്റ്റു ചെയ്തത്. ചോദ്യം ചെയ്യലിനു ശേഷം ഞങ്ങൾ സ്വതന്ത്രരാക്കപ്പെടും". എന്നാൽ അവരുടെ രക്തം തണുത്തുറയുന്നതു പോലെയുള്ള അനുഭവങ്ങളാണ് പിന്നീടുണ്ടായത്. ഗുഡ്സ് വാഗണുകളിൽ കൊട്ടിയടക്കപ്പെട്ട് വിശപ്പും ദാഹവുമകറ്റാൻ മാർഗ്ഗമില്ലാതെ ഞെരുങ്ങിയും നന്നായൊന്നു ശ്വസിക്കാൻ പോലും കഴിയാത്ത യാത്രയായിരുന്നു അവരുടേത്! ഓൾഷ്വിറ്റ്സിലും മറ്റു സ്ഥലങ്ങളിലുമുള്ള ക്യാമ്പുകളിലേക്കാണവർ ആനയിക്കപ്പെട്ടത്. ഇനിയാണ് കൊടും പീഡനങ്ങൾ ആരംഭിക്കുന്നത്. ഹിറ്റ്ലറുടെ വംശീയ വെറിക്കിരയായ ആ പാവങ്ങൾ സൂപ്പു മാത്രം കഴിച്ചു ബർത്തുകളിൽ കിടന്നുറങ്ങേണ്ടിവന്നു! മറ്റു പീഡനങ്ങൾ വേറെയും! സമൂഹത്തിന്റെ ഉയർന്ന ശ്രേണിയിലുള്ളവരും അതുവരെ മാന്യമായി ജീവിച്ചിരുന്നവരുമാണ് ഒരു സുപ്രഭാതത്തിൽ ഇതുപോലെ കയ്പ്പിന്റെ അഗാധഗർത്തത്തിലേക്കെടുത്തെറിയപ്പെട്ടത്!

ക്യാംപുകളിൽ ആളുകളുടെ എണ്ണം കൂടിക്കൂടി വന്നു. എളുപ്പത്തിൽ കുറെയധികം ആളുകളെ പെട്ടെന്നു കൊന്നൊടുക്കുവാനുള്ള മാർഗ്ഗങ്ങൾ നടപ്പിലാക്കപ്പെട്ടു. വിദഗ്ദ്ധരായ എഞ്ചിനീയർമാരാൽ ഗ്യാസ് ചേംബറുകൾ പണികഴിക്കപ്പെട്ടു. പ്രാണനു വേണ്ടി പിടഞ്ഞ മനുഷ്യർ കൈവിരലുകൾ കൊണ്ടു മാന്തിപ്പൊളിച്ച ഭിത്തികളിൽ വരെ ക്യാമറ ചെന്നെത്തുന്നുണ്ട് ഈ ചിത്രത്തിൽ. ഇതിന്റെ വിരുദ്ധമായ കാര്യങ്ങളാണ് ഉന്നത സൈനികോദ്യോഗസ്ഥർ കാഴ്ചവെക്കുന്നത്. നിരപരാധികളെ പീഡിപ്പിച്ചു കൊന്നൊടുക്കിയ അവർ മദ്യവും മദിരാക്ഷിയുമായി ആഘോഷിക്കുകയാണ്!

കൊല്ലപ്പെട്ടവർ ഉപയോഗിച്ചിരുന്ന സാധനങ്ങൾ-ചെരുപ്പുകളും കണ്ണടകളും മറ്റും-കുന്നു പോലെ കൂട്ടിയിട്ടിരിക്കുന്നു- സ്ത്രീകളുടെ തലമുടി ഉപയോഗച്ചുണ്ടാക്കിയ പുതപ്പുകൾ, മനുഷ്യരുടെ കൊഴുപ്പിൽ നിന്നുമുണ്ടാക്കപ്പെട്ട സോപ്പുകൾ-ഇതിനെക്കുറിച്ചു പറയുമ്പോൾ 'നറേറ്റർക്ക്' വാക്കുകളിടറുന്നു. ശിരസ്സ് മാറ്റപ്പെട്ട ഉടലുകൾ, കുട്ടകളിൽ കൂട്ടിയിട്ടിരിക്കുന്ന ശിരസ്സുകൾ. ആയിരക്കണക്കിന് ശവശരീരങ്ങൾ വലിയ കുഴികളിലേക്ക് ബുൾഡോസർ ഉപയോഗിച്ചു നീക്കപ്പെടുന്നു. മരിച്ചവരുടെ തലയോട്ടികൾ അടുക്കിവെക്കുന്ന പാതി ജീവനുള്ളവർ!

ഇനി രംഗം ന്യൂറംബർഗ്ഗിലെ യുദ്ധവിചാരണക്കോടതിയാണ്. ഉന്നത സൈനിക ഉദ്യോഗസ്ഥർ പറയുന്നു " ഇതിനു ഞങ്ങൾ ഉത്തരവാദികളല്ല!" ദൃശ്യം കട്ടു ചെയ്യപ്പെടുന്നത് നഗ്നമായ ശവശരീരങ്ങൾ കൂമ്പാരം കൂട്ടിയിട്ടിരിക്കുന്നതിലേക്കാണ്. ഇവിടെ സംവിധായകൻ ഒരു ചോദ്യം കാണികളോടു ചോദിക്കുകയാണ് "എങ്കിൽ ആരാണുത്തരവാദി?"

നമ്മുടെ മനസ്സാക്ഷിയെ മരവിപ്പിക്കുന്ന ഈ ചിത്രം അലൻ റെനെ അവസാനിപ്പിക്കുന്നതിങ്ങിനെയൊരു ഷോക്ക് നൽകിക്കൊണ്ടാണ്.

"യുദ്ധം ഉറങ്ങുന്നില്ല. ഉറക്കം തൂങ്ങുന്നതേയുള്ളൂ. ഏതു നിമിഷവും നിസ്സഹായരായ മനുഷ്യരിൽ ചാടി വീഴാനുള്ള തക്കം പാർത്ത് അതു തന്റെ ഒരു കണ്ണു തുറന്നു വെച്ചിരിക്കുന്നു!"

ചരിത്രത്തിൽ ജീവിക്കുന്ന(നമ്മുടെ മനസ്സിലും) ഡോക്യുമെന്ററികൾ ഇങ്ങനെ നിരവധി!

- പ്രഗത്ഭരായ ഏതാനും ഡോക്യുമെന്ററി സംവിധായകരുടെ പേരുകൾ പറഞ്ഞു തരാമോ?

റോബർട്ട് ജെ ഫ്ളാഹർട്ടി(ലോകത്തിലെ ആദ്യത്തെ ഡോക്യുമെന്ററി സംവിധായകൻ എന്നറിയപ്പെടുന്ന വ്യക്തി), ആനന്ദ് പട്വർദ്ധൻ(സാമൂഹിക വിഷയങ്ങളെക്കുറിച്ചുള്ള നിരവധി ഡോക്യുമെന്ററികൾ), ഒ.ജെ തോട്ടാൻ(മലയാളിയായ ആദ്യത്തെ ഡേക്യുമെന്ററി ഫിലിം മേക്കർ), ശരത് ചന്ദ്രൻ(ശ്രദ്ധേയമായ നിരവധി ഡോക്യുമെന്ററികൾ), കെ. ആർ.

മനോജ്(എൻഡോസൾഫാൻ പ്രശ്നം കൈകാര്യം ചെയ്യുന്ന 'പെസ്റ്ററിങ്ങ് ജേർണി' യുടെ സംവിധായകൻ).

ശ്രീ അടൂർ ഗോപാലകൃഷ്ണൻ ഫീച്ചർ ചിത്രങ്ങൾക്കു പുറമെ വിവിധ വിഷയങ്ങളെക്കുറിച്ചുള്ള ഡോക്യുമെന്ററികൾക്കു സാക്ഷാത്കാരം നിർവ്വഹിച്ചിട്ടുണ്ട്. പ്രശസ്ത ബംഗാളി കവിയും ചലച്ചിത്രകാരനുമായ ബുദ്ധദേവ് ദാസ് ഗുപ്ത ഫീച്ചർ ഫിലിമുകൾക്ക് പുറമെ നിരവധി ഡോക്യുമെന്ററികളും സംവിധാനം ചെയ്തിട്ടുണ്ട്. ദി കീ ഓഫ് ഡ്രം(1974 ലെ ഏറ്റവും നല്ല ഡോക്യുമെന്ററിക്കുള്ള അവാർഡ്), ദ സ്റ്റോറി ഓഫ് ഗ്ലാസ്സ് (1986ലെ ഏറ്റവും നല്ല ഇന്റസ്ട്രിയൽ ഡോക്യുമെന്ററിക്കുള്ള ദേശീയ അവാർഡ്) എന്നിവ അവയിൽ ചിലതാണ്.

- മലയാളിയായ ആദ്യത്തെ ഡോക്യുമെന്ററി ഫിലിം മേക്കറായ ഒ.ജെ.തോട്ടാന്റെ ചിത്രങ്ങൾ ഏതെല്ലാമാണ്?

1946ൽ ബ്ലാക്ക് ആൻഡ് വൈറ്റിൽ ഗാന്ധിജിയുടെ കേരള സന്ദർശനം തോട്ടാൻ ചിത്രീകരിച്ചു. തൊട്ടടുത്ത വർഷം ഐക്യകേരളം കോൺഫറൻസ് കളറിലാണ് ചിത്രീകരിച്ചത്. ഗാന്ധിജീസ് ആഷസ് ഇൻ കേരള, ട്രാൻസ്ഫർ ഓഫ് പവർ, മൗണ്ട് ബാറ്റൺസ് വിസിറ്റ്, മൈസൂർ ദസറ, നീൽ ഗിരീസ്, തൃശ്ശൂർ പൂരം, പെരിയാർ എന്നിവയാണ് അദ്ദേഹത്തിന്റെ ശ്രദ്ധേയമായ ചിത്രങ്ങൾ. ജവഹർലാൽ നെഹ്റുവിനെ അഭിനയിപ്പിച്ചും കൊണ്ട് ബാലചലച്ചിത്രമെടുത്തിട്ടുള്ള അദ്ദേഹം 'അൽഫോൺസ'എന്ന ഫീച്ചർ ഫിലിമും സംവിധാനം ചെയ്തിട്ടുണ്ട്.

- ഫീച്ചർ ഫിലിമുകളെ കുടുംബചിത്രങ്ങൾ, ഹാസ്യ ചിത്രങ്ങൾ ഹൊറർ ചിത്രങ്ങൾ എന്നൊക്കെ തരം തിരിക്കുന്നതു പോലെ ഡോക്യുമെന്ററികളെ തരം തിരിക്കാറുണ്ടോ?

ഡോക്യുമെന്ററി ചിത്രങ്ങളേയും വ്യത്യസ്ത വിഭാഗങ്ങളായി തരം തിരിക്കാവുന്നതാണ്. പ്രധാന വിഭാഗങ്ങൾ താഴെപ്പറയുന്നവയാണ്. 1. കംപൈലേഷൻ ഫിലിം(Compilation Film). 2. അഭിമുഖ സംഭാഷണം (Interview) 3. ഡയറക്ട് സിനിമ ഡോക്യുമെന്ററി (Direct Cinema Documentary) 4. പ്രകൃതിയെ സംബന്ധിക്കുന്ന ഡോക്യുമെന്ററി (Nature Documentary) 5. പോർട്രെയ്റ്റ് ഡോക്യുമെന്ററി (Portrait Documentary).

കംപൈലേഷൻ ഫിലിം

ആർക്കൈവുകളിൽ ശേഖരിക്കപ്പെട്ട ഡോക്യുമെന്ററി ചിത്രങ്ങളിൽ നിന്നും ഒരു പ്രത്യേക ആശയത്തെ പിൻതാങ്ങുന്ന ഷോട്ടുകളെ വേർതിരിച്ചെടുത്ത് അവയെ കൂട്ടിയിണക്കി നിർമ്മിക്കുന്ന ഡോക്യുമെന്ററിയാണിത്.

അഭിമുഖ സംഭാഷണം

പ്രഗത്ഭനായ അല്ലെങ്കിൽ പ്രഗത്ഭയായ ഒരു വ്യക്തിയുമായി മറ്റൊരാൾ അഭിമുഖ സംഭാഷണത്തിലേർപ്പെടുന്ന സമ്പ്രദായമാണിത്.

ഡയറക്ട് സിനിമ ഡോക്യുമെന്ററി

ഒരു സംഭവം നടക്കുന്നതിനെ അതേപടി, അതേ ക്രമത്തിൽ യഥാതഥമായി ചിത്രീകരിക്കുന്നതിനെയാണ് ഡയറക്ട് സിനിമ ഡോക്യുമെന്ററി എന്നു വിളിക്കുന്നത്. ഇതു 1958നും 1962നും ഇടയിൽ വടക്കേ അമേരിക്കയിലാണുത്ഭവിച്ചത്. ഴാൻ റൂഷ്(Jean Rouch) എന്ന ഫ്രഞ്ച്കാരനാണിതിനെ പിന്നീട് വികസിപ്പിച്ചെടുത്തത്.

പ്രകൃതിയെ സംബന്ധിക്കുന്ന ഡോക്യുമെന്ററി

പ്രകൃതി സംരക്ഷണം, പ്രകൃതി ഭംഗി എന്നിവയുമായി ബന്ധപ്പെട്ട ഡോക്യുമെന്ററികളാണ് ഈ വിഭാഗത്തിൽപ്പെടുന്നത്.

പോർട്രെയ്റ്റ് ഡോക്യുമെന്ററി

ഏതെങ്കിലും വ്യക്തിയുടെ നേട്ടങ്ങളെക്കുറിച്ചോ, വ്യക്തിത്വത്തെക്കുറിച്ചോ ഒക്കെയുള്ള ചിത്രീകരണമാണിത്.

- ഡോക്യുമെന്ററി എന്നാൽ യാഥാർത്ഥ്യമാണല്ലോ. യാഥാർത്ഥ്യ ബോധത്തോടെയല്ലാതെ ചിത്രീകരിക്കപ്പെട്ടതോ, തെറ്റിദ്ധാരണാജനകമായതോ ആയ ഡോക്യുമെന്ററി സിനിമകളുണ്ടോ?

ഏതൊരു കാര്യത്തിലും കള്ളനാണയങ്ങളുണ്ടാകാം എന്നതുപോലെത്തന്നെയാണ് ഡോക്യുമെന്ററി സിനിമയുടെ കാര്യവും. കൃത്യമല്ലാത്തതും തെറ്റിദ്ധരിപ്പിക്കുന്നതുമായ വാർത്തകൾ മാദ്ധ്യമങ്ങളിലൂടെ പ്രചരിപ്പിക്കപ്പെടുന്നില്ലേ? ശ്രുതിയും താളവും തെറ്റിയ ഗാനങ്ങളുണ്ടാകുന്നില്ലേ? ഡോക്യുമെന്ററി സിനിമകളും ഇതിൽ നിന്നും വിമുക്തമല്ല. കൃത്യതയില്ലാത്ത ആശയങ്ങൾ ചിത്രീകരിക്കപ്പെട്ടതും സ്ഥാപിത താത്പര്യങ്ങൾ പ്രചരിപ്പിക്കുന്നതുമായ ഡോക്യുമെന്ററികളും ഉണ്ടാകാം. അങ്ങനെയാണെങ്കിൽ അവയെ ഡോക്യുമെന്ററികൾ എന്നു വിളിക്കാൻ കഴിയുമോ? ഡോക്യുമെന്ററി എന്ന വിഭാഗത്തിൽത്തന്നെയാണ് അവയും പെടുന്നത്. ഡോക്യുമെന്ററി സിനിമ കൊണ്ടുദ്ദേശിക്കുന്ന ഫലപ്രാപ്തി നൂറു ശതമാനം ഉണ്ടാകുന്നില്ലെങ്കിലും.

- മോക്യുമെന്ററികൾ(Mocumentaries) എന്താണ്?

റോബ് റീനറുടെ(Rob Reiner) 'ദിസ് ഈസ് സ്പൈനൽ ടാപ്'(This is Spinal Tap) എന്ന ചിത്രത്തെ ഉദാഹരണമായെടുക്കാം. ഒരു 'സാങ്കല്പിക റോക്ക് ബാൻഡി' നെക്കുറിച്ചുള്ള ഡോക്യുമെന്ററിയാണിത്. സാങ്കല്പിക

റോക് ബാൻഡ് എന്ന അർത്ഥത്തിൽ അത് യാഥാർത്ഥ്യത്തെയല്ല വരച്ചു കാണിക്കുന്നതെന്നു പറയേണ്ടി വരും. എന്നാൽ ഡോക്യുമെന്ററിയുടെ രീതിയിൽ അവതരിപ്പിച്ചിട്ടുള്ളതിനാൽ അത് ഡോക്യുമെന്ററിയുമാണ്. സാങ്കല്പികമായതോ, കബളിപ്പിക്കുന്ന വിധത്തിലുള്ളതോ ആയ ഒരു കാര്യത്തെക്കുറിച്ചുള്ള ഡോക്യുമെന്ററി- അതാണ് മോക്യുമെന്ററി.

- ഡോക്യുഫിക്ഷൻ (Docu-Fiction) എന്ന പദം എന്തിനെ സൂചിപ്പിക്കുന്നു?

യാഥാർത്ഥ്യവും ഭാവനയും കൂടിക്കലർന്നതരം ചിത്രങ്ങളെയാണ് ഡോക്യുഫിക്ഷൻ എന്നു പറയുന്നത്. യാഥാർത്ഥ്യത്തെ അവതരിപ്പിക്കുകയും എന്നാൽ ചില ഘട്ടങ്ങളിൽ ഭാവനാ പൂർണ്ണമായ തലങ്ങളിലേക്കു നമ്മെ കൂട്ടിക്കൊണ്ടുപോവുകയും ചെയ്യുന്ന ഒരാഖ്യാന രീതിയാണിത്. യാഥാർത്ഥ്യത്തെ പിന്താങ്ങുവാനാണ് വാസ്തവത്തിൽ ഈ രീതി അവലംബിക്കുന്നത്.

ഡോക്യുഫിക്ഷൻ രീതിയിലെടുത്ത പ്രശസ്തമായ ഒരു റോഡ് മൂവിയാണ് 'ടാക്സി'. ഇറാനിയൻ ചലച്ചിത്രകാരനായ ജാഫർ പനാഹിയാണ് ഇതിന്റെ സംവിധായകൻ. തന്റെ സിനിമകളിലൂടെ ഭരണകൂടത്തിനെതിരായുള്ള വിമർശനാത്മക നിലപാടെടുത്തതിനാൽ സ്വന്തം നാട്ടിൽ സിനിമ എടുക്കുന്നതിൽ നിന്നും വിലക്ക് നേരിട്ട പനാഹി ഒരു ടാക്സി കാർ ഓടിച്ച് ടെഹ്റാൻ നഗരത്തിലൂടെ കറങ്ങുന്നു. കാറിന്റെ ഡാഷ് ബോർഡിൽ ഡിജിറ്റൽ ക്യാമറകൾ ഒളിപ്പിച്ചു വെച്ചിട്ടാണ് അദ്ദേഹത്തിന്റെ യാത്ര. കാറിൽ പലരും മാറി മാറി യാത്ര ചെയ്യുന്നു. അവരുടെ സംഭാഷണങ്ങളിലൂടെയും ചെയ്തികളിലൂടെയും ഇതൾ വിടർത്തുന്ന സംഘർഷങ്ങളിലൂടെ വ്യത്യസ്തമായ ഒരു സിനിമ ജനിക്കുകയായി. ടാക്സി കാറിൽ യാത്ര ചെയ്തവർ കഥാപാത്രങ്ങളായി വേഷപ്പകർച്ച നടത്തിയവരായിരുന്നില്ല. അതിനാലതു യാഥാർത്ഥ്യമാണ്. എന്നാൽ അവരുടെ സാന്നിദ്ധ്യത്തിൽ നിന്നും സംവിധായകൻ മെനഞ്ഞെടുത്തത് ഒരു കാല്പനിക തലവുമാണ്.

"ജീവിച്ചിരിപ്പുണ്ടെങ്കിൽ സിനിമയെടുത്തിരിക്കും" എന്ന പനാഹിയുടെ നിശ്ചയദാർഢ്യത്തിന്റെ ഫലമാണ് അദ്ദേഹത്തിന്റെയീ സിനിമ. അധികാരികളുടെ കൂച്ചു വിലങ്ങിനാൽ തളയ്ക്കപ്പെടേണ്ടതല്ല സിനിമയും കലയുമെന്ന ആശയത്തിന്റെ ഉത്തമോദാഹരണം. ഇതിന്റെ പ്രിന്റ് ബർലിനിലേക്ക് രഹസ്യമായാണ് കടത്തപ്പെട്ടത്. ബർലിൻ അന്താരാഷ്ട്ര ചലച്ചിത്രമേളയിൽ പങ്കെടുത്ത ഈ ചിത്രത്തിനു 'ഗോൾഡൻ ബെയർ' പുരസ്കാരം ലഭിക്കുകയുണ്ടായി.

ശ്രദ്ധേയമായ മറ്റു ചില ഡോക്യുഫിക്ഷൻ ചിത്രങ്ങളാണു താഴെ പറയുന്നവ: ടാബു(റോബർട്ട് ഫ്ളാഹർട്ടി,F.W. മുർനാവ്/1931), മാൻ ഓഫ്

ആരാൻ(റോബർട്ട് ഫ്ളാഹർട്ടി/1934), ലൂസിയാന സ്റ്റോറി(റോബർട്ട് ഫ്ളാഹർട്ടി/1948), ലൈഫ് ആൻഡ് നത്തിങ്ങ് മോർ(അബ്ബാസ് കിയരസ്തോമി/1991), ബ്രഡ് ആൻഡ് വൈൻ (റിക്കാഡോ കോസ്റ്റാ/1979), ക്ലോസ്സപ്പ്(അബ്ബാസ് കിയരസ്തോമി/1990).

- ഡോക്യുമെന്ററി സിനിമ നിർമ്മിക്കുമ്പോൾ ശ്രദ്ധിക്കേണ്ട കാര്യങ്ങളെന്തെല്ലാം?

താൻ ചെയ്യാൻ പോകുന്ന കാര്യത്തെക്കുറിച്ചുള്ള തികഞ്ഞ അവബോധമാണ് ഒരു ഡോക്യുമെന്ററി ചലച്ചിത്രകാരന് പ്രാഥമികമായി വേണ്ടത്. പ്രേക്ഷകനിൽ താത്പര്യം ജനിപ്പിക്കുന്ന വിധത്തിൽ യാഥാർത്ഥ്യത്തെ അവതരിപ്പിക്കുകയാണ് നല്ല ഡോക്യുമെന്ററി ചലച്ചിത്രകാരൻ ചെയ്യുന്നത്. വിരസമായ അവതരണരീതി ഒരു ഡോക്യുമെന്ററിയെ പ്രേക്ഷകനിൽ നിന്നകറ്റും, തീർച്ച.“ ചില വസ്തുതകളെ മനസ്സിലാക്കുവാൻ കഴിയും, പക്ഷേ, ഫീച്ചർ ഫിലിമിനോളം രസകരമായിരിക്കുകയില്ല” എന്ന മുൻവിധിയോടെയാണ് ഭൂരിഭാഗം പ്രേക്ഷകരും ഡോക്യുമെന്ററിയെ സമീപിക്കുന്നത്. ചുമരുണ്ടെങ്കിലല്ലേ ചിത്രമെഴുതാൻ കഴിയൂ? പ്രേക്ഷകരിൽ താത്പര്യമുണർത്തുക എന്ന ചുമർ ഇല്ലെങ്കിൽ ഡോക്യുമെന്ററി ചിത്രമെടുക്കുക എന്ന ചിത്രമെഴുത്തു കൊണ്ടു പ്രയോജനമില്ല തന്നെ!

റിസർച്ച്

ചെയ്യുന്ന വിഷയത്തിന്റെ വിശദാംശങ്ങളിലേക്കു കടക്കുക, നൽകുന്ന വിവരങ്ങൾ ആധികാരികമാകുക, ഇത് ഡോക്യുമെന്ററി നിർമ്മാണത്തിലെ ഏറ്റവും പ്രധാനപ്പെട്ട കാര്യമാണ്. ഇതിന് ആധികാരിക ഗ്രന്ഥങ്ങൾ, വെബ് സൈറ്റുകൾ, ആ വിഷയത്തിൽ പാണ്ഡിത്യമുള്ളവരുമായുള്ള ചർച്ചകൾ തുടങ്ങിയ ഘടകങ്ങളെ കൂട്ടുപിടിക്കാവുന്നതാണ്. ചില വിഷയങ്ങളെ ഫലപ്രദമായി ‘കമ്മ്യൂണിക്കേറ്റ്’ ചെയ്യുന്നതിന് ചിത്രങ്ങൾ, ഫോട്ടോഗ്രാഫുകൾ, പട്ടികകൾ മുതലായവയുടെ സഹായം വേണ്ടി വരും. രാഷ്ട്രീയമോ ചരിത്രപരമോ ആയ പരാമർശങ്ങളുണ്ടെങ്കിൽ അതിനെ പിന്താങ്ങുവാൻ സ്റ്റോക്ക് ഷോട്ടുകൾ (നേരത്തേ അതിനെപ്പറ്റി ചിത്രീകരിക്കപ്പെട്ട ദൃശ്യങ്ങൾ) കാണിക്കാവുന്നതാണ്.

ബഡ്ജറ്റ്

സാധാരണയായി കുറഞ്ഞ ബഡ്ജറ്റിൽ ചെയ്യുന്ന ഒരു പ്രോജക്ട് ആയിരിക്കും ഡോക്യുമെന്ററി. വിഷയത്തിന്റെ പ്രാധാന്യം, വ്യാപ്തി, സംവിധായകന്റെ കഴിവും പരിചയവും, പണമിറക്കുന്നത് ഒരു വ്യക്തിയാണോ, വ്യക്തികളാണോ, സ്ഥാപനമാണോ തുടങ്ങിയ ഘടകങ്ങൾക്കനുസരിച്ച് ബഡ്ജറ്റിൽ ഏറ്റക്കുറച്ചിലുണ്ടാകാം. എങ്കിലും ഫീച്ചർ ഫിലിം നിർമ്മാണത്തെപ്പോലെ ഡോക്യുമെന്ററി നിർമ്മാണത്തെ കാണുന്നതു

തന്നെ തികഞ്ഞ 'ലക്ഷ്വറി'യാനിരിക്കും. സ്റ്റാർ ഹോട്ടലിൽ ഡിസ്കഷൻ, ആഡംബര വാഹനത്തിൽ ലൊക്കേഷൻ തേടിയുള്ള യാത്ര, നിരവധി അസിസ്റ്റന്റുമാർ തുടങ്ങിയവയൊന്നും ചിത്രത്തിന്റെ സാക്ഷാത്കാരത്തെ ഒരിടത്തും കൊണ്ടു ചെന്നെത്തിക്കില്ല. കുറഞ്ഞ ബഡ്ജറ്റിൽ ചിത്രം തീർക്കുവാൻ സാദ്ധ്യമായതെല്ലാം ചെയ്യണം. ചുരുങ്ങിയ ബഡ്ജറ്റിൽ നിർമ്മിക്കുന്ന ഡോക്യുമെന്ററി ചിത്രങ്ങളിൽ പലതിന്റേയും നിർമ്മാതാവ്, സംവിധായകൻ, ഛായാഗ്രാഹകൻ എല്ലാം ഒരാൾത്തന്നെയായെന്നു വരാം. വ്യക്തമായ പ്ലാനിങ്ങോടെ ചെലവ് ഏറ്റവും ചുരുക്കി ഡോക്യുമെന്ററി ചിത്രീകരിക്കുക-ഇതാണ് പ്രായോഗിക സമീപനം.

തിരക്കഥ

വിശദമായ ഒരു തിരക്കഥയ്ക്ക് ഡോക്യുമെന്ററി നിർമ്മാണത്തിൽ കാര്യമായ സ്ഥാനമുണ്ടാകണമെന്നില്ല. കാരണം പലപ്പോഴും ലൊക്കേഷനിലെ സാഹചര്യങ്ങൾക്ക് അനുസരിച്ചും സന്ദർഭങ്ങൾക്കനുസരിച്ചുമാണ് ഷോട്ടുകൾ ചിത്രീകരിക്കേണ്ടി വരിക. നരേറ്റർക്കു പറയുവാനുള്ള സംഭാഷണം നേരത്തേ എഴുതിവെയ്ക്കുന്നത് ഉചിതമാണ്. തിരക്കഥയുടെ രൂപത്തിൽ ഒരു ഏകദേശ പ്ലാൻ തയ്യാറാക്കുന്നത് നല്ലതാണ്.

ചിത്രീകരണം.

ചുരുങ്ങിയ അംഗങ്ങളുള്ള ഒരു ടീം അധികം കൊട്ടിഘോഷമോ ബഹളമോ ഇല്ലാതെ അർപ്പണമനോഭാവത്തോടെ ചെയ്യുന്ന ഒരു സർഗാത്മ പ്രക്രിയയാണ് ഡോക്യുമെന്ററി ചിത്രീകരണം എന്നു വേണമെങ്കിൽ പറയാം. വ്യക്തമായ തയ്യാറെടുപ്പോടെ ഷൂട്ട് ചെയ്യുക, ചിത്രീകരിക്കുന്ന ഷോട്ടുകളുടെ വിശദാംശങ്ങൾ രേഖപ്പെടുത്തി വെയ്ക്കുക, അഭിമുഖ സംഭാഷണങ്ങളിലും മറ്റും പങ്കെടുക്കുന്ന വ്യക്തികളുടെ അഡ്രസ്സും ഫോൺ നമ്പറും കുറിച്ചെടുക്കുക, സ്വാഭാവികമായ ശബ്ദങ്ങളെ റെക്കോഡ് ചെയ്തു സൂക്ഷിച്ചു വെയ്ക്കുക തുടങ്ങിയ കാര്യങ്ങളിലൊക്കെ സംവിധായകൻ ശ്രദ്ധ വെക്കേണ്ടതുണ്ട്.

സാങ്കേതികത

ഒരു ഫീച്ചർ ഫിലിം ചെയ്യുവാനുപയോഗിക്കുന്ന എല്ലാ വ്യത്യസ്ത തരം സാങ്കേതികതയേയും ഒരു ഡോക്യുമെന്ററി ചലച്ചിത്രകാരന് പ്രയോഗത്തിൽ കൊണ്ടുവരാവുന്നതാണ്. പക്ഷേ, സാങ്കേതികത ഒരു ചിത്രത്തിൽ മുഴച്ചു നിന്നാൽ അത് ഏറ്റവും വലിയ അപാകതയായിരിക്കും. കൃത്രിമമായ ലൈറ്റുകൾ കഴിയുന്നതും ഒഴിവാക്കി സ്വാഭാവികമായ വെളിച്ചത്തിൽ (Natural Light)ചിത്രീകരണം നടത്തുന്നതാണ് ഡോക്യുമെന്ററിക്ക് അനുയോജ്യമായ ശൈലി.

അഭിമുഖ സംഭാഷണം

ഇന്റർവ്യൂ ചെയ്യുന്നയാൾക്കു കൈകാര്യം ചെയ്യുന്ന വിഷയത്തിൽ വേണ്ടത്ര ജ്ഞാനം വേണം. ഏതെല്ലാം ചോദ്യങ്ങൾ എപ്പോൾ എങ്ങനെ ചോദിക്കണമെന്ന് ഇന്റർവ്യൂ ചെയ്യുന്നയാൾക്കറിഞ്ഞിരിക്കണം. പ്രമുഖ വ്യക്തികളെല്ലാം അവരവരുടെ മേഖലകളിൽ പാണ്ഡിത്യമുള്ളവരോ പേരെടുത്തവരോ ആയിരിക്കും. എങ്കിലും ക്യാമറയ്ക്ക് മുൻപിൽ ചിലർ അല്പം പതറിപ്പോകാറുണ്ട്. ഇത്തരം സന്ദർഭങ്ങളിൽ ഇന്റർവ്യൂ ചെയ്യുന്ന ആൾ ചെയ്യപ്പെടുന്നയാളെ മാനസികമായി പാകപ്പെടുത്തേണ്ടതാണ്.

ഇന്റർവ്യൂ ചെയ്യുന്നയാൾ തന്റെ പാണ്ഡിത്യം വെളിപ്പെടുത്തുവാനല്ല ശ്രമിക്കേണ്ടത്, മറിച്ച് ഇന്റർവ്യൂ ചെയ്യപ്പെടുന്നയാളിൽ നിന്നും ആശയങ്ങളെ ഫലപ്രദമായി പുറത്തേക്കൊഴുക്കുവാനാണ് പരിശ്രമിക്കേണ്ടത്.

ഷോർട്ട് ഫിലിം

Isn't the sparkling meteor
Flashing through the sky
Short lived?
Yet......
Very beautiful?

Isn't your girl's smile
Blooming on her pink lips
Short lived?
Yet.....
Captivating...
And long lived in your heart?

The short film you watch
On the screen
Indeed,is short lived
Yet.....
Reveting
And long lived in you?

- ഈ കാലഘട്ടത്തിൽ ഷോർട്ട് ഫിലിമുകൾ ധാരാളമായി നിർമ്മിക്കപ്പെടുന്നുണ്ട്. എന്തുകൊണ്ട്?

“**പേ**നയും കടലാസും സുലഭമായിരിക്കുന്നതുപോലെ ക്യാമറയും ഫിലിമും ലഭ്യമാകുന്ന കാലത്തേ സിനിമ യഥാർത്ഥ കലയാകുന്നുള്ളൂ”വെന്നാണ് ഫ്രഞ്ച് നവതരംഗ പ്രസ്ഥാനത്തിന്റെ ആരംഭകാലത്ത് അലക്സാണ്ടർ ആസ്ട്രുക് പ്രസ്താവിച്ചത്. ഇതിൽ ഫിലിം എന്ന ഘടകം ഇല്ലാതായി. പകരം ഡിജിറ്റൽ ടെക്നോളജി വന്നു. ഡിജിറ്റൽ ടെക്നോളജിയുടെ കടന്നു വരവോടെ സിനിമ ജനകീയമായെന്നു പറയാം. ഫിലിമിൽ ചിത്രീകരണം നടത്തിയിരുന്ന കാലത്ത് ഒരു ഷോർട്ട് ഫിലിം നിർമ്മിക്കുക എന്നതു ഭൂരിഭാഗം പേർക്കും ഒരു കീറാമുട്ടി തന്നെയായിരുന്നു. ഫിലിമിന്റെ വിലയും പോസ്റ്റ് പ്രൊഡക്ഷനു വേണ്ടി വരുന്ന ചെലവുമെല്ലാം അത്രയ്ക്കു ഭീമമായിരുന്നു. എന്നാൽ ഇന്നു കാര്യങ്ങൾ എളുപ്പമായിത്തീർന്നിരിക്കുകയാണ്. ഡിജിറ്റൽ ടെക്നോളജിയിൽ ഫിലിമിനു വേണ്ടി പണം മുടക്കേണ്ടതില്ല. ഡിജിറ്റൽ എഡിറ്റിങ്ങ് താരതമ്യേന ചെലവു കുറഞ്ഞതുമാണ്. ആത്മപ്രകാശനത്തിനു വേണ്ടി അല്പം പണം മുടക്കുവാൻ ഈ കാലഘട്ടത്തിൽ കലാകാരന്മാർ കൂടുതൽ തയ്യാറാകുന്നുമുണ്ട്. ചുരുങ്ങിയ ചെലവിലെടുത്ത ഒരു ഷോർട്ട് ഫിലിം പ്രദർശിപ്പിക്കുവാൻ തിയ്യറ്ററുടമകളുടെ കയ്യും കാലും പിടിക്കേണ്ട ആവശ്യം ഇന്നില്ല. ഇന്റർനെറ്റ് എന്ന മഹാവിസ്മയത്തിലൂടെ തന്റെ സൃഷ്ടിയെ ലോകത്തിനു മുന്നിലെത്തിക്കുവാൻ ഇന്ന് ഒരു കലാകാരന് ഒട്ടും ബുദ്ധിമുട്ടുമില്ല! എന്തിനേറെ, മൊബൈൽ ഫോണിൽ സിനിമയെടുത്ത് അതിൽത്തന്നെ എഡിറ്റ് ചെയ്ത് ഷെയർ ചെയ്യുവാൻ സൗകര്യമുള്ള ഈ കാലഘട്ടത്തിൽ നിർമ്മിക്കപ്പെടുന്ന ഷോർട്ട് ഫിലിമുകളുടെ എണ്ണം കൂടുതലാകാനേ തരമുള്ളൂ.

- “ഷോർട്ട് ഫിലിം സിനിമയുടെ ജനാധിപത്യപരമായ മുഖമാണ്.” ഇതുകൊണ്ട് എന്താണർത്ഥമാക്കുന്നത്?

ജനങ്ങൾക്ക് ആധിപത്യമുള്ള ഒരു അവസ്ഥയാണല്ലോ ജനാധിപത്യം. വർദ്ധിച്ച മുതൽ മുടക്കെന്ന കാരണം കൊണ്ട് സിനിമാ നിർമ്മാണത്തിൽ നിന്നും അകന്നു നിന്നവരൊക്കെ ഇന്ന് ഒരു ചെറു സിനിമയെങ്കിലും

എടുത്തു തങ്ങളുടെ സാന്നിദ്ധ്യമറിയിച്ചു കൊണ്ടിരിക്കുകയാണ്. സിനിമ കൂടുതൽ ജനകീയമായിരിക്കുന്നു. സിനിമയെ കൂടുതൽ ജനകീയമാക്കാൻ സഹായിച്ച ഷോർട്ട് ഫിലിമിനെ അതുകൊണ്ടുതന്നെ സിനിമയുടെ ജനാധിപത്യപരമായ മുഖമെന്നാണ് ചലച്ചിത്ര നിരൂപകന്മാർ വിശേഷിപ്പിക്കുന്നത്. "മനസ്സിൽ ഒരാശയവും കയ്യിലൊരു ക്യാമറയുമുണ്ടെങ്കിൽ നിങ്ങൾക്കും ഇക്കാലത്ത് സിനിമയെടുക്കാം" എന്നൊരു പറച്ചിൽ തന്നെ രൂപപ്പെട്ടിട്ടുണ്ട്. നിങ്ങളുടെ സിനിമയെ ജനങ്ങളിലേക്കെത്തിക്കുവാൻ ഒരു ഇടനിലക്കാരന്റെ ആവശ്യം ഇക്കാലത്തില്ല. "സിനിമയുടെ ജനാധിപത്യപരമായ മുഖം" എന്നു വിളിക്കപ്പെടുവാനുള്ള അർഹത തീർച്ചയായും ഷോട്ട് ഫിലിമുകൾക്കുണ്ട്. പ്രശസ്ത ഇറാനിയൻ സംവിധായിക സമീറ മഖ്മൽ ബഫിന്റെ വാചകങ്ങളെ നമുക്കിവിടെ ചേർത്തു വായിക്കാം "ഒരു സോപ്പുപെട്ടിയുടെ വലുപ്പം മാത്രമുള്ള ഡിജിറ്റൽ ക്യാമറ കൈകാര്യം ചെയ്യുന്നത് ഒരു ഷർട്ട് അഴിക്കുന്നതുപോലെ ലളിതമാണ്. സിനിമയുടെ സാങ്കേതികത ഉണർത്തിയിരുന്ന ഭയം ആളുകളിൽ നിന്നും പൊയ്ക്കഴിഞ്ഞിരിക്കുന്നു!"

- ക്രിയാത്മകമായി സംവദിച്ചിട്ടുള്ള ഏതാനും ഷോർട്ട് ഫിലിമുകളെക്കുറിച്ച് പറയാമോ?

ഇൻസിഡന്റ് അറ്റ് ഔൾ ക്രീക്ക്(സംവിധാനം: റോബർട്ടോ എൻറീക്കോ), ദ ഗ്രെയ്റ്റ് ട്രെയിൻ റോബറി(സംവിധാനം: എഡ്വിൻ എസ് പോർട്ടർ), ഗ്ലാസ്സ് (സംവിധാനം: ബർട്ട് ഹാൻസ്ട്ര) തുടങ്ങിയ ചിത്രങ്ങൾ ലോകമെമ്പാടുമുള്ള ചലച്ചിത്ര പ്രേമികൾ നെഞ്ചേറ്റിയവയാണ്. ഇതിൽ ഇൻസിഡന്റ് അറ്റ് ഔൾ ക്രീക്ക്, ദ ഗ്രെയ്റ്റ് ട്രെയിൻ റോബറി എന്നിവ കഥാചിത്രങ്ങളും ഗ്ലാസ്സ് ഡോക്യുമെന്ററിയുമാണ്. നോർമൻ മക്ലാറന്റെ ഹ്രസ്വചിത്രങ്ങൾ ഷോർട്ട് ഫിലിമുകളുടെ സൗന്ദര്യത്തെ വേണ്ടുവോളം ആവാഹിച്ചവയായിരുന്നു. കെ. പി. കുമാരന്റെ 'റോക്ക്' എന്ന ചിത്രം ആദ്യകാലങ്ങളിലിറങ്ങിയ ശ്രദ്ധേയമായ ഒരു ഹ്രസ്വചിത്രമായിരുന്നു. 'കേരള കഫെ' എന്ന ചിത്രത്തിൽ പത്തു വ്യത്യസ്ത സംവിധായകരുടെ ഷോർട്ട് ഫിലിമുകളാണുണ്ടായിരുന്നത്.

- ഷോർട്ട് ഫിലിമിലൂടെ രംഗത്തു വന്നു പിന്നീട് ചലച്ചിത്ര രംഗത്തു വേരുറപ്പിച്ചവരുണ്ടോ?

പല പ്രഗത്ഭ സംവിധായകരും തങ്ങളുടെ ആദ്യ പടികൾ ചവിട്ടിക്കയറിയിരിക്കുന്നത് ഷോർട്ട് ഫിലിമിലൂടെയാണ്. അമേരിക്കൻ സംവിധായകരായ മാർട്ടിൻ സ്കോർസെസെ, സ്റ്റാൻലി ക്യൂബ്രിക് എന്നിവരും പോളിഷ് ചലച്ചിത്രകാരനായ റൊമാൻ പൊളാൻസ്കിയും ക്രിസ്റ്റഫർ നൊളാനും മറ്റും ചില ഉദാഹരണങ്ങൾ മാത്രമാണ്.

സുദേവൻ(സംവിധായകൻ), സുജിത്ത് വാസുദേവ്(ഛായാഗ്രാഹകൻ), ആശ ശരത്ത്(അഭിനേത്രി) എന്നിവർ ഷോർട്ട് ഫിലിമുകളിൽ പ്രവർത്തിച്ച് പുരസ്കാരങ്ങൾ നേടിയതിനുശേഷം ചലച്ചിത്ര രംഗത്തു തിളങ്ങുന്നവരാണ്.

- "ഷോർട്ട് ഷോർട്ട് ഫിലിം" എന്നാലെന്താണ്?

മൂന്നു മിനിറ്റിൽ താഴെ ദൈർഘ്യമുള്ള ചിത്രങ്ങളെയാണ് സാധാരണയായി ഷോർട്ട് ഷോർട്ട് ഫിലിം എന്നു പറയുന്നത്. ഇതിനെ സ്വതന്ത്രമായ ഒരു വിഭാഗമായി പല ഫിലിം ഫെസ്റ്റിവലുകളിലും പരിഗണിക്കാറുണ്ട്. പാരീസിൽ നടത്തപ്പെടാറുള്ള 'ഇന്റർനാഷ്ണൽ ഫെസ്റ്റിവൽ ഓഫ് വെരി ഷോർട്ട്സ്' മൂന്നു മിനിറ്റിൽ താഴെ ദൈർഘ്യമുള്ള ചിത്രങ്ങൾക്കു വേണ്ടിയുള്ളതാണ്. ഒരു മിനിറ്റു മാത്രം ദൈർഘ്യമുള്ള ചിത്രങ്ങൾക്കു വേണ്ടി 'ഫിലിമിനിറ്റ്' എന്ന ഇന്റർനാഷ്ണൽ ഫിലിം ഫെസ്റ്റിവലും നടത്തപ്പെട്ടുവരുന്നുണ്ട്.

ആനിമേഷനും കാർട്ടൂൺ സിനിമയും

Animation is creation
Dull and prosaic images
Given life and emotion!

നോർമൻ മക്‌ലോറൻ എന്ന പ്രസിദ്ധനായ അനിമേറ്റർ തന്റെ 'ബ്ലിങ്കറ്റി ബ്ലാങ്ക്' എന്ന ചിത്രം നിർമ്മിച്ചത് ഫിലിമിൽ കത്തികൊണ്ടും റേസർ ബ്ലേഡ് കൊണ്ടും വരഞ്ഞും സൂചി കൊണ്ടുകുത്തിയും മറ്റുമാണ്!

സ്റ്റാൻ ബ്രോക്കേജ് എന്ന അനിമേറ്റർ 'മോത്ത് ലൈറ്റ്' എന്ന ചിത്രം നിർമ്മിക്കാൻ ഫിലിം സ്റ്റോക്കിൽ ചില പ്രാണികളുടെ ചിറകുകൾ ഒട്ടിച്ചു വെയ്ക്കുകയാണ് ചെയ്തത്!

- ആനിമേഷൻ എന്ന പദം എന്തിൽ നിന്നാണുത്ഭവിച്ചത്?

'അനിമ'(Anima) എന്ന ലാറ്റിൻ വാക്കിൽ നിന്നുമാണ് 'അനിമേഷൻ' ഉണ്ടായത്. ഒരു വസ്തുവിനു ജീവൻ നൽകുക എന്നാണ് ഈ വാക്കിന്റെ അർത്ഥം.

- ആദ്യകാലങ്ങളിൽ ആനിമേഷൻ ചിത്രങ്ങൾ ഏതു രീതിയിലാണ് ചിത്രീകരിച്ചിരുന്നത്?

ചിത്രരചനാ രീതി (Drawn Method) എന്നറിയപ്പെട്ടിരുന്ന സമ്പ്രദായമനുസരിച്ചാണ് ആദ്യകാലങ്ങളിൽ ആനിമേഷൻ ചിത്രങ്ങൾ നിർമ്മിക്കപ്പെട്ടിരുന്നത്. വ്യത്യസ്ത കടലാസു ഷീറ്റുകളിൽ വരയ്ക്കപ്പെടുന്ന ചിത്രങ്ങളിലെ ആക്ഷനുകൾ അല്പാല്പം വ്യത്യാസപ്പെട്ടിരിക്കും. ഇത്തരം ഷീറ്റുകളെ ഒരു റോസ്ട്രം ബെഞ്ചിൽ(Rostrum Bench) കുത്തനെ വെച്ചിരിക്കുന്ന റോസ്ട്രം ക്യാമറ കൊണ്ട് ഒന്നിനു പുറകെ ഒന്നായി ചിത്രീകരിക്കുന്നു. കടലാസ്സിൽ ചിത്രങ്ങൾ വരച്ച് ക്യാമറ കൊണ്ട് ചിത്രീകരിക്കുമ്പോഴുള്ള അസൗകര്യങ്ങളെ മറി കടക്കുവാൻ ആയിരത്തിത്തൊള്ളായിരത്തിപത്തുകളിൽ സെല്ലുലോയ്ഡ് ഷീറ്റുകളിൽ ചിത്രങ്ങൾ വരയ്ക്കുന്ന രീതി നിലവിൽ വന്നു. ദീർഘചതുരാകൃതിയിലുള്ള സെല്ലുലോയ്ഡ് ഷീറ്റുകളെ സെല്ലുകൾ (Cels) എന്നാണ് ടെക്നീഷന്മാർ ഓമനപ്പേരിട്ടു വിളിച്ചിരുന്നത്. ഈ രീതിയിൽ ആനിമേഷൻ ചിത്രങ്ങളൊരുക്കുന്ന സമ്പ്രദായം നിരവധി വർഷങ്ങളോളം തുടർന്നു പോന്നു.

- ആനിമേഷൻ ചിത്രീകരിക്കുവാനുള്ള 'പിക്സിലേഷൻ രീതി'യെക്കുറിച്ച് വിശദീകരിക്കാമോ?

യഥാർത്ഥ മനുഷ്യർ പാവകളുടെ വേഷം കെട്ടി അഭിനയിക്കുന്നു. ഇതിനെ 'റിയൽ ടൈമിൽ' (Real Time)ചിത്രീകരിക്കുന്നു. ഇത്തരത്തിൽ ചിത്രീകരിക്കപ്പെടുന്ന ഫ്രെയിമുകളിൽ നിന്നും ചിലതിനെ ഒരു അനിമേറ്റർ 'പിക്സിലേറ്റ്'(Pixilate) ചെയ്യുന്നു. അതായത്, ആക്ഷൻ അല്പം പുരോഗമിക്കുമ്പോൾ ഒരു ഫ്രെയിമിൽ കഥാപാത്രത്തിന്റെ ചലനം നിൽക്കുന്നു. വീണ്ടും ചലനം തുടരുന്നു. വീണ്ടും ഒരു ഫ്രെയിമിൽ ചലനം

ഇല്ലാതാകുന്നു. ചലനം വീണ്ടും തുടരുന്നു. ഇത്തരത്തിൽ നിലച്ചും തുടർന്നുമുള്ള ചലന രീതി ആനിമേഷനു കാരണമാകുന്നു.

- 'കാർട്ടൂൺ' എന്ന പദം ഏതു വാക്കിൽ നിന്നുമാണുണ്ടായത്?

'കാർട്ടോൺ'(Cartone) എന്ന ഇറ്റാലിയൻ വാക്കിൽ നിന്നുമാണ് കാർട്ടൂൺ എന്ന ഇംഗ്ലീഷ് പദം ഉണ്ടായത്. കാർട്ടോൺ എന്നാൽ ഇറ്റാലിയൻ ഭാഷയിൽ കടലാസ് എന്നർത്ഥം. കാർട്ടൂൺ എന്ന ഇംഗ്ലീഷ് വാക്കിനാണു 'ഹാസ്യചിത്രം' എന്ന മലയാള വാക്കിനേക്കാൾ നമ്മുടെ ഭാഷയിൽ പ്രചാരം ലഭിച്ചത്.

- കാർട്ടൂണുകളുടെ ഉദ്ഭവം, വളർച്ച എന്നിവയെക്കുറിച്ചു വിശദീകരിക്കാമോ?

ഫ്രഞ്ചു ചലച്ചിത്ര നിർമ്മാതാവായ ഷീൻ മേറി ചിറകടിക്കുന്ന പക്ഷിയുടെ ചലനങ്ങളെ കൃത്യമായി രേഖപ്പെടുത്താവുന്ന ഒരു ഉപകരണം കണ്ടുപിടിച്ചു. മറ്റൊരു ഫ്രഞ്ചു ചലച്ചിത്ര നിർമ്മാതാവായ എമിലി റെയ്നാഡ് കൈകൊണ്ടു വരച്ച ചിത്രങ്ങളെ സ്ക്രീനിൽ പ്രൊജക്റ്റ് ചെയ്തു ചലനം തോന്നിപ്പിക്കുന്ന 'പ്രാക്സിനോ സ്കോപ്പ്' എന്ന ഉപകരണം കണ്ടുപിടിച്ചു. ഇതു രണ്ടുമാണ് കാർട്ടൂൺ ചിത്രങ്ങളുടെ ഉദ്ഭവത്തിനു വഴി തെളിച്ചതെന്നു പറയാം. ഒരു ചിത്രകാരൻ വരച്ച സ്കെച്ചുകളെ ഉപയോഗിച്ച് കൊണ്ട് 1888ൽ നടത്തപ്പെട്ട ചലച്ചിത്ര പ്രദർശനമാണ് ഇന്നത്തെ രീതിയിലുള്ള കാർട്ടൂൺ ചിത്രങ്ങളുടെ വളർച്ചയ്ക്കു നാന്ദി കുറിച്ചത്. പാവകൾ, ബട്ടണുകൾ, തീപ്പെട്ടികൾ എന്നിവയൊക്കെ ഉപയോഗിച്ചു കാർട്ടൂൺ ചിത്രങ്ങൾ പിന്നീടുണ്ടാക്കപ്പെട്ടു. തീപ്പെട്ടിക്കൊള്ളികൾ കൊണ്ടു നിർമ്മിച്ച രൂപങ്ങളെയുപയോഗിച്ച് ഫ്രഞ്ചുകാരനായ എമിലി കോൾ എന്ന ചലച്ചിത്രകാരൻ 1908 ൽ ചിത്രീകരിച്ച കാർട്ടൂൺ സിനിമ ഈ രംഗത്തു തുടക്കമിട്ടു. ഇനിയൊരു നാഴികകല്ലായത് 1909 ൽ വിൻസർ മക്കേ എന്ന അമേരിക്കൻ ചലച്ചിത്രകാരൻ അണിയിച്ചൊരുക്കിയ 'ഗെർട്ടി ദ ഡൈനോസർ' എന്ന ചിത്രമാണ്. ഹംഗറിക്കാരനായ ജോർജ്ജ് പോൾ പാവകളെയുപയോഗിച്ച് ആദ്യമായി കാർട്ടൂൺ ചിത്രം നിർമ്മിച്ചപ്പോൾ കാനഡക്കാരനായ ലെൻ ല്യെ ഫിലിമിൽ നേരിട്ടു ചിത്രങ്ങൾ വരച്ചു കാർട്ടൂൺ ചിത്രമെടുക്കാമെന്നു തെളിയിച്ചു. റഷ്യക്കാരനായ അലക്സാണ്ടർ തുഷ്കോ നിർമ്മിച്ച 'ദ ന്യൂ ഗള്ളിവർ'(1935) ആണ് ആദ്യത്തെ മുഴുനീള കാർട്ടൂൺ ചിത്രമായി അറിയപ്പെടുന്നത്. സാങ്കേതികമായും കലാപരമായും മുന്നിലായിരുന്ന ഈ ചിത്രത്തെത്തുടർന്ന് വാൾട്ട് ഡിസ്നി നിരവധി കാർട്ടൂൺ ചിത്രങ്ങൾ നിർമ്മിക്കുകയുണ്ടായി.

മുൻ കാലങ്ങളിൽ പത്രങ്ങളിൽ പ്രത്യക്ഷപ്പെട്ടിരുന്ന ഫാന്റം, മാൻഡ്രേക്ക്, സൂപ്പർമാൻ, സ്പൈഡർമാൻ തുടങ്ങിയ 'കോമിക് സ്ട്രിപ്പുകൾ' കാർട്ടൂൺ സിനിമകൾക്ക് വഴിമാറിയെന്ന് പറയാം. 1990കളിൽ

കാർട്ടൂൺ ചിത്ര നിർമ്മാണം പൂർണ്ണമായും കമ്പ്യൂട്ടർവല്ക്കരിക്കപ്പെട്ടു. 1997ൽ കാർട്ടൂൺ ചിത്രങ്ങൾക്ക് മാത്രമായി ടെലിടൂൺ(Tele toon) എന്ന ചാനൽ കാനഡയിൽ ആരംഭിച്ചു.

- കാർട്ടൂൺ രംഗത്തെ അതികായനായിരുന്ന വാൾട്ട് ഡിസ്നിയുടെ സംഭാവനകളെന്തെല്ലാമാണ്?

'കാർട്ടൂണുകൾ കവിതകളാണ്' എന്നു പറഞ്ഞതാരാണ്? ഡിസ്നിയുടെ കാർട്ടൂണുകളെക്കുറിച്ചാണെങ്കിൽ അക്ഷരം പ്രതി ശരിയാണീ വാചകം. അദ്ദേഹം നിർമ്മിച്ച കാർട്ടൂണുകൾ കുട്ടികൾ മാത്രമല്ല, മുതിർന്നവരും നെഞ്ചേറ്റിയവയാണെന്ന് ഏവർക്കുമറിയാവുന്നതാണ്. ഡൊണാൾഡ് ഡക്ക്, മിക്കി മൗസ്, പ്ലൂട്ടോ, ഗൂഫി തുടങ്ങി ഡിസ്നിയുടെ ഭാവനയാകുന്ന ആകാശത്ത് ഉദിച്ച നക്ഷത്രങ്ങളാകുന്ന കഥാപാത്രങ്ങൾ സ്ക്രീനിൽ തിമിർത്താടിയപ്പോൾ ആബാലവൃദ്ധം ജനങ്ങൾ അവരുടെ നൊമ്പരങ്ങൾ മറന്ന് ചിരിയുടെ ലോകത്തേക്കെടുത്തറിയപ്പെടുകയായിരുന്നു! 'സ്നോ വൈറ്റ് ആൻഡ് ദ സെവൻ ഡ്വാർഫ്സ്', 'പിനോക്യോ', 'ഫന്റാസിയ', 'ആലീസ് ഇൻ വണ്ടർലാന്റ്'' , 'ജംഗിൾ ബുക്ക്' തുടങ്ങിയവയാണ് ഡിസ്നിയുടെ പ്രസിദ്ധമായ ചിത്രങ്ങൾ.

സംവിധായകനും കാർട്ടൂണിസ്റ്റും ചിത്രകാരനും നിർമാതാവുമായിരുന്ന വാൾട്ട് ഡിസ്നി 1901 ഡിസംബർ 5ന് അമേരിക്കയിലെ ഷിക്കാഗോയിൽ ജനിച്ചു. സഹോദരൻ റോയ് ഡിസ്നിയുമായി ചേർന്ന് "ദ വാൾട്ട് ഡിസ്നി" എന്ന ചലച്ചിത്ര നിർമ്മാണ കമ്പനി 1955ൽ കാലിഫോർണിയയിൽ ആരംഭിച്ചു.

1930കളിൽ കാർട്ടൂൺ ചിത്രങ്ങളിൽ ശബ്ദലേഖനം സാദ്ധ്യമാക്കുന്നതിൽ ഡിസ്നിയുടെ പങ്ക് ചെറുതായിരുന്നില്ല. കാർട്ടൂൺ കഥാപാത്രങ്ങൾ ചിരിക്കുകയും സംസാരിക്കുകയും മറ്റും ചെയ്തിരുന്നത് ഇതിനെത്തുടർന്നാണ്. അമേരിക്കൻ ബ്രോഡ്കാസ്റ്റിങ്ങ് കമ്പനി, E S P N എന്നിവയുടെ സ്ഥാപകനാണ് വാൾട്ട് ഡിസ്നി.

നിരവധി തവണ ഓസ്കാർ ലഭിച്ചിട്ടുള്ള ഈ മഹാപ്രതിഭ 1966 ഡിസംബർ 15ന് നമ്മെ വിട്ടു പിരിഞ്ഞു.

3 D സിനിമ

Objects coming out from the screen
Just in front of your eyes,seen
'Kuttichathan' and 'Life of pie'
Are 3Ds to delight your eyes!

- ആധുനിക കാലഘട്ടത്തിലെ 3D സിനിമയ്ക്കു വഴിയൊരുക്കിയ 'വിക്ടോഗ്രാഫ്'(Victograph) സമ്പ്രദായത്തെക്കുറിച്ചു വിശദീകരിക്കാമോ?

സാധാരണ ഛായാഗ്രഹണത്തിൽ നിന്നും വ്യത്യസ്തമായ രീതിയിലാണിതിന്റെ പ്രവർത്തനം. അതായത് കൂടുതൽ വെളിച്ചം തട്ടുമ്പോൾ ഫിലിമിൽ കുറഞ്ഞ ധ്രുവീകരണവും കുറഞ്ഞ വെളിച്ചം തട്ടുമ്പോൾ കൂടുതൽ ധ്രുവീകരണവും ഉണ്ടാകുന്നു.

നമ്മുടെ രണ്ടു കണ്ണുകൾ തമ്മിൽ കുറച്ച് അകലമുണ്ടല്ലോ. ഏകദേശം ഈ അകലത്തിൽ സ്ഥാപിച്ച രണ്ടു ലെൻസുകളിലൂടെ ദൃശ്യത്തിൽ നിന്നുമുള്ള പ്രകാശരശ്മികൾ കടന്നു വരുന്നു. ഇത് ഫിലിമിൽ രണ്ടു അടുക്കുകളായി പതിയുന്നു. 'ധ്രുവീകരണ കണ്ണട' ഉപയോഗിച്ച് ഈ ദൃശ്യങ്ങൾ കാണുമ്പോൾ ത്രിമാന ചിത്രങ്ങൾ വ്യക്തമായി കാണാൻ കഴിയുന്നതാണ്.

- വിക്ടോഗ്രാഫ് സമ്പ്രദായം കണ്ടുപിടിച്ചതാര്?

എഡ്വിൻ എച്ച്. ലാന്റ് എന്ന അമേരിക്കക്കാരൻ.

- നഗ്നനേത്രങ്ങളെക്കൊണ്ടു ദർശിക്കാവുന്ന 3D സിനിമയുണ്ടോ?

ഉണ്ട്. ഹോളോഗ്രാം (Hologram)എന്നാണീ സാങ്കേതിക വിദ്യയുടെ പേര്. 'ഹോലോസ്' എന്നാൽ ഗ്രീക്ക് ഭാഷയിൽ പൂർണ്ണമായ എന്നും 'ഗ്രാമ്മാ' എന്നാൽ സന്ദേശം എന്നുമാണർത്ഥം. രണ്ടു വാക്കുകളും ചേരുമ്പോൾ 'പൂർണ്ണമായ സന്ദേശം' എന്ന അർത്ഥം ലഭിക്കുന്നു. ത്രിമാന ദർശനം എന്നത് ഒരർത്ഥത്തിൽ പൂർണ്ണമായ ഒരു ദൃശ്യാനുഭവമാണല്ലോ.

ഒരു ലേസർ പ്രകാശസ്രോതസ്സിൽ നിന്നും ബഹിർഗമിക്കുന്ന പ്രകാശരശ്മികളെ വസ്തുധാരയും (Object Beam) നിർദ്ദേശക ധാരയുമായി (Reference Beam) വിഭജിക്കുന്നു. ഒന്നാമത്തെ ധാരയെ ലെൻസുകളിലൂടെ കടത്തി വിടുമ്പോൾ അതു വിടരുന്നു. ഇതിനെ ഒരു കണ്ണാടി വഴി വസ്തുവിലേക്കും വസ്തുവിൽ നിന്നു ഫിലിമിലേക്കും പ്രതിഫലിപ്പിക്കുന്നു. രണ്ടാമത്തെ ധാര നേരെ ഫിലിമിലാണ് പതിക്കുന്നത്. ഫിലിമിലെത്തുന്ന ഈ പ്രകാശധാരകളെല്ലാം കൂടിച്ചേർന്ന് കടലിലെ തിരമാലകൾ പോലെ പ്രതിപ്രവർത്തിച്ചു പുതിയ ഘടനയിലുള്ള പ്രകാശതരംഗങ്ങൾ രൂപപ്പെടുന്നു. തരംഗങ്ങൾ കൂടിച്ചേർന്ന് ശക്തി പ്രാപിക്കുന്നിടത്തു

കൂടുതൽ ശക്തമായ പുതിയ തരംഗങ്ങൾ ഉണ്ടാകുന്നു. ദുർബലമാകുന്നിടത്ത് അവ നശിക്കുകയും ചെയ്യുന്നു. ഇവയുടെ ഫലമായുണ്ടാകുന്ന പ്രതിപ്രവർത്തന രൂപഘടനകളെ(Interference Patterns) ഛായാഗ്രഹണം ചെയ്ത് ഡെവലപ്പ് ചെയ്യുമ്പോൾ ഒരു 'ത്രിമാനരേഖ' യായിത്തീരുന്നു. ഹോളോഗ്രാം എന്ന ടെക്നോളജിയുടെ സാങ്കേതികത്വം ചുരുക്കിപ്പറഞ്ഞാൽ ഇതാണെന്നു പറയാം.

- ഹോളോഗ്രാം 3D സമ്പ്രദായം കണ്ടു പിടിച്ചതാര്?

ഡെന്നീസ് ഗാബോർ എന്ന വ്യക്തി 1947 ൽ ഇതു കണ്ടുപിടിച്ചു.

- വിക്ടോഗ്രാഫ്, ഹോളോഗ്രാം സമ്പ്രദായങ്ങൾക്കു പുറമെ 3D സിനിമ നിർമ്മിക്കുവാൻ മറ്റു സാങ്കേതിക വിദ്യകളുണ്ടോ?

നിരവധി മറ്റു രീതികളും കണ്ടുപിടിക്കപ്പെട്ടിരുന്നു. എന്നാൽ സാങ്കേതികമായ അപര്യാപ്തകൾ മൂലം അവയിൽ ഭൂരിഭാഗവും വിജയിച്ചില്ല. പാരലാക്സ് രീതി (Parallax System), ലെന്റിക്കുലർ സ്ക്രീൻ ആൻഡ് പനോരമഗ്രാം (Lenticular Screen and Panorama Gram), സ്പ്ലിറ്റ് ഫ്രെയിം രീതി (Split Frame System), സ്പ്ലിറ്റ് ഫ്രെയിം വിത്ത് റെസ്റ്റോറേഷൻ ഓഫ് നോർമൽ പിക്ച്ചർ ഷേപ്പ്(Split frame with restoration of normal picture shape) തുടങ്ങിയവയാണ് കൂടുതൽ വികാസം പ്രാപിക്കാതെ നിന്നു പോയവ.

- സമീപകാലത്ത് ഇറങ്ങിയിട്ടുള്ള 3D സിനിമകൾ ഏതെല്ലാം?

നാല് അക്കാദമി അവാർഡുകൾ ലഭിച്ച 'ലൈഫ് ഓഫ് പൈ' ആണ് എടുത്തു പറയത്തക്ക ഒരു ചിത്രം. 2012 ൽ ഇറങ്ങിയ ഈ 3D ചിത്രം ഓങ്ങ്ലീ ആണു സംവിധാനം ചെയ്തിട്ടുള്ളത്. കപ്പൽ ഛേദത്തിൽ നിന്നും രക്ഷപ്പെട്ടു ചങ്ങാടത്തിൽ ഒരു പുലിയോടൊപ്പം കടലിൽ ഒഴുകി നടന്ന പതിനാറുകാരന്റെ കഥയാണിത്. യാൻ മാർട്ടലിന്റെ നോവലിനെ ആസ്പദമാക്കിയാണ് ഈ ചിത്രമെടുത്തിട്ടുള്ളത്. കമ്പ്യൂട്ടർ ജനറേറ്റഡ് ഇമേജറി(CGI) എന്ന സാങ്കേതിക വിദ്യ ഉപയോഗിച്ചാണ് ലൈഫ് ഓഫ് പൈ ഒരുക്കിയിട്ടുള്ളത്. ഇതിനുവേണ്ടി ആദ്യം ബംഗാൾ കടുവകളെ 'മോഡൽ' ആയി ക്യാമറയിൽ ചിത്രീകരിക്കുകയും പിന്നീട് CGI പ്രയോഗിക്കുകയുമാണ് ചെയ്തിട്ടുള്ളത്. രണ്ടായാലും 'ആനിമേറ്റഡ് കടുവ' യഥാർത്ഥ കടുവയെ വെല്ലുന്ന അഭിനയമാണ് കാഴ്ച വച്ചിരിക്കുന്നതെന്നാണ് നിരൂപകമതം! 2008 ൽ ഇറങ്ങിയ അവതാർ എന്ന വിദേശ ചിത്രം 3D രീതിയിൽ ചിത്രീകരിക്കപ്പെട്ടതാണ്. എസ്. ശങ്കർ സംവിധാനം ചെയ്ത രജനികാന്ത് ചിത്രം 2.0 സമീപകാലത്തിറങ്ങിയ 3D ചിത്രമാണ്. പല 3D ചിത്രങ്ങളും 2Dയിൽ ചിത്രീകരിക്കപ്പെട്ടതിനു ശേഷം കമ്പ്യൂട്ടറിന്റെ സഹായത്താൽ 3D ആക്കപ്പെട്ടവയാണ്. എന്നാൽ 2.0 ചിത്രീകരിച്ചിരിക്കുന്നത് അത്യാധുനിക ഡിജിറ്റൽ 3D ക്യാമറ ഉപയോഗിച്ചാണ്.

സംവിധാനം

Action-cut, action-cut, action....
Is it all about movie direction?
Directing a movie is
Leading a ship
That's going to dip
Sailing through turbulent waves.
The director is the intrepid captain
Who does traverse the sea and
Reaches the shore-
The shore of fullfilment
And creative bliss!

ഒരു ചലച്ചിത്ര സംവിധായകന്റെ അരികിൽ ഒരാളെത്തുന്നു. വന്നപാടേ ആഗതൻ ഉദ്ദേശമറിയിച്ചു. "സാറിന്റെ അസിസ്റ്റന്റ് ആകുവാൻ എന്നെ പരിഗണിക്കണം...."

സംവിധായകൻ : "ആട്ടെ, കലകൾ എന്തെങ്കിലും അഭ്യസിച്ചിട്ടുണ്ടോ?"

ആഗതൻ : "ഇല്ല"

സംവിധായകൻ : "അഭിനയിക്കാനറിയാമോ?"

ആഗതൻ : "ഇല്ല"

സംവിധായകൻ : "തിരക്കഥ രചിക്കാനറിയാമോ?"

ആഗതൻ : "ഇല്ല"

സംവിധായകൻ : "ഛായാഗ്രഹണത്തെക്കുറിച്ചോ, എഡിറ്റിങ്ങിനെക്കുറിച്ചോ സംവിധാനത്തെക്കുറിച്ചോ എന്തെങ്കിലും?"

ആഗതൻ : "ഇല്ല"

സംവിധായകൻ : "എങ്കിൽ താങ്കളെ എന്റെ അസിസ്റ്റന്റായി നിയമിച്ചിരിക്കുന്നു!"

- ചലച്ചിത്ര സംവിധാനത്തിന്റെ ക്രിയാത്മകതയും വെല്ലുവിളികളും എന്തൊക്കെയാണ്?

ആയിരത്തിത്തൊള്ളായിരത്തി അറുപതുകളിലും എഴുപതുകളിലും മറ്റും സിനിമ കാണുന്ന പ്രേക്ഷകൻ ടൈറ്റിലുകളുടെ അവസാനത്തിൽ സംവിധാനം എന്നതിനു താഴെ ഒരാളുടെ പേര് വായിക്കുന്നു. പേരെഴുതിയിരിക്കുന്നത് 'വെണ്ടക്ക അക്ഷര'ത്തിലായതിനാൽ കക്ഷി അല്പം പ്രാധാന്യമുള്ളയാളാണെന്നു പ്രേക്ഷകൻ ധരിക്കുന്നു. ഇതിനപ്പുറം സംവിധായകന്റെ പങ്ക് ഒരു സിനിമയിൽ എന്താണെന്ന സാമാന്യ ധാരണയെങ്കിലും ഉണ്ടായിരുന്ന പ്രേക്ഷകർ നന്നേ ചുരുക്കമായിരുന്നു. 'സത്യന്റെ പടമാണോ', 'പ്രേംനസീറിന്റെ പടമാണോ', 'നായിക ഷീലയോ, ശാരദയോ', 'നല്ല പാട്ടുകളുണ്ടോ' എന്നൊക്കെ നോക്കിയായിരുന്നു ആ കാലഘട്ടത്തിൽ ആളുകൾ സിനിമയ്ക്കു പോയിരുന്നത്. അഭിനേതാക്കളിൽ മാത്രം അധിഷ്ഠിതമായ ആസ്വാദന രീതി തെല്ലൊന്നു മാറിയത് പ്രതിഭാധനരായ ഏതാനും സംവിധായകരുടെ ആഗമനത്തോടെയാണ്.

പത്മരാജൻ, കെ.ജി.ജോർജ്ജ്, ഭരതൻ, മോഹൻ തുടങ്ങിയ സംവിധായകർ രംഗപ്രവേശം ചെയ്തതോടെ സംവിധായകനിൽ അധിഷ്ഠിതമായ ആസ്വാദന രീതികൾ കുറെ പ്രേക്ഷകരിലെങ്കിലും നാമ്പെടുത്തു. നടീനടന്മാർ ആരാണെങ്കിലും പത്മരാജന്റെ പടമാണെങ്കിൽ അദ്ദേഹത്തിന്റെ കയ്യൊപ്പ് അതിലുണ്ടാകുമെന്നും അതിനൊരു മാന്ത്രിക സ്പർശമുണ്ടാകുമെന്നും പ്രേക്ഷകൻ തിരിച്ചറിഞ്ഞു. കെ.ജി.ജോർജ്ജ്, ഭരതൻ, മോഹൻ തുടങ്ങിയ സംവിധായകരുടെ ചിത്രങ്ങളിലും അവരുടേതായ 'ഐഡന്റിറ്റി' അന്തർലീനമായിരിക്കുമെന്നു പ്രേക്ഷകർക്കു മനസ്സിലായി. ആദ്യകാലങ്ങളിൽ അഭിനയിക്കാൻ അവസരം ചോദിച്ചുകൊണ്ടാണ് ആളുകൾ സംവിധായകരെ സമീപിച്ചിരുന്നതെങ്കിൽ പിന്നീടു സഹസംവിധായകനാകുവാനുള്ള അവസരങ്ങൾക്കായി എത്തുന്നവരുടെ എണ്ണം വർദ്ധിച്ചുവന്നു. ഒരു സിനിമയിൽ സംവിധായകന്റെ പങ്കും പ്രാധാന്യവുമെന്താണെന്ന് ആളുകൾ കൂടുതലായി മനസ്സിലാക്കി വരികയായിരുന്നു. ഇന്ന് സംവിധാനം എന്താണെന്നു മാത്രമല്ല, ഛായാഗ്രഹണവും എഡിറ്റിങ്ങും വരെ ഒരു സിനിമയെ പാകപ്പെടുത്തുന്നതിൽ എത്രത്തോളം പങ്കു വഹിക്കുന്നുവെന്നു സാധാരണക്കാരനു പോലും അറിയാം. ഈ ഇന്റർനെറ്റ് യുഗത്തിൽ അങ്ങനെയായില്ലെങ്കിലേ അതിശയിക്കാനുള്ളൂ!

ഒരു സംരംഭം ഏറ്റെടുത്തു നടത്തിക്കഴിയുമ്പോഴേക്കും നിങ്ങൾക്കു ഭ്രാന്തെടുക്കുന്നു! അങ്ങനെയുമുണ്ടോ ഒരു കാര്യം എന്നാകും നിങ്ങളിപ്പോൾ ചിന്തിക്കുക. ചലച്ചിത്ര സംവിധാനം അത്തരത്തിലൊന്നാണ്. ഒരു ചലച്ചിത്ര സംവിധായകൻ ഭാരിച്ച ഉത്തരവാദിത്വമാണ് തന്റെ തലയിൽ എടുത്തു വയ്ക്കുന്നത്. പ്രശ്നങ്ങൾ എപ്പോൾ വേണമെങ്കിലും തല പൊക്കാം. ഫണ്ടു തീർന്നു പോയി, വിചാരിച്ച ലൊക്കേഷൻ ലഭ്യമായില്ല, ഷൂട്ടിങ്ങ് തുടങ്ങിയതിനുശേഷം ലൊക്കേഷൻ മാറേണ്ടി വന്നു, അഭിനേതാക്കളിലോ ടെക്നീഷ്യന്മാരിലോ ഒരാൾ മരിച്ചു പോയി, ഷൂട്ടിങ്ങിൽ പങ്കെടുക്കുന്നവർ തമ്മിൽ കഠിനമായ അഭിപ്രായ വ്യത്യാസങ്ങൾ ഉടലെടുത്തു എന്നിങ്ങനെ പ്രശ്നങ്ങൾ പലതാകാം. ഇവയെല്ലാം സമചിത്തതയോടെ നേരിടുവാനും പ്രശ്നപരിഹാരത്തിനു ശേഷം ഷൂട്ടിങ്ങ് സാധാരണരീതിയിൽ പുനരാരംഭിക്കുവാനും സംവിധായകന് കഴിയണം. പറയുന്നതു പോലെ എളുപ്പമല്ലിത്. ഒരു സംവിധായകനു വേണ്ട അടിസ്ഥാന ഗുണങ്ങളിലൊന്നിനെയാണ് നമ്മളിവിടെ വിശകലനം ചെയ്തത്. കഠിനാദ്ധ്വാനവും പ്രശ്നങ്ങളും നിറഞ്ഞ ചലച്ചിത്ര നിർമ്മാണമെന്ന പ്രക്രിയ തന്നിലേൽപ്പിക്കുന്ന സമ്മർദ്ദത്തെ 'കൂളായി' തരണം ചെയ്യുവാനുള്ള സിദ്ധി സംവിധായകൻ ആർജ്ജിച്ചേ പറ്റൂ. പ്രതിഭാധനനും സാങ്കേതിക കാര്യങ്ങളുടെ അറിവിനാൽ സമ്പന്നനുമാണ് സംവിധായകനെങ്കിലും പ്രശ്നങ്ങളുണർത്തുന്ന സമ്മർദ്ദത്തെ അതിജീവിക്കുവാനായാൾക്കു കഴിഞ്ഞില്ലെങ്കിൽ പിന്നെന്തു കാര്യം?

ഒരു സംവിധായകൻ നല്ലൊരു ടീം ലീഡർ അല്ലെങ്കിൽ കോ-ഓർഡിനേറ്റർ ആയിരിക്കണം. അഭിനേതാക്കൾ, ഛായാഗ്രാഹകൻ, ശബ്ദലേഖകൻ, കലാ സംവിധായകൻ, നിരവധി അസിസ്റ്റന്റുമാർ എന്നിവരടങ്ങുന്ന ഒരു ടീമിനെ ക്രിയാത്മകമായി കൂട്ടിയിണക്കിക്കൊണ്ടു പോകണമെങ്കിൽ അത് അനിവാര്യമാണ്. ഉയർന്ന പൊട്ടൻഷ്യൽ(Potential) ഉള്ള ഒരു കൂട്ടം ആളുകളുടെ ഊർജ്ജത്തെ തന്റെ ലക്ഷ്യത്തിലെത്തിച്ചേരുവാൻ വേണ്ടി ഉപയോഗിക്കുകയാണ് ചലച്ചിത്ര സംവിധായകൻ ചെയ്യുന്നത്. അതിനാൽ നേതൃഗുണമെന്നത് സംവിധായകന് ഒഴിച്ചു കൂടാൻ വയ്യാത്ത ഒന്നാണ്. പൊതുവിൽ പറഞ്ഞു കേൾക്കുന്ന ഒന്നാണ് ചലച്ചിത്രരംഗത്തുള്ളവർക്കെല്ലാം വർദ്ധിച്ച ഈഗോ ഉണ്ടാകുമെന്നത്. അതെന്തെങ്കിലുമായിക്കൊള്ളട്ടെ, അമിതമായ ഈഗോയ്ക്ക് വിധേയമാകാതെ 'യൂണിറ്റ് ബോയ് പറയുന്നതിലും എന്തെങ്കിലും കാര്യമുണ്ടാകാം' എന്നു ചിന്തിക്കുന്ന സംവിധായകനാണ് കൂടുതൽ വിജയിക്കുക. 'ചെറിയവൻ പറയുന്നതും ചെവിട്ടിൽ പോകണം'എന്നല്ലേ കാരണവന്മാർ പറഞ്ഞിട്ടുള്ളത്!

സംവിധായകൻ വർദ്ധിച്ച ആശയവിനിമയ ശേഷിയുള്ള ഒരാളായിരിക്കണം. നടീനടന്മാർക്കും ഛായാഗ്രാഹകനും മറ്റും കൊടുക്കുന്ന നിർദ്ദേശങ്ങൾ ദുർഗ്രാഹ്യതയില്ലാത്തതും വ്യക്തവുമായിരിക്കണം. നിത്യജീവിതത്തിൽ നമ്മൾ ചിലരെ കണ്ടിട്ടില്ലേ, വിശദീകരിച്ചു വിശദീകരിച്ചു 'കുള'മാക്കുന്നവരും കൺഫ്യൂഷനുണ്ടാക്കുന്നവരും! ഒരു ചലച്ചിത്ര

സംവിധായകൻ അത്തരത്തിലുള്ള ഒരാളായാൽ 'അയാളുടെ വഞ്ചി' ഒരിക്കലും അക്കരെയെത്തുകയില്ല! ശ്രീ പത്മരാജൻ സംവിധാനം ചെയ്ത 'ഞാൻ ഗന്ധർവ്വൻ' എന്ന ചിത്രത്തിന്റെ ലൊക്കേഷനിൽ നിന്നും-സുപർണ്ണയുടെ കഥാപാത്രം അടുക്കളയിൽ പാചകം ചെയ്യുകയാണ്. അപ്പോൾ ഗന്ധർവ്വൻ പെട്ടെന്നവിടെ പ്രത്യക്ഷപ്പെട്ടാലുണ്ടാകുന്ന മുഖഭാവം ചെയ്തു കാണിക്കുവാൻ പത്മരാജൻ സുപർണ്ണയോടാവശ്യപ്പെടുന്നു. പെട്ടെന്നു പ്രത്യക്ഷപ്പെടുന്ന തന്റെ കാമുകനെ തന്റെ കുടുംബാംഗങ്ങൾ കാണുമോ എന്ന ഭയമാണ് സുപർണ്ണ ആദ്യം മുഖത്തു പ്രകടിപ്പിച്ചത്. പത്മരാജന്റെ ചോദ്യമിതായിരുന്നു. കാമുകനെ പെട്ടെന്നു കാണുമ്പോഴുള്ള സന്തോഷം എവിടെപ്പോയി? സന്തോഷവും പരിഭ്രമവും കലർന്ന മുഖഭാവം പ്രകടിപ്പിക്കുവാൻ പത്മരാജൻ ആവശ്യപ്പെടുന്നു. സുപർണ്ണ അതനുസരിച്ചു മുഖഭാവത്തിൽ മാറ്റം വരുത്തുന്നു. ടെയ്ക് പെട്ടെന്ന് OK ആകുന്നു. ഓർക്കുക, വ്യക്തവും ലളിതവുമായ ആശയവിനിമയോപാധികളിലൂടെയാണ് സംവിധായകൻ സങ്കീർണ്ണമായ ഫലങ്ങൾ വരെ നേടിയെടുക്കുന്നത്.

ചലച്ചിത്ര സംവിധായകർക്ക് നല്ല കായികശേഷിയുണ്ടാകണമെന്നു പറഞ്ഞാൽ കേൾക്കുന്ന ഒരാൾ പ്രതികരിക്കുന്നതിപ്രകാരമായിരിക്കും "ഇതെന്താ സംവിധായകൻ വല്ല മാരത്തോൺ റെയ്സിലും പങ്കെടുക്കാൻ പോകുന്നുണ്ടോ?" ഉണ്ട് എന്നുതന്നെയാണുത്തരം. ഒരു ചലച്ചിത്രത്തിന്റെ സാക്ഷാത്കാരം ഒരു മാരത്തോൺ ഓട്ടം തന്നെയാണ്. ചലച്ചിത്ര വ്യവസായം ആവശ്യപ്പെടുന്ന മാനദണ്ഡങ്ങളിലൂടെ ഒരു ചിത്രം പൂർത്തിയാക്കണമെങ്കിൽ ഒരു ദിവസം പതിനാറോ പതിനെട്ടോ മണിക്കൂർ അടുപ്പിച്ചു ജോലി ചെയ്യേണ്ടി വന്നേക്കാം. ചില പ്രത്യേക സാഹചര്യങ്ങളിൽ ഇതു കൂടിയെന്നുമിരിക്കും. പുലർച്ചെ രണ്ടു മണി വരെ ജോലി ചെയ്ത വശനായി കിടന്നുറങ്ങുന്നയാളെ അഞ്ചു മണിയാകുമ്പോഴേക്കും തട്ടിവിളിച്ചെന്നിരിക്കും. ഉത്തരവാദിത്വബോധത്താൽ പിടഞ്ഞെഴുന്നേൽക്കുന്ന സംവിധായകൻ മറ്റു ടെക്നീഷ്യൻമാർക്കൊപ്പം നിമിഷനേരത്തിനുള്ളിൽ കർമ്മനിരതനാകേണ്ടതുണ്ട്. ഇംഗ്ലീഷിൽ ഒരു ചൊല്ലുണ്ട് "Fit as a fiddle!" വെയിലത്തും മഴയത്തും കുറെയേറെ മണിക്കൂറുകൾ തുടർച്ചയായി പണിയെടുക്കേണ്ടി വരുന്ന സംവിധായകന്റെ കായികക്ഷമത വർദ്ധിച്ചതായേ തീരൂ!

ഹോളിവുഡ്ഡിൽ ടെക്നീഷ്യന്മാർ പണിയെടുക്കുന്നത് ഒന്നുകിൽ കാലത്ത് ആറുമണി മുതൽ വൈകീട്ട് ആറുമണിവരെ, അല്ലെങ്കിൽ കാലത്ത് ഒമ്പതുമണി മുതൽ രാത്രി ഒമ്പതുമണിവരെയാണ്. ഇതു പക്ഷേ, നമ്മുടേതായ സാഹചര്യങ്ങളിൽ പ്രായോഗികമല്ലതാനും.

റാപ്പർട്ട്(Rapport) എന്നൊരു വാക്കുണ്ട് ഇംഗ്ലീഷിൽ. 'Friendly relationship with understanding' എന്നാണിതിന്റെ അർത്ഥം. ഇതിനു ചലച്ചിത്ര സംവിധാനത്തിൽ എന്ത് പങ്കാണ് വഹിക്കുവാനുള്ളത്? പ്രഗത്ഭ സംവിധായകനായ ശ്രീ സത്യൻ അന്തിക്കാടിന്റെ സ്ഥിരം ക്യാമറാമാനായിരുന്നു ശ്രീ വിപിൻ മോഹൻ. സത്യൻ മനസ്സിൽ കാണുന്നത് വിപിൻ

'ക്യാമറയിൽ കണ്ടിരിക്കും!' Rapport എന്ന വാക്കിന് ഇനി വേറെ വിശദീകരണമൊന്നും വേണ്ടെന്നു തോന്നുന്നു. ശ്രീ അടൂർ ഗോപാലകൃഷ്ണന്റെ സ്ഥിരം ക്യാമറാമാനാണ് ശ്രീ മങ്കട രവി വർമ്മ. അടൂർ സാർ വിഭാവനം ചെയ്യുന്നതിനെ മങ്കട മൂർത്തവല്ക്കരിച്ചാൽ ലഭിക്കുന്ന ദൃശ്യതലം ഉയർന്നതായിരിക്കും. മഹാനായ സത്യജിത്ത് റേയുടെ ചിത്രങ്ങളിൽ മാധബി മുഖർജി എന്ന ചലച്ചിത്ര നടിയുടെ പ്രകടനം മഹത്തരമാണ്. സംവിധായകനും മാധബി എന്ന ഈ ചലച്ചിത്ര നടിയും തമ്മിലുണ്ടായിരുന്ന Rapport ആണിതിനു കാരണം. ഐ.വി. ശശിക്ക് തന്റെ ചിത്രങ്ങളിൽ സംഗീതമൊരുക്കാൻ ശ്യാം തന്നെ വേണം! തന്റെ ചിത്രങ്ങളിലെ ദൃശ്യങ്ങളുടെ ചടുലതയ്ക്ക് ശ്യാമിന്റെ ഊർജ്ജസ്വലമായ സംഗീതം വേണമെന്നദ്ദേഹം കരുതിക്കാണും! സിനിമാരംഗത്ത് ഇത്തരം 'കോമ്പിനേഷനു'കൾക്കുള്ള സ്ഥാനം വലുതാണ്. ലോകസിനിമയിലും സംവിധായകൻ- ഛായാഗ്രാഹകൻ, സംവിധായകൻ- നടൻ അല്ലെങ്കിൽ നടി തുടങ്ങിയ തൊഴിൽ പരമായ ദൃഢബന്ധങ്ങൾ കാണാനാകും.

ഒരു സംവിധായകൻ 'കോംപ്രമൈസ്'ചെയ്യാൻ പാടുണ്ടോ? ഉണ്ട് എന്നും ഇല്ല എന്നുമാണുത്തരം. ചിലയിടത്തൊക്കെ വിട്ടുവീഴ്ച്ചകൾ ചെയ്യാതെ നിവൃത്തിയില്ല. എന്നാൽ എല്ലായിടത്തും കയറിയങ്ങു വിട്ടുവീഴ്ച ചെയ്താൽ ഗുരുതരമായ പ്രത്യാഘാതമായിരിക്കും ഫലം. പരിചയസമ്പന്നരായ നടീനടന്മാർക്കു പകരം പരിചയം കുറഞ്ഞ നടീനടൻമാർ, കഥയ്ക്കനുയോജ്യമായ ലൊക്കേഷനുപകരം അത്രതന്നെ യോജിക്കാത്ത ഒരിടം, പ്രതിഫലത്തിന്റെ കുറവ് നോക്കി കഴിവു കുറഞ്ഞ ടെക്നീഷ്യന്മാരെ ഏർപ്പാടാക്കൽ, ഷൂട്ടിങ്ങിന്റെ എളുപ്പത്തിനു വേണ്ടി മാത്രം കഥാസന്ദർഭങ്ങൾ മാറ്റൽ-ഇങ്ങനെയൊക്കെയായാലോ?

സംവിധായകൻ ആജ്ഞാപിക്കുകയും സഹപ്രവർത്തകരെ അവരുടെ ചെറിയ തെറ്റുകൾക്കു പോലും ചീത്ത വിളിക്കുകയും മാത്രം ചെയ്യുന്ന ഒരാളാകണമോ? ഇതിനുള്ള ഉത്തരം ഇനിപ്പറയുന്ന ഉദാഹരണത്തിൽ നിന്നും ലഭിക്കും. ഒരു ടെയ്ക് ഓ.കെ ആയാൽ സത്യജിത്ത് റേയുടെ മുഖത്തു വശ്യമായ ഒരു പുഞ്ചിരി വിടരും. പിന്നെ എല്ലാവരേയും അഭിനന്ദിക്കും! തീർച്ചയായും, ഒരു നല്ല സംവിധായകൻ സഹപ്രവർത്തകരെ അംഗീകരിക്കണം. അഭിനന്ദിക്കേണ്ട സമയത്ത് അഭിനന്ദിക്കുകയും വേണം.

ഇത്രയുമൊക്കെ പറഞ്ഞിട്ട്, സംവിധായകനു വേണ്ട സാങ്കേതിക പരിജ്ഞാനത്തെക്കുറിച്ചൊന്നും പറഞ്ഞില്ലല്ലോ എന്നാകാം ഒരാൾ ചിന്തിക്കുന്നത്. തിരക്കഥ, ഛായാഗ്രഹണം, അഭിനയം, സംഗീതം, എഡിറ്റിങ്ങ് തുടങ്ങിയ കാര്യങ്ങളിൽ എത്രത്തോളം വിജ്ഞാനം നേടാമോ അത്രയും വിജ്ഞാനവും പരിചയവും ഒരു സംവിധായകൻ ആർജ്ജിച്ചിരിക്കണം. സർഗ്ഗാത്മകത, കലാപരത, ഭാവന എന്നിവയെല്ലാം അയാളിൽ നിന്നും ഒരു നദി പോലെ പ്രവഹിക്കണം, സംശയമില്ല. ക്ഷമ, ആത്മവിശ്വാസം, കഠിനാദ്ധ്വാനം, പ്രതിസന്ധികളെ തരണം ചെയ്യുവാനുള്ള കഴിവ്, ആശയവിനിമയ ശേഷി എന്നിവയെല്ലാം അയാളെ സംബന്ധിച്ച് അലങ്കാരമല്ല, അത്യാവശ്യ ഘടകങ്ങളാണ്!

പബ്ലിസിറ്റി, വിതരണം, പ്രദർശനം

Cinema is an enchanting lass
In the darkness, it entrances the mass!

- പബ്ലിസിറ്റി എന്നാലെന്താണ്?

ഒരു സിനിമയുടെ പ്രദർശന വിജയത്തിനു വേണ്ട പ്രചരണ മാർഗ്ഗങ്ങളെയെല്ലാം കൂട്ടിച്ചേർത്തു പറയുന്ന വാക്കാണ് പബ്ലിസിറ്റി.

- പബ്ലിസിറ്റിക്കു വേണ്ടി അവലംബിക്കുന്ന വ്യത്യസ്ത രീതികൾ ഏതൊക്കെയാണ്?

പത്രപ്പരസ്യങ്ങൾ, പോസ്റ്ററുകൾ, കട്ടൗട്ടുകൾ, ടെലിവിഷനിലൂടെയും ഇന്റർനെറ്റിലൂടെയുള്ള പരസ്യങ്ങൾ-ഇവയാണ് സാധാരണയായി അവലംബിക്കപ്പെടാറുള്ള മാർഗ്ഗങ്ങൾ. സിനിമയെക്കുറിച്ച് ആളുകളിൽ ആകാംക്ഷ ജനിപ്പിക്കുകയും അവരെ തിയ്യറ്ററിലേക്കുചെല്ലുവാൻ പ്രേരിപ്പിക്കുകയുമാണു പരസ്യങ്ങളുടെ അടിസ്ഥാന ധർമ്മം. ടെലിവിഷനിൽ പ്രത്യക്ഷപ്പെടാറുള്ള ഷൂട്ടിങ്ങ് റിപ്പോർട്ടുകൾ, ടോക്-ഷോ (talk show) തുടങ്ങിയവയും പബ്ലിസിറ്റിക്ക് സഹായകമാകാറുണ്ട്.

ട്രെയ്‌ലറും(trailer), ടീസറും(teaser) തമ്മിലുള്ള വ്യത്യാസമെന്താണ്?

ഇറങ്ങാൻ പോകുന്ന ചിത്രത്തെ നേരത്തേതന്നെ പ്രേക്ഷകർക്ക് പരിചയപ്പെടുത്തിക്കൊടുക്കുവാൻ വേണ്ടി നിർമ്മിക്കുന്ന ഒരു ചെറിയ ചിത്രമാണ് 'ട്രെയ്‌ലർ' എന്നു പറയാം. ഇതിനു സാധാരണയായി മൂന്നു മിനിറ്റ് ദൈർഘ്യമുണ്ടായിരിക്കും. നടീനടന്മാർ ആരൊക്കെ, ഏതിനം സിനിമയാണെന്നത് (കുടുംബചിത്രം, ആക്ഷൻ, കോമഡി മുതലായവ), കഥാഗതി എന്നിവയൊക്കെ ഒരു ട്രെയ്‌ലർ സാധാരണയായി വെളിപ്പെടുത്താറുണ്ട്. ട്രെയ്‌ലറുകൾ കഥയുടെ ഗതിവിഗതികളെ കൂടുതലായി വെളിപ്പെടുത്തി സസ്പെൻസ് നഷ്ടപ്പെടുത്തുന്നു എന്നു പ്രേക്ഷകർ പലപ്പോഴും പരാതി പറയാറുണ്ട്.

ട്രെയ്‌ലർ ചുരുങ്ങിയ സമയത്തിനുള്ളിൽ കൂടുതൽ കാര്യങ്ങളെ വെളിച്ചപ്പെടുത്താൻ ശ്രമിക്കുന്നതുകൊണ്ട് അവയുടെ എഡിറ്റിങ്ങ് 'ഫാസ്റ്റ് പേസി'ലൂടെയായിരിക്കും നിർവ്വഹിക്കപ്പെട്ടിരിക്കുക. പലപ്പോഴും ഷൂട്ടിങ്ങ് സമയത്തു പ്രത്യേകം ചിത്രീകരിച്ച ഷോട്ടുകളായിരിക്കും ട്രെയ്‌ലറുകളിൽ ഉൾപ്പെടുത്തിയിട്ടുണ്ടായിരിക്കുക. അതിനാൽ ട്രെയ്‌ലറുകളിൽ കാണുന്ന ചില ദൃശ്യങ്ങൾ യഥാർത്ഥ സിനിമയിൽ കാണാനായില്ലെന്നു വരും. അതുപോലെ ട്രെയ്‌ലറുകളുടെ സംഗീതം പലപ്പോഴും പെട്ടെന്നു ലഭ്യമായ

സംഗീത ശകലങ്ങൾ കൂട്ടിച്ചേർത്താവും ഉണ്ടാക്കിയിട്ടുണ്ടാവുക. ചില സ്പെഷ്യൽ ഇഫക്ടുകൾ ചിത്രീകരണത്തിന്റെ അവസാന ഘട്ടത്തിലാണ് തയ്യാറാക്കപ്പെടുന്നത്. അതിനാൽ ട്രെയ്ലറുകളിൽ അവയും ഉണ്ടായെന്നു വരില്ല. എങ്കിലും വൈവിധ്യമാർന്ന നിരവധി ഷോട്ടുകളെ ഫാസ്റ്റ് കട്ട് ചെയ്ത് ആകാംക്ഷയും താത്പര്യവുമുണർത്തുന്ന വിധത്തിലാണ് ട്രെയ്ലറുകൾ സാധാരണയായി അണിയിച്ചൊരുക്കപ്പെടാറുള്ളത്. ദ ഫാന്റം മെനേസ് എന്ന ചിത്രത്തിന്റെ ട്രെയ്ലർ കാണുവാൻ വേണ്ടി മാത്രം നിരവധിയാളുകൾ 'മീറ്റ് ജോ ബ്ലാക്ക്' എന്ന ചിത്രം പല തവണ കണ്ടുവത്രെ! ഇത് മീറ്റ് ജോ ബ്ലാക്കിന്റെ കളക്ഷനെ കുറച്ചൊന്നുമല്ല വർദ്ധിപ്പിച്ചത്!

ടീസർ എന്നത് ദൈർഘ്യം കുറഞ്ഞ ഒരു ട്രെയ്ലർ തന്നെയാണ് (മിക്കവാറും മുപ്പത് സെക്കന്റ്). പ്രൊഡ്യൂസറുടെ ലോഗോ, കുറച്ചു ഷോട്ടുകൾ, വെബ്സൈറ്റ് അഡ്രസ്സ് എന്നിവയടങ്ങിയതാണ് ടീസർ.

- കേരളത്തിലാകെ ഏകദേശം എത്ര തിയ്യറ്ററുകൾ ഉണ്ട്?

ആയിരത്തോളം.

- തിയ്യറ്ററുകളെ എത്രയായി തരം തിരിച്ചിരിക്കുന്നു?

മൂന്നായി തരം തിരിച്ചിരിക്കുന്നു. A,B,C എന്നിങ്ങനെ. A ക്ലാസ്സ് തിയ്യറ്ററുകളാണ് സാധാരണയായി ചിത്രങ്ങൾ റിലീസ് ചെയ്യുന്നത്. Bക്ലാസ്സ് തിയ്യറ്ററുകൾ A ക്ലാസ്സ് തിയ്യറ്ററുകളെ അപേക്ഷിച്ച് അടിസ്ഥാന സൗകര്യങ്ങൾ കുറവുള്ളവയായിരിക്കും. C ക്ലാസ്സ് തിയ്യറ്ററുകൾ ഗ്രാമങ്ങളിലെ ചെറിയ തിയ്യറ്ററുകളാണ്.

- 'തിയ്യറ്റർ അഡ്വാൻസ്' എന്നാലെന്താണ്?

പുതിയ ചിത്രങ്ങൾ പ്രദർശനത്തിനു ലഭിക്കുന്നതിനു വേണ്ടി റിലീസ് സെന്ററുകൾ(തിയ്യറ്ററുകൾ) ഡിസ്ട്രിബ്യൂട്ടർക്ക് അഡ്വാൻസായി നൽകുന്ന തുകയാണ് 'അഡ്വാൻസ് പേയ്മെന്റ്' അഥവാ 'തിയ്യറ്റർ അഡ്വാൻസ്'.

- ഏത് അനുപാതത്തിലാണ് തിയ്യറ്ററുടമയും ഡിസ്ട്രിബ്യൂട്ടറും ലാഭം പങ്കുവെയ്ക്കുന്നത്?

ആദ്യത്തെ ആഴ്ച ഡിസ്ട്രിബ്യൂട്ടർക്ക് അറുപത്തഞ്ചു ശതമാനവും തിയ്യറ്റർ ഉടമയ്ക്ക് മുപ്പത്തഞ്ചു ശതമാനവും രണ്ടാമത്തെ ആഴ്ച യഥാക്രമം അറുപത്-നാല്പത് ശതമാനവും മൂന്നാമത്തെ ആഴ്ച ഡിസ്ട്രിബ്യൂട്ടർക്ക് അമ്പത്തി അഞ്ചു ശതമാനവും തിയ്യറ്ററുടമയ്ക്ക് നാൽപത്തി അഞ്ചു ശതമാനവും പിന്നീടുള്ള ആഴ്ചകളിൽ രണ്ടു കൂട്ടർക്കും അമ്പതു ശതമാനം വീതം- ഇങ്ങനെ പോകുന്നു വീതം വെപ്പു കണക്കുകൾ.

(ഈ ശതമാന കണക്കിനു കാലാകാലങ്ങളിൽ ഭേദഗതിയുണ്ടാകാം. വ്യത്യസ്ത സ്ഥലങ്ങൾക്കനുസരിച്ചും മാറ്റങ്ങളുണ്ടാകാം).

- 'ഹോൾഡ് ഓവർ' എന്നാലെന്താണ്?

തിയ്യറ്ററിലോടുന്ന സിനിമയുടെ കളക്ഷൻ വല്ലാതെ കുറയുന്ന ഒരവസ്ഥയാണ് 'ഹോൾഡ് ഓവർ'. ഒരു ദിവസത്തെ മൂന്നു ഷോകൾക്കും കൂടി ലഭിക്കുന്ന കളക്ഷൻ, ഹൗസ് ഫുൾ ആകുന്ന ഷോക്കു ലഭിക്കുന്ന കളക്ഷന്റെ എഴുപതു ശതമാനത്തിൽ കുറവാണെങ്കിൽ അതിനെയാണ് ഹോൾഡ് ഓവർ എന്നു വിളിക്കുന്നത്. അടുപ്പിച്ചു മൂന്നു ദിവസങ്ങൾ ചിത്രം ഹോൾഡ് ഓവർ ആയാൽ തിയ്യറ്ററിൽ നിന്നും ആ ചിത്രം മാറ്റുവാൻ തിയ്യറ്റർ ഉടമയ്ക്ക് കഴിയും.

- വൈഡ് റിലീസ്(wide release) എന്നാലെന്താണ്?

സ്ഥിരമായി റിലീസ് ചെയ്യാറുള്ള കേന്ദ്രങ്ങൾക്കു പുറമെ മറ്റു നിരവധി കേന്ദ്രങ്ങളിൽക്കൂടി ഒരുമിച്ച് സിനിമ റിലീസ് ചെയ്യുന്നതിനുള്ള പേരാണ് "വൈഡ് റിലീസ്".

- തിയ്യറ്ററുകളിലെ പ്രദർശനങ്ങളിൽ നിന്നല്ലാതെ മറ്റു വരുമാനങ്ങൾ നിർമ്മാതാവിനും പ്രതീക്ഷിക്കാമോ?

ടെലിവിഷനിൽ സംപ്രേക്ഷണം ചെയ്യുവാനുള്ള അവകാശം (satellite right) നൽകുന്നതിൽ നിന്നുള്ള ലാഭം ഒരു പ്രധാന വരുമാന മാർഗ്ഗമാണ്. സംസ്ഥാന-ദേശീയ അവാർഡുകൾ ലഭിക്കുകയാണെങ്കിൽ ഭേദപ്പെട്ട ഒരു തുക സമ്മാനമായി കിട്ടും. പനോരമ സെലക്ഷൻ ലഭിക്കുന്ന ചിത്രങ്ങൾക്കും ദേശീയ അവാർഡുകൾ ലഭിക്കുന്ന ചിത്രങ്ങൾക്കും ദൂരദർശന്റെ നാഷണൽ നെറ്റ് വർക്കിൽ പ്രദർശനാനുമതി ലഭിക്കും. ചിത്രത്തിന്റെ നിലവാരം, ദൈർഘ്യം എന്നിവയെ കണക്കിലെടുത്ത് ഒരു നിശ്ചിത തുക ഇതിലൂടെ പ്രതിഫലമായി ലഭിക്കുന്നു. രാജ്യാന്തര ചലച്ചിത്ര മേളകളിൽ വില്ക്കപ്പെടുകയാണെങ്കിൽ അതിൽ നിന്നുമുള്ള പ്രതിഫലം, വിദേശത്തുള്ള ഫിലിം ആർക്കൈവുകളും ഫിലിം സ്കൂളുകളും ചിത്രങ്ങൾ വാങ്ങുകയാണെങ്കിൽ അതിൽ നിന്നുമുള്ള പ്രതിഫലം -ഇങ്ങനെ നിരവധി സാദ്ധ്യതകൾ തുറന്നു കിടക്കുന്നുണ്ട്.

ക്ലാസ്സിക് സിനിമ

The one that...
Takes you
To an ocean of imagination

The one that...
Leads you
To the realms of sublime thoughts

The one that...
Creates a symphony
of emotions in you

The one that...
Scribbles a meaningful poem
In your heart

The one that...
Takes you
Through a Voyage
Of impactful visuals

The one that...
Gives a universal message

The one that...
Stands beyond ages

The one that...
Leaves a 'Blissful pain' in you..

Obviously is...
A classic Movie....!

- ക്ലാസ്സിക് ചലച്ചിത്രങ്ങൾ കണ്ടാസ്വദിക്കുക എന്നത് സാധാരണ പ്രേക്ഷകനെ സംബന്ധിച്ച് ക്ലേശകരമല്ലേ?

ക്ലാസ്സിക് ചിത്രങ്ങളുടെ ആസ്വാദനത്തെ ദുഷ്കരമാക്കുന്ന ചില ഘടകങ്ങളുണ്ട്. ഒരു ശരാശരി ആസ്വാദകൻ സിനിമ കാണണമെങ്കിൽ പോകുന്നത് തിയ്യറ്ററിലേക്കാണ്. അവിടെയാണെങ്കിൽ ക്ലാസ്സിക് സിനിമകൾ പ്രദർശിപ്പിക്കപ്പെടുന്നുമില്ല. സിനിമകൾ കാണണമെങ്കിൽ ഇനിയൊരു മാർഗ്ഗം ടെലിവിഷനാണ്. ചില ചാനലുകൾ ഇടയ്ക്ക് വല്ലപ്പോഴും ക്ലാസ്സിക് സിനിമകൾ സംപ്രേഷണം ചെയ്യാറുണ്ട്. പക്ഷേ പേരിനു മാത്രം. ക്ലാസ്സിക് ചിത്രങ്ങളുടെ സിഡികൾ ഏറെ സുലഭമല്ല. ലഭ്യമാണെങ്കിലോ ഉയർന്ന വില നൽകേണ്ടതായും വരുന്നു. ഇതെല്ലാം സാധാരണക്കാരനെ ക്ലാസ്സിക് ചിത്രങ്ങളുടെ ആസ്വാദനത്തിൽ നിന്നും പുറകോട്ട് വലിക്കുന്നു എന്നതാണ് ശരി.

ക്ലാസ്സിക് ചിത്രങ്ങൾ കണ്ടാസ്വദിക്കുവാൻ ഒരു ചലച്ചിത്ര പ്രേമി എന്താണു ചെയ്യേണ്ടത്? പ്രാഥമികമായി വേണ്ടത് അവയോടുള്ള താത്പര്യം വളർത്തലാണ്. ക്ലാസ്സിക് സിനിമകൾ അമൂല്യമാണെന്നും അവ നമുക്ക് തരുന്നത് അളവറ്റ ആനന്ദവും വിജ്ഞാനവും ജീവിതത്തിന്റെ സൂക്ഷ്മ വിശകലനവും മനസ്സിനെ ശുദ്ധീകരിച്ചെടുക്കാൻ വേണ്ട മൂല്യങ്ങളുമാണെന്ന തിരിച്ചറിവിൽ നിന്നുമാണ് തുടങ്ങേണ്ടത്. സാധാരണക്കാരനു മനസ്സിലാക്കുവാൻ ദുഷ്കരമാണ് ക്ലാസ്സിക് സിനിമകൾ എന്ന മുൻവിധിയെ മനസ്സിൽ നിന്നും തുടച്ചു മാറ്റുക. ലോക ക്ലാസ്സിക് ചിത്രങ്ങളിൽ ഭൂരിഭാഗവും ലളിതമായ ആവിഷ്കാര ഘടനയുള്ളതാണ്. ചിലത് സങ്കീർണ്ണമായെന്നും വരാം. ക്ലാസ്സിക് ചിത്രങ്ങൾ കാണുന്നത് ശീലമാക്കുക. അവ സംപ്രേഷണം ചെയ്യുന്ന ടെലിവിഷൻ ചാനലുകളേയും ഫിലിം സൊസൈറ്റികളെയും ആശ്രയിക്കുക. പുസ്തകങ്ങളിൽ നിന്നും ബന്ധപ്പെട്ട വെബ് സൈറ്റുകളിൽ നിന്നും അവയെ സംബന്ധിക്കുന്ന അറിവുകൾ നേടുക. സിനിമയുടെ സാങ്കേതിക കാര്യങ്ങളിൽ പ്രാഥമിക അറിവ് നേടുന്നത് അഭികാമ്യമാണ്.

- ക്ലാസ്സിക് ചിത്രങ്ങൾ സാധാരണയായി തിയ്യറ്ററുകളിൽ പ്രദർശിപ്പിക്കപ്പെടാത്തതിന്റെ കാരണമെന്താണ്?

ഏതൊക്കെയാണ് ക്ലാസ്സിക് ചലച്ചിത്രങ്ങൾ? ആരാണതിന്റെ മാനദണ്ഡങ്ങൾ നിർണ്ണയിക്കുന്നത്? ക്ലാസ്സിക് സിനിമ എന്നതിനു വ്യക്തമായ

നിർവ്വചനങ്ങളിലില്ലെങ്കിലും ലോകം മുഴുവനും അംഗീകരിച്ചിട്ടുള്ള ചില മാനദണ്ഡങ്ങളുണ്ട്. സിനിമയെ ഗൗരവപൂർവ്വം ആസ്വദിക്കുകയും അപഗ്രഥിക്കുകയും ചെയ്യുന്നവരുടെ അംഗീകാരം, കാലഘട്ടത്തെ അതിജീവിച്ചുകൊണ്ടുള്ള അസ്തിത്വം - ചുരുക്കിപ്പറഞ്ഞാൽ ഇവയാണ് ക്ലാസ്സിക് ചലച്ചിത്രങ്ങളുടെ മാനദണ്ഡങ്ങൾ. ഐസൻസ്റ്റീന്റെ ബാറ്റിൽഷിപ്പ് പൊട്ടെംകിൻ, ബർഗ്മാന്റെ വൈൽഡ് സ്ട്രോബറീസ്, കുറോസവയുടെ റാഷമോൺ, ഡിസീക്കയുടെ ബൈസിക്കിൾ തീവ്സ് തുടങ്ങിയവയെല്ലാം ക്ലാസ്സിക് എന്ന് അംഗീകരിക്കപ്പെട്ടിട്ടുള്ള ചിത്രങ്ങളാണ്. ക്ലാസ്സിക് ചിത്രങ്ങൾ സാധാരണയായി ബുദ്ധിപരത പ്രകടിപ്പിക്കുന്നവയാണെന്ന ഒരു ധാരണ പൊതുവെയുണ്ട്. ഇത് എപ്പോഴും ശരിയാകണമെന്നില്ല. എന്തൊക്കെപ്പറഞ്ഞാലും സാധാരണ പ്രേക്ഷകർ ആഗ്രഹിക്കുന്ന തരത്തിലുള്ള വിനോദത്തിന്റെ ഘടകങ്ങൾ ക്ലാസ്സിക് ചിത്രങ്ങളിൽ നിന്നും ലഭിക്കാറില്ലെന്നതാണ് വാസ്തവം. സിനിമാ തിയ്യറുകൾ സാധാരണയായി കച്ചവടപരമായ താത്പര്യങ്ങൾക്കു വേണ്ടി നിലകൊള്ളുന്നവയായിരിക്കുമല്ലോ. സ്വാഭാവികമായും അവ ക്ലാസ്സിക് ചിത്രങ്ങളെ അകറ്റി നിർത്തുന്നു. എന്നാൽ ചില രാജ്യങ്ങളിൽ - ഇറാൻ പോലെ - കാര്യങ്ങൾ വ്യത്യസ്തമാണ്. അവിടെ ക്ലാസ്സിക് ചിത്രങ്ങൾ, അവാർഡ് ലഭിച്ച ചിത്രങ്ങൾ എന്നൊക്കെ കേട്ടാൽ സാധാരണക്കാർ താത്പര്യക്കുറവ് കാണിക്കുന്നില്ല. ഇത്തരം സിനിമകൾ തിയ്യറ്ററിൽ വേണ്ടത്ര കളക്ഷനോടെ ഓടുന്ന ഒരു സ്ഥിതിവിശേഷം അവിടെയുണ്ട്. നമ്മുടെ നാട്ടിൽ ഇത്തരം ഒരു സ്ഥിതിവിശേഷം വിഭാവനം ചെയ്യാൻ കഴിയുമോ?

- പ്രധാനപ്പെട്ട ക്ലാസ്സിക് ചിത്രങ്ങൾ ഏതൊക്കെയാണ്? അവയുടെ സംവിധായകർ?

ഉന്നത നിലവാരം പുലർത്തുന്നവയും കാലഘട്ടത്തിന്നതീതമായി ജീവിക്കുന്നവയുമാണല്ലോ ക്ലാസ്സിക്കുകൾ. ലോകസിനിമയിൽ ഇത്തരത്തിലുള്ള ധാരാളം ചിത്രങ്ങളുള്ളതായി കാണാൻ കഴിയും. പ്രധാനപ്പെട്ട ചില ക്ലാസ്സിക് ചിത്രങ്ങളുടെ പേരുകൾ താഴെ കൊടുക്കുന്നു.

ചിത്രത്തിന്റെ പേര്	സംവിധായകൻ
ബാറ്റിൽഷിപ്പ് പൊട്ടെംകിൻ, സ്ട്രൈക്ക്, ഒക്ടോബർ	ഐസൻസ്റ്റീൻ
വൈൽഡ് സ്ട്രോബറീസ്, ക്രൈസ് ആൻഡ് വിസ്പേഴ്സ്, സെവൻത് സീൽ	ബർഗ്മാൻ
റാഷമോൺ, സെവൻ സമുറായ്	കുറോസവ
മദർ	പുഡോവ്കിൻ

സൊളാരിസ്, മിറർ, സ്റ്റാൾക്കർ, സാക്രിഫൈസ്	തർക്കോവ്സ്കി
ബൈസിക്കിൾ തീവ്സ്	ഡിസീക്ക
ദ ഗ്രെയ്റ്റ് ട്രെയ്ൻ റോബറി	എഡ്വിൻ എസ്. പോർട്ടർ
ബർത്ത് ഓഫ് എ നേഷൻ, ഇന്റോളറൻസ്	ഗ്രിഫിത്ത്
ലാ സ്ട്രാഡാ, ലാ ഡോൾസി വിറ്റ, എയ്റ്റ് ആൻഡ് ഹാഫ്	ഫെല്ലിനി
ഹിരോഷിമ മോൺ അമർ	അലൻ റെനേ
നസ്റിൻ, വിറിഡിയാന	ലൂയി ബുനുവൽ
ബ്രെത്ത്ലസ്	ഗൊദാർദ്
എലക്ട്രാ	മിക്കലോസ് യാങ്ചോ
നൈഫ് ഇൻ ദ വാട്ടർ	റൊമാൻ പൊളാൻസ്കി
സിറ്റി ലൈറ്റ്സ്, മോഡേൺ ടൈംസ്	ചാർളി ചാപ്ലിൻ
സിറ്റിസൺ കെയ്ൻ	ഓഴ്സൺ വെൽസ്
ദ പാഷൻ ഓഫ് ജോവാൻ ഓഫ് ആർക്ക്	കാൾ തിയോഡർ ഡ്രെയർ
റോം ഓപ്പൺ സിറ്റി	റോബർട്ടോ റോസ്സലീനി
ബാലിന്റ് ഫാബിയാൻ മീറ്റ്സ് ഗോഡ്	സോൾട്ടാൻ ഫാബ്രി
പഥേർ പാഞ്ചാലി	സത്യജിത്ത്റേ
ആൻ ഇൻസിഡന്റ് അറ്റ് ഔൾ ക്രീക്ക് ബ്രിഡ്ജ്	റോബർട്ടോ എൻറീക്കോ
ക്യാമറ ബഫ്	കീസ്ലോവ്സ്കി
അമോറസ് പെറസ്	അലഹാന്ദ്രോ ഗൊൺസാൽവസ് ഇനാരിറ്റു
ഖാണ്ഡഹാർ	മഖ്മൽ ബഫ്

സ്പ്രിങ്, സമ്മർ, ഓട്ടം, വിന്റർ ആൻഡ് സ്പ്രിങ്	കിം കി ഡുക്ക്
ഷിൻഡ്‌ലേഴ്സ് ലിസ്റ്റ്	സ്റ്റീവൻ സ്പീൽബർഗ്
ചിൽഡ്രൻ ഓഫ് ഹെവൻ	മജീദ് മജീദി
ക്ലോസ്സപ്പ്	അബ്ബാസ് കിയരസ്തോമി
ആഷസ് ആൻഡ് ഡയമണ്ട്സ്	ആന്ദ്രേ വൈദ
ദ ഫോർ ഹൺട്രഡ് ബ്ലോസ്	ത്രൂഫോ
ഉഗത്സു മോണോഗുത്തരി	മിസോഗുച്ചി

വനിതാ സംവിധായകർ

Are women only home-makers?
No,oft they are film makers
There are many
Revathi and Suhasini
Samira and Agnes Varda
Geethu and Anjali Menon
Their Creativity like a river does flow
When the camera is on!

- ചലച്ചിത്രരംഗത്ത് വേരുറപ്പിച്ച വനിതാ സംവിധായകർ ആരൊക്കെയാണ്?

വനിതകൾ സാധാരണയായി അഭിനയരംഗത്തേക്കാണ് ധാരാളമായി കടന്നു വരാറുള്ളത് എങ്കിലും ഇന്ത്യൻ സിനിമയിലും ലോക സിനിമയിലും തിളങ്ങിയിട്ടുള്ള ചില വനിതാരത്നങ്ങളുണ്ട്. ഏതാനും പേരെ താഴെ പരിചയപ്പെടുത്തുന്നു.

കാതറിൻ ബിഗലോ (ദ ഹർട്ട് ലോക്കർ എന്ന സിനിമയിലൂടെ മികച്ച സംവിധാനത്തിനുള്ള ഓസ്കാർ അവാർഡ് നേടിയ വനിത), ഫ്രഞ്ചുകാരിയായ ആലീസ് ഗെയ് (ആദ്യ ചലച്ചിത്ര സംവിധായികയായി അറിയപ്പെടുന്ന വനിത), ആഗ്നസ് വർദ (ദ ഗ്ലീനേഴ്സ് ആൻഡ് ഐ, ദ ബീച്ചസ് ഓഫ് ആഗ്നസ് തുടങ്ങിയ ചിത്രങ്ങൾ), മാർഷിയെ മഖ്മൽബഫ്, ഹന്നാ മഖ്മൽബഫ്, സമീര മഖ്മൽബഫ് (പ്രമുഖ ഇറാനിയൻ സംവിധായകൻ മൊഹ്സീൻ മഖ്മൽബഫിന്റെ പത്നിയും മക്കളും), ആഞ്ജലീന ജോളി (പ്രമുഖ ഹോളിവുഡ് നടി), ഡൊറോത്തി ആഴ്സ്റ്റർ (കാലിഫോർണിയയിൽ ജനിച്ച ഇവർ സംവിധായികയും അമ്പതോളം ചിത്രങ്ങളുടെ എഡിറ്ററുമാണ്), സോഫിയ കപ്പോള (ഹോളിവുഡിലെ പ്രഗത്ഭ സംവിധായകൻ ഫ്രാൻസീസ് ഫോഡ് കപ്പോളയുടെ മകൾ), അപർണ സെൻ (പ്രമുഖ ബംഗാളി ചലച്ചിത്ര സംവിധായകനും നിരൂപകനുമായ ചിദാനന്ദ ദാസ് ഗുപ്തയുടെ മകളാണ് അപർണ), മീരാ നായർ (ഒഡീഷയിൽ ജനിച്ച് ന്യൂയോർക്ക് ആസ്ഥാനമായി പ്രവർത്തിക്കുന്ന പ്രഗത്ഭ സംവിധായിക), സായ് പരഞ്ജ് പൈ (നിരവധി പുരസ്കാരങ്ങൾ നേടിയ സ്പർശ് എന്ന ബോളിവുഡ് ചിത്രത്തിന്റേയും ചില ഡോക്യുമെന്ററികളുടേയും സംവിധായിക), ദീപാ മേത്ത (ഫയർ, എർത്ത്, വാട്ടർ, എന്ന സിനിമാത്രയത്തിന്റെ സംവിധായിക), വിജയ നിർമ്മല (ഗിന്നസ് ബുക്ക് പ്രകാരം ലോകത്ത് ഏറ്റവും കൂടുതൽ സിനിമകൾ സംവിധാനം ചെയ്ത തമിഴ് നാട്ടുകാരിയായ സംവിധായിക), സുഹാസിനി (പ്രശസ്ത നടിയായ ഇവർ 1986ൽ 'ഇന്ദിര' എന്ന ചലച്ചിത്രത്തിലൂടെ സംവിധായികയും തിരക്കഥാകൃത്തുമായി. പ്രഗത്ഭ സംവിധായകൻ മണിരത്നത്തിന്റെ ഭാര്യയും കമലഹാസന്റെ ജ്യേഷ്ഠൻ ചാരുഹാസന്റെ പുത്രിയുമാണ്).

മലയാളത്തിന്റെ പ്രഗത്ഭ അഭിനേത്രിയായ ഷീല (ചിത്രം: ശിഖരങ്ങൾ), കഴിവുറ്റ നടി രേവതി (ആദ്യമായി സംവിധാനം ചെയ്ത മിത്ര് മൈ ഫ്രണ്ട് എന്ന ചിത്രത്തിനു മികച്ച ഇംഗ്ലീഷ് സിനിമയ്ക്കുള്ള ദേശീയ പുരസ്കാരം ലഭിച്ചു) എന്നിവർ ചലച്ചിത്ര സംവിധായകർ എന്ന രീതിയിൽ പേരെടുത്തിട്ടുള്ളവരാണ്. അഞ്ജലി മേനോൻ, ഗീതു മോഹൻദാസ്, ശ്രീബാല കെ. മേനോൻ എന്നിവർ ചലച്ചിത്ര സംവിധായികമാർ എന്ന രീതിയിൽ തങ്ങളുടേതായ സാന്നിദ്ധ്യം അറിയിച്ചിട്ടുണ്ട്.

ഫിലിം ഇൻസ്റ്റിറ്റ്യൂട്ടുകൾ

Do join the film institute
The teachers there
Don't teach you at all!
From you, they take away
Every knowledge
Make your soul void
Then...
Then...
Do they transform you...!
Cause, the wise say
The real teachers never teach
But...
But...
Transform...!

- ചലച്ചിത്ര പഠനത്തിനായുള്ള ഇൻസ്റ്റിറ്റ്യൂട്ടുകളെ പരിചയപ്പെടുത്താമോ?

ധാരാളം സാങ്കേതിക കാര്യങ്ങൾ അടങ്ങിയ ഒന്നാണല്ലോ സിനിമാ നിർമ്മാണം. അക്കാദമിക് പരിശീലനം ലഭിച്ചതിനുശേഷം ഈ രംഗത്തേക്കിറങ്ങുന്നത് ആത്മവിശ്വാസം വർദ്ധിപ്പിക്കാനും ചലച്ചിത്ര മേഖലയിൽ പ്രവർത്തിക്കുന്നവരുമായി പരിചയം സ്ഥാപിച്ചെടുക്കുവാനും സഹായകമാകും. സിനിമ പഠിക്കാവുന്ന പ്രധാനപ്പെട്ട ചില ഇൻസ്റ്റിറ്റ്യൂട്ടുകളെ താഴെ പരിചയപ്പെടുത്തുന്നു.

ഫിലിം ആൻഡ് ടെലിവിഷൻ ഇൻസ്റ്റിറ്റ്യൂട്ട് ഓഫ് ഇന്ത്യ (FTII)

ഏഷ്യയിലെ ഏറ്റവും വലിയ ഫിലിം ഇൻസ്റ്റിറ്റ്യൂട്ട് ആയി അറിയപ്പെടുന്നു. 1960 ൽ സ്ഥാപിതമായ ഇത് പൂനെയിൽ സ്ഥിതി ചെയ്യുന്നു. ഈ സ്ഥാപനം സ്വയം ഭരണാധികാരമുള്ളതും ഇൻഫർമേഷൻ ആൻഡ് ബ്രോഡ്കാസ്റ്റിങ്ങ് മന്ത്രാലയത്തിന്റെ കീഴിൽ പ്രവർത്തിക്കുന്നതുമാണ്. പ്രഗത്ഭരായ അടൂർ ഗോപാലകൃഷ്ണൻ, ജോൺ അബ്രഹാം, ഓംപുരി, നസിറുദ്ദീൻ ഷാ, ബാലു മഹേന്ദ്ര, സ്മിതാ പാട്ടീൽ, ശബാനാ ആസ്മി, മിഥുൻ ചക്രവർത്തി എന്നിവരൊക്കെ ഇവിടുത്തെ പൂർവ്വ വിദ്യാർത്ഥികളാണ്. ഒരു വർഷം മുതൽ മൂന്നു വർഷം വരെ ദൈർഘ്യമുള്ളവയാണ് കോഴ്സുകൾ.

വ്യത്യസ്ത കോഴ്സുകൾ

പി.ജി. ഡിപ്ലോമ- ഡയറക്ഷൻ, എഡിറ്റിങ്ങ്, സിനിമാട്ടോഗ്രാഫി, ഓഡിയോഗ്രാഫി (3 വർഷം), അഭിനയം, കലാ സംവിധാനം(2 വർഷം)

പി.ജി. സർട്ടിഫിക്കറ്റ് കോഴ്സുകൾ - സ്ക്രിപ്റ്റ് റൈറ്റിങ്ങ്, ഇലക്ട്രോണിക് സിനിമാട്ടോഗ്രഫി, വീഡിയോ എഡിറ്റിങ്ങ്, ടി.വി ഡയറക്ഷൻ, ഓഡിയോഗ്രാഫി (1 വർഷം)

വെബ്സൈറ്റ് അഡ്രസ്സ് : www.ftiindia.com

എം. ജി. ആർ ഗവ. ഫിലിം ആൻഡ് ടെലിവിഷൻ ട്രെയിനിങ്ങ് ഇൻസ്റ്റിറ്റ്യൂട്ട്, ചെന്നൈ.

അഡയാർ ഫിലിം ഇൻസ്റ്റിറ്റ്യൂട്ട് എന്ന പേരിൽ അറിയപ്പെട്ടിരുന്ന സ്ഥാപനം തന്നെയാണിത്. 2006 ലാണിതിന്റെ പേര് എം. ജി. ആർ ഗവ.

ഫിലിം ആൻഡ് ട്രെയിനിങ്ങ് ഇൻസ്റ്റിറ്റ്യൂട്ട് എന്നാക്കി മാറ്റിയത്. ഇതു തമിഴ്നാട് ഗവൺമെന്റിന്റെ ഡിപ്പാർട്ട്മെന്റ് ഓഫ് ഇൻഫർമേഷൻ ആൻഡ് പബ്ലിക് റിലേഷൻസിന്റെ കീഴിൽ പ്രവർത്തിക്കുന്നു. രജിനികാന്ത്, സുഹാസിനി, ചിരഞ്ജീവി, രഘുവരൻ, അജയൻ(ഡയറക്ടർ) എന്നിവർ ഇവിടെ നിന്നും പഠിച്ചിറങ്ങിയ പ്രഗത്ഭരാണ്.

കോഴ്സുകൾ: ഡിപ്ലോമ: സ്ക്രിപ്റ്റ് റൈറ്റിങ്ങ് & ഡയറക്ഷൻ,

ഫിലിം എഡിറ്റിങ്ങ് & ടെലിവിഷൻ പ്രൊഡക്ഷൻ, സൗണ്ട് റെക്കോഡിങ്ങ് & സൗണ്ട് എഞ്ചിനീയറിങ്ങ്

ഫിലിം പ്രോസസിങ്ങ്(3 വർഷം)

സത്യജിത്ത് റായ് ഫിലിം ആന്റ് ടെലിവിഷൻ ഇൻസ്റ്റിറ്റ്യൂട്ട്, കൊൽക്കത്ത

കോഴ്സുകൾ : പി. ജി. ഡിപ്ലോമ- പ്രൊഡക്ഷൻ മെത്തഡോളജി, ഡയറക്ഷൻ ആൻഡ് സ്ക്രീൻപ്ലേ റൈറ്റിങ്ങ്, സിനിമാട്ടോഗ്രാഫി, സൗണ്ട് റെക്കോഡിങ്ങ് & ഡിസൈൻ, എഡിറ്റിങ്ങ്(3 വർഷം)

വെബ്സൈറ്റ് അഡ്രസ്സ് : www.srfti.gov.in

കേരളത്തിൽ ഗൗരവപൂർണ്ണമായ സിനിമാപഠനത്തിനുവേണ്ട സ്ഥാപനങ്ങൾ ഇല്ല എന്ന പരാതിക്ക് അവസാനം വിരാമമായിരിക്കുന്നു. കോട്ടയത്ത് പള്ളിക്കത്തോടിനു സമീപം കാഞ്ഞിരമറ്റം തെക്കുംതല എന്ന സ്ഥലത്ത് ആധുനിക പഠന സൗകര്യങ്ങളോടെ പ്രവർത്തിച്ചു വരുന്ന സർക്കാർ സ്ഥാപനമാണ് കെ. ആർ. നാരായണൻ നാഷണൽ ഇൻസ്റ്റിറ്റ്യൂട്ട് ഓഫ് വിഷ്വൽ സയൻസ് ആൻഡ് ആർട്ട്സ്.

വിവിധ കോഴ്സുകൾ : തിരക്കഥാരചനയും സംവിധാനവും, സിനിമാറ്റോഗ്രാഫി, ഓഡിയോഗ്രാഫി, എഡിറ്റിങ്ങ്, അഭിനയം, അനിമേഷൻ ആൻഡ് വിഷ്വൽ ഇഫക്ട്സ്.

സിവിൽ സർവ്വീസ് ഉദ്യോഗസ്ഥനായിരിക്കെത്തന്നെ അഞ്ച് ഫീച്ചർ ഫിലിമുകൾ സംവിധാനം ചെയ്ത ശ്രീ. ജി. രാജശേഖരനാണ് ഈ സ്ഥാപനത്തിന്റെ ഡയറക്ടർ.

വെബ്സൈറ്റ് : www.krnnivsa.edu.in

ഗവ.ഫിലിം ആന്റ് ടെലിവിഷൻ ഇൻസ്റ്റിറ്റ്യൂട്ട്, ബംഗളൂരു.

കോഴ്സുകൾ : ഡിപ്ലോമ-സിനിമാട്ടോഗ്രാഫി, സൗണ്ട് റെക്കോഡിങ്ങ് (3 വർഷം)

വെബ് സൈറ്റ് : www.filminstitutebangalore.com

ബിജു പട്നായിക് ഫിലിം ആന്റ് ടെലിവിഷൻ ഇൻസ്റ്റിറ്റ്യൂട്ട്, ഒറീസ്സ.

കോഴ്സുകൾ : ഡിപ്ലോമ-സിനിമാട്ടോഗ്രാഫി, ഫിലിം & വീഡിയോ എഡിറ്റ്, സൗണ്ട് എഞ്ചിനീയറിങ്ങ്.

വെബ്സൈറ്റ് : www.orissa.gov.in (കോഴ്സുകൾ, അവയുടെ കാലാവധി മുതലായവ കാലാകാലങ്ങളിൽ മാറാവുന്നതാണ്.)

വെബ്സൈറ്റ് വിലാസങ്ങൾ

Metamorphose yourself
Into a hungry cow
That grazes on
Green Pastures
Extended to
A hundred thousand miles!
Browse and browse through...
Eat the grass
With bruning hunger
That cannot be satiated ever
Now, just imagine that
The internet is
The green pasture!

- സിനിമയുടെ നിർമ്മാണം, സാങ്കേതികത, സൗന്ദര്യശാസ്ത്രം എന്നിവയെക്കുറിച്ച് പ്രതിപാദിക്കുന്ന ഏതാനും വെബ്സൈറ്റ് വിലാസങ്ങൾ പറഞ്ഞു തരാമോ?

  1. www.classicfilm.about.com
  2. www.film critics.org
  3. www.1 worldfilms.com
  4. www.filmsite.org
  5. www.classic movies.org
  6. www.filmmakermagazine.com
  7. www.filmref.com
  8. www.fipresci.org
  9. www.apolloguide.com
  10. www.wikipedia.org
  11. www.creative cow.com
  12. www.rogerebert.suntimes.com
  13. www.efilmcritic.com
  14. www.tomleboric.com
  15. www.pastemagazine.com
  16. www.isaacbotkin.com/2009/03/color-theory
  17. www.screencraft.org
  18. www.topdocumentaryfilms.com
  19. www.nagra audio.com
  20. www.imdb.com
  21. www.malayalamcinema.com
  22. www.iranianmovies.com
  23. www.satyajitray.com
  24. www.mrinalsen.org
  25. www.padmarajan.com

ഗ്രന്ഥസൂചിക

Notes of a film director(Sergei Eisenstein)

Film Technique and Film Acting (V.I. Pudovkin)

Film art-An introduction (David Bordwell, Kristin Thompson)

The Film maker's handbook (Edward Pincus, Steven Ascher)

Film and the director (Don Livingston)

How to direct as an amateur (Tony Rose)

The technique of film editing (Karel Reisz, Gavin Miller)

Film Script writing - A practical Manual (Dwight V.Swain, Joye R. Swain)

The most memorable films of the world (H.N. Narahari Rao)

Film as film (Rudolph Arnhein)

Cinema and I (Hrithvik Ghatak)

Dictionary of films and film technology (Gangadhar Mahambare)

The digital film making hand book (Mark Brindle)

The subject of cinema (Gaston Roberge)

Sound in moving pictures (T. Krishnanunny)

The history of cinema for beginners (Jarec Kupsc)

Screen Writing (Richard Walter)

Fundamentals of Television Production (Ralph Donald, Thomas Spann)

ഫിലിം ഡയറക്ഷൻ (സാജൻ തെരുവപ്പുഴ)

ഇതു ഞങ്ങളുടെ സിനിമ (സാജൻ തെരുവപ്പുഴ)

സിനിമ വീഡിയോ ടെക്നിക് (ഡോ. മുരളീകൃഷ്ണ)

ചലച്ചിത്ര ദർപ്പണം (കെ.ആർ. ചെത്തല്ലൂർ)

വിശ്വോത്തര തിരക്കഥകൾ (എഡിറ്റർ: വിജയകൃഷ്ണൻ)

തിരക്കഥ - സിനിമയുടെ ബ്ലൂപ്രിന്റ് (അരവിന്ദൻ വല്ലച്ചിറ)

മലയാള തിരക്കഥ - വളർച്ചയും വർത്തമാനവും (ഡോ. ആർ. വി. എം. ദിവാകരൻ)

പഞ്ചാഗ്നി (എം. ടി. വാസുദേവൻനായർ)

ആൾക്കൂട്ടത്തിൽ തനിയെ (എം. ടി. വാസുദേവൻനായർ)

പത്മരാജന്റെ തിരക്കഥകൾ (പത്മരാജൻ)

വിശ്വപ്രസിദ്ധ ഛായാഗ്രാഹകർ (രാകേഷ് നാഥ്)

ചലച്ചിത്രാഭിനയം (ചേലങ്ങാട്ട് ഗോപാലകൃഷ്ണൻ)

എന്റെ കാതൊപ്പുകൾ (റസൂൽ പൂക്കുട്ടി)

ശബ്ദവും ചലച്ചിത്രവും (ആനന്ദ് ബാബു ആർ. പി)

കാതിൽ തേൻമഴയായ് (എം. ഡി. മനോജ്)

പാശ്ചാത്യ സംഗീത പ്രവേശിക (ഫാ. ഡോ. എം. പി. ജോർജ്ജ്)

സിനിമയുടെ വഴിയിൽ (ഐ. ഷൺമുഖദാസ്)

മലയാള സിനിമാ പഠനങ്ങൾ (സി. എസ്. വെങ്കിടേശ്വരൻ)

സിനിമയുടെ നീതിസാരം (പി.ജി സദാനന്ദൻ)

സിനിമയുടെ പാഠങ്ങൾ-

വികലനവും വീക്ഷണവും (ഡോ. ജോസ് കെ. മാനുവൽ)

സിനിമയുടെ യാത്രകൾ (ഡോ. ബിജു)

സിനിമ, കളിയും കാര്യവും (നാദിർഷ)

സൗണ്ട് ഓഫ് മ്യൂസിക് (മരിയ റോസ്)

സിനിമ (സലാം കാരശ്ശേരി)

ഐസൻസ്റ്റീൻ (നീലൻ)

മലയാള മനോരമ, മാതൃഭൂമി പത്രങ്ങളിലെ സിനിമാ സംബന്ധിയായ ലേഖനങ്ങൾ, സ്റ്റാർ ആൻഡ് സ്റ്റൈൽ, ടെൽ മി വൈ(സിനിമാ പതിപ്പ്), സംഗീതിക, ഇൻഫോ കൈരളി മാസികകൾ, സിനിമാ ക്യാമ്പ് ജേർണൽ 1992(ചിമ്മിനി ഡാം, തൃശൂർ).

ചോദ്യങ്ങൾ
നിങ്ങളുടെ മനസ്സുകളിൽ
ഇനിയും
നോവു പടർത്തട്ടെ!
ഇരുണ്ട വനസ്ഥലികളിലൂടെ
ദാഹാർത്തനായ് ദൂരങ്ങൾ താണ്ടുന്ന
പഥികന്റെ മുൻപിൽ
നീർച്ചാലു പ്രത്യക്ഷപ്പെടുന്നതുപോലെ
ഒരു നാൾ.....
ഉത്തരങ്ങൾ
ചോദ്യങ്ങളെത്തേടിയെത്തും
തീർച്ച....!

www.ingramcontent.com/pod-product-compliance
Lightning Source LLC
LaVergne TN
LVHW100638051026
849519LV00001B/263